സമരോത്സുകമായ മാർക്സിസം
സമരസങ്ങളുടെ ഇടതുപക്ഷം

Nadakkavu, Kozhikode, Kerala
Tel:0495–4020666
www. insightpublica. com
e-mail: insightpublica@gmail. com
Title: Samarolsukamaya Marxism Samarasangalude Idathupaksham
Author: Bipin Balaram
(Malayalam)
First Insight Edition: April 2025

ISBN - 978-93-5517-878-7
Printed and Published by
Insightinpublica Printers & Publishers Ltd.
₹290/-
All Rights reserved. No Part of this Publication may be reproduced, stored in a retrieval system, or transmitted, in any form, or by any means, electronic, mechanical, photocopying, recording or otherwise, without the prior permission of the publisher

സമരോത്സുകമായ മാർക്സിസം
സമരസങ്ങളുടെ ഇടതുപക്ഷം

ബിപിൻ ബാലറാം

INSIGHT PUBLICA

തലശ്ശേരിയിൽ ജനനം. എൻ.ഐ.ടി കാലിക്കറ്റിൽ നിന്നും മെക്കാനിക്കൽ എൻജിനിയറിങ്ങിൽ പി.എച്ച്.ഡി. ബി.ടെക് വിദ്യാഭ്യാസകാലത്ത് തൃശ്ശൂർ ഗവണ്മെന്റ് എഞ്ചിനീയറിംഗ് കോളേജിലെ കോളേജ് യൂനിയൻ ചെയർമാൻ. ഗവേഷണ കാലത്ത് കാലിക്കറ്റ് എൻ.ഐ.ടി യിലെ വിദ്യാർത്ഥി പ്രസ്ഥാനമായ റാഡിക്കൽസിന്റെ പ്രസിഡന്റ്. മാർക്സിസ്റ്റ് ചർച്ചാവേദിയായ 'മാർക്സ് സർക്കിൾ'ന്റെ കൺവീനർ. മാർക്സിസത്തിന്റെ സിദ്ധാന്തത്തെയും പ്രയോഗത്തെയും കുറിച്ച് ഇംഗ്ലീഷിലും മലയാളത്തിലുമുള്ള പഠനങ്ങളും ലേഖനങ്ങളും ജേർണലുകളിലും ആനുകാലികങ്ങളിലും പ്രസിദ്ധീകരിക്കപ്പെട്ടിട്ടുണ്ട്. ഇപ്പോൾ പോളണ്ടിലെ വ്രൂച്ച് യൂണിവേഴ്സിറ്റി ഓഫ് ടെക്നോളജിയിൽ റിസർച്ച് അസിസ്റ്റന്റ് പ്രൊഫസർ. Nonlinear Dynamics, Chaos, Mathematical Neuroscience എന്നിവ പ്രധാന ഗവേഷണ വിഷയങ്ങൾ.

ഇമെയിൽ: bipinbalaram@gmail.com

ബ്ലോഗ്: What Is To Be Done?

(www.revolutionaryspring.blogspot.com)

ഡോ. ബിപിൻ ബാലറാം

മുഖവുര

ഇടതുപക്ഷത്തിന്റെ വിമർശം - ഫാഷിസ്റ്റ് കാലത്തെ അനിവാര്യത

കഴിഞ്ഞ കുറച്ച് വർഷങ്ങളിൽ മലയാളത്തിൽ എഴുതിയ ലേഖനങ്ങളും പഠനങ്ങളും ആണ് ഇവിടെ സമാഹരിച്ചിരിക്കുന്നത്. ഈ എഴുത്തുകളെ ഏകോപിപ്പിക്കുന്ന ഘടകം മാർക്സിസ്റ്റ് പരിപ്രേക്ഷ്യത്തിൽ നിന്നുള്ള ഇടതുപക്ഷത്തിന്റെ വിമർശമാണ്. വ്യവസ്ഥാപിത ഇടതുപക്ഷത്തിന് പോരായ്മകൾ ഒരുപാടുണ്ടെങ്കിലും ഫാഷിസ്റ്റ് കാലത്ത് അതിനെ നിശിത വിമർശനത്തിന് വിധേയമാക്കുന്നത് ശരിയാണോ എന്ന ചോദ്യം സ്വാഭാവികമായും ഉയർന്നേക്കാം. ഇടതുപക്ഷത്തെ തുറന്നു കാണിക്കുന്നത് ഫാഷിസത്തിന് ശക്തി പകരുകയല്ലേ ചെയ്യുക എന്ന ഭീതിയാണ് ഈ ചോദ്യത്തിന് പിന്നിൽ.

എന്നാൽ യഥാർത്ഥത്തിൽ ഫാഷിസ്റ്റ് കാലത്താണ് ഇടതുപക്ഷം ഏറ്റവും ശക്തമായി വിമർശിക്കപ്പെടേണ്ടത്. ഇടതുപക്ഷത്തിന്റെ സൈദ്ധാന്തിക പാപ്പരത്തവും രാഷ്ട്രീയ പൊള്ളത്തരവും തൊഴിലാളിവർഗ്ഗ വീക്ഷണത്തിന്റെ അടിസ്ഥാനത്തിൽ തുറന്നു കാണിക്കുക എന്നത് ഫാഷിസ്റ്റ് കാലത്തെ അനിവാര്യതയാണ്; അത് ഫാഷിസ്റ്റ് പ്രതിരോധത്തിന്റെ ഒഴിച്ചുകൂടാനാവാത്ത ഭാഗവുമാണ്.

തൊഴിലെടുക്കുന്ന ജനവിഭാഗങ്ങൾക്ക് വർഗ്ഗരാഷ്ട്രീയത്തിലുള്ള എല്ലാ പ്രതീക്ഷയും ഇല്ലാതാവുക എന്നത് ഫാഷിസത്തിന്റെ രാഷ്ട്രീയ അപ്രമാദിത്വത്തിന് അത്യാവശ്യമാണ്. ഇടതുപക്ഷ രാഷ്ട്രീയം വസ്തുനിഷ്ഠമായി ചെയ്തുകൊണ്ടിരിക്കുന്നത് ഇതിനുള്ള സാഹചര്യങ്ങൾ ഒരുക്കുക എന്നതാണ്.

ഉള്ളടക്കത്തിൽ കറകളഞ്ഞ നിയോലിബറൽ ചായ്‌വുള്ള ഇടതുപക്ഷം, പക്ഷെ രൂപത്തിൽ ഇന്നും മാർക്സിസ്റ്റ് എന്ന പൊയ്മുഖം

നിലനിർത്തുന്നുണ്ട്. ഇന്ത്യൻ വ്യവസ്ഥാപിത ഇടതുപക്ഷത്തിന്റെ സകല ജീർണ്ണതക്കും സൈദ്ധാന്തിക പോരായ്മക്കും മാർക്സും ലെനിനും ഉത്തരവാദിത്തം ഏറ്റെടുക്കേണ്ട അവസ്ഥ ആണ്. അതുകൊണ്ട് തന്നെ ഇടതുപക്ഷത്തിന്റെ മാർക്സിസ്റ്റ് പൊയ്മുഖം വലിച്ചുകീറുക എന്നത് ഒരു വർഗ്ഗപരമായ ദൗത്യമാണ്.

പക്ഷെ ഇടതുപക്ഷത്തിന്റെ വിമർശം എന്നത് ഇടതുപക്ഷപാർട്ടികളുടെ നേതൃത്വത്തിന്റെയോ അവരുടെ രാഷ്ട്രീയത്തിന്റെയോ മാത്രം വിമർശനമായി ഒതുങ്ങിക്കൂടാ. ഇടതുപക്ഷത്തിന്റെ വർഗ്ഗപരമായ ഉള്ളടക്കത്തെയും അതിന്റെ ചരിത്രപരമായ ദൗത്യത്തെയും കുറിച്ചുള്ള സൈദ്ധാന്തിക ഉൾക്കാഴ്ചകളെ മുൻനിർത്തി ഉള്ളതാവണം ഈ വിമർശം. ഈ പുസ്തകത്തിലെ എഴുത്തുകൾ ഇതിനായുള്ള ഒരു ശ്രമമാണ്.

ഇടതുപക്ഷചിന്തയിലെ രണ്ട് അഭാവങ്ങളാണ് അതിനെ മാർക്സിസ്റ്റ് രീതിശാസ്ത്രത്തിൽ നിന്നടർത്തി അവസരവാദത്തിന് ചൂട്ടുപിടിക്കാൻ പ്രാപ്തമാക്കുന്നത്. ഒന്ന്, അതിൽ വൈരുദ്ധ്യാത്മകയുക്തി പൊടിയിട്ട് നോക്കിയാൽ പോലും കാണാൻ ആവില്ല. രണ്ട്, അതിന് പൊളിറ്റിക്കൽ ഇക്കോണമി എന്നത് പൂർണ്ണമായും അന്യമാണ്. വൈരുദ്ധ്യാത്മകതയുടെ പിൻബലമില്ലാതെ അത് യാന്ത്രിക ഭൗതികവാദത്തിന്റെ ചുഴിയിൽ പെട്ടുലയുന്നു; പൊളിറ്റിക്കൽ ഇക്കോണമിയുടെ അടിസ്ഥാനമില്ലാതെ അത് വെറും സാംസ്കാരിക-നൈതിക വിമർശനമായി പരിമിതപ്പെടുന്നു.

സമകാലിക യാഥാർത്ഥ്യത്തെ മാർക്സിസ്റ്റ് രീതിശാസ്ത്രത്തിന്റെ സർഗ്ഗാത്മകമായ ഉപയോഗത്തിലൂടെ വിശകലനം ചെയ്യാൻ ശ്രമിക്കുന്ന ഈ പുസ്തകം അതുകൊണ്ട് തന്നെ ഭൗതികമായ വൈരുദ്ധ്യാത്മകതയേയും പൊളിറ്റിക്കൽ ഇക്കോണമിയേയും ശക്തമായി പിൻപറ്റുന്നു. ഇത്തരം വിശകലനങ്ങൾ നമുക്ക് തരുന്നത് ഇടതുപക്ഷത്തിന്റെ മാത്രമല്ല, പുരോഗമനനാട്യം വെച്ച് പുലർത്തുന്ന സ്വത്വവാദത്തിന്റെയും വരേണ്യവർഗ്ഗ ഫെമിനിസത്തിന്റെയും കൂടി വിമർശമാണ്.

ഈ പുസ്തകത്തിലെ മൂന്ന് ലേഖനങ്ങൾ പുതു മലയാള സിനിമയിലെ ചില പ്രവണതകളെ കുറിച്ചുള്ളതാണ്. ഈ പ്രവണതകൾക്ക് പുരോഗമനപരം എന്ന ലേബൽ ലഭിക്കുന്നത് ഇടതുപക്ഷ നിർമ്മിതമായ ഒരു പ്രത്യയശാസ്ത്ര പരിസരത്തിൽ ആണ്. അതിനാൽ തന്നെ ഈ പുസ്തകത്തിന്റെ പ്രമേയവുമായി ചേർന്ന് നിൽക്കുന്നവയാണ് ഈ സിനിമ പഠനങ്ങളും.

ഈ സമാഹാരത്തിലെ ലേഖനങ്ങൾ 2016 മുതൽ എഴുതപ്പെട്ടവയാണ്. എന്നാൽ ഈ എഴുത്തുകൾ ജനിക്കുന്നത് 2012 മെയ് മാസത്തിലാണ്. ടി. പി. ചന്ദ്രശേഖരന്റെ അറുകൊലയാണ് ഇടതുപക്ഷത്തിന്റെയും സിപിഎം ന്റെയും ജീർണ്ണത എത്രത്തോളം ആഴത്തിൽ ഉള്ളതാണെന്ന് കേരളത്തിന് കാണിച്ച് തരുന്നത്. ജർമ്മൻ 'ഇടതുപക്ഷ'മായ സോഷ്യൽ ഡെമോക്രാറ്റിക് പാർട്ടിയുടെ കിങ്കരന്മാരാൽ റോസാ ലക്സംബർഗ് കൊല ചെയ്യപ്പെടുന്നതിന്റെ കേരളീയപതിപ്പാണ് ടി. പി. യുടെ കൊലപാതകം.

ഈ അറുകൊലയും അതിനോടുള്ള പാർട്ടി ഭക്തരുടേയും ന്യായീകരണത്തൊഴിലാളികളുടെയും മനോഭാവവും ആണ് ഇടതുപക്ഷജീർണ്ണതയുടെ വർഗ്ഗപരമായ കാരണങ്ങൾ സൈദ്ധാന്തികമായി അന്വേഷിക്കാൻ എന്നെ പ്രേരിപ്പിച്ചത്. സോഷ്യൽ ഡെമോക്രസിയെ കുറിച്ചും അവസരവാദത്തിന്റെ ഭൗതിക കാരണങ്ങളെക്കുറിച്ചുമുള്ള ലെനിന്റെ ഉൾക്കാഴ്ചകളെ അടിസ്ഥാനപ്പെടുത്തിവേണം ഈ അന്വേഷണം മുന്നോട്ട് കൊണ്ടുപോകാൻ എന്ന തിരിച്ചറിവിന്റെ ഫലമാണ് ഈ എഴുത്തുകൾ.

ജർമ്മൻ വിപ്ലവത്തെ അടിച്ചമർത്തുന്നതിലേക്കും റോസയടക്കമുള്ള വിപ്ലവകാരികളെ കൊന്നു തള്ളുന്നതിലേക്കും ജർമ്മൻ ഇടതുപക്ഷം എത്തിച്ചേർന്നതിന്റെ കാരണം ലെനിൻ വ്യക്തമാക്കുന്നുണ്ട്: "... during the decades of comparatively 'peaceful' capitalism between 1871 and 1914, the Augean stables of philistinism, imbecility, and apostasy accumulated in the socialist parties which were adapting themselves to opportunism". ഇതേ പ്രക്രിയയാണ് സിപിഎം പോലുള്ള പാർട്ടികളെ അവസരവാദത്തിന്റെയും വർഗ്ഗവഞ്ചനയുടെയും ജീർണ്ണതയുടെയും പടുകുഴിയിൽ എത്തിച്ചത്. ഈ പ്രക്രിയയുടെ വിശദാംശങ്ങളും അതിന്റെ പരിണിതഫലങ്ങളും ആണ് ഇവിടെ പഠനവിധേയമാക്കപ്പെടുന്നത്.

ബിപിൻ ബാലറാം

24-03-2025

വ്രൂച്ച്, പോളണ്ട്.

ഉള്ളടക്കം

വികസനവിരുദ്ധതയിൽ നിന്നും വികസനാസക്തിയിലേക്ക്- ഇടതുപക്ഷ പരിണാമത്തിന്റെ വർഗ്ഗയുക്തി

ഇന്ന് കേരളീയസമൂഹത്തിന് മുന്നിലുള്ള ഏറ്റവും പ്രധാനപ്പെട്ട രാഷ്ട്രീയസമസ്യ ഇടതുപക്ഷത്തിന്റെ വേഷപ്പകർച്ചയാണ്. രണ്ട് ദശകങ്ങൾ മുൻപ് വരെ "വികസനവിരുദ്ധത" എന്ന ലേബൽ ഒരൽപ്പം അഭിമാനത്തോടെ നെഞ്ചേറ്റിയിരുന്ന ഇടതുപക്ഷം ഇന്ന് വികസനോന്മാദത്തിന്റെ പിടിയിലാണ്. ഇത് പെട്ടെന്നൊരു ദിവസം ഉണ്ടായ മാറ്റമല്ല. "വികസനം" എന്ന പ്രയോഗത്തിൽ അന്തർലീനമായ രാഷ്ട്രീയ പ്രത്യയശാസ്ത്രത്തെ ഉപാധികളോടെ പുൽകിക്കൊണ്ടാണ് ഇടതുപക്ഷം ഇതിന് തുടക്കം കുറിച്ചത്. "ജനപക്ഷവികസനം", "സമഗ്രവികസനം", "സുസ്ഥിരവികസനം" തുടങ്ങിയ ഓമനപദങ്ങൾ വികസനാസക്തിയിലേക്കുള്ള ഇടതുപക്ഷത്തിന്റെ ആദ്യ ചുവടുവെപ്പുകൾ സുഗമമാക്കി. പിന്നീട് ഈ വിശേഷണങ്ങൾ പതുക്കെ അപ്രത്യക്ഷമായി തുടങ്ങി; ഉപാധികളാൽ കളങ്കപ്പെടാത്ത പരിശുദ്ധ "വികസന"ത്തിന്റെ വിശ്വരൂപത്തെ ഇടതുപക്ഷം പുൽകി. എന്നാൽ തുടർഭരണലബ്ധി ഒരു പടി കൂടെ മുന്നോട്ടുപോവാൻ ഇടതുപക്ഷത്തിന് ധൈര്യം പകർന്നിരിക്കുകയാണ്. ചരിത്രത്തിന്റെ വിരോധാഭാസം പോലെ, ഇടതും വലതുമുള്ള തങ്ങളുടെ രാഷ്ട്രീയപ്രതിയോഗികൾക്ക് ഒന്നടങ്കം "വികസവിരുദ്ധർ" എന്ന പദവി ചാർത്തിക്കൊടുക്കുന്നത് ഇപ്പോൾ ഇടതുപക്ഷമാണ്!

എന്താണ് ഈ വേഷപ്പകർച്ചയുടെ അടിസ്ഥാന കാരണം? ഈ ചോദ്യത്തിന് കൃത്യമായ ഉത്തരം കണ്ടെത്താതെ ഇന്ന് കേരളത്തിൽ ഒരു പുരോഗമനമുന്നേറ്റവും സാദ്ധ്യമല്ല. ഈ മാറ്റത്തെ

അടയാളപ്പെടുത്താൻ ഇന്ന് ഉപയോഗിക്കപ്പെടുന്ന പ്രധാന ആശയം "വലതുപക്ഷവ്യതിയാനം" എന്നതാണ്. പക്ഷെ ഇത് ഒരു പുനരുക്തി മാത്രമാണ്. വലതുപക്ഷവ്യതിയാനത്തിന്റെ അനന്തരഫലമാണ് ഈ വികസനാസക്തി എങ്കിൽ, ഈ വ്യതിയാനത്തിന്റെ കാരണമെന്ത് എന്ന ചോദ്യം അപ്പോഴും ബാക്കിയാണ്. ഇടതുപക്ഷ നേതൃത്വം ജനങ്ങളിൽ നിന്നും അകന്നു പോയതിന്റെ ഫലമാണ് ഈ വ്യതിയാനം എന്നതാണ് പ്രബലമായ അഭിപ്രായം. ഈ വാദത്തിൽ നിന്നും ഉരുത്തിരിയുന്ന സ്വാഭാവികമായ നിഗമനം, ഇന്നത്തെ നേതൃത്വം മാറി "പണ്ട"ത്തെപ്പോലെയുള്ള "നല്ല" നേതാക്കൾ അമരത്തേക്ക് വന്നാൽ ഇടതുപക്ഷത്തിന് അതിന്റെ ജനപക്ഷചായ്‌വ് തിരിച്ചു പിടിക്കാനാവും എന്നതാണ്. അതുകൊണ്ടു തന്നെ ഈ അഭിപ്രായം വെച്ച് പുലർത്തുന്നവരെ സംബന്ധിച്ചെടുത്തോളം "വലതുപക്ഷവ്യതിയാന"ത്തിനെതിരെ ഉള്ള പോരാട്ടം ഇന്നത്തെ ഇടതുപക്ഷനേതൃത്വതിനെതിരെ ഉള്ള പോരാട്ടമായി ചുരുങ്ങുന്നു.

എന്നാൽ ഇത് മാർക്സിസ്റ്റ് രീതിശാസ്ത്രത്തിന് കടകവിരുദ്ധമായ ഒരു വിശകലനമാണ്. ഉദാഹരണത്തിന്, നരേന്ദ്രമോദി നേതൃത്വത്തിലേക്ക് വന്നതാണ് ഇന്ത്യയിൽ ഹിന്ദുത്വ ഫാഷിസം ശക്തിപ്പെടാനുള്ള കാരണം എന്നത് അബദ്ധജഡിലമായ വാദമാണ്. മാർക്സിസത്തെ സംബന്ധിച്ചെടുത്തോളം, ഫാഷിസത്തിന്റെ ശക്തിപ്പെടലിന് അനുയോജ്യമായ ഒരു വസ്തുനിഷ്ഠ സാമ്പത്തിക-രാഷ്ട്രീയ-സാംസ്കാരിക അവസ്ഥ ഇന്ത്യയിൽ രൂപപ്പെട്ടപ്പോഴാണ് നരേന്ദ്രമോദിയെപ്പോലെ ഒരാൾ അതിന്റെ നേതൃത്വത്തിലേക്ക് ഉയർത്തപ്പെടുന്നത്. ഇടതുപക്ഷത്തിന്റെ "വ്യതിയാന"ത്തിന്റെ കാര്യത്തിലും ഈ യുക്തി പ്രധാനമാണ്. ഇടതുപക്ഷ വേഷപ്പകർച്ചയുടെ അടിസ്ഥാന കാരണം നേതൃത്വമല്ല. വർഗ്ഗപരവും വസ്തുനിഷ്ഠവുമായ കാരണങ്ങൾ കൊണ്ട് ഈ വേഷപ്പകർച്ച സംഭവിക്കുമ്പോൾ അതിന് വേഗം പകരാൻ തക്കവണ്ണം മുതലാളിത്തചായ്‌വുള്ള ഒരു നേതൃത്വം ഉരുത്തിരിഞ്ഞു വരുന്നു എന്നതാണ് യാഥാർഥ്യം. വികസനാസക്തിയുടെ മൂർത്തീകൃതരൂപം എന്ന നിലക്ക് ഇടതുപക്ഷനേതൃത്വത്തെ നിശിതവിമർശനത്തിന് വിധേയമാക്കേണ്ടത് ആത്യാവശ്യമാണ്; എന്നാൽ നേതൃമാറ്റം കൊണ്ട് ഇടതുപക്ഷത്തിന് "പഴയ" ജനകീയാഭിമുഖ്യം തിരിച്ചു കിട്ടും എന്ന് കരുതുന്നത് വിഡ്ഢിത്തമാണ്. വിശകലനം ചെയ്യപ്പെടേണ്ടത് ഇടതുപക്ഷത്തെ വികസനപാളയത്തിലേക്ക് കൊണ്ടെത്തിച്ച വസ്തുനിഷ്ഠമായ കാരണങ്ങൾ ആണ്. ഇടതുപക്ഷത്തിന്റെ വേഷപ്പകർച്ചയെ വിമർശിക്കുകയും പിന്തുണക്കുകയും ചെയ്യുന്ന

വ്യത്യസ്തവിശകലനങ്ങളുടെയെല്ലാം പൊതുവായ സ്വഭാവം അവയിലെ വർഗ്ഗപരമായ ഉള്ളടക്കത്തിന്റെ അഭാവമാണ്. ഇടതുപക്ഷത്തെ ഇന്ന് ബാധിച്ചിരിക്കുന്ന വികസനാസക്തിയുടെ യഥാർത്ഥ അടിസ്ഥാനം അനാവരണം ചെയ്യുവാൻ വർഗ്ഗവിശകലനത്തിന്റെ സഹായത്താൽ മാത്രമേ ആവുകയുള്ളൂ. ഇതിന്റെ ആദ്യപടി ഇടതുപക്ഷം എന്ന രാഷ്ട്രീയ സഖ്യത്തിന്റെ വർഗ്ഗസ്വഭാവം കൃത്യമായി അടയാളപ്പെടുത്തുക എന്നതാണ്.

ഇടതുപക്ഷം - സോഷ്യൽ ഡെമോക്രസിയുടെ ലക്ഷണമൊത്ത ഉദാഹരണം!

കേരളീയ പൊതുബോധത്തിന് ഇടതുപക്ഷം എന്നത് തൊഴിലാളി വർഗ്ഗ ചായ്‌വ് വെച്ചുപുലർത്തുന്ന ഒരു മാർക്സിസ്റ്റ്-കമ്മ്യൂണിസ്റ്റ് സഖ്യമാണ്. ഈ ധാരണ സമൂഹത്തിൽ നിലനിർത്താൻ ഇടതുപക്ഷപാർട്ടികൾ തന്നെ പാടുപെടുന്നതായും നമുക്ക് കാണാം. ഇടതുപക്ഷത്തെ പ്രധാന രണ്ട് പാർട്ടികളുടെയും പേരുകളിൽ കമ്മ്യൂണിസം ഉണ്ടെന്നും അവരുടെ കൊടിയുടെ നിറം ചുവപ്പാണെന്നുള്ളതും ഒഴിച്ചാൽ ഈ പൊതുബോധത്തിന് ഇന്ന് യാതൊരു സാംഗത്യവും ഇല്ല. യഥാർത്ഥത്തിൽ ഇടതുപക്ഷം എന്നത് ഒരു സോഷ്യൽ ഡെമോക്രാറ്റിക് സഖ്യമാണ്; ഇടതുപക്ഷത്തെ പ്രബലമായ പാർട്ടികളായ സിപിഎം, സിപിഐ എന്നിവ സോഷ്യൽ ഡെമോക്രാറ്റിക് പാർട്ടികളാണ്.

ഇൻഗൊ ഷ്മിഡ് സോഷ്യൽ ഡെമോക്രസിയെ കുറിച്ചുള്ള തന്റെ പുതിയ പുസ്തകം തുടങ്ങുന്നത് തന്നെ "Social democracy is a paradoxical creature" എന്ന് അഭിപ്രായപ്പെട്ടുകൊണ്ടാണ്. സോഷ്യൽ ഡെമോക്രസിയെ അടയാളപ്പെടുത്തുന്ന ഈ വൈപരീത്യസ്വഭാവം അതിന്റെ വർഗ്ഗസ്വത്വത്തിന്റെ പ്രതിഫലനം മാത്രമാണ്. മാർക്സിന്റെ ഒരു പഴയ പ്രയോഗം കടമെടുത്താൽ, മുതലാളിത്തത്തെ മുതലാളിത്തത്തിൽ നിന്ന് രക്ഷിക്കാൻ ആവും എന്ന വ്യാമോഹം വെച്ച് പുലർത്തുന്ന രാഷ്ട്രീയകക്ഷി ആണ് സോഷ്യൽ ഡെമോക്രസി. മുതലാളിത്തത്തിന്റെ പ്രശ്നങ്ങൾ അതിന്റെ ഘടനാപരമായ വൈരുദ്ധ്യങ്ങളിൽ നിന്നും ഉടലെടുക്കുന്നതാണെന്നും, മുതലാളിത്ത വ്യവസ്ഥയെ അതിവർത്തിച്ച് കൊണ്ട് മാത്രമേ ഈ പ്രശ്നങ്ങൾക്ക് പരിഹാരം കാണാൻ കഴിയൂ എന്നും മാർക്സിസം വാദിക്കുമ്പോൾ, ഈ പ്രശ്നങ്ങളെല്ലാം "നല്ല ഭരണം" കൊണ്ട് മുതലാളിത്തത്തിനുള്ളിൽ തന്നെ പരിഹരിക്കാൻ

സാധിക്കും എന്ന് സോഷ്യൽ ഡെമോക്രസി വ്യാമോഹിക്കുന്നു. ഇടതുപക്ഷത്തിന്റെ "എൽഡിഎഫ് വരും, എല്ലാം ശരിയാവും" എന്ന തിരഞ്ഞെടുപ്പ് മുദ്രാവാക്യം ഈ സോഷ്യൽ ഡെമോക്രറ്റിക് വ്യാമോഹത്തിന്റെ മകുടോദാഹരണമാണ്. മാർക്സിസ്റ്റ് രാഷ്ട്രീയത്തിന്റെ അടിസ്ഥാനം വർഗ്ഗസമരമാണെങ്കിൽ സോഷ്യൽ ഡെമോക്രാറ്റിക് രാഷ്ട്രീയത്തിന്റെ മുഖമുദ്ര തന്നെ മുതലാളിത്ത വ്യവസ്ഥയുമായുള്ള അനുരഞ്ജനമാണ്.

സോഷ്യൽ ഡെമോക്രസിയുടെ ഈ രാഷ്ട്രീയ സവിശേഷതകൾ തന്റെ 18th Brumaire of Louis Bonaparte എന്ന കൃതിയിൽ മാർക്സ് വരച്ചിട്ടുണ്ട്: "മൂലധനവും കൂലിവേലയും പ്രതിനിധാനം ചെയ്യുന്ന രണ്ട് ധ്രുവങ്ങളെ ഇല്ലായ്മ ചെയ്യാനുള്ള ഉപകരണങ്ങൾ ആയി ജനാധിപത്യ-റിപ്പബ്ലിക്കൻ സ്ഥാപനങ്ങളെ കാണുന്നതിന് പകരം ഈ ധ്രുവങ്ങൾ തമ്മിലുള്ള വൈരുദ്ധ്യത്തെ ദുർബ്ബലപ്പെടുത്താനും അതുവഴി അവയെ അനുരഞ്ജിപ്പിക്കാനും ഉള്ള ഉപാധിയായി അവയെ കാണുന്ന എന്നതാണ് സോഷ്യൽ ഡെമോക്രസിയുടെ പ്രധാന സവിശേഷത. ഈ ലക്ഷ്യം നേടുന്നതിന് വേണ്ടി മുന്നോട്ട് വെക്കുന്ന നിർദ്ദേശങ്ങൾ എന്തൊക്കെ ആയാലും, വിപ്ലവകരം എന്ന് തോന്നിക്കുന്ന സങ്കല്പങ്ങൾ കൊണ്ട് അവയെ എത്രതന്നെ അലങ്കരിക്കാൻ ശ്രമിച്ചാലും, അവയുടെ ഉള്ളടക്കം ഒന്ന് തന്നെ ആണ്. ഈ ഉള്ളടക്കം എന്നത് പൂർണ്ണമായും പെറ്റിബൂർഷ്വ സീമകൾക്കകത്ത് നിന്നുകൊണ്ടുള്ള സമൂഹത്തിന്റെ ജനാധിപത്യപരമായ പരിവർത്തനമാണ്." അതായത്, സമൂഹത്തിന്റെ വിപ്ലവകരമായ പരിവർത്തനത്തിൽ യാതൊരു താല്പര്യവും ഇല്ലാത്ത, ജനാധിപത്യ സ്ഥാപനങ്ങൾ ഉപയോഗിച്ച് മുതലാളിത്തത്തെ പടിപടിയായി പരിഷ്കരിച്ച് സോഷ്യലിസമാക്കി മാറ്റാം എന്ന പെറ്റിബൂർഷ്വ വ്യാമോഹമാണ് സോഷ്യൽ ഡെമോക്രസിയുടെ ആണിക്കല്ല്. കയ്ച്ചിട്ട് ഇറക്കാനും മധുരിച്ചിട്ട് തുപ്പാനും ആവാതെ മുതലാളിത്തത്തെ തൊണ്ടയിൽ കൊണ്ട് നടക്കുക എന്നതാണ് സോഷ്യൽ ഡെമോക്രസിയുടെ വിധി; ഇതാണ് ഇൻഗൊ ഷ്മിഡ് സൂചിപ്പിക്കുന്ന paradoxical സ്വഭാവത്തിന്റെ കാരണവും.

സോഷ്യൽ ഡെമോക്രസിയുടെ രാഷ്ട്രീയ ധർമ്മം

മുതലാളിത്ത വ്യവസ്ഥയിൽ എന്താണ് സോഷ്യൽ ഡെമോക്രസിയുടെ രാഷ്ട്രീയ ധർമ്മം എന്നത് പ്രധാനപ്പെട്ട ചോദ്യമാണ്. ഗ്രീക്ക് മാർക്സിസ്റ്റ് ചിന്തകനായ നിക്കോസ് പൗളാൻസാസ് ഫാഷിസത്തെ കുറിച്ചുള്ള തന്റെ Fascism and Dictatorship എന്ന പ്രശസ്തമായ പഠനത്തിൽ

ഇത് അന്വേഷിക്കുന്നുണ്ട്: ".... തൊഴിലാളി വർഗ്ഗത്തിനുള്ളിൽ ബൂർഷ്വ പ്രത്യയശാസ്ത്രം കുത്തിനിറയ്ക്കാൻ രൂപകൽപ്പന ചെയ്യപ്പെട്ട ഒന്നോ അതിലധികമോ ideological state apparatuses എല്ലായ്പ്പോഴും ബൂർഷ്വ ഭരണകൂടത്തിന്റെ കൈപ്പിടിയിൽ ഉണ്ട്. സോഷ്യൽ ഡെമോക്രാറ്റിക് സ്വഭാവമുള്ള ഒരു പാർട്ടി എന്നത് .... ബൂർഷ്വ ഭരണകൂടത്തിന്റെ പക്കലുള്ള അത്തരം ഒരു ഉപകരണം മാത്രമാണ്" എന്ന് അദ്ദേഹം പറയുന്നു. ലൂയി അൽത്തുസ്സറിന്റെ പ്രശസ്തമായ ideological state apparatus എന്ന ആശയത്തെ ഉപയോഗിച്ചാണ് പൗളാൻസാസ് സോഷ്യൽ ഡെമോക്രസിയുടെ രാഷ്ട്രീയധർമ്മം വ്യക്തമാക്കുന്നത്. ഗവൺമെന്റ്, പോലീസ്, പട്ടാളം, നിയമവ്യവസ്ഥ തുടങ്ങിയ ഭരണകൂട മർദ്ദനോപാധികളുടെ (repressive state apparatuses) സഹായത്താൽ മാത്രം ബൂർഷ്വസിക്ക് അവരുടെ ഭരണം നിലനിർത്താൻ ആവില്ല. മുതലാളിത്ത വ്യവസ്ഥയുടെ സ്വഭാവത്തെയും സാദ്ധ്യതകളേയും സുസ്ഥിരതയെയും കുറിച്ച് തൊഴിലാളിവർഗ്ഗത്തിനുള്ളിൽ തെറ്റിദ്ധാരണകളും വ്യാമോഹവും ഉൽപ്പാദിപ്പിക്കേണ്ടത് അതിന്റെ നിലനിൽപ്പിന് അത്യാവശ്യമാണ്. മതസ്ഥാപനങ്ങൾ, കുടുംബം, വിദ്യാഭ്യാസസ്ഥാപനങ്ങൾ, സിനിമ പോലുള്ള വിനോദോപാധികൾ, മാധ്യമങ്ങൾ എന്നിവയെല്ലാം ഇതിനായുള്ള പ്രത്യയശാസ്ത്ര ഉപകരണങ്ങൾ (ideological apparatus) ആയാണ് ഈ വ്യവസ്ഥകളുള്ളിൽ പ്രവർത്തിക്കുന്നത്. ഈ ഗണത്തിൽ പെട്ട ഒരു പ്രത്യയശാസ്ത്ര ഉപകരണമാണ് സോഷ്യൽ ഡെമോക്രസിയും.

സോഷ്യൽ ഡെമോക്രസി ഈ ധർമ്മം നിറവേറ്റുന്നത് മുതലാളിത്തത്തിന്റെ ഘടനാപരമായ പ്രശ്നങ്ങൾക്ക് ഈ വ്യവസ്ഥകളുള്ളിൽ തന്നെ പരിഹാരമുണ്ട് എന്ന വ്യാമോഹം ജനങ്ങളിൽ, പ്രത്യേകിച്ച് അദ്ധ്വാനിക്കുന്നവരിൽ, കുത്തിനിറച്ച് കൊണ്ടാണ്. വ്യവസ്ഥയുടെ വൈരുദ്ധ്യങ്ങൾ മൂലം ദൈനദിനമായി ബുദ്ധിമുട്ടനുഭവിക്കുന്ന അദ്ധ്വാനവർഗ്ഗത്തിന്റെ വർഗ്ഗബോധം വ്യവസ്ഥയുടെ അതിവർത്തനം എന്ന തലത്തിലേക്ക് ഉയരാതെ അതിന്റെ പരിഷ്കരണം എന്ന വ്യാമോഹത്തിൽ തളച്ചിടപ്പെടുന്നതിൽ സോഷ്യൽ ഡെമോക്രസി പ്രധാന പങ്കാണ് വഹിക്കുന്നത്. ഇതുകൊണ്ടാണ് ലെനിൻ സോഷ്യൽ ഡെമോക്രസിയെ വർഗ്ഗവഞ്ചകർ എന്ന് വിളിച്ചത്. പൗളാൻസാസിന്റെ വാക്കുകളിൽ, "സോഷ്യൽ ഡെമോക്രാറ്റിക് സ്വഭാവമുള്ള പാർട്ടി എന്നത്, 1921ൽ ലെനിൻ കൊടുത്ത നിർവ്വചനം പ്രകാരം, ബൂർഷ്വ നയങ്ങൾ നടപ്പാക്കുന്ന ഒരു "തൊഴിലാളിവർഗ്ഗ" പാർട്ടി ആണ്; അതായത് തൊഴിലാളിവർഗ്ഗത്തിനുള്ളിലെ "വർഗ്ഗവഞ്ചകർ"". അദ്ധ്വാനവർഗ്ഗത്തിന്റെ വിപ്ലവോന്മുഖതയെ

ഊതിക്കെടുത്തുക എന്ന സോഷ്യൽ ഡെമോക്രസിയുടെ വർഗ്ഗദൗത്യം ഇരുപതാം നൂറ്റാണ്ടിലെ എല്ലാ പ്രധാന ചരിത്രസന്ധികളിലും അവർ ഭംഗിയായി നടപ്പാക്കിയിട്ടുണ്ട്. 1919ലെ ജർമ്മൻ വിപ്ലവത്തെ ചോരയിൽ മുക്കിയതും, റോസാ ലക്സംബർഗിനെ വധിച്ചതും മുതലിങ്ങോട്ട് സോഷ്യൽ ഡെമോക്രസിയുടെ വർഗ്ഗവഞ്ചനയുടെ ഒട്ടനവധി ഉദാഹരണങ്ങൾ നമ്മുടെ മുന്നിലുണ്ട്. അതുകൊണ്ടാണ് "ഇരുപതാം നൂറ്റാണ്ടിലുടനീളം മുതലാളിത്തത്തിനെതിരായ കമ്മ്യൂണിസ്റ്റ് ഭീഷണിയെ ചെറുക്കാൻ അണിനിരത്തപ്പെട്ട ഒരു ഉപകരണമായിരുന്നു സോഷ്യൽ ഡെമോക്രസി എന്ന് നാം മനസ്സിലാക്കേണ്ട സമയമായിരിക്കുന്നു" എന്ന് സ്ലാവോയ് സിസക് കുറച്ച് മുൻപ് അഭിപ്രായപ്പെട്ടത്.

ഇന്ത്യൻ ഇടതുപക്ഷത്തിന്റെ രാഷ്ട്രീയം ശ്രദ്ധയോടെ വീക്ഷിക്കുന്ന ആർക്കും അതിന്റെ സോഷ്യൽ ഡെമോക്രറ്റിക് സ്വഭാവം എളുപ്പത്തിൽ വ്യക്തമാവും. മുതലാളിത്ത വ്യവസ്ഥയെ അതിവർത്തിക്കാനുള്ള യാതൊരു അജണ്ടയും ഇടതുപക്ഷ രാഷ്ട്രീയത്തിൽ ഇല്ല. മാത്രമല്ല, ഇടതുപക്ഷ പാർട്ടികൾ ഇന്ന് ആ വ്യവസ്ഥയുടെ ഭാഗവും അതിന്റെ ഗുണഭോക്താക്കളും ആണ്. ഈ വ്യവസ്ഥയുടെ പ്രശ്നങ്ങൾ "നല്ല ഭരണം" കൊണ്ട് പരിഹരിക്കാനാവും എന്ന വ്യാമോഹം പ്രചരിപ്പിക്കുന്നതിൽ ഇടതുപക്ഷം മുൻപന്തിയിൽ ആണ് താനും. അങ്ങനെ, ഇടതുപക്ഷം ഇന്ന് ഇന്ത്യൻ രാഷ്ട്രീയത്തിൽ നിർവ്വഹിക്കുന്നത് സോഷ്യൽ ഡെമോക്രസിയുടെ ധർമ്മമാണ്.

മാർക്സിസത്തിൽ നിന്നും സോഷ്യൽ ഡെമോക്രസിയിലേക്ക് - യൂറോപ്പിയൻ മാതൃക

തൊഴിലാളി വർഗ്ഗബോധത്തെ വ്യവസ്ഥക്കിണങ്ങും വിധം മയപ്പെടുത്തുക എന്ന സോഷ്യൽ ഡെമോക്രസിയുടെ രാഷ്ട്രീയ ധർമ്മം ഫലപ്രദമായി നടപ്പാക്കാൻ അവരെ സഹായിക്കുന്നത് "കമ്മ്യൂണിസ്റ്റ്-മാർക്സിസ്റ്റ്" എന്ന ലേബൽ ആണ്. അടിച്ചമർത്തപ്പെടുന്നവരുടെ ഇടയിൽ ഈ ലേബൽ പ്രദാനം ചെയ്യുന്ന വിശ്വാസ്യത ചെറുതല്ല. കേരളത്തിൽ ഇടതുപക്ഷത്തിന്റെ രാഷ്ട്രീയ ശത്രുക്കൾ പോലും (പ്രത്യേകിച്ച് വലതുപക്ഷത്തുള്ളവർ) അവരെ അഭിസംബോധന ചെയ്യുന്നത് "കമ്മ്യൂണിസ്റ്റുകാർ" എന്നാണ്! ഇത് കൃത്രിമമായി ഉണ്ടാക്കിയെടുത്ത ഒരു ലേബൽ അല്ല; ചരിത്രത്തിന്റെ ശേഷിപ്പ് ആണ്. കാരണം, ലോകത്തിലെ തന്നെ എല്ലാ പ്രധാന സോഷ്യൽ ഡെമോക്രാറ്റിക് പാർട്ടികളുടെയും തുടക്കം

മാർക്സിസ്റ്റ് പാർട്ടികൾ ആയിട്ടാണ്. അതുകൊണ്ട് ഇടതുപക്ഷത്തെ വർഗ്ഗപരമായി മനസ്സിലാക്കാൻ കമ്മ്യൂണിസത്തിൽ നിന്നും സോഷ്യൽ ഡെമോക്രസിയിലേക്കുള്ള ഈ രൂപാന്തരത്തിന്റെ കാരണങ്ങൾ ആദ്യം പരിശോധിക്കേണ്ടതുണ്ട്.

ഈ രൂപാന്തരത്തിന്റെ ഏറ്റവും നല്ല ഉദാഹരണം ജർമൻ സോഷ്യൽ ഡെമോക്രാറ്റിക് പാർട്ടി ആണ്. 1875ൽ രൂപീകൃതമായ ജർമൻ സോഷ്യൽ ഡെമോക്രാറ്റിക് പാർട്ടി (SPD), 1890 കളിൽ തന്നെ പൂർണ്ണമായും മാർക്സിസത്തിന്റെ സ്വാധീനത്തിൽ ആയിക്കഴിഞ്ഞിരുന്നു. എൻഗൽസിന്റെ മരണത്തിന് ശേഷം അന്ന് യൂറോപ്പിലെ ഏറ്റവും മാനിക്കപ്പെട്ടുന്ന മാർക്സിസ്റ്റ് കാൾ കൗട്സ്കി ആയിരുന്നു SPDയുടെ അമരത്ത്. 1910 ത്തോട് കൂടി ലോകത്തിലെ തന്നെ ഏറ്റവും വലിയ മാർക്സിസ്റ്റ് പാർട്ടി ആയി SPD മാറി. എന്നാൽ ഈ "വളർച്ച" തന്നെയാണ് പതുക്കെ SPD യുടെ വിപ്ലവോന്മുഖത ചോർത്തിക്കളഞ്ഞതും അതിനെ വ്യവസ്ഥയുടെ ഭാഗമാക്കിയതും. "The Lost Revolution" എന്ന തന്റെ പഠനത്തിൽ ഈ വളർച്ചയും അത് SPDയുടെ വർഗ്ഗസ്വഭാവത്തിൽ ഉണ്ടാക്കിയ മാറ്റവും ക്രിസ് ഹാർമാൻ വിശദീകരിക്കുന്നുണ്ട്: "10 ലക്ഷം അംഗങ്ങൾ, 45 ലക്ഷം വോട്ടർമാർ, 90 ദിനപത്രങ്ങൾ, ട്രേഡ് യൂണിയനുകൾ, സഹകരണ സംഘങ്ങൾ, സ്പോർട്സ് ക്ലബ്ബുകൾ, മ്യൂസിക് ക്ലബ്ബുകൾ, യുവജന സംഘടന, വനിതാ സംഘടന, നൂറുകണക്കിന് മുഴുവൻ സമയ ഉദ്യോഗസ്ഥർ, ഇവയെല്ലാം SPDയെ ലോകത്തിലെ തന്നെ ഏറ്റവും വലിയ തൊഴിലാളിവർഗ സംഘടനയാക്കി മാറ്റിയിരുന്നു.... പക്ഷേ വർഷങ്ങളായുള്ള തിരഞ്ഞെടുപ്പ് പ്രവർത്തനങ്ങൾ പാർട്ടി അംഗത്വത്തെ കാര്യമായി സ്വാധീനിച്ച് തുടങ്ങിയിരുന്നു: വിപ്ലവസിദ്ധാന്തങ്ങൾ എന്നത്.... പാർട്ടിയുടെ ദൈനംദിനമായ പ്രവർത്തനങ്ങളുമായി ഒരു ബന്ധവും ഇല്ലാത്ത, മെയ്ദിന റാലികളിലും ഞായറാഴ്ച പ്രസംഗങ്ങളിലും മാത്രം പരാമർശിക്കപ്പെട്ടുന്ന ഒന്നായി മാറി. പ്രധാന മുൻഗണന തിരഞ്ഞെടുപ്പുകളിൽ ഭൂരിപക്ഷം നേടുക എന്നതായി.... ഈ സാഹചര്യം വിപ്ലവോന്മുഖത ഇല്ലാത്ത പ്രവർത്തനങ്ങളിലേക്ക് മാത്രം പാർട്ടിയെ പരിമിതപ്പെടുത്തുന്ന വലിയ ഒരു വിഭാഗത്തെ പാർട്ടിക്കുള്ളിൽ സൃഷ്ടിച്ചു.... കാലക്രമേണ ഈ വിഭാഗത്തിന്റെ കൈയ്യിലായി പാർട്ടിയുടെ കടിഞ്ഞാൺ...." ഒരു നൂറ്റാണ്ട് മുന്നേയുള്ള SPDയുടെ സ്ഥിതിയും കേരളത്തിലെ ഇടതുപക്ഷത്തിന്റെ, പ്രത്യേകിച്ച് സിപിഎംന്റെ, ഇന്നത്തെ അവസ്ഥയും തമ്മിൽ ഉള്ള സാമ്യം ഒരു യാദൃശ്ചികത അല്ല. മാർക്സിസ്റ്റ് പാർട്ടികൾ സോഷ്യൽ ഡെമോക്രസിയിലേക്ക് തരം താഴുന്നത്

മിക്കവാറും ഈ പ്രക്രിയയിലൂടെ ആണ്.

മുതലാളിത്തവ്യവസ്ഥക്കകത്തെ ദൈനംദിനമായ രാഷ്ട്രീയപ്രവർത്തനം തൊഴിലാളിവർഗ്ഗ പാർട്ടികളെപ്പോലും മെല്ലെ മെല്ലെ ആ വ്യവസ്ഥയുടെ പ്രത്യയശാസ്ത്രം സ്വാംശീകരിക്കാനും തങ്ങളുടെ പ്രവർത്തനം വ്യവസ്ഥയുടെ ചട്ടക്കൂടിനകത്ത് പരിമിതപ്പെടുത്താനും പ്രേരിപ്പിക്കും. ഈ പ്രക്രിയകളിലൂടെ വ്യവസ്ഥ പ്രസ്ഥാനത്തെ വിഴുങ്ങുമ്പോൾ ആണ് മാർക്സിസ്റ്റ് പാർട്ടികൾ സോഷ്യൽ ഡെമോക്രസിയിലേക്ക് അധഃപതിക്കുന്നത് . മുതലാളിത്ത പ്രത്യയശാസ്ത്രത്തിന്റെ പ്രാബല്യം മൂലം ഉണ്ടാവുന്ന ഒരു വസ്തുനിഷ്ഠപ്രക്രിയയാണ് ഇത്. ഇത് തടയാൻ തൊഴിലാളിവർഗ്ഗ പാർട്ടികൾ മുതലാളിത്തവ്യവസ്ഥക്കകത്ത് രാഷ്ട്രീയ പ്രവർത്തനം നടത്തുന്നതിൽ നിന്നും ഒഴിഞ്ഞു നിൽക്കണം എന്നതാണ് തീവ്ര-ഇടതുപക്ഷ നിലപാട്. എന്നാൽ ഇത് മാർക്സിസത്തിന് നേരെ വിപരീതമായ, ലെനിന്റെ ഭാഷയിൽ പറഞ്ഞാൽ, വെറും ഒരു "infantile disorder" മാത്രമാണ്. ഈ പ്രശ്നത്തോടുള്ള യഥാർത്ഥ മാർക്സിസ്റ്റ് നിലപാട് ലെനിന്റേതാണ്. ദൈനംദിനരാഷ്ട്രീയ പ്രവർത്തനവും ആത്യന്തികമായ സാമൂഹിക ലക്ഷ്യവുമായുള്ള വൈരുദ്ധ്യാകബന്ധം എങ്ങനെ കാത്തുസൂക്ഷിക്കണം എന്നത് സൈദ്ധാന്തിക-പ്രായോഗിക തലങ്ങളിൽ കാണിച്ചു തന്നു എന്നതാണ് ലെനിനിന്റെ മൗലികമായ സംഭാവനകളിൽ ഒന്ന്. സംഘടന എന്നത് ലെനിനിനെ സംബന്ധിച്ചെടുത്തോളം ഈ വൈരുദ്ധ്യാത്മകബന്ധം അരക്കിട്ടുറപ്പിക്കാനുള്ള ഒരു ഉപകരണമാണ്. സംഘടനയിലൂടെ കൈവരുന്ന ഈ വൈരുദ്ധ്യാത്മക ബന്ധമാണ് മുതലാളിത്ത വ്യവസ്ഥക്കകത്തെ ദൈനംദിന പ്രവർത്തനങ്ങൾക്കിടയിലും മാർക്സിസ്റ്റ് പാർട്ടികളുടെ വിപ്ലവോന്മുഖത ചോർന്നു പോകാതെ കാത്തു സൂക്ഷിക്കുന്നത് (കൂടുതൽ വിശദാംശങ്ങൾക്കായി ഈ സമാഹാരത്തിലെ 'മാർഗ്ഗം, ലക്ഷ്യം, പ്രസ്ഥാനം - ലെനിനിസത്തിന്റെ അന്തഃസ്സത്ത' എന്ന ലേഖനം കാണുക). തൊഴിലാളിവർഗ്ഗ സംഘടനാതത്വങ്ങളെ കുറിച്ചുള്ള മൗലികവും ഗഹനവുമായ ഇത്തരം ലെനിനിസ്റ്റ് ചിന്തകളെ, എം. എൻ. വിജയൻ പറഞ്ഞത് പോലെ, "അച്ചടക്കമുള്ള ചീമുട്ടകൾ" ഉണ്ടാക്കാനുള്ള ഒന്നാക്കി വികൃതമാക്കി എന്നത് കേരളീയ ഇടതുപക്ഷത്തിന്റെ വലിയ ഒരു "സംഭാവന" ആണ്.

1910 ആവുമ്പോഴേക്കും SPDയുടെ സോഷ്യൽ ഡെമോക്രാറ്റിക് പരിണാമം പൂർണമായിരുന്നു. 1914ൽ ഒന്നാം ലോക മഹായുദ്ധം പൊട്ടിപ്പുറപ്പെട്ടപ്പോൾ SPDയുടെ മാർക്സിസ്റ്റ് വിരുദ്ധ നിലപാട് മറനീക്കി പുറത്തുവന്നു. സാമ്രാജ്യത്വശക്തികൾ തമ്മിലുള്ള യുദ്ധത്തിൽ

തൊഴിലാളിവർഗ്ഗം കക്ഷിചേരേണ്ടതില്ല എന്ന ലെനിൻ അടക്കമുള്ളവരുടെ മാർക്സിസ്റ്റ് നിലപാടിന് വിപരീതമായി SPD യുദ്ധത്തിൽ ജർമൻ ഭരണവർഗ്ഗത്തിന്റെ പിന്നിൽ അണിനിരന്നു. യുദ്ധക്കെടുതികൾ കാരണം 1918-19ൽ പൊട്ടിപ്പുറപ്പെട്ട ജർമൻ വിപ്ലവത്തെ അടിച്ചമർത്താനും അതിന് നേതൃത്വം കൊടുത്ത റോസ ലക്സംബർഗ് അടക്കമുള്ളവരെ കൊന്നു തള്ളാനും മുൻപന്തിയിൽ നിന്നത് SPD ആണ്. 1914 മുതൽ 1950 കൾ വരെയുള്ള കാലയളവിൽ SPD ഒരു കമ്മ്യൂണിസ്റ്റ് വിരുദ്ധ ശക്തി ആയിട്ടാണ് പ്രവർത്തിച്ചത് എങ്കിലും തങ്ങൾ "മാർക്സിസ്റ്റ്" ആണ് എന്നാണ് അവർ അവകാശപ്പെട്ടത്. തങ്ങളുടെ സമ്മേളനങ്ങളിലും റാലികളിലും മറ്റും അവർ മാർക്സിന്റെ പേരും ചിത്രവും ഉപയോഗിച്ച് പോന്നു. അതായത് ഇന്ത്യയിൽ ഇന്ന് സിപിഎം, സിപിഐ തുടങ്ങിയ സോഷ്യൽ ഡെമോക്രാറ്റിക് പാർട്ടികൾ പിന്തുടരുന്ന അതെ രാഷ്ട്രീയതന്ത്രം തന്നെയാണ് അൻപതുകൾ വരെ ജർമൻ SPDയും പിന്തുടർന്നത്. കാഴ്ചയിൽ "മാർക്സിസ്റ്റ്-കമ്മ്യൂണിസ്റ്റ്", യഥാർത്ഥത്തിൽ ജീർണ്ണിച്ച സോഷ്യൽ ഡെമോക്രസി. തൊഴിലാളികളുടെ പിന്തുണ ഉറപ്പാക്കാൻ വേണ്ടിയാണ് ഇത്തരം ഒരു "മാർക്സിസ്റ്റ്" മുഖംമൂടി എന്നത് വ്യക്തം.

എന്നാൽ തൊള്ളായിരത്തി അമ്പതുകളുടെ അവസാനത്തോട് കൂടി ഈ മുഖംമൂടിയുടെ ആവശ്യമില്ലാതായി. രണ്ടാം ലോകമഹായുദ്ധം ഉണ്ടാക്കിയ സർവ്വനാശത്തെ തുടർന്ന് തൊഴിലാളിവർഗ്ഗ മുന്നേറ്റത്തെ തടഞ്ഞു നിർത്താൻ ഭരണവർഗ്ഗം ഒരു ക്ഷേമരാഷ്ട്ര-മുതലാളിത്ത മാതൃക ആണ് അവലംബിച്ചത്. ഇത് രണ്ട് ദശകങ്ങൾ നീണ്ടു നിന്ന മുതലാളിത്തത്തിന്റെ സുവർണ്ണ ഘട്ടത്തിലേക്ക് യൂറോപ്പിനെ നയിച്ചു. കെയ്നീഷ്യൻ ക്ഷേമസങ്കല്പങ്ങൾ മുതലാളിത്തത്തിന്റെ വൈരുദ്ധ്യങ്ങൾ പരിഹരിച്ചു എന്ന തെറ്റിദ്ധാരണ പടർത്താൻ ഇത് ഇടയാക്കി. മുതലാളിത്തത്തിന്റെ പ്രശ്നങ്ങൾ "ജനപക്ഷ" ഭരണം കൊണ്ട് പരിഹരിക്കാവുന്നവ മാത്രമാണെന്ന തങ്ങളുടെ അവകാശവാദത്തിന്റെ തെളിവ് ആയാണ് സോഷ്യൽ ഡെമോക്രസി ഈ സാഹചര്യത്തെ കണ്ടത്. ഈ ആത്മവിശ്വാസത്തിന്റെ പശ്ചാത്തലത്തിൽ ആണ് SPD അടക്കമുള്ള യൂറോപ്യൻ സോഷ്യൽ ഡെമോക്രാറ്റിക് പാർട്ടികൾ മാർക്സിസ്റ്റ് മുഖംമൂടി ഉപേക്ഷിക്കാൻ തയ്യാറാവുന്നത്. 1959ൽ നടന്ന പാർട്ടി കോൺഫെറൻസിൽ മാർക്സിസ്റ്റ്-സോഷ്യലിസ്റ്റ് ലേബലും വർഗ്ഗസമരത്തിൽ ഊന്നിയ രാഷ്ട്രീയവും SPD പൂർണ്ണമായും ഉപേക്ഷിച്ചു. ദൈനംദിന പ്രവർത്തനത്തിൽ 1914 മുതൽ തന്നെ ഇവയെല്ലാം SPD ഉപേക്ഷിച്ചു കഴിഞ്ഞിരുന്നു; എന്നാൽ അവർ അത് തത്വത്തിൽ സമ്മതിക്കാൻ പിന്നെയും അര നൂറ്റാണ്ട്

വേണ്ടി വന്നു. വ്യവസ്ഥയുടെ മാറ്റം എന്ന ലക്ഷ്യം കൈയൊഴിഞ്ഞ് വ്യവസ്ഥക്കുള്ളിൽ ക്ഷേമരാഷ്ട്രം നടപ്പാക്കുക എന്ന സങ്കുചിത താല്പര്യത്തിലേക്ക് SPD തത്വത്തിൽ തന്നെ ഒതുങ്ങി.

യൂറോപ്യൻ സോഷ്യൽ ഡെമോക്രസിയുടെ നിയോ ലിബറൽ ആശ്ലേഷണം

തൊള്ളായിരത്തി അറുപതുകളുടെ അവസാനം വരെ നീണ്ടു നിന്ന ക്ഷേമരാഷ്ട്ര-മുതലാളിത്തത്തിന്റെ അഭിവൃദ്ധി കാലത്ത് സോഷ്യൽ ഡെമോക്രസിക്ക് യൂറോപ്പിലുടനീളം വലിയ തോതിൽ രാഷ്ട്രീയ വളർച്ച നേടാനായി. എന്നാൽ അറുപതുകളുടെ അവസാനത്തോട് കൂടി കെയ്നീഷ്യൻ മുതലാളിത്ത മോഡലിന്റെ വൈരുദ്ധ്യങ്ങൾ വ്യക്തമായി തുടങ്ങി. ക്യാപിറ്റൽ മൂന്നാം വാല്യത്തിലെ മാർക്സിന്റെ വിശകലനം അക്ഷരം പ്രതി ശരിവെക്കുന്ന തരത്തിൽ വികസിത രാജ്യങ്ങളിൽ ഉടനീളം ലാഭനിരക്ക് (rate of profit) കുറഞ്ഞു തുടങ്ങി. ലാഭനിരക്ക് കുറയാൻ തുടങ്ങിയതോടെ ക്ഷേമരാഷ്ട്രത്തെ താങ്ങി നിർത്തിയിരുന്ന സാമ്പത്തിക പുനർവിതരണ നയങ്ങൾക്ക് ഭരണവർഗ്ഗം എതിരായി. ക്ഷേമരാഷ്ട്ര സമ്പദ്വ്യവസ്ഥയുടെ വൈരുദ്ധ്യങ്ങളും ഇതിനെ തുടർന്ന് ഉയർന്നു വന്ന മുതലാളിവർഗ്ഗത്തിന്റെ എതിർപ്പുമാണ് വികസിതലോകത്തെ ഒന്നടങ്കം നവലിബറൽ പാതയിലേക്ക് നയിക്കുന്നത്.

തൊള്ളായിരത്തി എഴുപതുകളുടെ രണ്ടാം പകുതിയോടെ, ഇടിവ് സംഭവിച്ചു കൊണ്ടിരിക്കുന്ന തങ്ങളുടെ ലാഭവിഹിതം സംരക്ഷിച്ചു നിർത്താൻ വികസിതരാജ്യങ്ങളിലെ ഭരണവർഗം ക്ഷേമരാഷ്ട്രത്തെ കൈയൊഴിഞ്ഞ് നവലിബറലിസത്തെ പുല്കി. ഏകദേശം ഒരേ സമയത്ത് അമേരിക്കയിൽ റീഗനും ഇംഗ്ലണ്ടിൽ താച്ചറും ചൈനയിൽ ദെങ് ഷാവോ പിങ്ങും ദൂരവ്യാപകമായ നവലിബറൽ പരിഷ്ക്കാരങ്ങൾക്ക് തുടക്കമിട്ടു. ഇത് സോഷ്യൽ ഡെമോക്രസിയെ ഒരു വലിയ പ്രതിസന്ധിയിലാണ് കൊണ്ടെത്തിച്ചത്. മുതലാളിത്തത്തിനുള്ളിൽ ക്ഷേമരാഷ്ട്രം സാധ്യമാണെന്ന അവരുടെ വാദത്തിന്റെ പൊള്ളത്തരം പകൽപോലെ വ്യക്തമായി. ഭരണവർഗ്ഗത്തിന്റെ നവലിബറലിസത്തിലേക്കുള്ള പോക്കിനെ ആദ്യ ഘട്ടത്തിൽ സോഷ്യൽ ഡെമോക്രസി എതിർത്ത് നോക്കി. എന്നാൽ എല്ലാ തരത്തിലും വ്യവസ്ഥയുടെ ഭാഗമായി കഴിഞ്ഞിരുന്ന, വ്യവസ്ഥയുടെ ഏറ്റവും വലിയ ഗുണഭോക്താക്കളായി മാറിയ സോഷ്യൽ ഡെമോക്രസിക്ക്, ഭരണവർഗ്ഗത്തെയോ

അവരുടെ നവലിബറൽ പ്രത്യയശാസ്ത്രത്തെയോ എതിർത്ത് നിൽക്കാനുള്ള ത്രാണിയൊ സന്നദ്ധതയോ ഉണ്ടായിരുന്നില്ല. ഭരണവർഗ്ഗത്തിന്റെ നവലിബറൽ നയങ്ങളെ പിന്താങ്ങുകയും പിന്തുടരുകയും ചെയ്യുക എന്നത് മാത്രമായിരുന്നു വ്യവസ്ഥാപിത ജീർണ്ണതയുടെ ഭാഗമായി മാറിയ സോഷ്യൽ ഡെമോക്രസിയുടെ മുന്നിലെ ഏക വഴി.

നവലിബറലിസത്തിന്റെ ആദ്യ ഘട്ടത്തിൽ തങ്ങളുടെ നവലിബറൽ ചായ്‌വിനെ The Third Way എന്ന ആശയം കൊണ്ട് മൂടിവെക്കാൻ യൂറോപ്യൻ സോഷ്യൽ ഡെമോക്രസി ശ്രമിച്ചു. നഗ്നമായ നവലിബറൽ നയങ്ങൾക്ക് പകരം കെയ്‌നീഷ്യൻ ക്ഷേമരാഷ്ട്രത്തിന്റെ ചില വശങ്ങൾ നിലനിർത്തിക്കൊണ്ടുള്ള ഒരു "വെള്ളംചേർത്ത" നവലിബറലിസം ആണ് Third Way എന്ന പേരിൽ സോഷ്യൽ ഡെമോക്രസി നിർദ്ദേശിച്ചത്. എന്നാൽ ഇത് നവലിബറലിസത്തെ നേരിട്ട് പുല്കുന്നതിലുള്ള ജാള്യത മറയ്ക്കാൻ വേണ്ടിയുള്ള മറ്റൊരു മുഖംമൂടി മാത്രമായിരുന്നു. പുതിയ സഹസ്രാബ്ദത്തിന്റെ തുടക്കത്തിൽ തന്നെ എല്ലാ മുഖമൂടികളും ഉപേക്ഷിച്ച് യൂറോപ്പിലെ ഏകദേശം എല്ലാ സോഷ്യൽ ഡെമോക്രാറ്റിക് പാർട്ടികളും നവലിബറലിസത്തെ പുൽകി. ഇൻഗൊ ഷ്മിഡ് സോഷ്യൽ ഡെമോക്രസിയുടെ യൂറോപ്പിലെ ഇന്നത്തെ അവസ്ഥ വിശദീകരിക്കുന്നത് ഇങ്ങനെയാണ്: "ഇന്ന് സോഷ്യൽ ഡെമോക്രാറ്റുകൾ അടിസ്ഥാനപരമായും നവലിബറൽ നയങ്ങൾ തന്നെയാണ് പിന്തുടരുന്നത്. കെയ്‌നീഷ്യൻ ക്ഷേമരാഷ്ട്രത്തോടും യാഥാസ്ഥിതിക പാർട്ടികളുടെ നവലിബറലിസത്തോടും സമദൂരം പുലർത്തുന്ന ഒരു Third Way ആയി കുറച്ച് കാലത്തേക്ക് ഈ നയങ്ങളെ അവർ തെറ്റായി മുദ്രകുത്തി. എന്നാൽ സമീപകാലത്ത് ഇത്തരം ലേബലുകൾ മിക്കവാറും എല്ലാ [സോഷ്യൽ ഡെമോക്രാറ്റിക്] പാർട്ടികളും കൈയ്യൊഴിഞ്ഞിരിക്കുകയാണ്. ചിലപ്പോൾ അവരുടെ യാഥാസ്ഥിതിക എതിരാളികളേക്കാൾ ഒരൽപം കുറഞ്ഞ ഡോസിൽ ഉള്ള നവലിബറലിസം അവർ നിർദ്ദേശിക്കുന്നു, എന്നാൽ മറ്റ് ചിലപ്പോൾ അവരുടെ യാഥാസ്ഥിതിക എതിരാളികൾ പോലും ഒഴിവാക്കാൻ ഇഷ്ടപ്പെടുന്ന തരത്തിലുള്ള രക്തച്ചൊരിച്ചലിന്റെ വഴി അവർ തിരഞ്ഞെടുക്കുന്നു." നവലിബറൽ നയങ്ങൾ നടപ്പാക്കാൻ യൂറോപ്യൻ സോഷ്യൽ ഡെമോക്രസി പലപ്പോഴും അവരുടെ യാഥാസ്ഥിതിക എതിരാളികളെ പോലും കടത്തിവെട്ടുന്ന അടിച്ചമർത്തലിന്റെ വഴി തിരഞ്ഞെടുക്കുന്നു എന്ന ഇൻഗൊ ഷ്മിഡിന്റെ വെളിപ്പെടുത്തൽ നമ്മെ അത്ഭുതപ്പെടുത്തില്ല; കാരണം ടാറ്റക്ക് കാറുണ്ടാക്കാൻ വേണ്ടി സിംഗൂരിൽ ഇന്ത്യൻ ഇടതുപക്ഷം നടത്തിയ കുരുതി നമ്മൾ നേരിട്ട് കണ്ടതാണ്.

ഇന്ത്യൻ ഇടതുപക്ഷം - മാർക്സിസത്തിൽ നിന്ന് സോഷ്യൽ ഡെമോക്രസിയിലേക്ക്

യൂറോപ്യൻ സോഷ്യൽ ഡെമോക്രസി എങ്ങനെയാണ് കഴിഞ്ഞ ഒരു നൂറ്റാണ്ടിൽ മാർക്സിസത്തിൽ നിന്നും ക്ഷേമരാഷ്ട്രത്തിലേക്കും അവിടെ നിന്നും നവലിബറലിസത്തിലേക്കും എത്തിച്ചേർന്നത് എന്ന് നമ്മൾ കണ്ടു കഴിഞ്ഞു. ഇതിന്റെ ആദ്യ ഘട്ടം ഏകദേശം 1910-1960 വരെയും രണ്ടാം ഘട്ടം 1960-2010 വരെയും ആണ് അരങ്ങേറിയത്. ഏകദേശം ഇതിന് സമാനമായ അവസ്ഥകളിലൂടെ ആണ് സോഷ്യൽ ഡെമോക്രസിയുടെ ഇന്ത്യൻ പതിപ്പായ ഇടതുപക്ഷവും കടന്ന് പോയത്. യൂറോപ്യൻ സോഷ്യൽ ഡെമോക്രസിയുടേത് പോലെ തന്നെ ഇന്ത്യൻ ഇടതുപക്ഷത്തിന്റെയും തുടക്കം ഒരു മാർക്സിസ്റ്റ് പ്രസ്ഥാനം ആയിട്ടാണ്. സ്വാതന്ത്ര്യപൂർവ്വ ഇന്ത്യയിലെ കമ്മ്യൂണിസ്റ്റ് പ്രസ്ഥാനം ആത്മാർത്ഥതയിലും പോരാട്ടവീര്യത്തിലും മുൻപന്തിയിൽ ആയിരുന്നെങ്കിലും, സൈദ്ധാന്തിക തലത്തിലുള്ള അതിന്റെ പരിമിതികൾ മാർക്സിസ്റ്റ് ചരിത്രകാരന്മാർ ചൂണ്ടി കാണിച്ചിട്ടുണ്ട്. സൈദ്ധാന്തികമായ ഈ ബലഹീനതക്ക് വസ്തുനിഷ്ഠമായ പശ്ചാത്തലം ഉണ്ടായിരുന്നു. അന്നത്തെ അവസ്ഥയിൽ ഉള്ള ഇന്ത്യൻ മുതലാളിത്തത്തിന്റെയും തൊഴിലാളിവർഗ്ഗത്തിന്റെയും വളരെ പരിമിതമായ വളർച്ചയായിരുന്നു ഇതിന് കാരണം.

സ്വാതന്ത്ര്യത്തിന് ശേഷം നിലവിൽ വന്ന യൂറോപ്യൻ ക്ഷേമരാഷ്ട്രത്തിന്റെ ഇന്ത്യൻ പതിപ്പായ "നെഹ്രുവിയൻ സോഷ്യലിസ"ത്തോട് ആദ്യ ഘട്ടത്തിൽ ഒരു ഇടതു-സാഹസികതയുടെ (left adventurism) ലൈനിൽ ആണ് ഇന്ത്യൻ കമ്മ്യൂണിസം പ്രതികരിച്ചത്. ഇന്ത്യൻ സാഹചര്യങ്ങളെയും ഭരണവർഗ്ഗസ്വഭാവത്തെയും വിശകലനം ചെയ്യുന്നതിലുള്ള സൈദ്ധാന്തിക പാളിച്ചകളാണ് ഇതിലേക്ക് നയിച്ചത്. എന്നാൽ ഈ ഒരു ഘട്ടം പിന്നിട്ട് ജനാധിപത്യ പ്രക്രിയയിൽ ഇടപെട്ട് പ്രവർത്തിക്കാൻ തുടങ്ങിയത് മുതൽ ഇന്ത്യൻ ഇടതുപക്ഷത്തിന്റെ സോഷ്യൽ ഡെമോക്രസിയിലേക്കുള്ള അധഃപതനത്തിന് തുടക്കം കുറിച്ചു. യൂറോപ്പിൽ സംഭവിച്ചത് പോലെ തന്നെ, ദൈനംദിന രാഷ്ട്രീയവും ആത്യന്തികമായ ലക്ഷ്യവും തമ്മിൽ കമ്മ്യൂണിസ്റ്റ് പ്രസ്ഥാനങ്ങൾ പുലർത്തേണ്ട വൈരുദ്ധ്യാത്മക ബന്ധം ചോർന്ന് തുടങ്ങി. എഴുപതുകളോട് കൂടെ തന്നെ സോഷ്യൽ ഡെമോക്രസിയിലേക്കുള്ള ഇന്ത്യൻ ഇടതുപക്ഷത്തിന്റെ മാറ്റം ഏകദേശം പൂർണ്ണമായി കഴിഞ്ഞിരുന്നു. അടിയന്തരാവസ്ഥയെ ഇടതുപക്ഷം വിശകലനം ചെയ്ത രീതിയും അതിനെ

ചെറുക്കാൻ അവലംബിച്ച മാർഗ്ഗവും ഇത് വ്യക്തമാക്കുന്നുണ്ട്.

ഇന്ത്യൻ ക്ഷേമരാഷ്ട്ര-മുതലാളിത്തത്തിന്റെ സാമ്പത്തിക-സാമൂഹിക പ്രതിസന്ധികൾ ആണ് അടിയന്തരാവസ്ഥയിലേക്ക് നയിച്ചത്. അടിയന്തരാവസ്ഥ എന്ന രാഷ്ട്രീയ നടപടിയെ ഇന്ത്യൻ മുതലാളിത്ത പ്രതിസന്ധിയുടെ പരിണിതഫലമായി കാണുന്നതിന് പകരം ഇന്ദിര ഗാന്ധിയുടെ "ഏകാധിപത്യപ്രവണത"യുടെ ഫലമായി മാത്രമാണ് ഇടതുപക്ഷം കണ്ടത്. അത് കൊണ്ട് തന്നെ അടിയന്തരാവസ്ഥയിലേക്ക് നയിച്ച ക്ഷേമരാഷ്ട്രവ്യവസ്ഥയുടെ വൈരുദ്ധ്യങ്ങൾ തുറന്നു കാണിച്ചു കൊണ്ടുള്ള ഒരു വർഗ്ഗപരമായ ചെറുത്തുനിൽപ്പിനും പ്രത്യാക്രമണത്തിനും പകരം, "ജനാധിപത്യ"ത്തിന്റെ പുനഃസ്ഥാപനം എന്ന യാഥാസ്ഥിതിക ആശയം ഉയർത്തിപ്പിടിച്ചാണ് ഇടതുപക്ഷം അതിനെ നേരിട്ടത്. ഇന്ത്യൻ മുതലാളിത്തത്തിന്റെ ആദ്യത്തെ പ്രതിസന്ധിയായിരുന്ന അടിയന്തരാവസ്ഥക്കെതിരെ വ്യവസ്ഥാപരിവർത്തനം എന്ന മുദ്രാവാക്യം മുന്നോട്ടു വെക്കുന്നതിൽ സോഷ്യൽ ഡെമോക്രസിയിലേക്ക് കൂപ്പുകുത്തി തുടങ്ങിയിരുന്ന ഇടതുപക്ഷം പരാജയപ്പെട്ടിടത്താണ് ഹിന്ദുത്വ ഫാഷിസത്തിന്റെ വളർച്ചയുടെ തുടക്കം.

എഴുപതുകളുടെ അവസാനത്തോടെ തന്നെ ഇന്ത്യൻ ക്ഷേമരാഷ്ട്രത്തിന്റെ അടിത്തറ ഇളകിക്കഴിഞ്ഞിരുന്നു. വ്യവസ്ഥയുടെ ഭാഗമായിക്കഴിഞ്ഞ ഇടതുപക്ഷം ഇത് തിരിച്ചറിഞ്ഞില്ലെങ്കിലും ഇന്ത്യൻ ഭരണവർഗ്ഗം അവരുടെ വർഗ്ഗബോധം കൊണ്ട് ഇത് മണത്തറിഞ്ഞ് നവലിബറൽ ദിശയിലേക്കുള്ള "പരിഷ്കാരങ്ങ"ൾക്കായുള്ള മുറവിളി ആരംഭിച്ച് തുടങ്ങി. എൺപതുകളിൽ രാജീവ് ഗാന്ധിയും തൊണ്ണൂറുകളിൽ മൻമോഹൻ സിങ്ങും ഇന്ത്യൻ ക്ഷേമരാഷ്ട്രത്തിന്റെ ആണിക്കല്ലുകൾ ഓരോന്നായി ഇളക്കി. നവലിബറൽ പരിഷ്കാരങ്ങളുടെ തുടക്കത്തിൽ യൂറോപ്യൻ സോഷ്യൽ ഡെമോക്രസി നേരിട്ട അതേ പ്രതിസന്ധി ഇന്ത്യൻ ഇടതുപക്ഷവും ഈ ഘട്ടത്തിൽ നേരിട്ടു. ക്ഷേമരാഷ്ട്രത്തിലൂന്നിയ ഇടതുപക്ഷത്തിന്റെ സോഷ്യൽ ഡെമോക്രാറ്റിക് രാഷ്ട്രീയത്തിന്റെ സാധ്യതയെ തന്നെയാണ് നവലിബറൽ നയങ്ങൾ സംശയത്തിലാക്കിയത്. അത് കൊണ്ട് തന്നെ ഇടതുപക്ഷം തൊണ്ണൂറുകളുടെ തുടക്കത്തോടെ നവലിബറൽ പരിഷ്കാരങ്ങളെ നഖശിഖാന്തം എതിർത്ത് തുടങ്ങി. ഈ എതിർപ്പാണ് അവർക്ക് "വികസവിരുദ്ധർ" എന്ന ലേബൽ നേടിക്കൊടുത്തത്.

എന്നാൽ നവലിബറലിസത്തോടുള്ള ഇന്ത്യൻ ഇടതുപക്ഷത്തിന്റെ എതിർപ്പ് ഒരിക്കലും ഒരു തൊഴിലാളിവർഗ്ഗസ്വഭാവം ഉള്ളതായിരുന്നില്ല.

നവലിബറൽ മുതലാളിത്തത്തിന്റെ ബദൽ ആയി ഇടതുപക്ഷം മുന്നോട്ട് വെച്ചത് സോഷ്യലിസം ആയിരുന്നില്ല, മറിച്ച് മുതലാളിത്തത്തിന്റെ തന്നെ മറ്റൊരു രൂപമായ ക്ഷേമരാഷ്ട്ര മുതലാളിത്തം ആയിരുന്നു. മുതലാളിത്തം എന്ന വ്യവസ്ഥയോടുള്ള എതിർപ്പ് പാടേ കൈയൊഴിഞ്ഞ ഇടതുപക്ഷത്തിന്റെ പരാതികൾ അതിന്റെ നവലിബറൽ രൂപത്തിനെതിരെ മാത്രമായി ചുരുങ്ങി. തങ്ങളുടെ സോഷ്യൽ ഡെമോക്രാറ്റിക് രാഷ്ട്രീയത്തിന്റെ പ്രസക്തി നഷ്ടപ്പെടാതിരിക്കണമെങ്കിൽ ക്ഷേമരാഷ്ട്ര-മുതലാളിത്തം പുനഃസ്ഥാപിക്കപ്പെടണം എന്ന സങ്കുചിത ചിന്തയുടെ ഫലം മാത്രമായിരുന്നു ഇടതുപക്ഷത്തിന്റെ നവലിബറൽ അയിത്തം. അതുകൊണ്ട് തന്നെ അതിന് ആയുസ്സ് വളരെ കുറവായിരുന്നു.

ഇടതുപക്ഷത്തിന്റെ നവലിബറൽ ചായ്‌വ് - ബംഗാൾ അനുഭവം

വ്യവസ്ഥയുടെ ഗുണഭോക്താക്കളായി മാറിയ ഒരു രാഷ്ട്രീയ സഖ്യത്തിന് ഒരിക്കലും ദീർഘകാലാടിസ്ഥാനത്തിൽ വ്യവസ്ഥയുടെ യുക്തിക്ക് എതിരെ നിൽക്കാൻ ആവില്ല. അതുകൊണ്ട് തന്നെ ഇന്ത്യൻ നവലിബറലിസത്തോടുള്ള ഇടതുപക്ഷത്തിന്റെ എതിർപ്പ് വളരെ പെട്ടെന്ന് ശമിച്ചു. തൊണ്ണൂറുകളിൽ നവലിബറലിസത്തെയും ആഗോളവൽക്കരണത്തെയും എല്ലാം നഖശിഖാന്തം എതിർത്ത ഇടതുപക്ഷം പുതുസഹസ്രാബ്ദത്തിന്റെ തുടക്കവർഷങ്ങളിൽ തന്നെ നവലിബറലിസത്തോട് അടുത്ത് തുടങ്ങി. ഈ ചായ്‌വ് ആദ്യം പ്രകടമാവുന്നത് ബംഗാളിലാണ് എന്നത് യാദൃശ്ചികമല്ല. കാരണം, മുപ്പതോളം വർഷങ്ങളായുള്ള തുടർച്ചയായ ഭരണം ഇടതുപക്ഷത്തിന്റെ ബംഗാൾ ഘടകത്തെ ഭരണവർഗ്ഗപ്രത്യയശാസ്ത്രത്തോട് കൂടുതൽ അടുപ്പിച്ചിരുന്നു. സജീവരാഷ്ട്രീയത്തിൽ നിന്നും ജ്യോതി ബസു വിട്ടു നിൽക്കാൻ തീരുമാനിച്ചതിന് ശേഷം ബംഗാളിൽ അധികാരത്തിലേറിയ ബുദ്ധദേബ് ഭട്ടാചാര്യ നയിച്ച ഇടതുപക്ഷസർക്കാർ പ്രത്യക്ഷമായ നവലിബറൽ നയങ്ങളുമായാണ് മുന്നോട്ടു പോയത്. എന്ത് വിലകൊടുത്തും നവലിബറൽ നയങ്ങൾ നടപ്പാക്കും എന്ന ഈ ഇടതുപക്ഷ പിടിവാശിയാണ് ആദ്യം നന്ദിഗ്രാമിലും പിന്നീട് സിംഗൂരിലും ചെറുത്തുനിൽക്കുന്നവരുടെ അടിച്ചമർത്തലിലേക്കും കൂട്ടക്കുരുതിയിലേക്കും നയിച്ചത്. ഈ സംഭവവികാസങ്ങൾ ഇടതുപക്ഷത്തിന് നഷ്ടപ്പെടുത്തിയത് ബംഗാളിലെ ഭരണം മാത്രമല്ല, രാഷ്ട്രീയ അസ്തിത്വം തന്നെയാണ്. വംഗനാട്ടിന്റെ

മണ്ണിൽ നിന്നും തുടച്ച് നീക്കപ്പെടുന്നതിലേക്കാണ് ഈ വികസനപിടിവാശി ഇടതുപക്ഷത്തെ നയിച്ചത്.

ബംഗാളിൽ ഇടതുപക്ഷം നവലിബറലിസത്തിന്റെ വഴിയേ പോകാൻ ശ്രമിച്ചത് സോഷ്യൽ ഡെമോക്രസിയുടെ യൂറോപ്യൻ മാതൃകയെ പിൻപറ്റി ആയിരുന്നു. യൂറോപ്യൻ സോഷ്യൽ ഡെമോക്രസി മാർക്സിസ്റ്റ്-സോഷ്യലിസ്റ്റ് മുഖംമൂടി പൂർണ്ണമായി ഉപേക്ഷിച്ച്, വളരെ പ്രത്യക്ഷമായി തന്നെയാണ് നവലിബറൽ നയങ്ങളെ ആശ്ലേഷിച്ചത്. ഏതാണ്ട് അതിന് സമാനമായ രീതിയിൽ, മാർക്സിസം-കമ്മ്യൂണിസം ഒന്നും മാറിയ ലോകത്തിൽ പ്രായോഗികമല്ല എന്നും രാഷ്ട്രീയ നിലനിൽപ്പിന് "വികസന"പ്രവർത്തനങ്ങൾ നടത്തേണ്ടത് അത്യാവശ്യമാണ് എന്നും ബംഗാളിലെ പല ഉന്നത പാർട്ടി നേതാക്കന്മാർ തന്നെ പറഞ്ഞു തുടങ്ങിയിരുന്നു. "പുതിയ കാലത്ത് മാർക്സിസവും കെട്ടിപ്പിടിച്ചിരിക്കാൻ ഞാൻ ഒരു വിഡ്ഢിയല്ല" എന്ന തരത്തിലുള്ള പ്രസ്താവനകൾ ബുദ്ധദേബിന്റെ ഭാഗത്തു നിന്ന് തന്നെ ഉണ്ടായി. മാത്രമല്ല, പാർട്ടിയുടെ ബ്യൂറോക്രറ്റിക് സംഘടനാസംവിധാനത്തെ നിലനിർത്താൻ കാര്യമായി ശ്രമമൊന്നും ബംഗാളിൽ ഈ കാലയളവിൽ നടന്നില്ല താനും. അങ്ങനെ, ബംഗാളിലെ ഇടതുപക്ഷത്തിന്റെ വികസനക്കുതിപ്പിന് സമാന്തരമായി അവിടുത്തെ പാർട്ടി സംവിധാനങ്ങൾ അയഞ്ഞു തുടങ്ങുകയും മാർക്സിസ്റ്റ്-കമ്മ്യൂണിസ്റ്റ് പുറംതോട് തേഞ്ഞു തുടങ്ങുകയും ചെയ്തിരുന്നു. യൂറോപ്യൻ സോഷ്യൽ ഡെമോക്രസിയുടെ മാതൃകയിൽ ഉള്ള ഈ "വികസനക്കുതിപ്പ്" ബംഗാളിലെ ഇടതുപക്ഷത്തെ കൊണ്ടെത്തിച്ചത് രാഷ്ട്രമായ ഉന്മൂലനത്തിലേക്കാണ്. "തൊഴിലാളിവർഗ്ഗ-മാർക്സിസ്റ്റ്" പാർട്ടി എന്ന വ്യാജ പുറംതോട് മുഴുവനായും ഉപേക്ഷിച്ചുകൊണ്ടുള്ള നവലിബറൽ ആശ്ലേഷണത്തിന്റെ അപകടങ്ങൾ യൂറോപ്യൻ-ബംഗാൾ അനുഭവങ്ങൾ സോഷ്യൽ ഡെമോക്രസിക്ക് കാണിച്ച് കൊടുക്കുന്നുണ്ട്. അത് കൊണ്ട് തന്നെ കേരളത്തിലെ ഇടതുപക്ഷത്തിന്റെ വികസനാസക്തി ഈ മാതൃക അല്ല പിന്തുടരുന്നത്.

കേരളീയ ഇടതുപക്ഷത്തിന്റെ "ചങ്കിലെ ചൈന"

തുടർച്ചയായ ഭരണം ഇല്ലാതിരുന്നത് കൊണ്ട് തന്നെ ബംഗാളിലേത് പോലെ പൊടുന്നനെയുള്ള ഒരു ചാട്ടത്തിലൂടെ അല്ല കേരളീയ ഇടതുപക്ഷം നവലിബറലിസത്തിൽ എത്തുന്നത്. യൂറോപ്യൻ third way ആശയങ്ങളെ ഓർമ്മിപ്പിക്കും വിധം, ഒരു "വെള്ളം ചേർത്ത" നവലിബറലിസത്തെ ആണ് അവർ ആദ്യം സ്വീകരിച്ചത്. ഏകദേശം 2010ത്തോട്

കൂടി തന്നെ നവലിബറലിസം, ആഗോളവൽക്കരണം, സാമ്രാജ്യത്വം തുടങ്ങിയവയെ കടന്നാക്രമിക്കുന്ന പ്രവണത ഇടതുപക്ഷം ഉപേക്ഷിച്ചു. ഇതിനോടൊപ്പം തന്നെ ജനപക്ഷവികസനം, സമഗ്രവികസനം, സുസ്ഥിരവികസനം തുടങ്ങിയ പദങ്ങളുടെ സഹായത്തോടെ ഉപാധികളോട് കൂടിയ നവലിബറലിസത്തെ ഇടതുപക്ഷം സ്വീകരിക്കുകയും ചെയ്തു. 2016 നിയമസഭ തിരഞ്ഞെടുപ്പിനെ അവർ നേരിട്ടത് വിശേഷണങ്ങളോട് കൂടിയ നവലിബറൽ നയങ്ങൾ ഉയർത്തിപ്പിടിച്ചാണ്. എന്നാൽ 2021ലെ തിരഞ്ഞെടുപ്പ് ആയപ്പോഴേക്കും ഈ വിശേഷണങ്ങളെല്ലാം ഇടതുപക്ഷം ഉപേക്ഷിച്ചു. തുടർഭരണലബ്ധിക്ക് വേണ്ടിയുള്ള പ്രചരണം ഇടതുപക്ഷം നടത്തിയത് ഉപാധികൾ ഒന്നും ഇല്ലാത്ത "വികസനം" എന്ന ആശയം ഉയർത്തിയാണ്.

കേരളീയ ഇടതുപക്ഷത്തിന്റെ ഈ നവലിബറൽ മലക്കം മറിച്ചിൽ യൂറോപ്യൻ-ബംഗാൾ മാതൃകയിൽ ഉള്ളതായിരുന്നില്ല. അത് ചൈനീസ് മാതൃക ആണ് പിന്തുടരുന്നത്. ചൈനയിൽ ഇന്ന് നിലനിൽക്കുന്നത് "ചൈനീസ് പ്രത്യേകതകളോട് കൂടിയ സോഷ്യലിസം" (socialism with Chinese characteristics) ആണ് എന്നാണ് ചൈനീസ് കമ്മ്യൂണിസ്റ്റ് പാർട്ടി (CCP) അവകാശപ്പെടുന്നത്. ഇന്ത്യൻ ഇടതുപക്ഷത്തിനും ഇതേ അഭിപ്രായമാണ്. പക്ഷെ മാർക്സിസത്തിന്റെ ബാലപാഠമെങ്കിലും അറിയാവുന്ന ഏതൊരാൾക്കും മനസ്സിലാവും ചൈനയിൽ ഇന്ന് നിലനിൽക്കുന്നത് "ചൈനീസ് പ്രത്യേകതകളോട് കൂടിയ നവലിബറലിസ"മാണ് എന്ന്. ഇതുകൊണ്ട് തന്നെയാണ് ഡേവിഡ് ഹാർവി തന്റെ "The Brief History of Neoliberalism" എന്ന പുസ്തകത്തിലെ ഒരു മുഴുവൻ അദ്ധ്യായം ചൈനീസ് നവലിബറലിസം പഠിക്കുന്നതിന് വേണ്ടി മാറ്റി വെച്ചത്. എന്നാൽ അമേരിക്കൻ-യൂറോപ്യൻ നവലിബറലിസത്തിൽ നിന്നും തികച്ചും വ്യത്യസ്തമായ ഒരു മാതൃക ആണ് ചൈനീസ് നവലിബറലിസത്തിന്റേത്. "ലിബറൽ" നയങ്ങളെ സാമ്പത്തികമണ്ഡലത്തിൽ മാത്രം ഒതുക്കി നിർത്തുന്ന പ്രവണതയാണ് ചൈനയിൽ പിന്തുടരുന്നത്. മൂലധനത്തിന് പൂർണ്ണമായ സ്വാതന്ത്ര്യം അനുവദിച്ച് കൊടുക്കുമ്പോൾ തന്നെയും ഈ സ്വാതന്ത്ര്യം രാഷ്ട്രീയ-സാമൂഹിക-സാംസ്കാരിക മണ്ഡലങ്ങളിൽ പ്രതിഫലിക്കാതിരിക്കാൻ ചൈനീസ് ഭരണകൂടം വളരെയേറെ ശ്രദ്ധിക്കുന്നുണ്ട്.

എഴുപതുകളുടെ അവസാനകാലത്ത് ചൈന ദെങ് ഷാവോ പിങ്ങിന്റെ നേതൃത്വത്തിൽ നവലിബറൽ മുതലാളിത്തത്തിന്റെ വഴിയിലേക്ക് നീങ്ങിയപ്പോൾ മിക്ക പാശ്ചാത്യ രാഷ്ട്രീയനിരീക്ഷകരും

പ്രതീക്ഷിച്ചത് ഇത് ചൈനയിൽ സാമൂഹിക-രാഷ്ട്രീയ ലിബറൽവൽക്കരണത്തിന് വഴിവെക്കും എന്നാണ്. എന്നാൽ എൺപതുകളുടെ അവസാനത്തോടെ ചൈനയിൽ പൊട്ടിപ്പുറപ്പെട്ട ജനകീയ പ്രക്ഷോഭങ്ങൾ സാമൂഹിക-രാഷ്ട്രീയ മണ്ഡലങ്ങൾ കണിശമായ നിയന്ത്രണങ്ങൾക്ക് വിധേയമാക്കേണ്ടതിന്റെ ആവശ്യകത ചൈനീസ് ഭരണവർഗ്ഗത്തിനും CCPക്കും മനസ്സിലാക്കി കൊടുത്തു. അതിന് ശേഷം "നവലിബറൽ ഏകാധിപത്യം" (autocratic neoliberalism) എന്ന് വിശേഷിപ്പിക്കാവുന്ന വ്യവസ്ഥയാണ് ചൈനയിൽ നിലവിൽ വന്നത്. ജനങ്ങൾക്കിടയിൽ വലിയ അതൃപ്തിക്ക് വഴിവെക്കുന്ന നവലിബറൽ നയങ്ങൾ നടപ്പാക്കുന്നതിനും, നവലിബറൽ മുതലാളിത്തത്തിന്റെ വൈരുദ്ധ്യങ്ങൾ മൂലം പൊട്ടിപ്പുറപ്പെടുന്ന ജനകീയ പ്രതിഷേധങ്ങളും പ്രക്ഷോഭങ്ങളും അടിച്ചമർത്തുന്നതിനും, അത് വഴി മൂലധനത്തിന്റെ സ്വൈര്യവിഹാരം സുഗമമാക്കുന്നതിനും ശക്തമായ ഏകാധിപത്യ പ്രവണതകളോട് കൂടിയ ഭരണകൂടമാണ് അഭികാമ്യം എന്ന ചൈനീസ് പാഠം ഇന്ന് യൂറോപ്യൻ-അമേരിക്കൻ നവലിബറലിസ്റ്റുകൾ പോലും പകർത്താൻ ആഗ്രഹിക്കുന്ന ഒന്നാണ്. ഇതിൽ പ്രധാനഘടകം എന്നത് നഗ്നമായ നവലിബറൽ മുതലാളിത്ത നയങ്ങളുമായി മുന്നോട്ട് പോകുമ്പോഴും മാർക്സിസ്റ്റ്-സോഷ്യലിസ്റ്റ് എന്ന വ്യാജ പുറംതോട് ഉപേക്ഷിക്കാൻ ചൈനീസ് ഭരണവർഗ്ഗമോ CCPയോ തയ്യാറായിട്ടില്ല എന്നതാണ്. CCPയുടെ മാർക്സിസ്റ്റ് മുഖംമൂടിയും ബ്യൂറോക്രാറ്റിക് സംഘടനാസംവിധാനവും നിലനിർത്തിക്കൊണ്ട് പാർട്ടി-ഭരണകൂടവും സ്വകാര്യ മൂലധനവും തമ്മിൽ രൂപപ്പെട്ട് വന്നിട്ടുള്ള ഒരു സഖ്യമാണ് ഇന്ന് ചൈന ഭരിക്കുന്നത്.

ഈ വിചിത്ര സഖ്യത്തിന്റെ സ്വഭാവം ചൈനീസ് മുതലാളിത്തത്തെ പറ്റിയുള്ള പഠനത്തിൽ അഡ്രിയാൻ ബുഡ് വ്യക്തമാക്കുന്നുണ്ട്: "സ്വകാര്യ മൂലധനവും പാർട്ടി-ഭരണകൂടവും തമ്മിൽ ആഴത്തിൽ കെട്ടുപിണഞ്ഞു കിടക്കുകയാണ്. തൊണ്ണൂറ് ശതമാനം കോടീശ്വരന്മാരും പാർട്ടിയിലെ മുതിർന്ന ഉദ്യോഗസ്ഥരോ അവരുടെ സന്തതികളോ ആണെന്നാണ് 2006ലെ CCPയുടെ ഒരു ആഭ്യന്തര റിപ്പോർട്ട് കാണിക്കുന്നത്.... പാർട്ടി-ഭരണകൂടവും സ്വകാര്യ മേഖലയും തമ്മിൽ ഒരു കൊടുക്കൽ-വാങ്ങൽ (symbiotic) ബന്ധമാണ് നിലനിൽക്കുന്നത്." പ്രശസ്ത മാർക്സിസ്റ്റും ചൈനീസ് കാര്യവിദഗ്ദനും ആയ മാർട്ടിൻ ഹാർട്-ലാൻസ്ബെർഗ് ചൈനയിലെ ഇന്നത്തെ അവസ്ഥ കൃത്യമായി അടയാളപ്പെടുത്തിക്കൊണ്ട് പറയുന്നത്, "ചൈനീസ് മുതലാളിത്തത്തിന്റെ മുന്നേറ്റം തുടരാനുള്ള

പ്രതിബദ്ധതക്ക് ചുറ്റും പാർട്ടി-ഭരണകൂടവും വരേണ്യമുതലാളിത്ത വർഗ്ഗവും സംയോജിക്കുന്നതാണ്" ഇന്ന് ചൈനയിൽ കാണാനാവുക എന്നാണ്. എന്നാൽ പാർട്ടിയും മുതലാളിത്ത വർഗ്ഗവും തമ്മിലുള്ള ഈ കൂട്ടുകെട്ടിലെ പ്രബല രാഷ്ട്രീയ ശക്തി പാർട്ടി തന്നെയാണ്. പാർട്ടിയുടെ മേൽനോട്ടത്തിൽ, പാർട്ടിക്ക് കീഴ്പ്പെട്ട്, പാർട്ടി നേതാക്കന്മാർക്ക് ഗുണകരമാവും വിധത്തിലും അവരെ കൂടി ഉൾപ്പെടുത്തി കൊണ്ടും, നടപ്പാക്കുന്ന നവലിബറലിസം ആണ് ചൈനീസ് മാതൃക. ഈ രാഷ്ട്രീയ പ്രബലതക്ക് പകരമായി, അതിന്റെ ബ്യൂറോക്രാറ്റിക് സംവിധാനവും, ഭരണകൂടത്തിന് മേലുള്ള നീരാളിപ്പിടുത്തവും, "സോഷ്യലിസ്റ്റ്" എന്ന വ്യാജ ഇമേജും ഉപയോഗിച്ച് നവലിബറൽ കൊള്ള സുഗമമാക്കുക എന്നതാണ് പാർട്ടിയുടെ പ്രത്യുപകാരം. ചൈനീസ് മാതൃകയിൽ ചെറിയ അനിഷ്ടങ്ങൾ പ്രകടിപ്പിച്ച് തുടങ്ങിയ കോടീശ്വരനായ ജാക്ക് മായെ എങ്ങനെയാണ് ഭരണകൂടം നിലക്ക് നിർത്തിയത് എന്നത് നവലിബറൽ ഏകാധിപത്യത്തിന്റെ നല്ല ഒരു ഉദാഹരണമാണ്.

നവലിബറലിസത്തിലേക്കുള്ള മാറ്റത്തോടെ സോഷ്യലിസ്റ്റ് മുഖംമൂടിയും ബ്യൂറോക്രറ്റിക് സംഘടനാ സംവിധാനവും ഉപേക്ഷിക്കുന്ന യൂറോപ്യൻ സോഷ്യൽ ഡെമോക്രസിയുടെ മാതൃക അല്ല കേരളത്തിലെ ഇടതുപക്ഷത്തിന്റേത്. മറിച്ച് വ്യാജ മാർക്സിസ്റ്റ് പുറംതോടിനുള്ളിൽ നിന്ന് കൊണ്ട്, തൊഴിലാളിവർഗ്ഗ ഉള്ളടക്കം മുഴുവൻ നഷ്ടപ്പെട്ട് ചട്ടക്കൂട് മാത്രമായി ചുരുങ്ങിയ സംഘടനാസംവിധാനം ഉപയോഗിച്ച്, നവലിബറൽ മുതലാളിത്തം നടപ്പാക്കുന്ന ചൈനീസ് മാതൃകയാണ് കേരളീയ ഇടതുപക്ഷത്തിന് പഥ്യം. നേതൃത്വത്തിന്റെ മുതലാളിത്ത ചായ്‌വിനും വികസനഭ്രമത്തിനും എതിരെ ഉള്ള എല്ലാ അഭിപ്രായങ്ങളെയും "വിഭാഗീയത"യായി മുദ്ര കുത്തേണ്ടതും അടിച്ചമർത്തേണ്ടതും ഇതിന് അനിവാര്യമായിരുന്നു. കഴിഞ്ഞ കുറച്ച് വർഷങ്ങളായി അരങ്ങേറിയ ഈ ശുദ്ധീകരണയജ്ഞത്തിന് ഒടുവിൽ, എതിർസ്വരങ്ങൾ എല്ലാം അപ്രത്യക്ഷമായ, തിരുവായ്ക്ക് എതിർവായ് ഇല്ലാത്ത, ഒരു ബ്യൂറോക്രറ്റിക് സംഘടനാസംവിധാനം ആണ് ഇടതുപക്ഷ പാർട്ടികളിൽ, പ്രത്യേകിച്ച് സിപിഎമ്മിൽ, അവശേഷിക്കുന്നത്. മുകളിൽ നിന്നുള്ള ഉത്തരവുകൾ നടപ്പാക്കാൻ മാത്രം പ്രാപ്തിയുള്ള ഏകശിലാത്മകമായ ഈ സംഘടനാ ചട്ടക്കൂടിന്റെ പിൻബലത്തിലാണ് കേരളീയ ഇടതുപക്ഷം തങ്ങളുടെ വികസനാസക്തി ജനതക്ക് മേൽ അടിച്ചേൽപ്പിക്കാൻ ഉദ്ദേശിക്കുന്നത്. "അച്ചടക്കമുള്ള ചീമുട്ടക"കളായി ഇരിക്കുന്നതിന് പ്രത്യുപകാരമായി സംഘടനയുടെ എല്ലാ തലത്തിൽ ഇരിക്കുന്നവർക്കും,

ചൈനീസ് മാതൃകയിൽ ഉള്ള ഒരു പാർട്ടി-സ്വകാര്യ മുതലാളി സഖ്യം രൂപപ്പെടുത്താനുള്ള സ്വാതന്ത്ര്യവും സാദ്ധ്യതയും തുറന്ന് കൊടുക്കപ്പെട്ടിട്ടുണ്ട്. പാർട്ടിയുടെ അദ്ധ്യക്ഷതയിൽ, എല്ലാ തലത്തിലുള്ള പാർട്ടി നേതൃത്വത്തിനും സ്വകാര്യ മുതലാളിവർഗ്ഗത്തിനും ഒരു പോലെ ഗുണകരമായ, നവലിബറൽ കൊള്ള; അതാണ് കേരളീയ ഇടതുപക്ഷത്തിന്റെ വികസനാസക്തിയുടെ ഉള്ളടക്കം.

സൈദ്ധാന്തിക പരിമിതികൾ ഉണ്ടായിരുന്നെങ്കിലും സത്യസന്ധതയും പോരാട്ടവീര്യവും അടിസ്ഥാനവർഗ്ഗത്തോടുള്ള ഐക്യദാർഢ്യവും കൈമുതലാക്കിയ കമ്മ്യൂണിസ്റ്റ് പ്രസ്ഥാനത്തിൽ നിന്നും തങ്ങളുടെ സംഘടനാ സംവിധാനം അടക്കം ഉപയോഗിച്ച് നവലിബറൽ നയങ്ങൾ നടപ്പാക്കാൻ ഒരുമ്പെടുന്ന വികസനഭ്രമം പിടിപെട്ട സോഷ്യൽ ഡെമോക്രസിയിലേക്കുള്ള ഇടതുപക്ഷത്തിന്റെ പരിണാമം ദുഃഖകരമാണ്. എന്നാൽ അതിൽ അത്ഭുതമോ ഞെട്ടലോ ഉളവാക്കുന്നതായി ഒന്നും തന്നെ ഇല്ല. വർഗ്ഗബോധത്തിലൂടെയും സംഘടനയിലൂടെയും വിപ്ലവോന്മുഖത കൈമോശം വരാതിരിക്കാൻ ബോധപൂർവ്വമായ ശ്രമങ്ങൾ നടത്താത്ത ലോകത്തിലെ എല്ലാ തൊഴിലാളിവർഗ്ഗ പ്രസ്ഥാനങ്ങളും മുതലാളിത്ത പ്രത്യയശാസ്ത്രത്തിന് കീഴ്പ്പെട്ട് ഇതേ പാത തന്നെയാണ് പിന്തുടർന്നത്. ഇതിന്റെ അടിസ്ഥാന കാരണം നേതൃത്വം അല്ല. ഇന്നത്തെ ഇടതുപക്ഷ നേതൃത്വത്തിന്റെ മുതലാളിത്ത ചായ്‌വ് രോഗ ലക്ഷണം മാത്രമാണ്; രോഗം വ്യവസ്ഥക്കാണ്. വിയോജന സ്വരങ്ങളുടെയെല്ലാം കാമ്പ് ചോർത്തിക്കളഞ്ഞ് അവയെ തങ്ങളുടെ പ്രത്യയശാസ്ത്രജീർണ്ണതയിലേക്ക് വലിച്ച് താഴ്ത്തുന്ന ഒരു തമോഗർത്തമാണ് മുതലാളിത്തവ്യവസ്ഥ. ഈ തമോഗർത്തത്തിന്റെ ആകർഷണ വലയമാണ് ഇടതുപക്ഷത്തെ സോഷ്യൽ ഡെമോക്രസി ആക്കി മാറ്റിയത്. അത് കൊണ്ട് തന്നെ നേതൃമാറ്റം ഇടതുപക്ഷത്തെ വീണ്ടും ജനപക്ഷരാഷ്ട്രീയ ചേരിയിൽ എത്തിക്കും എന്ന് കരുതുന്നവർ മൂഢസ്വർഗ്ഗത്തിൽ ആണ്. കാലം ആവശ്യപ്പെടുന്നത് പ്രത്യയശാസ്ത്രസ്ഥൈര്യവും വർഗ്ഗബോധവും കൈമുതലായുള്ള ബദൽ തൊഴിലാളിവർഗ്ഗപ്രസ്ഥാനം കെട്ടിപ്പടുക്കുക എന്നതാണ്. ഇത് ശ്രമകരമായ ജോലിയാണ്, പക്ഷെ മുതലാളിത്ത-ഫാഷിസ്റ്റ് അതിക്രമങ്ങളെ ചെറുത്ത് തോൽപ്പിക്കാൻ അത് മാത്രമാണ് പോംവഴി.

(നവംബർ 2022)

വൈരുദ്ധ്യാത്മക ഭൗതികവാദത്തെ ഇടതുപക്ഷം ഭയക്കുന്നതെന്തിന്?

പേരിൽ കമ്മ്യൂണിസവും മാർക്സിസവും ഒരുമിച്ചുള്ള പാർട്ടിയുടെ കേന്ദ്ര കമ്മിറ്റി അലങ്കരിക്കുന്നയാളാണ് എം. വി. ഗോവിന്ദൻ. കഴിഞ്ഞ രണ്ടുമൂന്നു ദശകങ്ങളായി സംസ്ഥാനതലത്തിൽ തന്നെ ദാർശനികവിഷയങ്ങളിൽ പാർട്ടി ക്ലാസ് കൈകാര്യം ചെയ്യുന്നയാളും ആണ്. അങ്ങനെയൊരാൾ വൈരുദ്ധ്യാത്മക ഭൗതികവാദത്തെ കുറിച്ച് പറയുമ്പോൾ നമ്മൾ ശ്രദ്ധിക്കണമല്ലോ. ഒരു കാര്യം ആദ്യം തന്നെ മനസ്സിലായി, എം. വി. ഗോവിന്ദന് വൈരുദ്ധ്യാത്മക ഭൗതികവാദത്തെ കുറിച്ച് ഒരു ചുക്കും ചുണ്ണാമ്പും അറിയില്ല. കാലങ്ങളായി ഇദ്ദേഹത്തിന്റെ ക്ലാസ്സിൽ നിന്നും വൈരുദ്ധ്യാത്മകത പഠിക്കുന്നവരുടെ കാര്യം ഓർക്കാതിരിക്കുന്നതാണ് ഭേദം.

എന്താണ് ഗോവിന്ദന്റെ പ്രധാന വാദം? വൈരുദ്ധ്യാത്മക ഭൗതികവാദം ഇന്ന് ഇന്ത്യയിൽ പ്രായോഗികമല്ല, അല്ലെങ്കിൽ ഇതിനെ മുൻനിർത്തി ഇന്ന് ഇന്ത്യയിൽ പ്രവർത്തിക്കാനാവില്ല. എന്താണ് അതിന്റെ കാരണം? ഇന്ത്യ ഇനിയും ബൂർഷ്വ വിപ്ലവത്തിന്റെ ഘട്ടത്തിൽ പോലും എത്തിയിട്ടില്ല, നമ്മൾ ഇന്നും ഫ്യൂഡൽ ജീർണ്ണതയുടെ പിടിയിലാണ്. ഇവിടെ ജനങ്ങളിൽ ഭൂരിഭാഗവും ഏതെങ്കിലും ഒരു മതത്തിന്റെ പിടിയിലാണ്. ഇങ്ങനെയുള്ള സാഹചര്യത്തിൽ വിശ്വാസികളെ കൂടെനിർത്തിക്കൊണ്ട് മാത്രമേ വിപ്ലവപാർട്ടികൾക്ക് പോലും പ്രവർത്തിക്കാനാവൂ. വൈരുദ്ധ്യാത്മക ഭൗതികവാദത്തിൽ അധിഷ്ഠിതമായ പ്രവർത്തനം ഈ സാഹചര്യങ്ങളിൽ സാധിക്കില്ല – വൈരുദ്ധ്യാത്മകതയെ കൈയ്യൊഴിഞ്ഞതിന് കാരണമായി ഗോവിന്ദൻ പറയുന്ന ഈ വാദങ്ങളിൽ വല്ല കഴമ്പും ഉണ്ടോ?

എന്താണ് വൈരുദ്ധ്യാത്മക ഭൗതികവാദം? അതൊരു തത്വശാസ്ത്രമാണോ? ചിന്താപദ്ധതി ആണോ? രീതിശാസ്ത്രം ആണോ? എൻഗൽസ് പറയുന്നത് ശ്രദ്ധിക്കാം:

"Dialectics, however, is nothing more than the science of general laws of motion and development of nature, human society and thought". (Anti-Duhring)

അതായത്, "വൈരുദ്ധ്യാത്മകത എന്നാൽ പ്രകൃതി, മനുഷ്യസമൂഹം, ചിന്ത എന്നിവയുടെ ചലനത്തിന്റെയും വികാസത്തിന്റെയും പൊതുവായ നിയമങ്ങളുടെ ശാസ്ത്രം അല്ലാതെ മറ്റൊന്നുമല്ല". പ്രകൃതിയുടെയും മനുഷ്യസമൂഹത്തിന്റെയും ചലനവും വികാസവും വൈരുദ്ധ്യാത്മകമായ പ്രക്രിയകൾ ആണ്. അതുകൊണ്ടാണ് അവ വിശകലനം ചെയ്യാനും പഠിക്കാനും വൈരുദ്ധ്യാത്മകതയിൽ അധിഷ്ഠിതമായ ഒരു രീതിശാസ്ത്രം വേണം എന്ന് മാർക്സിസം പറയുന്നത്. യാഥാർത്ഥ്യം വൈരുദ്ധ്യാത്മകമാണ്, അപ്പോൾ യാഥാർത്ഥ്യത്തെ പഠിക്കാനും മാറ്റാനും വൈരുദ്ധ്യാത്മകമായ ചിന്ത തന്നെ അവലംബിക്കണം. ഇതുകൊണ്ടാണ് വൈരുദ്ധ്യാത്മക ഭൗതികവാദം മാർക്സിസത്തിന്റെ പ്രപഞ്ചവീക്ഷണം ആയി മാറുന്നത്.

അതിനാൽ വൈരുദ്ധ്യാത്മക ഭൗതികവാദം അപ്രായോഗികമാണ് എന്ന് പറയുന്നതിന്റെ അർത്ഥം മാർക്സിസം തന്നെ അപ്രായോഗികമാണ് എന്നാണ്.

വൈരുദ്ധ്യാത്മക ഭൗതികവാദം ഒരു തത്വശാസ്ത്രം അല്ല, അത് കമ്മ്യൂണിസ്റ്റുകാരുടെ പ്രപഞ്ചവീക്ഷണമാണ് (Weltanschauung എന്നാതാണ് എൻഗൽസ് ഉപയോഗിക്കുന്ന ജർമ്മൻ വാക്ക്) എന്ന് മാർക്സും എൻഗൽസും നിരന്തരം വ്യക്തമാക്കുന്നുണ്ട്. പ്രകൃതിയിലും സമൂഹത്തിലും ഉണ്ടാവുന്ന എല്ലാ സംഭവവികാസങ്ങളെയും മാർക്സിസം വിശകലനം ചെയ്യുന്നത് ഭൗതികപരമായ വൈരുദ്ധ്യാത്മകതയുടെ കണ്ണുകളിൽ കൂടി ആണ്. അതുകൊണ്ട് തന്നെ വികസിതമായ സമൂഹങ്ങളിൽ മാത്രമേ വൈരുദ്ധ്യാത്മക ഭൗതികവാദം ഉപയോഗിക്കാനാവൂ എന്ന ഗോവിന്ദന്റെ ആശയം ശുദ്ധ അസംബന്ധമാണ്.

1848 ലെ യൂറോപ്പ്യൻ ജനാതിപത്യ വിപ്ലവങ്ങൾ മാർക്സ് വിശകലനം ചെയ്തത് വൈരുദ്ധ്യാത്മക ഭൗതികവാദത്തിന്റെ രീതിശാസ്ത്രം ഉപയോഗിച്ചാണ് (The revolutions of 1848 എന്ന മാർക്സിന്റെ ലേഖനസമാഹാരം കാണുക). പിന്നോക്കാവസ്ഥ നിലനിന്നിരുന്ന റഷ്യയിൽ 1905ൽ അരങ്ങേറിയ ജനാധിപത്യ വിപ്ലവങ്ങളും ലെനിൻ പഠിച്ചത്

വൈരുദ്ധ്യാത്മകമായി തന്നെ! (ലെനിന്റെ Two Tactics of Social Democracy in the Democratic Revolution എന്ന പുസ്തകം). എന്തിനേറെ പറയുന്നു, പ്രിമിറ്റിവ് കമ്മ്യൂണിസത്തിൽ നിന്നും വർഗ്ഗ വിഭജനത്തിൽ ഊന്നിയ സമൂഹങ്ങളിലേക്കുള്ള ആദിമമനുഷ്യന്റെ പ്രയാണം പോലും എൻഗൽസ് പഠിക്കുന്നത് (Origin of family, private property and state എന്ന ഗ്രന്ഥം) വൈരുദ്ധ്യാത്മക ഭൗതി കവാദത്തിന്റെ രീതിശാസ്ത്രം ഉപയോഗിച്ചാണ്.

ഇന്ത്യൻ സാഹചര്യങ്ങളിൽ ആണെങ്കിൽ സിന്ധുനദീതട നാഗരികതയുടെ തകർച്ച, ജാതിസംവിധാനത്തിന്റെ വളർച്ച, മുഗൾ സാമ്രാജ്യത്തിന്റെ തകർച്ച, ഹിന്ദുത്വ ഫാഷിസത്തിന്റെ വളർച്ച എന്നീ ചരിത്രസന്ധികളെയെല്ലാം മാർക്സിസം സമീപിക്കുന്നത് വൈരുദ്ധ്യാ ത്മകമായാണ്. അതുകൊണ്ട് ഇന്ത്യ ഇന്നും ഫ്യൂഡൽ ജീർണ്ണതയുടെ പിടിയിലാണ് എന്ന ഗോവിന്ദന്റെ പ്രസ്താവന ഒരു വാദത്തിന് വേണ്ടി അംഗീകരിക്കുകയാണെങ്കിൽ തന്നെയും മാർക്സിസ്റ്റുകരുടെ കാഴ്ചപ്പാ ടിലോ പ്രപഞ്ചവീക്ഷണത്തിലോ വിശകലനരീതിയിലോ യാതൊരു മാറ്റവും ഉണ്ടാവില്ല. ഈ ജീർണ്ണതയുടെ സാഹചര്യത്തിൽ എങ്ങനെ യാണ് തൊഴിലാളിവർഗ്ഗപ്രസ്ഥാനങ്ങൾ പ്രവർത്തിക്കേണ്ടത് എന്ന വിശകലനം വൈരുദ്ധ്യാത്മകമായി തന്നെ നടത്തേണ്ടുന്ന ഒന്നാണ്.

എന്നാൽ ഇന്ത്യ ഇന്ന് ഫ്യൂഡലിസത്തിന്റെ പിടിയിലാണോ? ഒരു സമൂഹത്തിലെ ഉൽപ്പാദനവ്യവസ്ഥ ഏതാണ് എന്ന് മനസ്സിലാക്കുന്നത് പ്രാഥമികമായും അവിടുത്തെ ജനങ്ങളുടെ കാഴ്ചപ്പാട് നോക്കിയിട്ടല്ല. ആ സമൂഹത്തിന്റെ ഭൗതിക സാഹചര്യം നോക്കിയിട്ടാണ്. ഇന്ത്യൻ സാമൂ ഹികവ്യവസ്ഥയിൽ ചരക്കുവൽക്കരിക്കപ്പെടാത്തതായി ഒന്നും തന്നെ ഇന്നില്ല, ഏറ്റവും പിന്നോക്കമുള്ള ഗ്രാമങ്ങളിൽ പോലും കൂലിവേല നിലവിൽ വന്നു കഴിഞ്ഞു, കൃഷിയിൽ അടക്കം ഉൽപ്പാദനത്തിന്റെ ബഹുഭൂരിപക്ഷവും വിപണിയെ ലക്ഷ്യമാക്കി ഉള്ളതാണ്. ഭൗതികസാ ഹചര്യങ്ങളുടെ വെളിച്ചത്തിൽ എങ്ങനെ നോക്കിയാലും ഇന്ത്യ ഒരു അടിമുടി മുതലാളിത്തസമൂഹമാണ്.

അങ്ങനെയെങ്കിൽ മുതലാളിത്തത്തിന്റെ പ്രത്യയശാസ്ത്രമായ ജനാ ധിപത്യ ആശയങ്ങളും ശാസ്ത്രബോധവും ബൂർഷ്വ സമത്വസങ്കൽപ്പങ്ങളും എന്തുകൊണ്ടാണ് ഇന്ത്യയിൽ ദിനംപ്രതി കുറഞ്ഞു വരുന്നത്? എന്തു കൊണ്ടാണ് നമ്മൾ മതങ്ങളിലേക്കും ജാതിയിലേക്കും ആചാരങ്ങളിലേ ക്കും മടങ്ങിപ്പൊയ്ക്കൊണ്ടിരിക്കുന്നത്? ജീർണ്ണതയിലേക്കുള്ള ഈ മടങ്ങി പോക്കിന്റെ അടിസ്ഥാനത്തിലാണ് ഇന്ത്യ ഇന്നും ഫ്യൂഡലിസത്തിന്റെ

പിടിയിലാണ് എന്ന് ഗോവിന്ദൻ വാദിക്കുന്നത്. എന്നാൽ ഈ ആശയ ജീർണ്ണത ഫ്യൂഡൽ വ്യവസ്ഥ ഉൽപ്പാദിപ്പിക്കുന്നതല്ല; മുതലാളിത്ത ജീർണ്ണതയുടെ ഉൽപ്പന്നങ്ങളാണ് അവ.

മുതലാളിത്തത്തിന്റെ പ്രാരംഭഘട്ടത്തിൽ ആണ് അത് പുരോഗമന പരവും ഫ്യൂഡൽ വിരുദ്ധവും ആയ ആശയങ്ങൾ ഉൽപ്പാദിപ്പിക്കുന്നത്. എന്നാൽ ഇന്ന് ലോകമാകമാനം (ഇന്ത്യയിലും) മുതലാളിത്തം ജീർണ്ണിച്ച് കൊണ്ടിരിക്കുകയാണ്. സാമ്പത്തിക-രാഷ്ട്രീയ പ്രതിസന്ധികളിൽ നിന്നും കരകയറാൻ അതിന് ആവുന്നതേ ഇല്ല. ജീർണ്ണിച്ച ആശയങ്ങളുടെ മടങ്ങിവരവിനും ഫാഷിസത്തിന്റെ വളർച്ചക്കും എല്ലാം കാരണം മുതലാളിത്തത്തിന്റെ പ്രതിസന്ധി ജനങ്ങളിൽ ഉൽപ്പാദിപ്പിക്കുന്ന അരക്ഷിതാവസ്ഥയും അന്യവൽക്കരണവും ആണ്. അല്ലാതെ നമ്മൾ ഫ്യൂഡൽ വ്യവസ്ഥയിൽ ആയതുകൊണ്ടല്ല. മതഭ്രാന്തിലേക്കും വർണ്ണവെറിയിലേക്കും യുക്തിരഹിതമായ ദേശഭക്തിയിലേക്കും ഫാഷിസത്തിലേക്കും ഉള്ള പോക്ക് യുഎസിലും യൂറോപ്പിലും വരെ ഇന്ന് പ്രകടമാണ്. ഇതെല്ലാം ഫ്യൂഡലിസം കാരണമല്ല, മുതലാളിത്തത്തിന്റെ ജീർണ്ണത കാരണമാണ്.

ഗോവിന്ദന് ഇത് മനസിലാവാത്തത് അദ്ദേഹം വൈരുദ്ധ്യാത്മക ഭൗതികവാദം കൈയ്യൊഴിഞ്ഞത് കൊണ്ടാണ്. മുതലാളിത്തം പ്രതിസന്ധികളിൽ പെട്ട് ഉലയുമ്പോൾ, ഈ ജീർണ്ണതയിൽ ഫാഷിസം തഴച്ച് വളരുമ്പോൾ, വൈരുദ്ധ്യാത്മകത അപ്രായോഗികമാവുകയല്ല ചെയ്യുന്നത്. മറിച്ച്, മനുഷ്യചരിത്രത്തിന്റെ ഒരു ഘട്ടത്തിലും ഒരു പക്ഷെ വൈരുദ്ധ്യാത്മക ഭൗതികവാദം ഇന്നത്തെപ്പോലെ ഇത്രയും പ്രസക്തമായി മാറിയിട്ടില്ല. മുതലാളിത്തത്തെയും ഫാഷിസത്തെയും അവ ഉൽപ്പാദിപ്പിക്കുന്ന ജീർണ്ണതയേയും എതിരിടാൻ ഇന്ന് തൊഴിലാളിവർഗ്ഗത്തിന്റെ ഏറ്റവും ശക്തമായ ആയുധമാണ് വൈരുദ്ധ്യാത്മക ഭൗതികവാദം.

എന്നാൽ ഭൗതികപരമായ വൈരുദ്ധ്യത്മകതക്ക് ഒരു പ്രശ്നമുണ്ട്, അത് എല്ലായ്പ്പോഴും വിപ്ലവാത്മകമാണ്. അതുകൊണ്ടുതന്നെ വ്യവസ്ഥയുമായി സമരസപ്പെട്ട് മുന്നോട്ട് പോകാൻ ആഗ്രഹിക്കുന്ന അവസരവാദികൾക്ക് അത് എപ്പോഴും ബുദ്ധിമുട്ടുണ്ടാക്കും. അധികാരം മാത്രം ലക്ഷ്യം വെച്ചുള്ള തങ്ങളുടെ അവസരവാദ ചുവടുമാറ്റങ്ങൾക്ക് മാർക്സിസവും വൈരുദ്ധ്യാത്മക ഭൗതികവാദവും ഒരു വിലങ്ങുതടിയാണ് എന്ന തിരിച്ചറിവാണ് അവയെ "അപ്രായോഗികം" ആയി മുദ്ര കുത്താനുള്ള യഥാർത്ഥ പ്രേരണ.

"മാർക്സിസ്റ്റ്" എന്ന് ഊറ്റം കൊള്ളുന്ന പാർട്ടികൾ വൈരുദ്ധ്യാത്മക ഭൗതികവാദത്തിന് പകരം "വികസനത്തിന്റെ ശരണംവിളി"കളുമായി തിരഞ്ഞെടുപ്പിനെ അഭിമുഖീകരിക്കാൻ തയ്യാറെടുക്കുന്ന വേളയിൽ ഗോവിന്ദനെ പോലെ ഉള്ളവർക്ക് എന്തുകൊണ്ടാണ് വൈരുദ്ധ്യാത്മകതയിൽ വലിയ "ഉറപ്പ്" തോന്നാത്തത് എന്ന ചോദ്യത്തിന് ക്യാപിറ്റലിന്റെ രണ്ടാം ജർമ്മൻ പതിപ്പിന് എഴുതിയ കുറിപ്പിൽ മാർക്സ് തന്നെ ഉത്തരം നൽകുന്നുണ്ട്,

"വൈരുദ്ധ്യാത്മകത, അതിന്റെ യുക്തിസഹമായ രൂപത്തിൽ, ബൂർഷ്വാസിക്കും അവരുടെ തത്വോപദേശകരായ പ്രൊഫസർമാർക്കും അപവാദപരവും വെറുപ്പുളവാക്കുന്നതും ആയ ഒന്നാണ്. കാരണം, വൈരുദ്ധ്യാത്മകത നിലനിൽക്കുന്ന സാഹചര്യത്തെ ഉൾക്കൊള്ളുകയും മനസ്സിലാക്കുകയും ചെയ്യുന്നതിനൊപ്പം തന്നെ ഈ സാഹചര്യത്തിന്റെ നിരാസവും അനിവാര്യമായ അതിന്റെ തകർച്ചയും കൂടി തിരിച്ചറിയുന്നു; ചരിത്രപരമായി ഉടലെടുത്ത ഏതൊരു സാമൂഹികരൂപത്തെയും അത് ചലനാത്മകമായി നോക്കിക്കാണുന്നു, അതിനാൽ തന്നെ അതിന്റെ ക്ഷണികതയും നശ്വരതയും അത് കണക്കിലെടുക്കുന്നു; മറ്റൊന്നിനെയും അതിനു മുകളിൽ അടിച്ചേൽപ്പിക്കാൻ അനുവദിക്കാതിരിക്കുക വഴി വൈരുദ്ധ്യാത്മകത അതിന്റെ ഉള്ളടക്കത്തിൽ വിമർശനാത്മകവും വിപ്ലവകരവും ആയിത്തീരുന്നു."

മാർക്സിസ്റ്റ് വൈരുദ്ധ്യാത്മകതയുടെ ഈ വിപ്ലവോന്മുഖത വ്യവസ്ഥയുടെ കാവൽക്കാർക്ക് എന്നും ഒരു ഭീഷണിയാണ്. അതുകൊണ്ടാണ് ഏതുവിധേനയും അതിനെ "അപ്രായോഗിക"മാക്കി നിർവ്വീര്യമാകാൻ ഗോവിന്ദൻ ശ്രമിക്കുന്നത്. വികസനത്തിന്റെ ശരണംവിളികൾ വർഗ്ഗസമരത്തിന്റെ യുദ്ധകാഹളത്തിന് പകരമാവും എന്ന് ധരിക്കുന്നവർക്ക് വൈകാതെ മനസ്സിലാവും കാലഹരണപ്പെടുന്നത് മാർക്സിസ്റ്റ് വൈരുദ്ധ്യാത്മകത അല്ല, വ്യവസ്ഥയുടെ ഭാഗമായിക്കഴിഞ്ഞ റിഫോർമിസ്റ്റ് ഇടതുപക്ഷമാണ് എന്ന്!

(ഫെബ്രുവരി 2021)

മാർഗ്ഗം, ലക്ഷ്യം, പ്രസ്ഥാനം - ലെനിനിസത്തിന്റെ അന്തഃസ്സത്ത

മാർഗ്ഗവും ലക്ഷ്യവും തമ്മിലുള്ള ബന്ധം തത്വശാസ്ത്രത്തിൽ നിരന്തരമായി ഉയർന്നുവരുന്ന സമസ്യകളിൽ ഒന്നാണ്. എന്നാൽ ഇത് കേവലം ഒരു താത്വികപ്രശ്നം മാത്രമല്ല, മറിച്ച് പ്രയോഗത്തെ സംബന്ധിക്കുന്ന പ്രധാന സമസ്യ കൂടിയാണ്. പ്രയോഗത്തിന് പ്രഥമ സ്ഥാനം കല്പിക്കുന്ന ഒരു പ്രപഞ്ചവീക്ഷണം എന്ന നിലക്ക് മാർക്സിസത്തിൽ ഈ ചോദ്യത്തിന് കേന്ദ്ര പ്രാധാന്യമുണ്ട്. മാർഗ്ഗം-ലക്ഷ്യം എന്ന ദ്വന്ദ്വത്തിന്റെ ശരിയായ വിശകലനത്തെ അടിസ്ഥാനപ്പെടുത്തി മാത്രമേ മാർക്സിസത്തിന്റെ രാഷ്ട്രീയ പ്രയോഗം സാധ്യമാവുകയുള്ളൂ.

ഈ ദ്വന്ദ്വത്തിന്റെ വിവിധ വശങ്ങളിലേക്കും അതിന്റെ സങ്കീർണ്ണതകളിലേക്കും വിരൽ ചൂണ്ടുന്ന നല്ല ഉദാഹരണങ്ങളിൽ ഒന്ന് ആധുനിക ഫുട്ബോൾ ആണ്. ഒരു ഫുട്ബോൾ കളിയിലെ പ്രധാന പ്രശ്നം മാറ്റുരക്കുന്ന ടീമുകളിൽ ഏതു ടീമാണ് "നന്നായി കളിക്കുന്നത്" എന്നതാണ്. നന്നായി കളിക്കുന്നതിന്റെ അളവുകോൽ അടിക്കുന്ന ഗോളിന്റെ എണ്ണമാണ്. ഇത് ചരിത്രപരമായി ഉരുത്തിരിഞ്ഞു വന്ന ഒരു അളവുകോലാണ്. ഈ അളവുകോലിന്റെ അടിസ്ഥാനം, "നന്നായി കളിക്കാൻ" അറിയുന്ന ടീം കൂടുതൽ ഗോൾ നേടാനുള്ള സാധ്യത അധികമാണ് എന്ന ധാരണയാണ്. ഈ ധാരണ ഒരു പരിധി വരെ ശരിയാണ് താനും.

എന്നാൽ ആധുനിക ഫുട്ബോളിന്റെ പ്രധാന "സംഭാവന"കളിൽ ഒന്ന് കൂടുതൽ ഗോൾ അടിക്കാൻ എതിർ ടീമിനെക്കാൾ നന്നായി കളിക്കണമെന്നില്ല എന്ന തിരിച്ചറിവാണ്. പകരം, മെച്ചപ്പെട്ട ടീമിനെ നന്നായി കളിക്കുന്നതിൽ നിന്നും തടഞ്ഞാൽ മതി. കളിച്ചു ജയിക്കാതെ, എതിർടീമിനെ കളിക്കാൻ അനുവദിക്കാതെ ജയിക്കുന്ന ഈ രീതിയെ

പലപ്പോഴും നെഗറ്റീവ് ഫുട്ബോൾ എന്ന് അടയാളപ്പെടുത്താറുണ്ട്.

എന്നാൽ കൗതുകകരമായ കാര്യം, നെഗറ്റീവ് ഫുട്ബോൾ തന്ത്രങ്ങൾ ഫുട്ബോളിന്റെ അടിസ്ഥാനയുക്തിയെ തന്നെ ചോദ്യം ചെയ്യുന്നവയാണ് എന്നതാണ്. മാറ്റുരക്കുന്ന ടീമുകളിൽ ഏതിനാണ് നന്നായി കളിക്കാൻ അറിയുന്നത് എന്ന ചോദ്യം അപ്രസക്തമാവുന്നു. കാരണം, നെഗറ്റീവ് ഫുട്ബോൾ അവലംബിക്കുന്ന ടീം, തങ്ങളുടെ എതിർടീമാണ് തങ്ങളേക്കാൾ നല്ലത് എന്നും അവരെ കളിച്ച് തോൽപ്പിക്കാൻ തങ്ങൾക്കാവില്ല എന്നും ആദ്യമേ സമ്മതിക്കുകയാണ് യഥാർത്ഥത്തിൽ ചെയ്യുന്നത്. എന്നാൽ എതിർടീമിനെ കളിക്കാൻ അനുവദിക്കാതെ, "ഔപചാരികവിജയ"ത്തിന് വേണ്ട ഗോൾ അടിക്കുന്നതാവട്ടെ അവരാണ് താനും.

നെഗറ്റീവ് ഫുട്ബോൾ ചെയ്യുന്നത് മാർഗ്ഗവും ലക്ഷ്യവും തമ്മിലുള്ള ബന്ധം നേർരേഖയിൽ കിടക്കുന്ന ഒന്നാണ് എന്ന ധാരണ ഉടച്ചുവാർക്കുകയാണ്. നന്നായി കളിക്കുന്ന ടീം ഗോൾ അടിച്ച് വിജയിക്കണം എന്നില്ല; ഗോൾ അടിച്ച് ജയിക്കുന്ന ടീം നന്നായി കളിച്ചിരിക്കണം എന്നും ഇല്ല. ഈ അവസ്ഥാവിശേഷം ഫുട്ബോൾ പരിശീലകരിൽ ഭൂരിഭാഗത്തേയും രണ്ട് വിഭാഗങ്ങളായി പിരിക്കുന്നു. ഒരു വിഭാഗം പ്രായോഗിക (pragmatic) ഫുട്ബാളിനെ പുൽകിക്കൊണ്ട് നന്നായി കളിക്കുന്നതിൽ അല്ല, ഏതുവിധേനയും ഗോൾ അടിക്കുന്നതിൽ ആണ് കാര്യം എന്ന് വാദിക്കുമ്പോൾ മറ്റൊരു വിഭാഗം ഗോൾ അടിച്ചു ജയിക്കുന്നതിനേക്കാൾ പ്രധാനം നല്ല കളി കാഴ്ച വെക്കുന്നതാണ് എന്ന കാൽപ്പനിക (romantic) ആശയം മുന്നോട്ടു വെക്കുന്നു. ജോസെ മൗറീഞ്ഞ്യോ ആദ്യ വിഭാഗത്തിലെ പ്രധാനി ആണെങ്കിൽ ആർസെൻ വെൻഗറെ പോലുള്ളവർ രണ്ടാമത്തെ വിഭാഗത്തിന്റെ പ്രതിനിധികൾ ആണ്. എന്നാൽ ലോകഫുട്ബോളിലെ മികച്ച ടീമുകൾ എല്ലാം തന്നെ മനോഹരമായ കളിയും ഗോളടിക്കാനുള്ള നൈപുണ്യവും ഒരുമിച്ച് കാഴ്ച വെച്ചവയായിരുന്നു എന്നതാണ് സത്യം.

ഇതിന് സമാനമായ അവസ്ഥ രാഷ്ട്രീയ പ്രയോഗത്തിന്റെ, പ്രത്യേകിച്ച് സോഷ്യലിസ്റ്റ് രാഷ്ട്രീയത്തിന്റെ, മേഖലയിലും കാണാൻ സാധിക്കും. "That which is generally called the ultimate aim of socialism is nothing, but the movement is everything" എന്നത് ബേൺസ്റ്റൈനിന്റെ പ്രശസ്തമായ വാക്യമാണ്. ഇത് റിഫോമിസ്റ്റ് രാഷ്ട്രീയത്തിന്റെ ആപ്തവാക്യം കൂടിയാണ്. തൊഴിലാളിവർഗ്ഗവിപ്ലവം എന്ന ലക്ഷ്യത്തെ പാടേ കൈയ്യൊഴിഞ്ഞു കൊണ്ട് ദൈനംദിന പരിഷ്കരണ പരിപാടികളിലേക്ക് ചുരുങ്ങുകയാണ് റിഫോമിസം ചെയ്യുന്നത്. ഇതിന്

ബദലായി സാധാരണ ഉയർത്തപ്പെടുന്ന വാദം "ലക്ഷ്യം മാർഗ്ഗത്തെ സാധൂകരിക്കും" എന്നതാണ് (ഈ വാദത്തെ ലെനിന്റെ തലയിൽ കെട്ടി വെക്കാനുള്ള ശ്രമങ്ങൾ പലപ്പോഴും നടക്കാറുണ്ട്). മാർഗ്ഗം പ്രധാനമല്ലെന്നും വ്യവസ്ഥയെ "തച്ചുടക്കാൻ" ഏതു മാർഗ്ഗവും സ്വീകരിക്കാമെന്നുമുള്ള ഈ ആശയം ഇടതുപക്ഷ സാഹസികതയുടെ (left-adventurism) മുഖമുദ്രയാണ്. മാർഗ്ഗത്തിന് വേണ്ടി ലക്ഷ്യത്തെ കൈയ്യൊഴിയുന്ന റിഫോമിസത്തെ അവസരവാദമായാണ് (opportunism) ലെനിൻ അടയാളപ്പെടുത്തിയതെങ്കിൽ ലക്ഷ്യത്തിന് വേണ്ടി മാർഗ്ഗത്തെ തള്ളിപ്പറയുന്ന സാഹസികത ലെനിനിനെ സംബന്ധിച്ച് ഒരു infantile disorder മാത്രമാണ്. എതിർചേരിയിൽ നിൽക്കുന്നു എന്ന് തോന്നിപ്പിക്കുന്ന ഈ രണ്ട് ആശയങ്ങളുടെയും പൊള്ളത്തരം വെളിവാക്കുന്നതാണ് മാർഗ്ഗം-ലക്ഷ്യം ദ്വന്ദ്വത്തോടുള്ള മാർക്സിസ്റ്റ് സമീപനം.

ഏതൊരു ദ്വന്ദ്വത്തെയും പോലെ മാർഗ്ഗം-ലക്ഷ്യം എന്ന ദ്വന്ദ്വത്തിന്റെയും ശരിയായ വിശകലനം വൈരുദ്ധ്യാത്മകതയിലൂടെ മാത്രമേ സാധ്യമാവുകയുള്ളൂ. അത് കൊണ്ട് തന്നെ നമുക്ക് മാർക്സിൽ നിന്ന് തുടങ്ങേണ്ടതുണ്ട്. മറ്റൊരു പശ്ചാത്തലത്തിൽ മാർക്സ് കുറിച്ച ഒരു വാക്യത്തിന് ഇവിടെ വലിയ പ്രസക്തി ഉണ്ട്: "Not only the result, but the road to it also, is a part of truth. The investigation of truth must itself be true, true investigation is unfolded truth, the disjointed members of which unite in the result." ഇവിടെ മാർക്സ്, സൈദ്ധാന്തിക അന്വേഷണങ്ങളിലെ പാതയും ഫലവും (road and result) തമ്മിലുള്ള വൈരുദ്ധ്യാത്മകതയെ കുറിച്ചാണ് സംസാരിക്കുന്നത്. എങ്കിലും ഈ വാക്യത്തിന്റെ അന്തഃസത്ത മാർഗ്ഗം-ലക്ഷ്യം എന്ന ദ്വന്ദ്വത്തിനും ബാധകമാണ്.

സത്യത്തെ കുറിച്ചുള്ള അന്വേഷണവും സത്യമുള്ളതായിരിക്കണം എന്നാണ് മാർക്സിന്റെ വാദം. സത്യത്തിന്റെ ചുരുളഴിയുന്നത് ശരിയായ അന്വേഷണത്തിലൂടെ മാത്രമാണ്; അതുകൊണ്ട് അന്വേഷണം ഏത് തരത്തിലുള്ളതായാലും കുഴപ്പമില്ല, അവസാനം സത്യത്തിൽ എത്തിയാൽ മതി എന്ന് കരുതുന്നവർ മൂഢസ്വർഗ്ഗത്തിൽ ആണ്. അന്വേഷണത്തിലൂടെ സ്വരൂപിക്കപ്പെടുന്ന സത്യത്തിന്റെ നുറുങ്ങുകൾ ഏകോപിക്കപ്പെടുന്നതും ഒന്നിക്കപ്പെടുന്നതും അവയ്ക്ക് സമഗ്രത കൈവരുന്നതും അതിന്റെ ഫലത്തിൽ മാത്രമാണ്; അതുകൊണ്ട് ശരിയായ അന്വേഷണത്തിന്റെ പാതയിൽ സഞ്ചരിച്ചാൽ മതി, അത് നമ്മളെ സത്യത്തിലേക്ക് നയിച്ചില്ലെങ്കിലും (ഇനി 'സത്യം' എന്ന ഒന്ന് ഇല്ലെങ്കിൽ

തന്നെയും) കുഴപ്പമില്ല എന്ന ആശയവും അബദ്ധജഡിലമാണ്. കാരണം അന്വേഷണത്തിന്റെ ശരിയും തെറ്റും നിർണ്ണയിക്കപ്പെടുന്നത് അന്വേഷണഫലത്തിന്റെ സമഗ്രതയുടെ പശ്ചാത്തലത്തിൽ മാത്രമാണ്.

ഇതേ വൈരുദ്ധ്യാത്മകയുക്തി തന്നെയാണ് മാർഗ്ഗം-ലക്ഷ്യം എന്ന ദ്വന്ദ്വത്തിനും ബാധകം. മാർഗ്ഗം-ലക്ഷ്യം എന്നത് പരസ്പരം നിർമ്മിക്കുകയും പൂരിപ്പിക്കുകയും ചെയ്യുന്ന ഒരു വൈരുദ്ധ്യാത്മക ദ്വന്ദ്വമാണ്. ലക്ഷ്യമാണ് മാർഗ്ഗത്തെ നിർണ്ണയിക്കുന്നത്; മാർഗ്ഗമാണ് ലക്ഷ്യത്തെ നിർമ്മിക്കുന്നത്. ഈ വൈരുദ്ധ്യാത്മക യുക്തിയുടെ അഭാവമാണ് നമ്മളെ റിഫോമിസ്റ് അവസരവാദത്തിലേക്കും ഉട്ടോപ്യൻ സാഹസികതയിലേക്കും തള്ളിവിടുന്നത്. ഈ രണ്ട് ആശയധാരകളെയും സംബന്ധിച്ചിടുത്തോളം മാർഗ്ഗവും ലക്ഷ്യവും സ്വതന്ത്രമായി നിലനിൽക്കുന്നവയാണ്; അവ തമ്മിലുള്ള ബന്ധം തികച്ചും യാന്ത്രികമാണ്. എന്നാൽ മേൽപ്പറഞ്ഞ മാർക്സിസ്റ്റ് വൈരുദ്ധ്യാത്മകതയുടെ അടിസ്ഥാനത്തിൽ ലക്ഷ്യം ഇല്ലെങ്കിലും കുഴപ്പമില്ല, മാർഗ്ഗം ശരിയായാൽ മതി എന്നോ, ലക്ഷ്യം നല്ലതെങ്കിൽ ഏത് മാർഗ്ഗവും സ്വീകരിക്കാം എന്നോ ഉള്ള നിലപാടുകൾ അംഗീകരിക്കാൻ ആവില്ല.

ലക്ഷ്യമാണ് മാർഗ്ഗത്തെ നിശ്ചയിക്കുന്നത്; മാർഗ്ഗം എന്നാൽ എപ്പോഴും "ലക്ഷ്യത്തിലേക്കുള്ള" മാർഗ്ഗമാണ്. ലക്ഷ്യമാണ് മാർഗ്ഗത്തിന്റെ അളവുകോൽ, മാർഗ്ഗത്തിന്റെ ശരിയും തെറ്റും അളക്കപ്പെടുന്നത് അത് ലക്ഷ്യത്തോട് നീതി പുലർത്തുന്നുണ്ടോ എന്ന് നോക്കിയാണ്. പൊട്ടിയ പട്ടം പോലെ, ലക്ഷ്യത്തോട് ബന്ധമില്ലാതെ, അതിനോട് നീതി പുലർത്താതെ, self-referential ആയി, അന്നന്നത്തെ പ്രശ്നങ്ങളോടും സാദ്ധ്യതകളോടുമുള്ള പ്രതികരണം മാത്രമായി മാറുന്ന മാർഗ്ഗത്തെ അതുകൊണ്ടാണ് ലെനിൻ അവസരവാദം എന്ന് വിളിച്ചത്.

എന്നാൽ ലക്ഷ്യം എന്നത് നമ്മൾ ശൂന്യതയിൽ നിന്നും ഉണ്ടാക്കിയെടുക്കുന്ന ഒന്നല്ല; ലക്ഷ്യം മാർഗ്ഗത്തിലൂടെ നിർമ്മിക്കപ്പെടുന്ന ഒന്നാണ്. അതുകൊണ്ടാണ് മാർഗ്ഗത്തിൽ നിന്നും ഉരുത്തിരിഞ്ഞു വരാത്ത ലക്ഷ്യങ്ങളെ നമ്മൾ ഉട്ടോപ്യൻ എന്ന് വിളിക്കുന്നത്. ഇത്തരം ലക്ഷ്യങ്ങളുടെ പുറകെ ഉള്ള പാച്ചിലിനെ ലെനിൻ സാഹസികതയായി മുദ്ര കുത്തിയതും ഇതുകൊണ്ട് തന്നെ.

മാർഗ്ഗത്തെയും ലക്ഷ്യത്തെയും കുറിച്ചുള്ള ഈ വൈരുദ്ധ്യാത്മക പരികല്പനയുടെ അടിസ്ഥാനത്തിൽ ആണ് റോസ ലക്സംബർഗ് തന്റെ "Reform and Revolution" എന്ന കൃതിയിൽ ബേൺസ്റ്റൈനിന്റെ റിഫോമിസത്തെ വിമർശിക്കുന്നത്. കൃതിയുടെ ആമുഖത്തിൽ തന്നെ

റോസ പറയുന്നു: "The controversy with Bernstein and his followers .... is not a question of this or that method of struggle, or the use of this or that set of tactics, but of the very existence of social-democratic movement." അതായത്, മാർക്സിസവും റിഫോമിസവും തമ്മിലുള്ള തർക്കം മാർഗ്ഗത്തെ ചൊല്ലി യുള്ളത് മാത്രമല്ല, തൊഴിലാളിവർഗ്ഗ പ്രസ്ഥാനത്തിന്റെ അസ്തിത്വത്തെ സംബന്ധിച്ചത് കൂടിയാണ്. കാരണം, മാർഗ്ഗത്തെ മഹത്വവൽക്കരി ക്കുന്ന റിഫോമിസം ലക്ഷ്യത്തെ കൈയ്യൊഴിയാൻ അധികസമയം വേണ്ട. ലോകത്തെ റിഫോമിസ്റ്റ് സോഷ്യൽ ഡെമോക്രാറ്റിക് പ്ര സ്ഥാനങ്ങളുടെയെല്ലാം, ഇന്ത്യൻ വ്യവസ്ഥാപിത ഇടതുപക്ഷത്തിന്റെ ഉൾപ്പെടെ, അവസരവാദത്തിലേക്കും മുതലാളിത്ത ദാസ്യത്തിലേക്കും ഉള്ള കൂപ്പുകുത്തൽ ലെനിനിന്റെയും റോസയുടെയും വിശകലനങ്ങൾ ശരിവെക്കുന്നുണ്ട്.

മാർഗ്ഗവും ലക്ഷ്യവും തമ്മിലുള്ള ബന്ധത്തിന്റെ വിശകലനം വെറും ഒരു ദാർശനിക പ്രശ്നമല്ലെന്നും അത് ഒരു പ്രായോഗിക രാഷ്ട്രീയ പ്ര ശ്നമാണെന്നും തുടക്കത്തിൽ തന്നെ സൂചിപ്പിച്ചതാണ്. ലോകമെമ്പാടും തൊഴിലാളിവർഗ്ഗ രാഷ്ട്രീയം ഇന്നെത്തിനിൽക്കുന്ന വിരോധാഭാസപ രമായ അവസ്ഥ ഇതിന്റെ ഉദാഹരണമാണ്. മുതലാളിത്തത്തിന്റെയും അതിന്റെ ഏറ്റവും ഉയർന്ന രൂപമായ സാമ്രാജ്യത്വത്തിന്റെയും ഘടനാ പരമായ പ്രതിസന്ധികൾ ഇത്രയും രൂക്ഷവും നഗ്നവും ആയ അവസ രങ്ങൾ ചരിത്രത്തിൽ തന്നെ അധികമില്ല. അങ്ങനെ നോക്കുമ്പോൾ തൊഴിലാളിവർഗ്ഗമുന്നേറ്റവും മുതലാളിത്തത്തിന്റെ അതിവർത്തനവും സാദ്ധ്യമാവുന്നതിനുള്ള വസ്തുനിഷ്ഠമായ അവസ്ഥ ഇന്ന് നിലവിലുണ്ട്. എന്നാൽ, വിപ്ലവകരവും സമരോൽസുകവും ആയ തൊഴിലാളിവർഗ്ഗരാ ഷ്ട്രീയം ലോകമുടനീളം ഇത്രയും ശോഷിച്ച ഒരു കാലവും ചരിത്രത്തിൽ ഉണ്ടായിട്ടില്ല. ഈ വിരോധാഭാസത്തിന്റെ കാരണമെന്ത് എന്നുള്ളത് പ്രധാനപ്പെട്ട ചോദ്യമാണ്.

ഇന്ത്യൻ റിഫോമിസ്റ്റ് ഇടതുപക്ഷത്തിന്റെ ഏറ്റവും പ്രമുഖ ദാർശനി കമായ പ്രഭാത് പട്നായിക് ഇതിന് കണ്ടെത്തിയ കാരണം കൗതുക കരമാണ്. അദ്ദേഹം പറഞ്ഞത് ലെനിനിസത്തെ കൈയ്യൊഴിയാൻ ലോകത്തിലെ ഇടതുപക്ഷ പ്രസ്ഥാനങ്ങൾ തയ്യാറാവാത്തതാണ് ഇതിന്റെ കാരണം എന്നാണ്. ലോകരാഷ്ട്രീയത്തിലെ ഒരു പ്രത്യേക സാഹചര്യത്തിൽ മാത്രമാണ് ലെനിനിസത്തിന് സാധുത ഉണ്ടായി രുന്നത് എന്നും ഇന്ന് ആ സാഹചര്യം നിലനിൽക്കുന്നില്ല എന്നും

അദ്ദേഹം വാദിക്കുന്നു. എന്നാൽ സത്യം ഇതിന് നേർവിപരീതമാണ്. ലെനിനിസത്തിന്റെ അന്തഃസത്ത കൈവിട്ടതാണ് വർഗ്ഗരാഷ്ട്രീയത്തിന്റെ ശോഷണത്തിന്റെ പ്രധാന കാരണം. ലെനിനിസം എന്നാൽ തിരുവാക്യ് എതിർവാ ഇല്ലാത്ത അച്ചടക്കം മാത്രമാണ് എന്ന ധാരണ പരത്താൻ ഇന്ത്യൻ ഇടതുപക്ഷത്തെ പോലെ ലെനിനിസത്തെ വക്രീകരിച്ച രാഷ്ട്രീയ കക്ഷികൾക്ക് സാധിച്ചിട്ടുണ്ട്. എന്നാൽ യഥാർത്ഥത്തിൽ വർഗ്ഗരാഷ്ട്രീയത്തിന്റെ പ്രയോഗത്തിൽ മാർഗ്ഗത്തെയും ലക്ഷ്യത്തെയും നിരന്തരം വിളക്കിച്ചേർക്കുന്ന കണ്ണിയായി സംഘടന മാറുന്നതാണ് ലെനിനിസത്തിന്റെ കാതൽ.

തൊഴിലാളിവർഗ്ഗ സംഘടന ഈ ഒരു കർത്തവ്യം നിറവേറ്റേണ്ടതിന്റെ ആവശ്യം ഇരുപതാം നൂറ്റാണ്ടിന്റെ ചരിത്രം തന്നെ നമ്മോടു പറയുന്നുണ്ട്. വർഗ്ഗരാഷ്ട്രീയത്തിന്റെ ശോഷണത്തിന് കാരണമായി നമ്മൾ സാധാരണ പറഞ്ഞു കേൾക്കുന്നത് "ഇടതുപക്ഷ ജീർണ്ണത", "വലതുപക്ഷ വ്യതിയാനം" തുടങ്ങിയ പദങ്ങളാണ്. ഈ ജീർണ്ണതക്കും വ്യതിയാനത്തിനും ഉള്ള വസ്തുനിഷ്ഠമായ കാരണമെന്ത് എന്നതാണ് ചോദ്യം. ഇരുപതാം നൂറ്റാണ്ടിൽ ഉടനീളം മാർക്സിസ്റ്റ് പാതയിൽ പ്രവർത്തനമാരംഭിച്ച ഭൂരിപക്ഷം സംഘടനകളും ഇന്ന് പൂർണ്ണമായും മുതലാളിത്തവ്യവസ്ഥയുടെ ഭാഗമായ റിഫോമിസ്റ്റ് സോഷ്യൽ ഡെമോക്രാറ്റിക് കക്ഷികളായി അധഃപതിച്ചിരിക്കുന്നു. ഇന്ത്യൻ വ്യവസ്ഥാപിത ഇടതുപക്ഷം ഇതിന്റെ ക്ലാസിക് ഉദാഹരണമാണ്. മറ്റൊരു നല്ല ഉദാഹരണം യൂറോപ്യൻ സോഷ്യൽ ഡെമോക്രാറ്റിക് പാർട്ടികൾ ആണ്. എന്ത് കൊണ്ട് ഈ അധഃപതനം സംഭവിക്കുന്നു?

മുതലാളിത്ത വ്യവസ്ഥക്കകത്തെ ദൈനംദിന രാഷ്ട്രീയപ്രവർത്തനം തൊഴിലാളിവർഗ്ഗ പാർട്ടികളെ പോലും പതുക്കെ ആ വ്യവസ്ഥയുടെ പ്രത്യയശാസ്ത്രം സ്വാംശീകരിക്കാനും വ്യവസ്ഥയുമായി അനുരഞ്ജനത്തിൽ ഏർപ്പെടാനും പ്രേരിപ്പിക്കുന്നുണ്ട്. ഇതിന്റെ വസ്തുനിഷ്ഠമായ ഫലം ഇത്തരം പാർട്ടികളുടെ പ്രവർത്തനങ്ങൾ പതുക്കെ വ്യവസ്ഥയുടെ ചട്ടക്കൂടിനുള്ളിലേക്ക് പരിമിതപ്പെടുന്നു എന്നതാണ്. ഈ പ്രക്രിയയിലൂടെ വ്യവസ്ഥ പ്രസ്ഥാനത്തെ വിഴുങ്ങുമ്പോൾ ആണ് മാർക്സിസ്റ്റ് പാർട്ടികൾ സോഷ്യൽ ഡെമോക്രസിയിലേക്ക് അധഃപതിക്കുന്നത്. മുതലാളിത്ത പ്രത്യയശാസ്ത്രത്തിന്റെ പ്രാബല്യം മൂലം സംഭവിക്കുന്ന ഒരു വസ്തുനിഷ്ഠ പ്രക്രിയയാണ് ഇത്. ഈ പ്രക്രിയക്ക് ചുക്കാൻ പിടിക്കുന്നത് ഓരോ ചരിത്ര സന്ദർഭങ്ങളിലും വർഗ്ഗസംഘടനകളിലെ ഓരോ വിഭാഗങ്ങളാണ്. ഉദാഹരത്തിന്, യൂറോപ്യൻ സാഹചര്യത്തിൽ എങ്ങനെയാണ്

സാമ്രാജ്യത്വത്തിന്റെ തണൽ പറ്റി ഒരു "labour aristocracy" വളർന്നു വന്നത് എന്നും, ഈ വിഭാഗം എങ്ങനെയാണ് യൂറോപ്യൻ തൊഴിലാളിവർഗ്ഗ പാർട്ടികളുടെ അധഃപതനത്തിന് ചുക്കാൻ പിടിച്ചത് എന്നും ലെനിൻ സൂചിപ്പിക്കുന്നുണ്ട്. ഇന്ത്യൻ ഇടതുപക്ഷത്തിന്റെ ജീർണ്ണതയിലേക്കുള്ള യാത്രയുടെ ചുക്കാൻ പിടിക്കുന്നത് വ്യവസ്ഥയുടെയും ഭരണകൂടത്തിന്റെയും തണലിൽ തിന്നുകൊഴുക്കുന്ന സർക്കാർ ജീവനക്കാരിലെ വരേണ്യവർഗ്ഗവും, പാർലിമെന്ററി സ്ഥാനങ്ങളിൽ അള്ളിപ്പിടിച്ചിരിക്കുന്ന (അല്ലെങ്കിൽ ഭാവിയിൽ അള്ളിപ്പിടിച്ചിരിക്കാൻ മോഹിക്കുന്ന) കരിയർ രാഷ്ട്രീയക്കാരും, ബ്യൂറോക്രാറ്റിക് തസ്തികകളിൽ പാർട്ടി നോമിനികളായി കേറിപ്പറ്റിയ വലിയ വിഭാഗം ആളുകളും ആണ് എന്ന് കാണാൻ സാധിക്കും. യൂറോപ്പിലായാലും ഇങ്ങു കേരളത്തിൽ ആയാലും "വരേണ്യതൊഴിലാളി" വിഭാഗത്തിന് ഈ വ്യവസ്ഥയെ നിലനിർത്തുന്നതിൽ വസ്തുനിഷ്ഠമായ താല്പര്യം ഉണ്ട്, കാരണം അവർ അതിന്റെ ഗുണഭോക്താക്കൾ ആണ്.

മാർഗ്ഗം-ലക്ഷ്യം ദ്വന്ദ്വത്തിന്റെ പശ്ചാത്തലത്തിൽ ഈ ജീർണ്ണത വിശകലനം ചെയ്യാനാവും. നമ്മൾ നേരത്തെ സൂചിപ്പിച്ച, ലക്ഷ്യം കൈയ്യൊഴിഞ്ഞ് മാർഗ്ഗം മാത്രമാവുന്ന, അവസ്ഥയാണിത്. ലക്ഷ്യം കൊടുക്കുന്ന വെളിച്ചം നഷ്ടപ്പെട്ട മാർഗ്ഗം, വ്യവസ്ഥയുടെ ചക്രവ്യൂഹത്തിനുള്ളിൽ കുടുങ്ങി നട്ടം ചുറ്റുന്ന അവസ്ഥയാണ് റിഫോമിസ്റ്റ് പാർട്ടികളിൽ നമ്മൾ കണ്ടുകൊണ്ടിരിക്കുന്നത്.

മാർക്സിസ്റ്റ് എന്ന പേരിൽ നിലവിൽ വന്ന പാർട്ടികളുടെ ഈ അധഃപതനം പൊതുവെ രണ്ടു പ്രതികരണങ്ങൾ ആണ് ഉണ്ടാക്കുന്നത്. ഇവ രണ്ടും ഈ ജീർണ്ണതയുടെ പ്രത്യക്ഷ ലക്ഷണങ്ങൾ മാത്രം കാണുകയും അതിന്റെ വസ്തുനിഷ്ഠമായ കാരണങ്ങൾ ഗ്രഹിക്കാതിരിക്കുകയും ചെയ്യുന്നതിൽ നിന്നും ഉടലെടുക്കുന്നതാണ്. ആദ്യത്തേത്, ഈ ജീർണ്ണതയുടെ കാരണം തൊഴിലാളിവർഗ്ഗ പാർട്ടികളിലെ ഏകാധിപത്യപരവുമായ സംഘടനാ രീതി ആണ് എന്നതാണ്. ഇത്തരം സംഘടനകളിലെ ജനാധിപത്യത്തിന്റെ അഭാവമാണത്രെ ഈ ജീർണ്ണത ഉണ്ടാക്കുന്നത്. എൻ. പ്രഭാകരനെയും സാറാ ജോസഫിനെയും പോലുള്ള ശുദ്ധാത്മാക്കൾ ഇതിന്റെ ഉദാഹരണമാണ്. സംഘടനയിലെ ജനാധിപത്യത്തിന്റെ അഭാവം ലെനിനിസം കാരണമാണ് എന്ന ധാരണ വെച്ച് പുലർത്തുന്നത് കൊണ്ട് ഇവരുടെ ശത്രു ലെനിൻ ആണ്. ജനാധിപത്യത്തിന്റെ "കാറ്റും വെളിച്ചവും" ആഗ്രഹിക്കുന്ന ലെനിൻ വിരോധികളുടെ എണ്ണം യൂറോപ്യൻ ഇടതുപക്ഷത്തിലും വളരെ അധികമാണ്.

രണ്ടാമത്തെ പ്രതികരണം, ഈ ജീർണ്ണത മുതലാളിത്തവ്യവസ്ഥക്കകത്ത് പ്രവർത്തനങ്ങളിൽ ഏർപ്പെടുമ്പോൾ സംഭവിക്കുന്നതാണ് എന്നുള്ളത് കൊണ്ട് അത്തരം പ്രവർത്തനം അവസാനിപ്പിക്കണം എന്നും ഭരണകൂടം പിടിക്കാനുള്ള "നേരിട്ടുള്ള" പ്രവർത്തനങ്ങളിൽ വ്യാപൃതരാവണം എന്നതുമാണ്. ഉട്ടോപ്യൻ സാഹസികതയുടെ ഈ വഴി തിരഞ്ഞെടുക്കുന്നവരും കുറവല്ല. ഈ പ്രതികരണങ്ങൾ ലക്ഷ്യം എത്തിപ്പിടിക്കാനുള്ള ത്വരയിൽ മാർഗ്ഗത്തെ തള്ളിപ്പറയുന്നവയാണ്. മാർഗ്ഗത്തിന്റെ തീച്ചൂളയിലൂടെ അല്ലാതെ, അതായത് മുതലാളിത്തസമൂഹത്തിന്റെ സർവ്വജീർണ്ണതകൾക്കിടയിലും നടത്തുന്ന ദൈനംദിന വർഗ്ഗരാഷ്ട്രീയ പ്രവർത്തനങ്ങൾക്കിടയിലൂടെ അല്ലാതെ, ലക്ഷ്യത്തിലേക്ക് വേറെ കുറുക്കുവഴികൾ ഇല്ല എന്ന സത്യം ഇവിടെ വിസ്മരിക്കപ്പെടുകയാണ്.

വർഗ്ഗരാഷ്ട്രീയത്തിന്റെ പ്രയോഗത്തിൽ മാർഗ്ഗവും (മുതലാളിത്തവ്യവസ്ഥയിലെ വർഗ്ഗസമരം) ലക്ഷ്യവും (തൊഴിലാളിവർഗ്ഗ വിപ്ലവം) തമ്മിലുള്ള വൈരുദ്ധ്യാത്മക ബന്ധം കാത്തു സൂക്ഷിക്കുന്നത് ലെനിനിസം മാത്രമാണ്. ലെനിനിസത്തിന്റെ അങ്ങേയറ്റം വക്രീകരിച്ച രൂപത്തെ, "അച്ചടക്കമുള്ള ചീമുട്ടകൾ" ഉണ്ടാക്കാൻ വേണ്ടിയാണ് സിപിഎം പോലുള്ള റിഫോമിസ്റ്റ് സംഘടനകൾ ഉപയോഗിച്ച് കൊണ്ടിരിക്കുന്നത്. അവരെ സംബന്ധിച്ചെടുത്തോളം "ലെനിനിസ്റ്റ് അച്ചടക്കം" എന്നത് പാർട്ടിയിലെ പ്രബല നേതാക്കന്മാരോടുള്ള ദാസ്യമനോഭാവം ആണ്. എന്നാൽ യഥാർത്ഥത്തിൽ വർഗ്ഗസമരത്തിന്റെ മാർഗ്ഗവും വിപ്ലവം എന്ന ലക്ഷ്യവും തമ്മിലുള്ള വൈരുദ്ധ്യാത്മക ബന്ധം സംഘടനയിലൂടെ എങ്ങനെ കാത്തുസൂക്ഷിക്കാം എന്ന് സൈദ്ധാന്തിക-പ്രായോഗിക തലങ്ങളിൽ കാണിച്ച തരുന്ന എന്നതാണ് ലെനിനിസത്തിന്റെ മൗലികമായ സംഭാവന. ദൈനംദിന രാഷ്ട്രീയ പ്രവർത്തനവും ആത്യന്തികമായ സാമൂഹിക ലക്ഷ്യവും വിളക്കിച്ചേർക്കുന്ന കണ്ണിയാണ് ലെനിനിന് ഒരു വിപ്ലവസംഘടന. സംഘടനയിലൂടെ കൈവരുന്ന ഈ വൈരുദ്ധ്യാത്മക ബന്ധമാണ് മുതലാളിത്ത വ്യവസ്ഥക്കകത്തെ വർഗ്ഗസമരത്തിലൂന്നിയ ദൈനംദിന പ്രവർത്തനത്തിനിടയിലും മാർക്സിസ്റ്റ് പാർട്ടികളുടെ വിപ്ലവോന്മുഖത ചോർന്നു പോകാതെ കാത്തുസൂക്ഷിക്കുന്നത്.

ഇവിടെയാണ് പ്രസ്ഥാനവും സംഘടനയും തമ്മിലുള്ള വ്യത്യാസത്തെ കുറിച്ചുള്ള എം. എൻ. വിജയന്റെ മൗലികമായ നിരീക്ഷണങ്ങൾ പ്രസക്തമാവുന്നത്. ഈ നിരീക്ഷണങ്ങൾ പൂർണ്ണമാവണമെങ്കിൽ

ഇവ തമ്മിലുള്ള ബന്ധത്തെ കുറിച്ച് കൂടി പറയേണ്ടതുണ്ട്. ഇതിന്റെ സമഗ്രമായ ഒരു ചിത്രം നമുക്ക് തരുന്നത് ലെനിനിസത്തിന്റെ ഉൾക്കാഴ്ചകളാണ്. "പ്രസ്ഥാനം" സാധ്യമാവണമെങ്കിൽ മാർഗ്ഗവും ലക്ഷ്യവും തമ്മിലുള്ള വൈരുദ്ധ്യാത്മക സംയോജനം കാത്തുസൂക്ഷിക്കേണ്ടതുണ്ട്. മുതലാളിത്തത്തിന്റെ അതിവർത്തനം എന്ന ലക്ഷ്യത്തിന്റെ വെളിച്ചത്തിൽ ആണ് ഒരു മാർക്സിസ്റ്റ് സംഘടന ദൈനംദിനരാഷ്ട്രീയ പ്രവർത്തനങ്ങൾ നടത്തേണ്ടത്; അതുകൊണ്ട് തന്നെ ഈ രാഷ്ട്രീയ പ്രവർത്തനങ്ങളുടെ കാതൽ വർഗ്ഗസമരം ആണ്. വർഗ്ഗവിപ്ലവം എന്ന ലക്ഷ്യമാണ് വർഗ്ഗസമരം എന്ന മാർഗ്ഗത്തെ നിർണ്ണയിക്കുന്നത്. ഇതേ സമയം, വർഗ്ഗവിപ്ലവം എന്ന ലക്ഷ്യം മുകളിൽ നിന്നും കെട്ടിയിറക്കപ്പെടുന്ന ഒന്നല്ല. ആ ലക്ഷ്യത്തിന്റെ ആവശ്യകത ദൈനംദിന വർഗ്ഗസമരത്തിലൂടെ ജനമനസ്സുകളിൽ ഉയർന്നു വരുന്നതാണ്. മുതലാളിത്തത്തിലെ പ്രശ്നങ്ങൾക്ക് ഈ വ്യവസ്ഥക്കുള്ളിൽ പ്രതിവിധികൾ ഇല്ല എന്നത് തൊഴിലാളിവർഗ്ഗത്തിന് വർഗ്ഗസമരത്തിലൂടെയാണ് വെളിപ്പെടുന്നത്. അതായത്, വർഗ്ഗവിപ്ലവം എന്ന ലക്ഷ്യം നിർമ്മിക്കപ്പെടുന്നത് വർഗ്ഗസമരം എന്ന മാർഗ്ഗത്തിലൂടെ ആണ്. ഈ വൈരുദ്ധ്യാത്മക ബന്ധം കാത്തുസൂക്ഷിക്കപ്പെടുമ്പോൾ മാത്രമാണ് ഒരു സംഘടന ഒരു "പ്രസ്ഥാന"ത്തെ നയിക്കാൻ പ്രാപ്തമാവുന്നത്. സംഘടനയിലൂടെ എങ്ങനെ ഈ ബന്ധം വിളക്കിച്ചേർക്കാം എന്നതാണ് ലെനിനിസത്തിന്റെ അന്തഃസത്ത. ഈ അന്തഃസത്ത തിരിച്ചു പിടിച്ചാൽ മാത്രമേ മൃത്യുസന്ധിയിൽ എത്തി നിൽക്കുന്ന മുതലാളിത്തത്തിൽ നിന്നും ചരിത്രത്തെ രക്ഷിക്കാൻ തൊഴിലാളി വർഗ്ഗത്തിന് സാധിക്കൂ.

(ഏപ്രിൽ 2024)

ഹിന്ദുത്വ ഫാഷിസം VS ഇടതുപക്ഷം - ഒരു വ്യാജ വൈപരീത്യം

".... false conflict - a vicious cycle in which two opposed poles generate and presuppose each other" - Slavoj Zizek in 'First as Tragedy, Then as Farce'.

ഒറ്റനോട്ടത്തിൽ ഹിന്ദുത്വ ഫാഷിസവും ഇന്ത്യൻ ഇടതുപക്ഷവും പരസ്പരം പോരടിക്കുന്ന രണ്ട് പ്രവണതകൾ ആണ്. മാത്രമല്ല, ഫാഷിസം/ഇടതുപക്ഷം എന്നത് വിപരീത രാഷ്ട്രീയ ധ്രുവങ്ങളാണെന്ന ധാരണ പരത്താനും അതുവഴി ഫാഷിസത്തോടും തീവ്രവലതുപക്ഷ ത്തോടും ഉള്ള എതിർപ്പുകളുടെ കുത്തക കൈക്കലാക്കാനും ഇടതു പക്ഷം സദാ ശ്രമിക്കുന്നതായി കാണാം. ഇടതുപക്ഷത്തിന്റെ ഈ ഫാഷിസ്റ്റ് വിരുദ്ധ അവകാശവാദത്തിൽ എത്രത്തോളം കഴമ്പുണ്ട് എന്നത് ഫാഷിസ്റ്റ് വിരുദ്ധ പോരാട്ടത്തെ സംബന്ധിക്കുന്ന ഒരു പ്രധാന പ്രായോഗിക ചോദ്യമാണ്. ഹിന്ദുത്വ ഫാഷിസത്തിന്റെയും ഇന്ത്യൻ ഇടതുപക്ഷത്തിന്റെയും വർഗ്ഗസ്വഭാവങ്ങളെ കൃത്യമായി അടയാളപ്പെ ടുത്തി കൊണ്ട് മാത്രമേ നമുക്ക് ഈ ചോദ്യത്തെ അഭിമുഖീകരിക്കുവാൻ സാധിക്കുകയുള്ളൂ.

ഒരുപക്ഷെ, ഇന്ന് കേരളത്തിൽ ഏറ്റവും അധികം ദുരുപയോഗം ചെയ്യപ്പെടുന്ന വാക്കുകളിൽ ഒന്നാണ് 'ഫാഷിസം' എന്നത്. കേരളീയ പൊതുബോധത്തിന്, മക്കളെ ശകാരിക്കുന്ന അമ്മയും വിദ്യാർത്ഥിയെ ശിക്ഷിക്കുന്ന അദ്ധ്യാപകനും മുതൽ, ഇന്ദിര ഗാന്ധിയും ഡൊണാൾഡ് ട്രംപും വരെ സകലരും 'ഫാഷിസ്റ്റുകൾ' ആണ്. ജനാധിപത്യത്തി ന്റെയും മനുഷ്യാവകാശത്തിന്റെയും ചെറുതും വലുതുമായ സകല

ധ്വംസനങ്ങളേയും 'ഫാഷിസം' എന്ന് മുദ്ര കുത്തി നാം പരിചയിച്ചിരിക്കുന്നു. എന്നാൽ ജനാധിപത്യവിരുദ്ധവും സ്വേച്ഛാധിപത്യപരമായ ഉള്ളടക്കമുള്ളതുമായ എല്ലാ പ്രതിലോമകരമായ പ്രവണതകളെയും ഫാഷിസം എന്ന് അടയാളപ്പെടുത്തുന്നത് അബദ്ധമാണ്. അത്തരം അടയാളപ്പെടുത്തൽ ഫാഷിസത്തിന്റെ വർഗ്ഗ ഉള്ളടക്കത്തെ മറച്ച് പിടിക്കാനും അതിനെ ഒരു empty signifier ആക്കി മാറ്റാനും മാത്രമേ ഉപകരിക്കൂ.

ഫാഷിസത്തെ കുറിച്ചുള്ള ഇടതുപക്ഷ വ്യാഖ്യാനവും അബദ്ധജഡിലമായ ഒന്നാണ്. ഇടതുപക്ഷം പലപ്പോഴും ഫാഷിസത്തെ കാണുന്നത് ആധുനികതക്ക് (modernity) നേരെ മുഖം തിരിഞ്ഞു നിൽക്കുന്ന, ജാതി-മത ചിന്തകളാൽ നയിക്കപ്പെടുന്ന, യുക്തിരഹിതമായ, പഴമയിലെ ജീർണ്ണതകളിലേക്ക് തിരിച്ചു പോകാൻ വെമ്പുന്ന ഒരു പ്രവണത മാത്രമായിട്ടാണ്. അങ്ങനെയാണെങ്കിൽ ഫാഷിസത്തെ എതിരിടാൻ ആധുനിക കാഴ്ചപ്പാടുകളും, യുക്തിബോധവും, ശാസ്ത്രചിന്തയും, ജനാധിപത്യബോധവും, ജാതി-മത ചിന്തകളുടെ നിരാസവും കൊണ്ടെല്ലാം സാധിക്കേണ്ടതാണ്. എന്നാൽ ഇത് ഫാഷിസത്തിന്റെ രൂപവും അതിന്റെ ഉള്ളടക്കവും തമ്മിലുള്ള അന്തരത്തെ മനസ്സിലാക്കുന്നതിൽ ഉള്ള പരാജയത്തിൽ നിന്നും ഉടലെടുക്കുന്ന വ്യാഖ്യാനമാണ്. ഫാഷിസത്തിന്റെ പ്രത്യയശാസ്ത്രത്തെ മുഖവിലക്കെടുത്തു കൊണ്ട് അതിന്റെ ഭൗതിക അടിസ്ഥാനവും വർഗ്ഗ ഉള്ളടക്കവും പൂർണ്ണമായും അവഗണിക്കപ്പെടുമ്പോഴാണ് ഇത്തരം വിശകലനങ്ങൾ പിറക്കുന്നത്.

ഫാഷിസത്തിന്റെ വർഗ്ഗ ഉള്ളടക്കം

"മുതലാളിത്തത്തെ കുറിച്ച് ചർച്ച ചെയ്യാൻ ആഗ്രഹിക്കാത്തവരെല്ലാം ഫാഷിസത്തെ കുറിച്ചും മൗനം പാലിക്കണം" എന്ന മാക്സ് ഹോർക്കൈമറിന്റെ പ്രസ്താവന പ്രശസ്തമാണ്. എന്നാൽ അതിന് നിക്കോ പൗലാൻസാസ് കൊടുത്ത തിരുത്ത് അധികം ആരുടേയും ശ്രദ്ധയിൽ പെട്ടിട്ടില്ല. പൗലാൻസാസ് അഭിപ്രായപ്പെട്ടത്, "സാമ്രാജ്യത്വത്തെ കുറിച്ച് ചർച്ച ചെയ്യാൻ ആഗ്രഹിക്കാത്തവരെല്ലാം ഫാഷിസത്തെ കുറിച്ചും മൗനം പാലിക്കണം" എന്ന് പറയുന്നതാണ് കൂടുതൽ ശരി എന്നാണ്. ഇവിടെ 'സാമ്രാജ്യത്വം' (imperialism) എന്ന പദം പൗലാൻസാസ് ഉപയോഗിക്കുന്നത് 'മുതലാളിത്തത്തിന്റെ ഏറ്റവും ഉയർന്ന ഘട്ടം' എന്ന ലെനിനിസ്റ്റ് അർത്ഥത്തിൽ ആണ്. മുതലാളിത്തത്തിന്റെ സാമ്രാജ്യത്വ ഘട്ടത്തിലെ വൈരുദ്ധ്യങ്ങളുടെ സൃഷ്ടി ആണ്

ഫാഷിസം. ഫാഷിസത്തിന്റെ ഈ ഭൗതിക അടിസ്ഥാനം മനസ്സിലാക്കാതെ നമുക്ക് അതിനെതിരെ പ്രതിരോധം തീർക്കാൻ ആവില്ല.

ഇരുപതാം നൂറ്റാണ്ടിന്റെ ചരിത്രം നൽകുന്ന പ്രധാന പാഠങ്ങളിൽ ഒന്ന് മുതലാളിത്തഭരണകൂടം സാഹചര്യങ്ങൾക്കനുസരിച്ച് പല വ്യത്യസ്ഥ രൂപങ്ങൾ എടുക്കാം എന്നാണ്. അതിന്റെ ക്ലാസിക് രൂപം വിപണിയിൽ ഭരണകൂടത്തിന്റെ ഇടപെടൽ നാമമാത്രമാവുന്ന ലിബറൽ ജനാധിപത്യത്തിന്റേതാണ്. എന്നാൽ രാഷ്ട്രീയ പ്രതിസന്ധികളും തൊഴിലാളിവർഗ്ഗത്തിന്റെ സംഘടിത ശക്തിയിലുള്ള പേടിയും ചില സന്ദർഭങ്ങളിൽ ഒരു താൽക്കാലിക അനുരഞ്ജനം എന്ന നിലയിൽ ക്ഷേമരാഷ്ട്ര ചായ്‌വുള്ള സോഷ്യൽ ഡെമോക്രാറ്റിക് ഭരണത്തെ അനുവദിക്കാൻ മുതലാളിവർഗ്ഗത്തെ പ്രേരിപ്പിക്കാം. രണ്ടാം ലോകമഹായുദ്ധത്തിന് ശേഷം യൂറോപ്പിലും സ്വാതന്ത്ര്യലബ്ദിക്ക് ശേഷം ഇന്ത്യയിലും ഇതാണ് സംഭവിച്ചത്. പക്ഷെ, മുതലാളിത്ത സാമ്പത്തിക-സാമൂഹിക വൈരുദ്ധ്യങ്ങൾ ഏറ്റവും പ്രകടമാവുന്ന സന്ദർഭങ്ങളിൽ ഭരണവർഗ്ഗം യാതൊരു സങ്കോചവും ഇല്ലാതെ ഫാഷിസത്തിലേക്ക് തിരിയുകയാണ് ചെയ്യുന്നത്. ഫാഷിസത്തിന്റെ ആദ്യരൂപം കണ്ട തൊള്ളായിരത്തി മുപ്പതുകളിൽ യൂറോപ്പും അതിന്റെ രണ്ടാം വരവിന് സാക്ഷ്യം വഹിക്കുന്ന ഇന്നത്തെ ലോകവും ഒരേപോലെ സാമ്പത്തിക പ്രതിസന്ധിയുടെ പിടിയിൽ ആണ് എന്നത് ഒരു ആകസ്മികത അല്ല.

എന്നാൽ മുതലാളിവർഗ്ഗത്തിന്, അവർ എത്ര പ്രബലരാണെങ്കിലും, തങ്ങളുടെ താല്പര്യങ്ങൾക്കനുസരിച്ച് സ്വിച്ചിട്ടും പോലെ മാറ്റാൻ ആവുന്ന ഒന്നല്ല ഭരണകൂടസ്വഭാവം. അങ്ങനെ കരുതുന്നത് കേവലമായ സാമ്പത്തിക നിർണ്ണയവാദം ആയിപ്പോവും. അതുകൊണ്ട് തന്നെ ഒരു സാമൂഹിക-രാഷ്ട്രീയ പ്രസ്ഥാനത്തിന്റെ ചുമലിൽ ഏറി മാത്രമേ, അതിനെ തങ്ങളുടെ ആവശ്യങ്ങൾക്കായി ഉപയോഗപ്പെടുത്തിക്കൊണ്ട് മാത്രമേ, മുതലാളിവർഗ്ഗത്തിന് ഇതിന് സാധിക്കുകയുള്ളൂ. ഇവിടെയാണ് പാൽമിറോ തൊഗ്ലിയാറ്റിയെ പോലുള്ളവർ ഊന്നിപ്പറഞ്ഞ ഫാഷിസത്തിന്റെ ദ്വന്ദ്വസ്വഭാവം പ്രാധാന്യമർഹിക്കുന്നത്. ഫാഷിസത്തിന് രണ്ട് ഘടകങ്ങൾ ഉണ്ടെന്നും, അതിൽ ഒന്ന് മുതലാളിവർഗ്ഗത്തിന്റെ സ്വേച്ഛാധിപത്യവും മറ്റൊന്ന് പെറ്റിബൂർഷ്വ വർഗ്ഗസ്വഭാവമുള്ള ബഹുജനമുന്നേറ്റവും ആണെന്നും തൊഗ്ലിയാറ്റി തൊള്ളായിരത്തി മുപ്പതുകളിൽ തന്നെ അഭിപ്രായപ്പെട്ടിട്ടുണ്ട്. ഈ രണ്ട് ഘടകങ്ങളുടെയും സമ്മേളനമാണ് ഫാഷിസത്തിലേക്ക് നയിക്കുന്നത്. ആസുരമായ ഒരു പെറ്റിബൂർഷ്വ മുന്നേറ്റത്തെ ഉപയോഗിച്ച് മുതലാളിവർഗ്ഗം നടപ്പാക്കുന്ന

സ്വേച്ഛാധിപത്യം - അതാണ് ഫാഷിസം.

ഫാഷിസത്തിന്റെ ഈ രണ്ട് ഘടകങ്ങളെയും വിളക്കിച്ചേർക്കുന്ന കണ്ണി സാമ്രാജ്യത്വ ഘട്ടത്തിൽ എത്തി നിൽക്കുന്ന മുതലാളിത്തത്തിന്റെ വൈരുദ്ധ്യങ്ങളാണ്. മുതലാളിത്ത വളർച്ച മൂലധനത്തിന്റെ കേന്ദ്രീകരണത്തിലേക്കാണ് നയിക്കുന്നത് എന്നത് മാർക്സിന്റെ ഉൾക്കാഴ്ചകളിൽ ഒന്നാണ്. ഈ വർഷം ജനുവരി 16ന് പുറത്തു വന്ന ഓക്സ്ഫാമിന്റെ റിപ്പോർട്ട് പ്രകാരം ഇന്ത്യയിലെ 40% സമ്പത്തും ആദ്യത്തെ 1% ധനികരുടെ കൈകളിൽ ആണ്. ജനസംഖ്യയുടെ 50% പേർക്ക് സ്വന്തമായുള്ളത് ആവട്ടെ വെറും 3% സമ്പത്തും! ഇത്തരത്തിലുള്ള മൂലധന കേന്ദ്രീകരണം വ്യവസ്ഥയെ നയിക്കുന്നത് കുത്തകവൽക്കരണത്തിലേക്കാണ്. ഇന്നത്തെ ഇന്ത്യൻ അവസ്ഥയിൽ അദാനിയും അംബാനിയും മുതൽ ഇങ്ങു യൂസഫലി വരെയുള്ള കുത്തകകളുടെ വളർച്ച നാം കൺമുന്നിൽ കാണുന്നുണ്ട്. "സാമ്രാജ്യത്വം എന്നത് മുതലാളിത്തത്തിന്റെ കുത്തക ഘട്ടമാണ്" എന്ന ലെനിന്റെ പ്രശസ്തമായ നിർവ്വചനം പ്രകാരം ഈ കുത്തകവൽക്കരണം സാമ്രാജ്യത്വത്തിന്റെ നാന്ദി കുറിക്കുന്നു.

എന്നാൽ ഈ കുത്തകവൽക്കരണം മുതലാളിത്തത്തിന്റെ വൈരുദ്ധ്യങ്ങൾ മൂർച്ഛിക്കുന്നതിലേക്കാണ് നയിക്കുന്നത്. മൂലധനകേന്ദ്രീകരണത്തിന്റെയും അതിനെ തുടർന്ന് ഉണ്ടാവുന്ന യന്ത്രവൽക്കരണത്തിന്റെയും ആദ്യ ഫലം ശരാശരി ലാഭനിരക്കിൽ വരുന്ന വലിയ ഇടിവാണ്. ഈ പ്രവണത മൂലധനത്തിന്റെ മൂന്നാം വാള്യത്തിൽ മാർക്സ് വിശദമായി പഠിക്കുന്നുണ്ട്. ഓട്ടോമേഷനും ആർട്ടിഫിഷ്യൽ ഇന്റലിജൻസുമെല്ലാം ഈ പ്രക്രിയയെ ഇന്ന് കൂടുതൽ ശക്തമാക്കുന്നു. ലാഭനിരക്കിന്റെ ഇടിവ് മൂലം തങ്ങളുടെ ലാഭവിഹിതത്തിൽ വരുന്ന കുറവ് നികത്താൻ മുതലാളിവർഗ്ഗത്തിന് തൊഴിലാളികളുടെ കൂലി അടക്കമുള്ള ആനുകൂല്യങ്ങളിൽ കൈയ്യിട്ട് വാരുക അല്ലാതെ വേറെ വഴിയില്ല. മാത്രമല്ല, ലാഭത്തിലെ ഇടിവ് ഭരണകൂടത്തിന്റെ ജനക്ഷേമപരിപാടികളെയും പ്രതികൂലമായി ബാധിക്കുന്നു.

ഈ സാഹചര്യങ്ങൾ മുതലാളിവർഗ്ഗത്തെ സംബന്ധിച്ചെട്ടത്തോളം ജനാധിപത്യധ്വംസനവും വ്യാപകമായ അടിച്ചമർത്തലും ഒരു ആവശ്യമാക്കി മാറ്റുന്നു. അപ്പോഴാണ് മുതലാളിത്ത മാധ്യമങ്ങളിലും മറ്റും "ശക്തനായ ഭരണാധികാരി"ക്ക് വേണ്ടിയുള്ള മുറവിളി ശക്തിയാർജ്ജിക്കുന്നത്. 2014 തിരഞ്ഞെടുപ്പിൽ നരേന്ദ്ര മോദിയെ പ്രധാനമന്ത്രി പദത്തിൽ എത്തിച്ച പ്രധാന ഘടകങ്ങളിൽ ഒന്ന് ഈ മുറവിളി തന്നെ ആയിരുന്നു. രണ്ട് പ്രധാന കാര്യങ്ങളാണ് പ്രതിസന്ധിയിൽ പെട്ട്

ഉലയുന്ന മുതലാളിത്ത വ്യവസ്ഥ ഫാഷിസ്റ്റ് ഭരണകൂടത്തിൽ നിന്നും പ്രതീക്ഷിക്കുന്നത്. ഒന്ന്, രാജ്യത്തിനുള്ളിൽ ലാഭവിഹിതം സംരക്ഷിച്ച് നിർത്താൻ തൊഴിലാളിവർഗ്ഗത്തിന്റെയും പൊതുസമൂഹത്തിന്റെ തന്നെയും ശക്തമായ അടിച്ചമർത്തൽ. രണ്ട്, ആഭ്യന്തര മൂലധനത്തിന് വിദേശത്ത് ലാഭനിരക്ക് അധികമുള്ള സ്ഥലങ്ങളിലും മേഖലകളിലും ലാഭകരമായ നിക്ഷേപം നടത്തുന്നതിനുള്ള നയതന്ത്രപരവും ആവശ്യമെങ്കിൽ സൈനികവുമായ പിന്തുണ. ഇന്ത്യൻ ഹിന്ദുത്വ ഫാഷിസ്റ്റ് ഭരണകൂടം എത്ര കാര്യക്ഷമമായിട്ടാണ് ഈ രണ്ട് ദൗത്യങ്ങളും കഴിഞ്ഞ ഒൻപത് വർഷമായി നിർവ്വഹിച്ചുകൊണ്ടിരിക്കുന്നത് എന്ന് നമുക്ക് അറിയാം.

ഇതേ മുതലാളിത്ത ഭൗതിക സാഹചര്യങ്ങൾ ആണ് പെറ്റി ബൂർഷ്വസിയെ ഫാഷിസ്റ്റ് പ്രസ്ഥാനങ്ങളിലേക്ക് ആകർഷിക്കുന്നത്. മൂലധനത്തിന്റെ കേന്ദ്രീകരണം ആദ്യം തന്നെ തകർക്കുന്നത് പെറ്റി ബൂർഷ്വസിയുടെ സാമ്പത്തിക അസ്തിത്വമാണ്. ചെറുകിട കർഷകരേയും കച്ചവടക്കാരേയും മുതൽ പെറ്റി ബൂർഷ്വ വർഗ്ഗബോധം വെച്ചു പുലർത്തുന്ന വൈറ്റ് കോളർ തൊഴിലാളികളെ വരെ സാമ്പത്തിക അരക്ഷിതാവസ്ഥയിലേക്കും വ്യക്തിപരമായ ഉത്കണ്ഠയിലേക്കും അന്യവൽക്കരണത്തിലേക്കുമാണ് മൂലധന കേന്ദ്രീകരണം തള്ളിവിടുന്നത്. ഇത് അവരിൽ ഉണർത്തുന്നത് പെറ്റി ബൂർഷ്വ നിലനിൽപ്പ് സാദ്ധ്യമായിരുന്ന 'പഴയ' കാലത്തെക്കുറിച്ചുള്ള ഗൃഹാതുരത്വമാണ്. പെറ്റി ബൂർഷ്വ വർഗ്ഗസ്വഭാവത്തിന്റെ പ്രധാന മുഖമുദ്രയായ ഈ പിന്തിരിഞ്ഞു നോട്ടം തന്നെയാണ് അവരെ ഫാഷിസ്റ്റ് പ്രസ്ഥാനങ്ങളുടെ സ്വാധീനവലയത്തിൽ പെടുത്തുന്നത്.

അതായത്, മൂലധനകേന്ദ്രീകരണവും അതിന്റെ പരിണിതഫലമായ മുതലാളിത്ത പ്രതിസന്ധികളും ഒരേ സമയം മുതലാളിവർഗ്ഗത്തെയും പെറ്റി ബൂർഷ്വസിയെയും ഫാഷിസ്റ്റ് പാതയിൽ നടത്തുന്നു. മുതലാളിവർഗ്ഗം ഏറ്റവും ആസുരമായ ഒരു സ്വേച്ഛാധിപത്യം ആഗ്രഹിക്കുമ്പോൾ അത്തരം സ്വേച്ഛാധിപത്യം നടപ്പാക്കാൻ കെൽപ്പുള്ള പ്രസ്ഥാനമായി പെറ്റിബൂർഷ്വ പിന്തുണ ഫാഷിസത്തെ മാറ്റിയെടുക്കുന്നു. മുതലാളിവർഗ്ഗം ഫാഷിസ്റ്റ് പ്രസ്ഥാനത്തെ ഉപയോഗിച്ച് തങ്ങളുടെ സാമ്പത്തിക-സാമൂഹിക അജണ്ടകൾ നടപ്പാക്കുമ്പോൾ ഫാഷിസ്റ്റ് പ്രസ്ഥാനം മുതലാളിവർഗ്ഗപിന്തുണയോടെ രാഷ്ട്രീയ അപ്രമാദിത്വം നേടുന്നു. ഈ രണ്ട് ഘടകങ്ങൾ തമ്മിലുള്ള സങ്കീർണ്ണമായ വൈരുദ്ധ്യാത്മക ബന്ധമാണ് ഒരു ഫാഷിസ്റ്റ് ഭരണകൂടത്തെ താങ്ങി നിർത്തുന്നത്.

ഫാഷിസത്തിന്റെ ഇന്ത്യൻ രൂപം - ഹിന്ദുത്വ ഫാഷിസം

ഫാഷിസത്തിന്റെ വർഗ്ഗ ഉള്ളടക്കം ഏതാണ്ട് എല്ലായിടത്തും നമ്മൾ മേലെ കണ്ടതിന് സമാനമാണെങ്കിലും, ഫാഷിസം വ്യത്യസ്ത ദേശങ്ങളിലും കാലങ്ങളിലും വ്യത്യസ്ത രൂപങ്ങൾ ആണ് എടുക്കാറുള്ളത്. അതാത് സ്ഥലങ്ങളിലെ മൂർത്തമായ സാഹചര്യങ്ങൾ അനുസരിച്ചിരിക്കും അവിടുത്തെ ഫാഷിസത്തിന്റെ രൂപം. ഇന്ത്യയിൽ ഹിന്ദുത്വത്തിന്റെ രൂപത്തിൽ ആണ് ഫാഷിസം നിലനിൽക്കുന്നത്.

കോളോണിയലിസ്റ്റ് കാലഘട്ടത്തിൽ ഇന്ത്യൻ മുതലാളിത്തത്തിന്റെ വളർച്ചയോടുള്ള ഒരു ഫ്യൂഡൽ പ്രതികരണമായിട്ടാണ് ഹിന്ദുത്വ പ്രത്യയശാസ്ത്രത്തിന്റെ ഉത്ഭവം. കോളോണിയലിസ്റ്റ് ഭരണത്തിന്റെ കീഴിൽ ഇന്ത്യൻ മുതലാളിത്തത്തിന്റെ വളർച്ച ഭാഗികവും പരിമിതവും ആയിരുന്നെങ്കിൽ കൂടിയും മുതലാളിത്ത ഉത്പ്പാദന ബന്ധങ്ങളുടെ വളർച്ചയും അതിനോടനുബന്ധിച്ചുള്ള ആധുനിക സാമൂഹിക പ്രവണതകളും ഫ്യൂഡൽ ഭരണ വർഗ്ഗത്തെ ആലോസരപ്പെടുത്താൻ പര്യാപ്തമായിരുന്നു കൊളോണിയലിസം ആവട്ടെ ഫ്യൂഡൽ ഭരണവർഗ്ഗത്തിന്റെ താല്പര്യങ്ങൾ ഹനിക്കപ്പെടാത്ത രീതിയിൽ, അവരെ കൂടി വിശ്വാസത്തിലെടുത്തുകൊണ്ടുള്ള, വളരെ ഭാഗികമായ ഒരു മുതലാളിത്ത വളർച്ച ആണ് വിഭാവനം ചെയ്തത്. ഇന്ത്യൻ സ്വാതന്ത്ര്യ സമരത്തിൽ ഗാന്ധി നേതൃത്വം കൊടുത്ത യാഥാസ്ഥിതിക ബൂർഷ്വ വിഭാഗത്തിന് വ്യക്തമായ മേൽക്കോയ്മ ഉണ്ടായിരുന്നതിനാൽ, ഫ്യൂഡൽ വർഗ്ഗങ്ങളെ കൂടെ നിർത്തിക്കൊണ്ട് ബ്രിട്ടീഷ് ഭരണത്തെ എതിർക്കാനാണ് അവരും ശ്രമിച്ചത്. ഈ കാരണങ്ങൾ കൊണ്ട് തന്നെ മുതലാളിത്തത്തിന്റെ വളർച്ചയുടെ ഘട്ടത്തിൽ യൂറോപ്പിൽ സംഭവിച്ചത് പോലുള്ള ബൂർഷ്വ - ഫ്യൂഡൽ വർഗ്ഗസമരം അതിന്റെ മൂർച്ഛയുള്ള രൂപത്തിൽ ഇന്ത്യയിൽ സംഭവിച്ചതേ ഇല്ല. പകരം, ഫ്യൂഡൽ ഭരണവർഗ്ഗത്തെ തങ്ങളുടെ കൂടെ നിർത്താൻ കോളോണിയലിസവും സ്വാതന്ത്ര്യ സമരത്തിലെ പ്രബലവിഭാഗവും മത്സരിക്കുകയാണ് ചെയ്തത്.

ഈ സാഹചര്യങ്ങളാണ് മുതലാളിത്ത ആധുനികതക്ക് എതിരെ ഉള്ള ഹിന്ദുത്വം പോലുള്ള ആശയങ്ങൾക്ക് ഇന്ത്യയിൽ ഇടം ഉണ്ടാക്കിയത്. എന്നാൽ ആദ്യ ഘട്ടങ്ങളിൽ ഉടനീളം ഇത് ഒരു വരേണ്യവർഗ്ഗ സവർണ്ണ ചിന്താഗതി ആയിരുന്നു. അത്തരം വിഭാഗങ്ങളിൽ നിന്നും അതിന് ഗണ്യമായ പിന്തുണ ലഭിച്ചിരുന്നു താനും (കോൺഗ്രസ്സിലെ തന്നെ ഒരു വിഭാഗം ഇത്തരം ആശയങ്ങളിൽ ആകൃഷ്ടരായിരുന്നു).

എന്നാൽ ഹിന്ദുത്വത്തിന് കോളോണിയലിസ്റ്റ് കാലഘട്ടത്തിലോ നെഹ്രുവിയൻ ക്ഷേമരാഷ്ട്ര കാലഘട്ടത്തിലോ വലിയ തോതിൽ ബഹുജനപിന്തുണ ആർജ്ജിക്കാനായിട്ടില്ല. പക്ഷെ ഈ കാലഘട്ടങ്ങളിൽ ഭൂവുടമ-സവർണ്ണ വർഗ്ഗങ്ങളുടെ ശക്തമായ പിന്തുണ ഉപയോഗിച്ച് ഒരു വിപുലമായ സംഘടനാശൃംഖലയും കേഡർ ശക്തിയും വളർത്തിയെടുക്കുന്നതിൽ ഹിന്ദുത്വ സംഘടനകൾ വലിയ തോതിൽ വിജയിച്ചു.

എഴുപതുകളോട് കൂടി ആണ് ഹിന്ദുത്വ ശക്തികൾ ബഹുജനപിന്തുണ ആർജ്ജിച്ച് തുടങ്ങുന്നത് എന്നത് യാദൃശ്ചികമല്ല. ഇതിന്റെ അടിസ്ഥാനകാരണം നെഹ്രുവിയൻ ക്ഷേമരാഷ്ട്രത്തിന്റെ തകർച്ച ആണ്. ക്ഷേമരാഷ്ട്രവ്യവസ്ഥ ഇന്ത്യൻ പെറ്റി ബൂർഷ്വസിക്ക് നൽകി വന്നിരുന്ന സാമ്പത്തിക സുരക്ഷാകവചത്തിൽ എഴുപതുകളുടെ പകുതിയോടെ തന്നെ വിള്ളലുകൾ വന്ന് തുടങ്ങിയിരുന്നു. ഈ വിള്ളലുകളിലൂടെ മുതലാളിത്തം പടർന്ന് കയറുന്നത് എല്ലാ മേഖലകളിൽ ഉള്ള പെറ്റി ബൂർഷ്വസിയെയും അരക്ഷിതാവസ്ഥയിലേക്കാണ് തള്ളി വിട്ടത്. ഈ പ്രതിസന്ധിയും അരക്ഷിതാവസ്ഥയും ആണ് പെറ്റി ബൂർഷ്വസിയെ ഹിന്ദുത്വ ഫാഷിസത്തോട് അടുപ്പിക്കുന്നതും അങ്ങനെ അവരുടെ ബഹുജനപിന്തുണ വർദ്ധിപ്പിക്കുന്നതും. തൊണ്ണൂറുകളുടെ തുടക്കത്തിൽ ക്ഷേമരാഷ്ട്രത്തിന്റെ ബാക്കിയായ അവശിഷ്ടങ്ങളെല്ലാം നരസിംഹ റാവുവും മൻമോഹനും ചേർന്ന് തൂത്തെറിഞ്ഞതോടുകൂടി ആസുരമായ നവലിബറൽ മുതലാളിത്തത്തിന്റെ മുന്നേറ്റത്തിൽ നിൽക്കക്കള്ളി ഇല്ലാതായ പെറ്റിബൂർഷ്വ ഹിന്ദുത്വത്തിലേക്ക് ഒഴുകിത്തുടങ്ങി. ഇന്ത്യൻ സാഹചര്യത്തിലെ മൂലധനകേന്ദ്രീകരണവും 2008 മുതൽ തുടർന്ന് വരുന്ന ലോകസാമ്പത്തിക മാന്ദ്യവും ഇന്ത്യൻ മുതലാളിവർഗ്ഗത്തിന് ഫാഷിസ്റ്റ് ഭരണകൂടത്തിന്റെ ആവശ്യകത മനസ്സിലാക്കി കൊടുക്കുകയും ചെയ്തു. അങ്ങനെ, മുതലാളിവർഗ്ഗത്തിന്റെ സ്വേച്ഛാധിപത്യ മോഹത്തിന്റെയും പെറ്റി ബൂർഷ്വ സാമൂഹിക മുന്നേറ്റത്തിന്റെയും ചിറകിലേറി ആണ് 2014ൽ മോദി അധികാരത്തിലേറുന്നത്.

ഇന്ത്യൻ സാഹചര്യത്തിൽ ഫാഷിസത്തിന്റെ ഈ ഹിന്ദുത്വ "രൂപം" കണ്ടിട്ടാണ് ഇടതുപക്ഷം അടക്കമുള്ളവർ അതിനെ ആധുനികതയെ നിരസിക്കുന്ന, ഫ്യൂഡൽ അടിസ്ഥാനമുള്ള ഒരു പ്രവണത മാത്രമായി കാണുന്നത്. നമ്മൾ കണ്ടത് പോലെ, ഹിന്ദുത്വത്തിന്റെ ഉത്ഭവസവിശേഷതകൾ മൂലം അത് ആശയതലത്തിൽ ഒരു ഫ്യൂഡൽ-സവർണ്ണ സ്വഭാവം ഇപ്പോഴും പുലർത്തുന്നുണ്ട്. എന്നാൽ ഇത് ഹിന്ദുത്വഫാഷിസത്തിന്റെ പ്രത്യയശാസ്ത്ര സവിശേഷത മാത്രമാണ്; ഭൗതികമായി അത്

ഇന്ത്യൻ കുത്തക മുതലാളിവർഗ്ഗത്തിനാൽ നയിക്കപ്പെടുകയും പെറ്റി ബൂർഷ്വ സാമൂഹികപിന്തുണയാൽ നിലനിൽക്കുകയും മുന്നേറുകയും ചെയ്യുന്ന ഒന്നാണ്. അതിനാൽ തന്നെ ഹിന്ദുത്വഫാഷിസം തികച്ചും ആധുനികമായ ഒരു പ്രതിഭാസമാണ്.

ഇടതുപക്ഷവും പെറ്റി ബൂർഷ്വസിയും

വ്യവസ്ഥാപിത ഇന്ത്യൻ ഇടതുപക്ഷത്തെ പ്രധാന പാർട്ടികളായ സിപിഎം, സിപിഐ, സിപിഐ (എംഎൽ) എന്നിവരുടെയൊക്കെ അവകാശവാദം തങ്ങൾ തൊഴിലാളിവർഗ്ഗ - മാർക്സിസ്റ്റ് പാർട്ടികൾ ആണ് എന്നാണ്. ഈ വാദത്തിന്റെ പാപ്പരത്തം മാർക്സിസവുമായി ഉപരിപ്ലവമായ ബന്ധമുള്ളവർക്ക് പോലും വ്യക്തമാവും. ഇന്ത്യൻ ഇടതുപക്ഷം ഒരു സോഷ്യൽ ഡെമോക്രാറ്റിക് പ്രസ്ഥാനമാണ്. സ്വാതന്ത്ര്യപൂർവ്വ ഇന്ത്യയിൽ മാർക്സിസ്റ്റ് പ്രസ്ഥാനമായി ഉദയം ചെയ്ത് ക്രമേണ വ്യവസ്ഥയുടെ ഭാഗവും ഗുണഭോക്താവും ആയി മാറിയ ഇടതുപക്ഷത്തിന്റെ സോഷ്യൽ ഡെമോക്രാറ്റിക് പരിണാമം ഈ പുസ്തകത്തിൽ ഉൾപ്പെട്ടിട്ടുള്ള "വികസനവിരുദ്ധതയിൽ നിന്ന് വികസനാസക്തിയിലേക്ക് - ഇടതുപക്ഷ പരിണാമത്തിന്റെ വർഗ്ഗയുക്തി" എന്ന ലേഖനത്തിൽ ഞാൻ വിശദമായി ചർച്ച ചെയ്യുന്നുണ്ട്. അത് കൊണ്ടുതന്നെ ആ വാദങ്ങൾ ഇവിടെ ആവർത്തിക്കുന്നില്ല. ഇപ്പോഴത്തെ ചർച്ചക്ക് ആവശ്യമായവ മാത്രം സംഗ്രഹിക്കാം.

മുതലാളിത്തത്തിന്റെ വൈരുദ്ധ്യങ്ങൾ "നല്ല ഭരണം" കൊണ്ട് പരിഹരിക്കാം എന്ന വ്യാമോഹം വെച്ച് പുലർത്തുന്ന പ്രത്യയശാസ്ത്രമാണ് സോഷ്യൽ ഡെമോക്രസി. ഇടതുപക്ഷത്തിന്റെ "എൽഡിഎഫ് വരും, എല്ലാം ശരിയാവും" എന്ന തിരഞ്ഞെടുപ്പ് മുദ്രാവാക്യം തന്നെ അതിന്റെ സോഷ്യൽ ഡെമോക്രാറ്റിക് സ്വഭാവത്തിന്റെ ഏറ്റവും വലിയ തെളിവാണ്. രണ്ടാം ലോകമഹായുദ്ധത്തിന് ശേഷം യൂറോപ്പിലും, സ്വാതന്ത്ര്യലബ്ധിക്ക് ശേഷം ഇന്ത്യയിലും, ക്ഷേമരാഷ്ട്ര ഭരണകൂടങ്ങൾ നിലനിന്നിരുന്ന കാലത്ത് സോഷ്യൽ ഡെമോക്രസിക്ക് ഈ വ്യാമോഹം നിലനിർത്താൻ ആയിരുന്നു. എന്നാൽ ക്ഷേമരാഷ്ട്രങ്ങളുടെ തകർച്ചയും നവലിബറൽ മുതലാളിത്തത്തിന്റെ വളർച്ചയും ലോകത്തെമ്പാടും സോഷ്യൽ ഡെമോക്രാറ്റിക് പ്രത്യയശാസ്ത്രത്തിന്റെ പൊള്ളത്തരം വെളിവാക്കി. അതോടെ നിൽക്കക്കള്ളി ഇല്ലാതായ യൂറോപ്യൻ സോഷ്യൽ ഡെമോക്രാറ്റിക് ഇടതുപക്ഷം തൊണ്ണൂറുകളോട് കൂടി

പൂർണ്ണമായും നവലിബറലിസത്തെ പുൽകി. ഇന്ത്യൻ ഇടതുപക്ഷവും, ആദ്യം ബംഗാളിലും ഇപ്പോൾ കേരളത്തിലും, വലതുപക്ഷത്തെ നാണിപ്പിക്കുന്ന തരത്തിൽ നവലിബറലിസത്തിന്റെ പ്രയോക്താക്കളായി മാറുന്ന കാഴ്ചയാണ് നമ്മൾ കണ്ടത്. കേരളത്തിലെ ഇടതുപക്ഷ സർക്കാരിന്റെ "വികാസനോന്മാദ"ത്തിന്റെ യഥാർത്ഥ കാരണം ഇതാണ്.

ഫാഷിസം/ഇടതുപക്ഷം എന്ന ദ്വന്ദ്വത്തിന്റെ വിശകലത്തെ സംബന്ധിച്ചെടുത്തോളം പ്രധാന ചോദ്യം സോഷ്യൽ ഡെമോക്രാറ്റിക് ഇടതുപക്ഷത്തിന്റെ വർഗ്ഗ ഉള്ളടക്കം എന്താണ് എന്നതാണ്. സോഷ്യൽ ഡെമോക്രസി ഒരു പെറ്റി ബൂർഷ്വ പ്രത്യയശാസ്ത്രമാണ്. അത് കൊണ്ട് തന്നെ ഇന്ത്യൻ ഇടതുപക്ഷം പെറ്റി ബൂർഷ്വ വർഗ്ഗസ്വഭാവം വെച്ച് പുലർത്തുന്ന ഒരു പ്രസ്ഥാനമാണ്. പെറ്റി ബൂർഷ്വ വർഗ്ഗത്തെ, പ്രത്യേകിച്ചും അതിന്റെ താഴെ തട്ടിൽ ഉള്ളവരെ, കൂടെ നിർത്താതെ ഒരു തൊഴിലാളി വർഗ്ഗ പ്രസ്ഥാനത്തിനും മുന്നോട്ട് പോകാനാവില്ല. പക്ഷെ അവർ അത് ചെയ്യാൻ ശ്രമിക്കുന്നത് മുതലാളിത്തത്തിന്റെ വളർച്ചയിൽ ചെറുകിട സംരംഭങ്ങളുടെ തകർച്ചയും പെറ്റി ബൂർഷ്വസിയുടെ തൊഴിലാളിവൽക്കരണവും ഒഴിവാക്കാനാവാത്ത ഒന്നാണ് എന്ന സത്യം അവരോട് തുറന്നു പറഞ്ഞു കൊണ്ടാണ്. മാർക്സ് സൂചിപ്പിച്ചത് പോലെ, പെറ്റി ബൂർഷ്വസി വിപ്ലവകരമായി മാറുന്നത് അത് തൊഴിലാളിവർഗ്ഗത്തോടൊപ്പം ചേർന്ന് മുതലാളിത്തത്തിനെതിരെ പോരാടുമ്പോൾ മാത്രമാണ്. പെറ്റി ബൂർഷ്വസിയെ തൊഴിലാളി വർഗ്ഗബോധത്തിലേക്ക് ഉയർത്തി അവരെ മുതലാളിത്തവിരുദ്ധ സമരത്തിൽ അണിനിരത്തുക എന്നതാണ് മാർക്സിസ്റ്റ് രീതി. എന്നാൽ ഇടതുപക്ഷം പെറ്റി ബൂർഷ്വസിയെ കൂടെ നിർത്താൻ ശ്രമിക്കുന്നത് അവരുടെ വർഗ്ഗബോധത്തിലേക്ക് താഴ്ന്നു കൊണ്ടാണ്. ചെറുകിട സംരംഭങ്ങളെ ഭരണതലത്തിലെ നടപടികൾ ഉപയോഗിച്ച് നിലനിർത്താൻ ആവുമെന്നും അങ്ങനെ പെറ്റി ബൂർഷ്വസിയെ വിനാശത്തിൽ നിന്നും സംരക്ഷിക്കാൻ ആവുമെന്നുമുള്ള വ്യാമോഹം ഇടതുപക്ഷം അവർക്കു കൊടുക്കുന്നു. അതുകൊണ്ട് തന്നെ മുതലാളിത്തത്തിനെതിരെ അല്ല, ഇടതുപക്ഷം ഭരണത്തിൽ വരാനാണ് ശ്രമം നടത്തേണ്ടത് എന്ന തോന്നൽ ഉണ്ടാവുന്നു. ഇങ്ങനെയാണ് ക്രമേണ ഇടതുപക്ഷ വർഗ്ഗബോധം പൂർണ്ണമായും പെറ്റി ബൂർഷ്വ തലത്തിലേക്ക് തരം താഴുന്നതും ഇടതുപക്ഷത്തിന്റെ വർഗ്ഗ അടിസ്ഥാനം പൂർണ്ണമായും പെറ്റി ബൂർഷ്വ ആയി മാറുന്നതും.

ഫാഷിസം vs ഇടതുപക്ഷം - ഒരു പെറ്റി ബൂർഷ്വ നിഴൽയുദ്ധം

ഫാഷിസത്തിന്റെയും ഇടതുപക്ഷത്തിന്റെയും വർഗ്ഗ ഉള്ളടക്കത്തെക്കുറിച്ചുള്ള ഈ ചർച്ചയിൽ നിന്നും നമുക്ക് മനസ്സിലാവുന്നത് അവ രണ്ടും പെറ്റി ബൂർഷ്വ അടിസ്ഥാനമുള്ള പ്രവണതകൾ ആണ് എന്നതാണ്. കേരളത്തിന്റെ പ്രത്യേക സാഹചര്യത്തിൽ, കർഷക സമരങ്ങളുടെയും ഭരണത്തിൽ ഇരിക്കുമ്പോൾ ചെയ്ത ക്ഷേമരാഷ്ട്ര പരിഷ്കാരങ്ങളുടെയും മറ്റും ഫലമായി, ഗ്രാമീണ-കാർഷിക മേഖലകളിലെ പെറ്റി ബൂർഷ്വസി ഇടതുപക്ഷത്തോടൊപ്പമാണ് നിലയുറപ്പിക്കുന്നത്. അത് കൂടാതെ ട്രേഡ് യൂണിയൻ പശ്ചാത്തലം കാരണം സംഘടിത തൊഴിൽ മേഖലകളിലേയും സർക്കാർ മേഖലകളിലെയും തൊഴിലാളികളും ഉദ്യോഗസ്ഥരും പരമ്പരാഗതമായി ഇടതുപക്ഷത്തോടൊപ്പമാണ്. തൊഴിലാളികൾക്കിടയിലെ ഇത്തരം പ്രവർത്തനം പോലും ഇടതുപക്ഷം നടത്തുന്നത് പെറ്റി ബൂർഷ്വ - റിഫോമിസ്റ്റ് തരത്തിൽ ആണെന്ന കാര്യം വിസ്മരിച്ചു കൂടാ. ഫാഷിസത്തിന്റെ പിന്തുണയുടെ അടിസ്ഥാനം നഗരങ്ങളിലെ പെറ്റി ബൂർഷ്വസി ആണ്. മധ്യവർഗ്ഗവും വൈറ്റ് കോളർ ജോലിക്കാരും ഭൂരിപക്ഷവും ഫാഷിസത്തിന്റെ പിടിയിലാണ്. ഹിന്ദുത്വത്തിന്റെ സവർണ്ണ - ഫ്യൂഡൽ പ്രത്യയശാസ്ത്രം ഇന്നും ശക്തിയോടെ നിലനിൽക്കുന്നതിനാൽ ഗ്രാമീണ മേഖലയിൽ ഭൂവുടമകളും സവർണ്ണ പശ്ചാത്തലം ഉള്ളവരും ഏതാണ്ടെല്ലാം തന്നെ ഫാഷിസ്റ്റ് അനുഭാവികൾ ആണ്. അങ്ങനെ നോക്കുമ്പോൾ ഫാഷിസവും ഇടതുപക്ഷവും തമ്മിൽ നടക്കുന്ന കടിപിടി യഥാർത്ഥത്തിൽ പെറ്റി ബൂർഷ്വസിയുടെ വ്യത്യസ്ത ഘടകങ്ങളുടെ പിന്തുണയ്ക്ക് വേണ്ടി ഉള്ള ഒന്നാണ്. തകർച്ചയെ അഭിമുഖീകരിക്കുകയും അതിനെ ഏതു വിധേനയും തടഞ്ഞു നിർത്താൻ ശ്രമിക്കുകയും ചെയ്യുന്ന പെറ്റി ബൂർഷ്വസി തന്നെയാണ് രണ്ട് പ്രസ്ഥാനങ്ങളുടെയും അടിസ്ഥാനം. ഒരേ വർഗ്ഗത്തിലെ വ്യത്യസ്ത ഘടകങ്ങൾ തമ്മിലുള്ള സംഘർഷത്തെ നമുക്ക് യഥാർത്ഥത്തിലുള്ള വൈപരീത്യം ആയി കാണാനാവില്ല; കാരണം ഇത്തരം സംഘർഷം വർഗ്ഗസമരത്തിന്റെ ഒരു പ്രതിഫലനം അല്ല. അതിനാൽ ഫാഷിസം vs ഇടതുപക്ഷം എന്നത് ഒരു വ്യാജ വൈപരീത്യം മാത്രമാണ്.

ഫാഷിസവും ഇടതുപക്ഷവും തമ്മിൽ ഉള്ള വൈപരീത്യം രണ്ട് പെറ്റി ബൂർഷ്വ വിഭാഗങ്ങൾ തമ്മിലുള്ള നിഴൽയുദ്ധം മാത്രം ആണെങ്കിലും അതുകൊണ്ട് ഇതിന്റെ തീവ്രത കുറവായിരിക്കും എന്ന് കരുതുന്നതിൽ അർത്ഥമില്ല. യഥാർത്ഥത്തിൽ സംഭവിക്കുന്നത് നേരെ മറിച്ചാണ്.

യൂറോപ്യൻ ഫാഷിസം കമ്മ്യൂണിസ്റ്റുകളെക്കാൾ നേരത്തെ പലയിടത്തും അടിച്ചമർത്താൻ ശ്രമിച്ചത് സോഷ്യൽ ഡെമോക്രസിയെ ആണ്. മുതലാളിത്ത വ്യവസ്ഥയിലെ മറ്റു പ്രതിലോമകരമായ പ്രസ്ഥാനങ്ങളും മുന്നേറ്റങ്ങളും സോഷ്യൽ ഡെമോക്രസിയുമായി അനുരഞ്ജനം ഉണ്ടാക്കാൻ ശ്രമിക്കുമ്പോൾ ഫാഷിസം അതിനെ പാടേ നശിപ്പിക്കാൻ ആണ് ശ്രമിക്കുന്നത് എന്ന് മാർക്സിസ്റ്റ് സൈദ്ധാന്തികർ രേഖപ്പെടുത്തിയിട്ടുണ്ട്. പെറ്റി ബൂർഷ്വസിക്കിടയിൽ തങ്ങളുടെ അധീശത്വം ഉറപ്പിക്കാനുള്ള ഫാഷിസത്തിന്റെ ആവശ്യം ആണ് ഈ അടിച്ചമർത്തലിന് പിന്നിൽ.

സോഷ്യൽ ഡെമോക്രാറ്റിക് ഇടതുപക്ഷവും ഫാഷിസ്റ്റ് വിരുദ്ധ "ജനകീയ മുന്നണി"യും

മേൽപ്പറഞ്ഞ കാര്യങ്ങൾ എല്ലാം സമ്മതിക്കുമ്പോൾ തന്നെയും വളഞ്ഞ വഴിയിലൂടെ ഇടതുപക്ഷത്തെ വെള്ളപൂശാനും അതിന്റെ ഫാഷിസ്റ്റ് വിരുദ്ധ പദവി ചെറിയ തോതിലെങ്കിലും നിലനിർത്താനും ശ്രമിക്കുന്ന ഒരു പ്രവണത ദൃശ്യമാണ്. ഇത്തരക്കാരുടെ പ്രധാന വാദം ഫാഷിസ്റ്റ് വിരുദ്ധ സമരത്തിന്റെ "മാർക്സിസ്റ്റ്" രീതി സോഷ്യൽ ഡെമോക്രസിയുമായി ചേർന്നുള്ള "ജനകീയ മുന്നണി" (popular front) ആണ് എന്നതാണ്. അതുകൊണ്ട് ഇവരുടെ അഭിപ്രായം ഇടതുപക്ഷം ഫാഷിസത്തിന് വർഗ്ഗപരമായി ഒരു ബദൽ അല്ലെങ്കിലും ഫാഷിസ്റ്റ് വിരുദ്ധ പോരാട്ടത്തിൽ തൊഴിലാളിവർഗ്ഗശക്തികൾ ഇടതുപക്ഷത്തെ കൂട്ടുപിടിക്കണം എന്നാണ്. ഈ വാദത്തിന്റെ അടിസ്ഥാനം 1935ൽ കോമിന്റേണിൽ ജിയോർജി ദിമിത്രോവ് മുന്നോട്ടു വെക്കുകയും അംഗീകരിക്കപ്പെടുകയും ചെയ്ത ജനകീയ മുന്നണി എന്ന ആശയം ആണ്. സോഷ്യൽ ഡെമോക്രാറ്റുകൾ, ലിബറൽ ബൂർഷ്വസി എന്നിങ്ങനെയുള്ള എല്ലാ "ജനാധിപത്യ" ശക്തികളെയും അണിനിരത്തിക്കൊണ്ടുള്ള ഒരു ജനകീയ മുന്നണി ഫാഷിസത്തെ നേരിടാൻ ആവശ്യമാണ് എന്നതായിരുന്നു ദിമിത്രോവിന്റെ തീസിസ്. ഇത് ആ സാഹചര്യത്തിൽ ശരിയായിരുന്നു താനും. എന്നാൽ അതുകൊണ്ട് എല്ലാ കാലത്തും എല്ലായിടത്തും മാർക്സിസത്തിന്റെ ഫാഷിസ്റ്റ് വിരുദ്ധനയം ജനകീയ മുന്നണിയിൽ അധിഷ്ഠിതമാണ് എന്നത് അബദ്ധജഡിലമായ ഒരു ആശയമാണ്.

ലെനിൻ നിരന്തരം ഓർമ്മപ്പെടുത്തിയത് പോലെ, മൂർത്തമായ സാഹചര്യങ്ങളുടെ മൂർത്തമായ വിശകലനത്തിൽ (concrete analysis of the concrete situation) അധിഷ്ഠിതമല്ലാത്ത ഒരു നയവും

മാർക്സിസത്തിന് ഇല്ല. അതുകൊണ്ട് തന്നെ ഇന്നത്തെ സാഹചര്യത്തിൽ തൊഴിലാളിവർഗ്ഗത്തിന്റെ ഫാഷിസ്റ്റ് വിരുദ്ധനയം ഇടതുപക്ഷവുമായി ചേർന്നുള്ള ജനകീയ മുന്നണി ആണോ എന്നത് പരിശോധിക്കേണ്ടതു ണ്ട്. ഇതിൽ ഏറ്റവും പ്രധാനപ്പെട്ട ഘടകം സോഷ്യൽ ഡെമോക്രസിക്ക് വന്നുചേർന്നിട്ടുള്ള വലിയ രാഷ്ട്രീയ അപചയം തന്നെയാണ്. ഒന്നാം ലോക മഹായുദ്ധത്തിന്റെ തുടക്കത്തിൽ 1914ൽ ആണ് സോഷ്യൽ ഡെമോക്രസി വിപ്ലവകരമായ മാർക്സിസത്തിൽ നിന്നും വേറിട്ട ഒരു രാഷ്ട്രീയ പ്രസ്ഥാനമായി മാറുന്നത്. അത് മുതൽ 1935 വരെയുള്ള ഇരുപത് വർഷ കാലയളവിൽ യൂറോപ്പിലെ തൊഴിലാളിവർഗ്ഗ വിപ്ല വങ്ങൾ അടിച്ചമർത്താനും മുതലാളിത്തവ്യവസ്ഥയെ നിലനിർത്താനും ഭരണവർഗ്ഗത്തോടൊപ്പം തോളോട് തോൾ ചേർന്ന് പ്രവർത്തിച്ചത് സോഷ്യൽ ഡെമോക്രാറ്റിക് പ്രസ്ഥാനങ്ങൾ ആണ്. മുതലാളിത്തത്തി ന്റെ അതിവർത്തനം എന്ന വിപ്ലവകരമായ ലക്ഷ്യം ഉപേക്ഷിച്ചതിന്റെ ഫലമായിരുന്നു ഇത്. എന്നാൽ അപ്പോഴും സോഷ്യൽ ഡെമോക്രസി മുതലാളിത്ത ഭരണവർഗ്ഗത്തിന്റെ വെറും ചട്ടുകം ആയി മാറിയിരുന്നി ല്ല. മുതലാളിത്തവ്യവസ്ഥയെ അകത്ത് നിന്ന് തന്നെ മാറ്റിയെടുക്കാം എന്ന് വ്യാമോഹിക്കുന്ന ഒരു വിമതശക്തിയായി തന്നെയാണ് അന്ന് സോഷ്യൽ ഡെമോക്രസി നിലനിന്നത്. അവരുടെ വിമതരാഷ്ട്രീയത്തിന് തൊഴിലാളിവർഗ്ഗത്തിലെ ഒരു ഗണ്യമായ വിഭാഗത്തിന്റെ ശക്തമായ പിന്തുണ ഉണ്ടായിരുന്നു താനും. മുതലാളിത്തവ്യവസ്ഥയിലെ ഈ വിമതസ്ഥാനം ആണ് അന്ന് സോഷ്യൽ ഡെമോക്രസിക്ക് നേരിയ തോതിലാണെങ്കിലും ഫാഷിസ്റ്റ് വിരുദ്ധ നിറം കൊടുത്തത്. ഇതാണ് ജനകീയ മുന്നണിയിൽ അവരെ ഉൾപ്പെടുത്താനുള്ള ആശയത്തിന്റെ അടിസ്ഥാനവും. എന്നാൽ ഇന്നത്തെ സ്ഥിതി എന്താണ്?

ഇന്ന് സോഷ്യൽ ഡെമോക്രസി ലോകമെമ്പാടും ഭരണവർഗ്ഗത്തി ന്റെ ഭാഗം തന്നെയാണ്. തൊള്ളായിരത്തി അൻപതുകളോട് കൂടി സോഷ്യൽ ഡെമോക്രസി യൂറോപ്പിൽ ഒരു ഭരണവർഗ്ഗപാർട്ടിയായി മാറി. കേരളം ഉൾപ്പടെയുള്ള സംസ്ഥാനങ്ങളുടെ ഭരണവും ദേശീയ രാഷ്ട്രീ യത്തിലെ പ്രാധാന്യവും ഇന്ത്യയിലും ഇടതുപക്ഷത്തെ അധികാരത്തി ന്റെ ഇടനാഴികളിലെ സ്ഥിരസാന്നിധ്യമാക്കി മാറ്റി. മുതലാളിത്തത്തിന്റെ അകത്ത് നിന്നുകൊണ്ടുള്ള പരിവർത്തനം എന്ന പരിമിതമായ ലക്ഷ്യം പോലും ഉപേക്ഷിച്ച് ലോക സോഷ്യൽ ഡെമോക്രസിയും ഇന്ത്യൻ ഇടതുപക്ഷവും സംഘടിത തൊഴിലാളികളുടെ (പ്രേത്യേകിച്ച് സർക്കാർ ജോലിക്കാരുടെ) സാമ്പത്തിക താൽപ്പര്യങ്ങൾ സംരക്ഷിക്കുക എന്ന

കമിളയിലേക്ക് ചുരുങ്ങി. മുതലാളിത്ത ഉൽപ്പാദന ബന്ധങ്ങളുടെ പുനരുൽപ്പാദനത്തിൽ മുതലാളിവർഗ്ഗത്തിന് ഉള്ളത് പോലെ തന്നെ താൽപ്പര്യം ഇടതുപക്ഷത്തിനും ഉണ്ടായിത്തുടങ്ങി. അവർ പൂർണ്ണമായും മുതലാളിത്ത വ്യവസ്ഥയുടെ ഗുണഭോക്താക്കളായി മാറി. ആഗോള മുതലാളിത്തത്തിന്റെ നവലിബറൽ പരിണാമം സോഷ്യൽ ഡെമോക്രസിയുടെ ജീർണ്ണത പൂർണ്ണമാക്കി. ഇന്ന് വലതുപക്ഷ ശക്തികളേക്കാൾ ഒരു പടി അധികം ആവേശത്തോടെ നവലിബറൽ നയങ്ങൾക്കായി പ്രവർത്തിക്കുന്നത് സോഷ്യൽ ഡെമോക്രസി ആണ്. ഇത് ഇന്ത്യൻ ഇടതുപക്ഷത്തിന്റെ സ്വഭാവത്തിലും വളരെ പ്രകടമാണ്. ആദ്യം ബംഗാളിലും ഇപ്പോൾ കേരളത്തിലും എങ്ങനെയാണ് ഇടതുപക്ഷം മുതലാളിത്ത വികസനത്തിന്റെ കുഴലൂത്തുകാരായി അധഃപതിച്ചത് എന്നത് നമുക്ക് അറിയാവുന്നതാണ്.

ഇന്ത്യൻ സോഷ്യൽ ഡെമോക്രാറ്റിക് ഇടതുപക്ഷം ഇന്ന് മുതലാളിത്ത ഭരണവർഗ്ഗവുമായി പൂർണ്ണമായും ഐക്യപ്പെട്ടിരിക്കുകയാണ്. തൊള്ളായിരത്തി മുപ്പതുകളിൽ യൂറോപ്യൻ സോഷ്യൽ ഡെമോക്രസിക്ക് ഉണ്ടായിരുന്ന ചെറിയ വിമത സ്വഭാവത്തിന്റെ ലാഞ്ചന പോലും ഇന്നത്തെ ഇന്ത്യൻ ഇടതുപക്ഷത്തിന് ഇല്ല. മാത്രമല്ല ഭരണം കൈയ്യാളുന്ന കേരളത്തിൽ ഇടതുപക്ഷത്തിന്റെ സൈദ്ധാന്തിക വൈരുദ്ധ്യങ്ങളും പ്രായോഗിക തലത്തിലെ ജീർണ്ണതയും ദിനം പ്രതി ജനങ്ങൾക്ക് മുന്നിൽ തുറന്നുകാട്ടപ്പെടുകയാണ്. സോഷ്യൽ ഡെമോക്രസിയുടെ കെയ്നീഷ്യൻ നയങ്ങളും നവലിബറൽ മുതലാളിത്തത്തിന്റെ അടിസ്ഥാന ധാരണകളും തമ്മിലുള്ള പൊരുത്തമില്ലായ്മയാണ് കേരളത്തിൽ ഇടതുപക്ഷ സർക്കാരിനെ സാമ്പത്തിക പ്രതിസന്ധിയിലേക്കും അതിൽ നിന്നും പുറത്തുകടക്കാൻ ജനങ്ങളുടെ ചുമലിൽ പരോക്ഷ നികുതിയുടെ വലിയ ഭാരം കയറ്റി വെക്കുന്നതിലേക്കും നയിക്കുന്നത്. അതേ സമയം പ്രായോഗിക രാഷ്ട്രീയ രംഗത്ത് അഴിമതിയിലും സ്വജനപക്ഷപാതത്തിലും മൂല്യച്യുതിയിലും മറ്റ് പാർട്ടികളെ പോലും കവച്ചു വെക്കുകയാണ് ഇടതുപക്ഷം. മാത്രവുമല്ല, വർഗ്ഗബോധത്തിലോ വർഗ്ഗ ഐക്യത്തിലോ അധിഷ്ഠിതമായ യാതൊരു തൊഴിലാളിവർഗ്ഗ പിന്തുണയും ഇന്ന് ഇടതുപക്ഷത്തിനില്ല. ട്രേഡ് യൂണിയൻ രംഗത്ത് നിന്നും സർക്കാർ ജീവനക്കാരിൽ നിന്നും കിട്ടുന്ന പിന്തുണ ആവട്ടെ സ്ഥാനമാനങ്ങൾക്കായുള്ളതോ മറ്റ് ഔദ്യോഗിക ലാഭങ്ങൾ ലക്ഷ്യമിട്ടുള്ളതോ ആണ്. ഈ പിന്തുണയുടെ ബലത്തിൽ കെട്ടിപ്പൊക്കിയ ഇടതുപക്ഷ സംഘടനാ ചട്ടക്കൂട് ചീട്ടു കൊട്ടാരം പോലെ തകർന്നടിയാൻ അധികസമയം

വേണ്ട എന്നത് ബംഗാളിലെ അനുഭവം നമ്മളെ പഠിപ്പിക്കുന്നുണ്ട്. അത് കൊണ്ട് തന്നെ സൈദ്ധാന്തിക-രാഷ്ട്രീയ-സംഘടനാ ജീർണ്ണതയുടെ പടുകുഴിയിൽ വീണുകിടക്കുന്ന ഇടതുപക്ഷത്തെ കൂട്ടു പിടിച്ച് ഫാഷിസ്റ്റ് വിരുദ്ധ ജനകീയ മുന്നണി ഉണ്ടാക്കാം എന്ന് കരുതുന്നവർ മൂഢസ്വർഗ്ഗത്തിൽ ആണ്. അത്തരം ശ്രമങ്ങൾ ഇടതുപക്ഷ ജീർണ്ണതയുടെ ബാദ്ധ്യത മുഴുവൻ തൊഴിലാളിവർഗ്ഗത്തിന്റെ തലയിൽ കെട്ടിവെക്കുന്നതിനേ ഉപകരിക്കൂ. ഇപ്പോൾ തന്നെ തങ്ങൾ "കമ്മ്യൂണിസ്റ്റു"കാരാണ് എന്ന ഇടതുപക്ഷത്തിന്റെ മണ്ടൻ അവകാശവാദം ജനമനസ്സുകളിൽ ഇടതുപക്ഷജീർണ്ണതയുടെ ബാദ്ധ്യത മാർക്സിസം-കമ്മ്യൂണിസത്തിനു മേൽ ചാർത്താനുള്ള പ്രവണതക്ക് കാരണമാവുന്നുണ്ട്. ഇതിന് ആക്കം കൂട്ടുന്ന ജനകീയ മുന്നണി അടക്കമുള്ള ഒരു നയത്തിനും ഇന്ന് ഫാഷിസ്റ്റ് വിരുദ്ധ മുന്നേറ്റം കെട്ടിപ്പടുക്കാൻ ആവില്ല.

സോഷ്യൽ ഡെമോക്രസിയുമായി ചേർന്നുള്ള ജനകീയ മുന്നണിയുടെ സാദ്ധ്യത ഇന്ന് നിലനിൽക്കുന്നില്ല എന്നത് കൊണ്ട് സോഷ്യൽ ഡെമോക്രാറ്റിക് ഇടതുപക്ഷമായോ ലിബറൽ ജനാധിപത്യ പാർട്ടികളുമായോ ചേർന്നുകൊണ്ടുള്ള സകല ഫാഷിസ്റ്റ് വിരുദ്ധ സമരങ്ങളും തൊഴിലാളിവർഗ്ഗത്തിന് നിഷിദ്ധമാണ് എന്ന് അർത്ഥമില്ല. നിർദ്ദിഷ്ട പ്രശ്നങ്ങളെ ആസ്പദമാക്കിയുള്ള ഫാഷിസ്റ്റ് വിരുദ്ധ സമരങ്ങളിൽ ഇത്തരം രാഷ്ട്രീയ കക്ഷികളുമായി ചേർന്ന് നിൽക്കുന്നതിൽ യാതൊരു ശരികേടും ഇല്ല. എന്നാൽ അത്തരം വേദികളിലും സമരമുഖങ്ങളിലും ഫാഷിസ്റ്റ് വിരുദ്ധ സമരത്തെ വ്യവസ്ഥയുടെ സീമകൾക്കകത്ത് ഒതുക്കാൻ ലിബറൽ കക്ഷികളും ഇടതുപക്ഷവും ശ്രമിക്കുമ്പോൾ വർഗ്ഗപരമായ കാഴ്ചപ്പാട് അവതരിപ്പിക്കാനും അതിനെ വിപ്ലവകരമായ രീതിയിൽ തിരിച്ചു വിടാനും ആണ് മാർക്സിസം ശ്രമിക്കേണ്ടത്. തൊഴിലാളിവർഗ്ഗത്തിന്റെ സ്വതന്ത്ര നിലപാട് അത്തരം സമരമുഖങ്ങളിൽ ഉയർത്തുകയും അതുവഴി ലിബറൽ-ഇടതുപക്ഷ നിലപാടുകളുടെ പൊള്ളത്തരം തുറന്നു കാണിക്കാൻ ശ്രമിക്കുകയും ചെയ്യണം.

"തൊഴിലാളിവർഗ്ഗ ഐക്യമുന്നണി" - ഹിന്ദുത്വ ഫാഷിസത്തിനെതിരെയുള്ള യഥാർത്ഥ പ്രതിരോധം

ഇന്നത്തെ സാഹചര്യത്തിൽ ഇന്ത്യയിലെ ഹിന്ദുത്വ ഫാഷിസത്തിനെതിരെ പ്രതിരോധം തീർക്കാനുള്ള യഥാർത്ഥ ശക്തി ഏതാണ്?

ഫാഷിസം എന്നത് പ്രതിസന്ധിയിൽ പെട്ടുലയുന്ന മുതലാളിവർഗ്ഗത്തിന്റെ ആസുരമായ സ്വേച്ഛാധിപത്യം ആയത് കൊണ്ടുതന്നെ അതിന്റെ യഥാർത്ഥ വൈപരീത്യം സമരോൽസുകമായ തൊഴിലാളിവർഗ്ഗമാണ്. ഫാഷിസത്തിനെതിരെ ഇടതുപക്ഷം മുന്നോട്ട് വെക്കുന്നത് ജനാധിപത്യം, ഭരണഘടന, നിയമവാഴ്ച, മതേതരത്വം, ശാസ്ത്രമനോഭാവം തുടങ്ങിയ ലിബറൽ പരിഹാരങ്ങൾ ആണ്. ഇതൊന്നും വേണ്ട എന്നല്ല; ഇവയെല്ലാം തന്നെ ഫാഷിസത്തിനെതിരെയുള്ള പോരാട്ടത്തിലെ മുദ്രാവാക്യങ്ങൾ തന്നെയാണ്. പക്ഷെ ഫാഷിസ്റ്റ് വിരുദ്ധ പോരാട്ടത്തിന്റെ അടിസ്ഥാനം ഈ ലിബറൽ മുദ്രാവാക്യങ്ങൾ അല്ല. ഗ്രാംഷി പറഞ്ഞത് പോലെ, "The liquidation of fascism must be the liquidation of the bourgeoisie that created it". മുതലാളിത്ത ജീർണ്ണതയുടെ സൃഷ്ടി ആയ ഫാഷിസത്തിനെതിരെ ഉള്ള പോരാട്ടം മുതലാളിത്തത്തിന്റെ അതിവർത്തനത്തിനായുള്ള പോരാട്ടമല്ലാതെ മറ്റൊന്നുമല്ല. ഈ പോരാട്ടമാണ് ഫാഷിസത്തിനെതിരെ ഉള്ള യഥാർത്ഥ വർഗ്ഗസമരം; അത് നയിക്കാൻ മുതലാളിത്ത വ്യവസ്ഥയുടെ ഗുണഭോക്താക്കളായ ഇടതുപക്ഷത്തിനോ അവരുമായി ചേർന്നുള്ള ജനകീയ മുന്നണിക്കോ ആവില്ല, തൊഴിലാളിവർഗ്ഗ പ്രസ്ഥാനങ്ങൾക്ക് മാത്രമേ ആവൂ.

അത് കൊണ്ട് തന്നെ ഇന്ന് ഹിന്ദുത്വ ഫാഷിസത്തെ പ്രതിരോധിക്കാനുള്ള യഥാർത്ഥ തൊഴിലാളിവർഗ്ഗ നയം "തൊഴിലാളിവർഗ്ഗ ഐക്യമുന്നണി" (united front of the working class) എന്ന ആശയമാണ്. മാർക്സിസ്റ്റ്-ലെനിനിസ്റ്റ് സൈദ്ധാന്തിക അടിസ്ഥാനവും സമരോൽസുകമായ വിപ്ലവബോധവും സമന്വയിപ്പിക്കുന്ന തൊഴിലാളിവർഗ്ഗ പ്രസ്ഥാനങ്ങളെയും ചെറു ഗ്രൂപ്പുകളെയും യുദ്ധകാലാടിസ്ഥാനത്തിൽ ഏകോപിപ്പിക്കുകയും അത്തരം ഒരു ഐക്യ മുന്നണിയുടെ നേതൃത്വത്തിൽ തൊഴിലാളിവർഗ്ഗത്തെ ഫാഷിസ്റ്റ് വിരുദ്ധ സമരത്തിൽ അണിനിരത്തുകയും ചെയ്യേണ്ടതുണ്ട്. ഏറ്റവും പ്രധാനം, അനുദിനം തൊഴിലാളിവൽക്കരിക്കപ്പെട്ടുകൊണ്ടിരിക്കുന്ന പെറ്റി ബൂർഷ്വസിയിലെ താഴെത്തട്ടിലുള്ള ഭൂരിപക്ഷത്തെ ഈ ഐക്യമുന്നണിയോട് അടുപ്പിക്കുകയും മുതലാളിത്ത-ഫാഷിസ്റ്റ് വിരുദ്ധ മുന്നേറ്റത്തിന്റെ ഭാഗമാക്കുകയും ചെയ്യുക എന്നതാണ്. ഈ ഐക്യമുന്നണിയുടെ സഹായത്തോടെ ഫാഷിസത്തിന് ഒരു വിപ്ലവകരമായ ബദൽ മുന്നോട്ട് വെച്ചുകൊണ്ട് ഫാഷിസം / ഇടതുപക്ഷം എന്ന വ്യാജ ദ്വന്ദ്വത്തിന്റെ അതിർവരമ്പുകൾ ഭേദിച്ചേ മതിയാവൂ. സിസേക് അഭിപ്രായപ്പെട്ടത് പോലെ:

"…. we also reject the blackmail of the established Left which enjoins us to support them as the only way to stop the Right…. the negation of the Left does not give us the Right again, but rather a non-left which is of the Left more than the (established) Left itself."

(ഫെബ്രുവരി 2023)

കെ-റെയിലും കാൾ മാർക്സും

"The anatomy .. of civil society is to be sought in political economy" - Karl Marx

കെ-റെയിലിനെക്കുറിച്ചുള്ള ചർച്ചകളിൽ കെ. മാർക്സിന്റെ പേര് എവിടെയും ഉയർന്നു കേൾക്കുന്നില്ല. പദ്ധതി ഏതു വിധേനയും നടപ്പാക്കും എന്ന് ശാഠ്യം പിടിക്കുന്ന ഇടതുമുന്നണിയിലെ ഏറ്റവും വലിയ രണ്ട് പാർട്ടികൾ "മാർക്സിസ്റ്റ്" എന്നാണ് സ്വയം അടയാളപ്പെടുത്തുന്നത്. എന്നാൽ ഈ പദ്ധതിയെ പിന്തുണക്കാൻ അവർ ഉപയോഗിക്കുന്നത് മാർക്സിസത്തെയല്ല, മറിച്ച് വിശുദ്ധവും ചോദ്യങ്ങൾക്കതീതവുമായ "വികസനം" എന്ന ആശയത്തെയാണ്. പദ്ധതിയെ എതിർക്കുന്നവർക്കും മാർക്സിസത്തിന്റെ ആവശ്യകത തോന്നിയിട്ടില്ല. എതിർപ്പുകൾ മിക്കവാറും അടിസ്ഥാനമാക്കുന്നത് പരിസ്ഥിതി പ്രശ്നങ്ങളും, ഹൈസ്പീഡ് റെയിൽവേ ലൈനിന്റെ സാങ്കേതികത്വങ്ങളും കുടിയിറക്കപ്പെടുന്ന മനുഷ്യരുടെ കണ്ണീരും ആണ്. അങ്ങനെ ഇടതിനാലും വലതിനാലും, പരിസ്ഥിതിവാദികളാലും സാങ്കേതികവിദഗ്ദരാലും, വികസനവിരുദ്ധരാലും വികസനാസക്തരാലും, സാമൂഹികമാധ്യമങ്ങളിൽ പോരടിക്കുന്ന വിവിധ രാഷ്ട്രീയ പാർട്ടികളുടെ ഭക്തരാലും, പൂർണ്ണമായ് തഴയപ്പെട്ട് കെ. മാർക്സ് കെ-റെയിൽ ചർച്ചകളുടെ ഓരത്തു കുത്തിയിരിപ്പാണ്. എന്നാൽ, ഏതൊരു സാമൂഹിക ചർച്ചയുടെ കാര്യത്തിലും എന്ന പോലെ, ഈ ചർച്ചയുടെയും ഓരത്തിരിക്കേണ്ട ആളല്ല കാൾ മാർക്സ്. സാമാന്യബോധം വിശുദ്ധവൽക്കരിക്കുന്ന സകലതിനെയും തച്ചുടക്കുന്ന സ്വഭാവം മാർക്സിന്റെ ചിന്തക്കുണ്ട്; "വിശുദ്ധവികസന"ത്തിന്റെയും അടിത്തറ മാന്തേണ്ടത് മാർക്സിനെ ഉപയോഗിച്ചാണ്!

തുടങ്ങേണ്ടത് ശരിയായ ചോദ്യങ്ങൾ ഉന്നയിച്ച് കൊണ്ട്

ഇതിന്റെ ആദ്യ പടി എന്നത് ഇടതും, വലതും, വിദഗ്ധരും, വിമതരും, ഭക്തരും കൂടി ഈ ചർച്ചയെ ഒതുക്കിവെച്ചിരിക്കുന്ന ഭൂമികയിൽ നിന്നും അതിനെ മോചിപ്പിക്കുക എന്നതാണ്. ചർച്ചകളുടെ ആഴവും പരപ്പും ഇന്ന് വ്യവസ്ഥയുടെ സാമാന്യബോധത്തിനകത്ത് തളച്ചിടപ്പെടുകയാണ്. അതിന് മൗലികതയും വിശാലതയും കൈവരുമ്പോൾ മാത്രമാണ് ഓരത്തിരിക്കുന്ന മാർക്സ് ചർച്ചയുടെ നടുവിൽ സ്ഥാനം പിടിക്കുന്നത്. പൊളിറ്റിക്കൽ ഇക്കോണമിയെ കുറിച്ചുള്ള തന്റെ വിഖ്യാതമായ പഠനത്തിൽ മൗറിസ് ഡോബ് ഓർമ്മിപ്പിക്കുന്ന ഒരു കാര്യമുണ്ട്, പ്രത്യയശാസ്ത്രം ഒളിച്ചു കടത്തപ്പെടുന്നത് ഉത്തരങ്ങളിൽ അല്ല, ചോദ്യങ്ങളിൽ തന്നെയാണ്. ഉയർന്നു വരുന്ന ചോദ്യങ്ങൾക്ക് "പുരോഗമനപരമായ" ഉത്തരങ്ങൾ കൊടുക്കുന്നതിനെയല്ല മാർക്സിസം എന്ന് വിളിക്കുന്നത്. ഉത്തരങ്ങളുടെ വ്യാപ്തി ചോദ്യങ്ങളാണ് നിർണ്ണയിക്കുന്നത് എന്നും, അതുകൊണ്ട് വിശകലനത്തെ വ്യവസ്ഥയുടെ അതിർവരമ്പിനുള്ളിൽ പരിമിതപ്പെടുത്തുന്ന ചോദ്യങ്ങളുടെ പ്രത്യയശാസ്ത്രം അനാവരണം ചെയ്യപ്പെടണമെന്നും, യഥാർത്ഥ ചോദ്യം അതല്ല ഇതാണ് എന്നും ഓർമ്മപ്പെടുത്തുന്നതിനെയാണ് മാർക്സിസം എന്ന് പറയുന്നത്. കെ-റെയിലിന്റെ കാര്യത്തിലും കെ. മാർക്സിന്റെ ഇടപെടലിന്റെ ആദ്യപടി ഇത് തന്നെയാണ്.

കേരളം പോലെ ജനനിബിഢമായ ഒരു പ്രദേശത്തെ ഗതാഗതപ്രശ്നത്തിന് പരിഹാരം കാണേണ്ടതിന്റെ ആവശ്യകത, കേരളത്തിന്റെ "വികസനകുതിപ്പിന്" ഇത്തരം പദ്ധതികൾ നൽകുന്ന ഊർജ്ജം, മാറുന്ന ലോകത്തിന്റെ വേഗത്തിനൊപ്പമെത്താൻ നമ്മുടെ യാത്രാസംവിധാനങ്ങൾ സജ്ജമാവേണ്ടതിന്റെ ആവശ്യം, ഇപ്പോൾ തന്നെ ലോലമായ കേരളത്തിന്റെ പരിസ്ഥിതിക്ക് ഇത്തരം ഒരു പദ്ധതി ഉണ്ടാക്കാവുന്ന ക്ഷതം, ആഗോളമാന്ദ്യവും മഹാമാരിയും കൊണ്ട് നടുവൊടിഞ്ഞ കേരളത്തിന്റെ സമ്പദ്വ്യവസ്ഥക്ക് മുപ്പത്തിമൂവായിരം കോടി ബാദ്ധ്യത ഉണ്ടാക്കുന്ന ആഘാതം, നാലരമണിക്കൂറിൽ തിരുവനന്തപുരത്ത് എത്തുക എന്നതാണോ ഇന്ന് കേരളജനത അഭിമുഖീകരിക്കുന്ന ഏറ്റവും വലിയ പ്രശ്നം എന്ന ചോദ്യം, മണിക്കൂറിൽ ഇരുന്നൂറ് കിലോമീറ്റർ കൈവരിക്കുന്നതിനുള്ള സാങ്കേതിക പരിമിതികൾ, ഇനി കൈവരിച്ചാലും "എങ്ങോട്ട് പായുന്നു ഹേ ഇത്ര തിടുക്കത്തിൽ" എന്ന ദാർശനിക സമസ്യ - ചർച്ച കുടുങ്ങിക്കിടക്കുന്നത് ഇതിലൊക്കെയാണ്. ഇതെല്ലാം

അപ്രധാനം ആണ് എന്നല്ല, അടിസ്ഥാനപരമായ ചോദ്യമോ പ്രശ്നമോ ഇതൊന്നും അല്ല എന്നാണ് പറയുന്നത്.

ഒരു വികസനപദ്ധതിയെയും നമുക്ക് ശൂന്യതയിൽ നിന്നുകൊണ്ട് വിലയിരുത്താൻ ആവില്ല. കേവലമായ സാങ്കേതിക-പാരിസ്ഥിതിക-സാമ്പത്തിക വാദങ്ങൾ കൊണ്ട് ഒരു പദ്ധതിയുടെയും ശരിയും തെറ്റും അളക്കാൻ കഴിയില്ല. പദ്ധതിയുടെ സാമൂഹിക-വർഗ്ഗ അടിസ്ഥാനത്തിന്റെ പശ്ചാത്തലത്തിൽ മാത്രമേ ഇത്തരം വാദങ്ങൾക്ക് അർത്ഥമുണ്ടാവുന്നുള്ളൂ. ലെനിൻ നിരന്തരമായി സൂചിപ്പിച്ചിരുന്നത് പോലെ, "There is no abstract truth; truth is always concrete." ഏത് സാമൂഹിക സാഹചര്യത്തിൽ, ആർക്കുവേണ്ടി, എന്തിന്, ആര്, എങ്ങനെയാണ് ഒരു പദ്ധതി നടപ്പാക്കാൻ ഉദ്ദേശിക്കുന്നത് എന്നിവയുടെ അടിസ്ഥാനത്തിൽ മാത്രമേ ഏത് പദ്ധതിയെയും വിലയിരുത്താൻ ആവൂ. കെ - റെയിലിന്റെ കാര്യത്തിലും ഇത് തന്നെയാണ് സത്യം. ഈ പദ്ധതിയുടെ അടിസ്ഥാനപരമായ സാമൂഹിക-വർഗ്ഗ പ്രചോദനത്തെക്കുറിച്ചും അതിന്റെ യഥാർത്ഥ ഗുണഭോക്താക്കളെക്കുറിച്ചും ഉള്ള കൃത്യമായ ധാരണയുടെ പശ്ചാത്തലത്തിൽ മാത്രമേ ഇന്ന് കേരളത്തിൽ ഇതുമായി ബന്ധപ്പെട്ട് നടന്ന് വരുന്ന സാങ്കേതിക-പാരിസ്ഥിതിക-സാമ്പത്തിക ചർച്ചകൾ അർത്ഥവത്താവുന്നുള്ളൂ.

ഗതാഗത വികസനം എന്ന പ്രത്യയശാസ്ത്രകുമിള

യാത്രാസംവിധാനങ്ങളുടെ നവീകരണത്തെക്കുറിച്ച് കഴിഞ്ഞ എത്രയോ ദശകങ്ങളായി നടന്നുവരുന്ന കോലാഹലങ്ങളുമായി ബന്ധപ്പെടുത്തി വേണം നാം കെ-റെയിലിനെ കുറിച്ചുള്ള വിവാദങ്ങളെയും സമീപിക്കാൻ. വെള്ളം, ഭക്ഷണം, പാർപ്പിടം, വിദ്യാഭ്യാസം, സ്വാതന്ത്ര്യം എന്നിങ്ങനെയുള്ള മനുഷ്യന്റെ പ്രാഥമികമായ ആവശ്യങ്ങൾക്കെല്ലാം മുകളിലാണ് യാത്രാസൗകര്യങ്ങൾക്ക് കിട്ടുന്ന സാമൂഹിക പ്രാധാന്യം. റോഡുകളുടെ ശോചനീയാവസ്ഥ ഒന്നാം പേജിൽ കളർ ഫോട്ടോ സഹിതം വെണ്ടക്കയാവുമ്പോൾ വെള്ളക്ഷാമത്താൽ വലയുന്ന ഗ്രാമത്തിന്റെ അവസ്ഥയും പട്ടിണികൊണ്ട് മരിക്കുന്ന ആദിവാസി ഊരുകളുടെ വാർത്തയും എട്ടാം പേജിലെ കോളം ന്യൂസാണ്. ലംബോർഗിനി വാങ്ങിയിട്ട് റോഡിലിറക്കാൻ പറ്റാത്ത യുവനടന്റെ കരളലിയിപ്പിക്കുന്ന അവസ്ഥയും, കാറിലിരുന്ന് മേക്കപ്പ് ഇടാൻ സാധിക്കാത്ത സീരിയൽ നടിയുടെ ദുഃഖവും നമ്മുടെ മാധ്യമങ്ങൾ തുടരൻ ആയി പ്രസിദ്ധീകരിച്ചതാണ്. ഗതാഗതസംവിധാനങ്ങളുടെ

നവീകരണം എന്ന ആശയം നിരന്തരമായി ഉന്നയിക്കാത്ത ഒരു പത്രമോ വാർത്താചാനലോ "പൗരപ്രമുഖ"നോ കേരളത്തിൽ ഇല്ല. ദശകങ്ങളായുള്ള ഈ പ്രചാരവേല "വികസന"ത്തിന്റെ ഏറ്റവും വലിയ അളവുകോൽ റോഡുകളുടെ വീതിയും നിരപ്പും ആണ് എന്ന ചിന്തയിലേക്ക് കേരളീയ സാമാന്യബോധത്തെ കൊണ്ടെത്തിച്ചിരിക്കുകയാണ്.

ഇത് ഒരു യാദൃശ്ചികത അല്ല, ഒരു പ്രത്യയശാസ്ത്രനിർമ്മിതി ആണ്. വ്യവസ്ഥയുടെ നിലനിൽപ്പിന്റെയും പുനരുൽപ്പാദനത്തിന്റെയും ആവശ്യങ്ങൾ ജനങ്ങളുടെയും സമൂഹത്തിന്റെയാകെയും ആവശ്യങ്ങളായി അവതരിപ്പിക്കുക എന്നതാണ് പ്രത്യയശാസ്ത്രത്തിന്റെ അടിസ്ഥാനപ്രവർത്തനരീതി. ഇവിടെയും ഇത് തന്നെയാണ് പിന്തുടരപ്പെടുന്നത്. ഗതാഗതസംവിധാനങ്ങളും ആ രംഗത്തെ അടിസ്ഥാനസൗകര്യവികസനങ്ങളും ജനങ്ങളുടെ യാത്രാക്ലേശം പരിഹരിക്കുന്നതിന് വേണ്ടിയാണ് എന്നാണ് വെപ്പ്. ജനങ്ങൾക്ക് യാത്രചെയ്ത് അവരുടെ അമ്മയേയോ അച്ഛനേയോ ഭാര്യയേയോ ഭർത്താവിനേയോ കുട്ടികളേയോ കാമുകനേയോ കാമുകിയേയോ സുഹൃത്തുക്കളേയോ ഒക്കെ അനായാസേന സന്ദർശിക്കാനുള്ള സൗകര്യമൊരുക്കുക എന്നതാണ് ഇവയുടെ പ്രഖ്യാപിത ലക്ഷ്യം. എന്നാൽ ഇത് വ്യവസ്ഥയുടെ ആവശ്യങ്ങൾ "പൊതുനന്മക്കായി" എന്ന ലേബലിൽ ഒളിച്ചുകടത്താനുള്ള ഒരു ശ്രമം മാത്രമാണ്. ഈ പ്രത്യയശാസ്ത്രനിർമ്മിതിയുടെ ഭൗതികമായ പ്രചോദനം എന്താണ് എന്ന് അന്വേഷിക്കുമ്പോൾ ആണ് കെ - റെയിൽ ചർച്ചകളിൽ കെ. മാർക്സ് രംഗപ്രവേശം ചെയ്യുന്നത്. ഗതാഗതസംവിധാനങ്ങൾക്ക് മുതലാളിത്തവ്യവസ്ഥയിൽ ഉള്ള പ്രാധാന്യം കാൾ മാർക്സിന്റെ ആശയങ്ങൾ ഉപയോഗിച്ച് മനസ്സിലാക്കുമ്പോൾ മാത്രമാണ് ഈ പ്രത്യയശാസ്ത്രകുമിള പൊട്ടുന്നത്.

കെ-റെയിൽ "മൂലധന"ത്തിന്റെ കണ്ണിലൂടെ

മുതലാളിത്തവ്യവസ്ഥയുടെ വിശകലനത്തിനായി മാർക്സ് അവലംബിച്ച രൂപരേഖ തന്നെ ആ വ്യവസ്ഥയിൽ ഗതാഗതസംവിധാനങ്ങൾക്കുള്ള പ്രാധാന്യം കാണിച്ചുതരുന്നതാണ്. മൂലധനം ആദ്യ വാല്യം മാർക്സ് മാറ്റിവെക്കുന്നത് ഉത്പാദനപ്രക്രിയയുടെ പഠനത്തിനായാണ്. ഒന്നാം വാല്യത്തിലെ രംഗം ഫാക്ടറിയാണ്. എന്നാൽ ഉത്പാദിപ്പിക്കപ്പെട്ട സാധനങ്ങൾ ഫാക്ടറിയിൽ തന്നെ ഇരുന്നാൽ ഈ വ്യവസ്ഥ നിലനിൽക്കില്ല. അവയെ ഉപഭോക്താവിലേക്ക് എത്തിക്കുന്ന പ്രക്രിയ പ്രധാനമാണ്. അതിനാൽ രണ്ടാം വാല്യത്തിൽ മാർക്സ് പഠനവിധേയമാക്കുന്നത്

ഉത്പന്നങ്ങളുടെ സർക്കുലേഷൻ പ്രക്രിയ ആണ്. മൂന്നാം വാള്യത്തിലാണ് മാർക്സ് മുതലാളിത്തവ്യവസ്ഥയെ അതിന്റെ സമഗ്രരൂപത്തിൽ പഠിക്കുന്നതും അതിന്റെ പ്രത്യക്ഷരൂപങ്ങൾ വിശകലനം ചെയ്യുന്നതും. ഈ വിശകലനം ആദ്യരണ്ട് വാള്യങ്ങളിലെയും ആശയങ്ങളുടെ അടിസ്ഥാനത്തിൽ ഉള്ളതാണ്.

ഉത്പന്നങ്ങളുടെ സർക്കുലേഷൻ പ്രക്രിയ (process of circulation of commodities) പഠനവിധേയമാക്കുന്ന രണ്ടാം വാള്യത്തിലെ പ്രധാന ആശയങ്ങളിൽ ഒന്ന് വിറ്റുവരവ് സമയം (turnover time) എന്നതാണ്. ഇത് ഉത്പാദനസമയത്തിന്റെയും സർക്കുലേഷൻ സമയത്തിന്റെയും ആകെത്തുക ആണ്. അതായത് ഒരു ഉത്പന്നം നിർമ്മിക്കുന്നതിന് വേണ്ടി അതിന്റെ മുതലാളി മുടക്കിയ മൂലധനം ലാഭവും ചേർന്ന് തിരിച്ചുവരാൻ എടുക്കുന്ന സമയമാണ് വിറ്റുവരവ് സമയം. ഈ വിറ്റുവരവ് സമയം കൂടുന്നത് ലാഭത്തിന്റെ അളവിനെയും ലാഭനിരക്കിനെയും ഉത്പാദനപ്രക്രിയയുടെ തുടർച്ചയെയും എങ്ങനെയാണ് പ്രതികൂലമായി ബാധിക്കുന്നത് എന്ന് മാർക്സ് രണ്ടാം വാള്യത്തിൽ വിശദമായി പഠിക്കുന്നുണ്ട്. അത് കൊണ്ട് വിറ്റുവരവ് സമയം പരമാവധി കുറച്ച് കൊണ്ട് വിറ്റുവരവ് നിരക്ക് (rate of turnover) ഉയർത്തുക എന്നത് മുതലാളിത്തവ്യവസ്ഥയുടെ തന്നെ ആവശ്യമാണ്. ഇവിടെയാണ് സുഗമവും കാര്യക്ഷമവുമായ ഗതാഗത സംവിധാനവും അതിനാവശ്യമായ അടിസ്ഥാനസൗകര്യങ്ങളും മുതലാളിത്തത്തിനും ഭരണവർഗ്ഗത്തിനും അങ്ങേയറ്റം പ്രധാനമായി മാറുന്നത്. ഈ പ്രാധാന്യമാണ് ഗതാഗതരംഗത്ത് ഭീമമായി മുതൽമുടക്കാൻ മുതലാളിത്തവ്യവസ്ഥ ഭരണകൂടത്തിന് മേൽ നിരന്തരമായി ചെലുത്തുന്ന സമ്മർദ്ദത്തിന്റെ യഥാർത്ഥ കാരണം. എന്നാൽ ഈ സമ്മർദ്ദം തങ്ങളുടെ ലാഭവിഹിതത്തിന് കോട്ടം തട്ടാതിരിക്കാൻ വേണ്ടി ഉള്ളതാണ് എന്ന് വന്നാൽ അതിന് ജനസമ്മതി ഉണ്ടാവില്ല. അതിനാൽ അതിനെ "പൊതുനന്മ"ക്ക് വേണ്ടിയുള്ളതായി അവതരിപ്പിക്കേണ്ടതുണ്ട്. അതാണ് മുതലാളിത്തം അതിന്റെ പ്രത്യയശാസ്ത്രസംവിധാനങ്ങൾ വഴി ഭംഗിയായി നിർവ്വഹിക്കുന്നത്. അങ്ങനെയാണ് എട്ടുവരിപാത വരുന്നത് തിരുവനന്തപുരത്തുള്ള ഒരാൾക്ക് വാരാന്ത്യങ്ങളിൽ വേഗത്തിൽ അല്ലലില്ലാതെ കണ്ണൂരിലെ വീട്ടിൽ പോയി മീൻകറിയും കൂട്ടി ചോറുണ്ണാൻ വേണ്ടിയാണ് എന്ന തെറ്റിദ്ധാരണ ജനങ്ങളിൽ ഉണ്ടാവുന്നത്!

നവലിബറൽ ഘട്ടത്തിലെ ഫിനാൻസ് മൂലധനത്തിന്റെ വ്യാപനത്തോടെ സർക്കുലേഷൻ സമയം കുറക്കേണ്ടതിന്റെ ആവശ്യകത

വർദ്ധിച്ചിരിക്കുകയാണ്. കാരണം നവലിബറൽ കാലഘട്ടം മുതലാളിത്തവ്യവസ്ഥയുടെ വൈരുദ്ധ്യങ്ങളുടെ പട്ടികയിൽ ഒന്നുകൂടെ കൂട്ടിച്ചേർക്കുന്നുണ്ട്. ഫിനാൻസ് മൂലധനത്തിന്റെ ഭീമമായ വളർച്ച ബാങ്കിങ് മേഖലയിൽ ഉണ്ടാക്കിയ വലിയമാറ്റങ്ങളും വിവരസാങ്കേതികവിദ്യയുടെ വിപുലമായ ഉപയോഗവും പണമൂലധനത്തിന്റെ (money capital) സർക്കുലേഷന് ആവശ്യമായ സമയം നിമിഷങ്ങൾ മാത്രമാക്കി ചുരുക്കിയിരിക്കുകയാണ്. അതുകൊണ്ട് തന്നെ ഉൽപ്പന്നങ്ങളുടെ സർക്കുലേഷന് പണമൂലധനവ്യാപനത്തിന്റെ വേഗതക്കൊപ്പമെത്താൻ ആവുന്നില്ല എന്നത് ലാഭസാക്ഷാത്കാരത്തിന് വലിയ തടസ്സമാണ് സൃഷ്ടിക്കുന്നത്. ഈ വൈരുദ്ധ്യം പരിഹരിക്കാനുള്ള ശ്രമത്തിന്റെ ഭാഗമായാണ് നവലിബറൽ മുതലാളിത്തം ഗതാഗതസംവിധാനങ്ങൾക്കായുള്ള മുറവിളി ശക്തമാക്കിയിരിക്കുന്നത്.

കേരളത്തിലെ മുതലാളി-ഭരണ വർഗ്ഗം ഇവിടുത്തെ ഗതാഗതസംവിധാനങ്ങൾ അടിയന്തരമായി മെച്ചപ്പെടണം എന്ന് വാശിപിടിക്കുന്നതിന് ഒരു പ്രധാന കാരണം കൂടി ഉണ്ട്. മുതലാളിത്തവ്യവസ്ഥയിൽ ഒരു ഉത്പന്നത്തിന്റെ മൂല്യം നിർണ്ണയിക്കപ്പെടുന്നത് അതിന്റെ നിർമ്മാണത്തിൽ ചെലവഴിക്കപ്പെട്ട അദ്ധ്വാനത്തെ അടിസ്ഥാനപ്പെടുത്തിയാണ്. ഈ അദ്ധ്വാനം രണ്ട് തരത്തിൽ ഉള്ളതാണ്. ഒന്ന്, അതിന്റെ നിർമ്മാണപ്രവർത്തനത്തിൽ നേരിട്ട് ചെലവഴിക്കപ്പെടുന്നത്; രണ്ട്, അത് ഉപഭോക്താക്കളിൽ എത്തിക്കുന്ന ഗതാഗത പ്രക്രിയയിൽ ചെലവഴിക്കപ്പെടുന്നത്. എന്നാൽ മാർക്സിന്റെ പ്രധാനപ്പെട്ട ഉൾക്കാഴ്ചകളിൽ ഒന്ന്, ഉത്പന്നങ്ങളുടെ മൂല്യം നിർണ്ണയിക്കപ്പെടുന്നത് അതിനുവേണ്ടി സാമൂഹികമായി ആവശ്യമായി വരുന്ന അദ്ധ്വാനത്തിന്റെ (socially necessary labour) അടിസ്ഥാനത്തിൽ മാത്രം ആണ് എന്നതാണ്. സാമൂഹികമായി ആവശ്യമായി വരുന്ന അദ്ധ്വാനം എന്നത് ഒരു രാജ്യത്തെ ശരാശരി അദ്ധ്വാനവൈദഗ്ധ്യവും ശരാശരി അടിസ്ഥാനസൗകര്യങ്ങളും കണക്കിലെടുത്താണ് നിർണ്ണയിക്കുന്നത്. പ്രധാനമന്ത്രിയുമായി കെ-റെയിലിനെ കുറിച്ചുള്ള ചർച്ചക്ക് ശേഷമുള്ള പത്രസമ്മേളനത്തിൽ ഔദ്യോഗിക കണക്കുകൾ ഉദ്ധരിച്ചുകൊണ്ട് മുഖ്യമന്ത്രി പറഞ്ഞത് "സംസ്ഥാനത്തെ റോഡ് ഗതാഗതത്തിന്റെ വേഗം മറ്റു സംസ്ഥാനങ്ങളെക്കാൾ 40 ശതമാനം കുറവാണ്. റെയിൽ ഗതാഗതത്തിനു 30 ശതമാനം വേഗക്കുറവുണ്ട്" എന്നാണ്. അങ്ങനെ വരുമ്പോൾ കേരളത്തിൽ ചരക്ക് ഗതാഗതത്തിന് മറ്റ് സംസ്ഥാനങ്ങളേക്കാൾ ചെലവ് വരും. പക്ഷെ ഈ അധികച്ചെലവ് ഉപഭോക്താവിൽ നിന്നും ഈടാക്കാൻ സാധിക്കില്ല,

കാരണം മൂല്യവും വിലയും നിർണയിക്കപ്പെടുന്നത് രാജ്യത്തെ ശരാശരി ഗതാഗതസൗകര്യത്തിന്റെ അടിസ്ഥാനത്തിൽ ആണ്. കേരളത്തിൽ ഈ ശരാശരിക്ക് താഴെയാണ് സൗകര്യങ്ങളെങ്കിൽ അത് കാരണം ഉണ്ടാവുന്ന അധികച്ചിലവ് ലാഭത്തിൽ നിന്നാണ് കുറക്കപ്പെടുന്നത്. അങ്ങനെയാണ് മറ്റ് സംസ്ഥാനങ്ങളെ അപേക്ഷിച്ച് കേരളത്തിലെ ഗതാഗതസംവിധാനങ്ങളുടെ നിലവാരമില്ലായ്മ ഇവിടുത്തെ മുതലാളി വർഗ്ഗത്തിന്റെ ലാഭവിഹിതത്തെ പ്രതികൂലമായി ബാധിക്കുന്നത്. അതു കൊണ്ടുതന്നെയാണ് യാത്രാസംവിധാനങ്ങളുടെ വികസനം അവരുടെ ആവശ്യമായി വരുന്നത്.

പക്ഷെ, മേൽപ്പറഞ്ഞ കാര്യങ്ങൾക്ക് കെ-റെയിലുമായി എന്ത് ബന്ധം എന്ന് ചിലരെങ്കിലും ആശ്ചര്യപ്പെട്ടേക്കാം. കാരണം അവയെല്ലാം ചരക്ക് ഗതാഗതത്തെ അടിസ്ഥാനപ്പെടുത്തിയുള്ള കാര്യ ങ്ങളാണ്; കെ-റെയിൽ പ്രധാനമായും ജനസഞ്ചാരത്തിനായുള്ള ഒരു സംവിധാനമാണ്. ചരക്ക് നീക്കത്തെ സംബന്ധിച്ചുള്ള ആശയങ്ങൾ ജനസഞ്ചാരസംവിധാനത്തിന് ബാധകമാവുന്നത് എങ്ങനെ? എന്നാൽ ഈ ആശ്ചര്യം മുതലാളിത്തവ്യവസ്ഥയിൽ ഉത്പന്നങ്ങളും ജനങ്ങളും തമ്മിൽ യാതൊരു വ്യത്യാസവുമില്ല എന്ന അടിസ്ഥാനസത്യം തിരി ച്ചറിയാത്തതിൽ നിന്നും ഉടലെടുക്കുന്ന ഒന്നാണ്. ജനങ്ങളുടെ അദ്ധ്വാ നശേഷി ഒരു ഉത്പന്നമായി മാറുന്ന വ്യവസ്ഥയാണ് മുതലാളിത്തം. ഈ വ്യവസ്ഥയെയും അതിലെ ഭരണവർഗ്ഗത്തെയും സംബന്ധിച്ചെട ത്തോളം സാധാരണജനങ്ങൾ അദ്ധ്വാനശേഷി എന്ന ഉത്പന്നത്തി ന്റെ വാഹകർ മാത്രമാണ്. അതുകൊണ്ട് തന്നെ ഉത്പന്നങ്ങളുടെയും അസംസ്കൃത വസ്തുക്കളുടെയും യന്ത്രസാമഗ്രികളുടെയും ജനങ്ങളുടെയും സർക്കുലേഷൻ തമ്മിൽ വ്യവസ്ഥക്ക് വലിയ വേർതിരിവൊന്നും ഇല്ല. മുതലാളിത്തത്തിന് ഇവയെല്ലാം മൂലധനത്തിന്റെ വ്യത്യസ്ഥരൂപങ്ങൾ മാത്രം! മൂലധനത്തിന്റെ മറ്റ് രൂപങ്ങളുടെ സുഗമമായ സർക്കുലേഷൻ പോലെ തന്നെ ജനങ്ങളുടെ യാത്രാസംവിധാനവും വ്യവസ്ഥയുടെ നിലനിൽപ്പിന് പ്രധാനമാവുന്നത് ഇതുകൊണ്ടാണ്. മൂലധനത്തി ന്റെയും തൊഴിൽസ്ഥാപനങ്ങളുടെയും വലിയ നഗരങ്ങളിലേക്കുള്ള കേന്ദ്രീകരണം ജനങ്ങളുടെ സർക്കുലേഷന്റെ പ്രാധാന്യം വർദ്ധിപ്പിച്ചി രിക്കുകയാണ്.

മുതലാളിത്തവികസനവും ഇടതുപക്ഷവും

കെ-റെയിൽ ഉൾപ്പെടെയുള്ള ഗതാഗതരംഗത്തെ എല്ലാ വമ്പൻ പദ്ധതികളും ആർക്ക് വേണ്ടിയുള്ളവ ആണെന്നും എന്തിന് വേണ്ടി

ഉള്ളതാണെന്നും മാർക്സിന്റെ ആശയങ്ങൾ സംശയലേശമന്യേ നമുക്ക് വ്യക്തമാക്കിത്തരുന്നുണ്ട്. ഇത് മുതലാളിത്തവ്യവസ്ഥയുടെ സുഗമമായ നിലനിൽപ്പ് ലക്ഷ്യം വെച്ചുള്ള പദ്ധതികൾ ആണ്; ആ വ്യവസ്ഥയുടെ കാവലാളുകൾ ആയിട്ടുള്ള ഒരു വരേണ്യവർഗ്ഗം മാത്രമാണ് ഇവയുടെ യഥാർത്ഥ ഗുണഭോക്താക്കൾ. ഈ സത്യം ഖണ്ഡിക്കാൻ ബുദ്ധിമുട്ടാണ് എന്ന് മനസ്സിലാക്കുന്ന ചില ഇടതുപക്ഷ കേന്ദ്രങ്ങളിൽ നിന്നും കെ-റെയിൽ അടക്കമുള്ള പദ്ധതികളെ ന്യായീകരിക്കാൻ ഉയർന്ന് കേൾക്കുള്ള ഒരു വാദം വളരെ കൗതുകകരമാണ്. അത് ഇപ്രകാരമാണ്: മുതലാളിത്തത്തിന്റെ വളർച്ചയാണ് സോഷ്യലിസത്തിലേക്ക് നയിക്കുന്നത് എന്ന് മാർക്സ് പറയുന്നുണ്ട്; അതിനാൽ മാർക്സിസ്റ്റ് പാർട്ടികൾ മുതലാളിത്തവികസനപദ്ധതികൾ നടപ്പാക്കുന്നതിൽ തെറ്റില്ല! സിംഗൂർ-നന്ദിഗ്രാം സമയത്ത് ബംഗാളിലെ സിപിഎം ന്റെ "വികസനോന്മാദ"ത്തെ ന്യായീകരിക്കാനും ഈ വാദം ഉന്നയിക്കപ്പെട്ടിരുന്നു. എന്നാൽ ഇത് മാർക്സിസത്തിന്റെ പൂർണ്ണമായും ഉള്ള വക്രീകരണം ആണ്.

മുതലാളിത്തത്തിന്റെ വളർച്ചയാണ് സോഷ്യലിസത്തിലേക്ക് വഴിതെളിക്കുന്നത് എന്ന മാർക്സിന്റെ ആശയം വൈരുദ്ധ്യാത്മകമായ ഒന്നാണ്. സോഷ്യലിസത്തിന് വേണ്ട വസ്തുനിഷ്ഠമായ സാഹചര്യങ്ങൾ (objective conditions) സൃഷ്ടിക്കുന്നത് മുതലാളിത്ത വളർച്ചയാണ്. എന്നാൽ ഈ വളർച്ചയുടെ ഫലമായി മുതലാളിത്തം സ്വാഭാവികമായി സോഷ്യലിസമായി പരിണമിക്കില്ല. മുതലാളിത്തവളർച്ച സൃഷ്ടിക്കുന്ന വൈരുദ്ധ്യങ്ങളും പ്രതിസന്ധികളും മുതലെടുക്കാൻ പറ്റുന്ന ആത്മനിഷ്ഠമായ സാഹചര്യങ്ങൾ (subjective conditions) കൂടി അതിന് ആവശ്യമാണ്. വർഗ്ഗബോധത്തിലൂടെയും സംഘടനയിലൂടെയും ഈ സാഹചര്യങ്ങൾ ഉണ്ടാക്കിയെടുക്കുക എന്നതാണ് മാർക്സിസ്റ്റ് പാർട്ടികളുടെ പ്രധാന കടമ. മുതലാളിത്തവ്യവസ്ഥയ്ക്കെതിരെയുള്ള ദൈനംദിനമായ സന്ധിയില്ലാ സമരങ്ങളിലൂടെ മാത്രമേ അത് സാധിക്കുകയുള്ളൂ. ഇതിന് പകരം, ഈ പരിണാമം യാന്ത്രികമായി സംഭവിക്കുന്ന ഒന്നാണ് എന്ന വ്യാമോഹത്തിന് അടിമപ്പെട്ട് മുതലാളിത്തം വളർത്താൻ ഇറങ്ങിപ്പുറപ്പെട്ടാൽ, ജനങ്ങൾ അത്തരം പാർട്ടികളെ മുതലാളിത്തത്തിന്റെയും മുതലാളിമാരുടെയും കിങ്കരന്മാരായി മാത്രമേ കാണുകയുള്ളൂ. അതുകൊണ്ട് തന്നെ ജനമനസ്സുകളിൽ കളങ്കിതരാക്കപ്പെട്ട അത്തരം പാർട്ടികൾക്ക് ഒരിക്കലും അവരെ വിപ്ലവകരമായ സാമൂഹികമാറ്റത്തിനായി സംഘടിപ്പിക്കാൻ ആവില്ല. മാർക്സിന്റെ ആഴമേറിയതും വൈരുദ്ധ്യാത്മകവും ആയ ഉൾക്കാഴ്ചകളെ എങ്ങനെയാണ് ഇടതുപക്ഷവൃത്തങ്ങൾ അവരുടെ മുതലാളിത്തദാസ്യവേല മറച്ചു വെക്കുന്നതിനുള്ള യാന്ത്രികവാദങ്ങളായി

വക്രീകരിക്കുന്നത് എന്നതിന് ഏറ്റവും നല്ല ഉദാഹരണമാണ് ഇത്.

ഇത് നമ്മെ കൊണ്ടെത്തിക്കുന്നത് അടുത്ത ചോദ്യത്തിലേക്കാണ്: മുതലാളിത്തവ്യവസ്ഥക്ക് വേണ്ടിയുള്ള ഈ പദ്ധതി ആരാണ് നടപ്പാക്കാൻ ശ്രമിക്കുന്നത്? ഈ പദ്ധതി ഏത് വിധേനയും നടപ്പാക്കും എന്ന് വാശിപിടിക്കുന്ന ഇടതുപക്ഷസഖ്യത്തിത്തെ നയിക്കുന്നത് "മാർക്സിസ്റ്റ്" പാർട്ടികൾ ആണ്. എന്നാൽ ഈ ലേബൽ ഒരു വിരോധാഭാസം മാത്രമാണെന്ന് മാർക്സിസത്തിന്റെ എബിസി അറിയുന്ന എല്ലാവർക്കും ബോദ്ധ്യമുണ്ട്. ഇടതുപക്ഷം എന്നത് ഒരു സോഷ്യൽ ഡമോക്രറ്റിക് സഖ്യമാണ്, അതിന് മാർക്സിസവുമായി ഇന്ന് യാതൊരു ബന്ധവും ഇല്ല. "ജനക്ഷേമകരമായ പരിഷ്കാരങ്ങൾ" വഴി മുതലാളിത്തത്തിന്റെ വൈരുദ്ധ്യങ്ങൾ പരിഹരിക്കാനാവും എന്ന് വ്യാമോഹിക്കുന്ന സോഷ്യൽ ഡമോക്രസിയെക്കുറിച്ച് അതുകൊണ്ടാണ് സ്ലാവോയ് സിസക്, "ഇരുപതാം നൂറ്റാണ്ടിലുടനീളം മുതലാളിത്തത്തിനെതിരായ കമ്മ്യൂണിസ്റ്റ് ഭീഷണിയെ ചെറുക്കാൻ അണിനിരത്തപ്പെട്ട ഒരു ഉപകരണമായിരുന്ന സോഷ്യൽ ഡെമോക്രസി" എന്ന് അഭിപ്രായപ്പെട്ടത്.

മുതലാളിത്തത്തെ വിപ്ലവകരമായി പരിവർത്തനം ചെയ്യേണ്ടതിന്റെ ആവശ്യമില്ലെന്നും അതിന്റെ "മോശം വശങ്ങളെ" പരിഷ്കരിച്ചാൽ മാത്രം മതിയെന്നും വാദിക്കുന്ന സോഷ്യൽ ഡമോക്രറ്റിക് പാർട്ടികളെ നവലിബറലിസത്തിന്റെ തുടക്കത്തോട് കൂടി മുതലാളിത്തവ്യവസ്ഥ സ്വാംശീകരിച്ച് നിർജ്ജീവമാക്കുകയാണ് ചെയ്തത്. എൺപതുകളുടെ ആദ്യപകുതിയോടുകൂടി തന്നെ യൂറോപ്പിലെ സോഷ്യൽ ഡമോക്രറ്റിക് പാർട്ടികൾ ഒന്നൊന്നായി നവലിബറൽ നയങ്ങളെ പുല്കിത്തുടങ്ങിയിരുന്നു. മാവോയുടെ മരണത്തെത്തുടർന്ന് 1978ൽ സാമ്പത്തികപരിഷ്കാരങ്ങൾക്ക് തുടക്കമിട്ട ചൈനീസ് കമ്മ്യൂണിസ്റ്റ് പാർട്ടി രണ്ടായിരം ആണ്ടോട് കൂടി നവലിബറിലസത്തെ പൂർണ്ണമായും സ്വീകരിച്ചു. സോഷ്യൽ ഡമോക്രസിയുടെ ഇന്ത്യൻ പതിപ്പുകൾ ആയ സിപിഎമ്മും സിപിഐയും നവലിബറലിസത്തിലേക്കുള്ള ചായ്‌വ് ആദ്യം പ്രകടമായി കാണിച്ചു തുടങ്ങിയത് ബംഗാളിൽ ആയിരുന്നു. അത് നന്ദിഗ്രാമിലേക്കും സിംഗൂരിലേക്കും അതിലൂടെ ബംഗാളിലെ ഇടതുപക്ഷത്തിന്റെ സർവ്വനാശത്തിലേക്കും നയിച്ചു എന്ന് നമുക്കറിയാം. ഇങ്ങു കേരളത്തിൽ കഴിഞ്ഞ മൂന്ന് ദശകങ്ങളായി ഇടതുപക്ഷം നവലിബറൽ പക്ഷത്തേക്ക് ക്രമേണയുള്ള യാത്രയിലാണ്. പാർട്ടിയിൽ വിഎസിന്റെ കലാപം ഇതിന്റെ പ്രത്യക്ഷരൂപങ്ങൾക്കെതിരെ ഉള്ളതായിരുന്നു. ഇന്ന് "വിഭാഗീയത" മുഴുവനായും തുടച്ചു നീക്കി സിപിഎം ഒരുമയോട് കൂടി നവലിബറൽ

നയങ്ങളെ പുൽകിയിരിക്കുകയാണ്. സംസ്ഥാനസമ്മേളനത്തിലെ "വികസനയരേഖ" ഇതിന്റെ സാക്ഷ്യപത്രമാണ്. മുതലാളിത്തവ്യവസ്ഥയുടെ പ്രവർത്തനവും പ്രത്യുൽപ്പാദനവും സുഗമമായി നടക്കാൻ ആവശ്യമായ അടിസ്ഥാനവികസനവും സാമ്പത്തികപരിഷ്കാരങ്ങളും നടപ്പാക്കുക എന്നത് ഒരു നവലിബറൽ ഭരണകൂടത്തിന്റെ കടമ ആണ്. അതിന്റെ ഭാഗമായി വേണം കെ-റെയിൽ നടത്തി എടുക്കാനുള്ള ഇടതുപക്ഷത്തിന്റെ വ്യഗ്രതയെ കാണാൻ.

Accumulation by Dispossession ന്റെ കേരളീയ മാതൃക

മാർക്സിസ്റ്റ് ചിന്തകനായ ഡേവിഡ് ഹാർവി നവലിബറൽ മുതലാളിത്തത്തിന്റെ പ്രവർത്തനരീതിയെ അടയാളപ്പെടുത്തുന്നത് "കുടിയിറക്കലിലൂടെ ഉള്ള സമാഹരണം" (accumulation by dispossession) എന്ന ആശയം ഉപയോഗിച്ചാണ്. മുതലാളിത്തവളർച്ചക്ക് ആവശ്യമായ അടിസ്ഥാനസൗകര്യവികസനം ജനങ്ങളുടെ ചെലവിൽ, അവരുടെ ഭൂമിയും സ്വത്തും കവർന്നെടുത്തു കൊണ്ട്, അവരുടെ പ്രതിഷേധങ്ങളെ ചവിട്ടിയരച്ച് കൊണ്ട് നടപ്പാക്കുക എന്നത് ഇതിന്റെ ഭാഗമാണ്. ഇതിൽ നവലിബറൽ ഭരണകൂടത്തിന്റെ പങ്ക് തന്റെ 'A brief history of neoliberalism' എന്ന പഠനത്തിൽ ഹാർവി എടുത്ത് പറയുന്നുണ്ട്: "അക്രമത്തിന്റെ കുത്തകയുടേയും നിയമസാധുതയുടെ നിർവ്വചനത്തിന്റെയും സഹായത്തോടു കൂടി ഈ പ്രക്രിയകളെ പിന്തുണയ്ക്കുകയും പ്രോത്സാഹിപ്പിക്കുകയും ചെയ്യുന്നതിൽ ഭരണകൂടം ഒരു നിർണായക പങ്ക് വഹിക്കുന്നു." ഇതിന്റെ ഒരു ക്ലാസ്സിക് ഉദാഹരണമാണ് കെ-റെയിലിന്റെ കാര്യത്തിൽ കേരളത്തിൽ നമ്മൾ ഇന്ന് കാണുന്നത്. ഹാർവിയുടെ ഈ ആശയത്തിന്റെ പശ്ചാത്തലത്തിൽ നോക്കുമ്പോൾ കെ-റെയിലിനെതിരെയുള്ള കോൺഗ്രസ്സിന്റെയും ബിജെപിയുടെയും സമരം വെറും പ്രഹസനമാണെന്ന് മനസ്സിലാക്കുന്നതിൽ വിഷമമില്ല. കാരണം, ഈ നവലിബറൽ പ്രവർത്തനരീതിയെ അവർ ഭരണത്തിലിരിക്കുന്ന സ്ഥലങ്ങളിലെല്ലാം കോൺഗ്രസ്സ്-ബിജെപി ഭരണകൂടങ്ങൾ പിന്തുണച്ചിട്ടേ ഉള്ളൂ. അതുകൊണ്ട് ഇന്ന് നടക്കുന്ന സമരങ്ങളിൽ തങ്ങളുടെ ജീവിതോപാധികൾ തച്ചുടച്ച് കൊണ്ട് വളരാൻ വെമ്പുന്ന നവലിബറൽ മുതലാളിത്തത്തെയും അതിന് ചൂട്ട് പിടിക്കുന്ന ഭരണകൂടത്തെയും പ്രതിരോധിക്കുന്ന ജനങ്ങളോട് മാത്രമേ ഐക്യദാർഢ്യപ്പെടാൻ

സാധിക്കുകയുള്ളൂ. അവരുടെ പ്രതിരോധത്തിന് ദിശയും ലക്ഷ്യവും പകരാൻ കെൽപ്പുള്ള രാഷ്ട്രീയപ്രസ്ഥാനങ്ങൾ ഇല്ല എന്നുള്ളത് വലിയ പോരായ്മ ആണ് താനും.

"കേരളത്തിന്റെ ഒരറ്റം മുതൽ മറ്റേ അറ്റം വരെ നാലരമണിക്കൂറിൽ എത്താൻ സാധിക്കുന്നത് മോശം കാര്യമാണോ?" തുടങ്ങിയ വാദങ്ങൾ ഈ സാമൂഹികവിഷയത്തെ ലളിതവൽക്കരിച്ച് അതിന്റെ ഉള്ളടക്കം മുഴുവൻ ചോർത്തിക്കളയുവാൻ ഉദ്ദേശിച്ചുള്ളവയാണ്. കെ-റെയിൽ പ്രശ്നത്തിന്റെ സാമൂഹികവും രാഷ്ട്രീയവും വർഗ്ഗപരവുമായ ഉള്ളടക്കത്തെ അഭിമുഖീകരിക്കാനുള്ള ഭയമാണ് ഇത്തരം ലളിതവൽക്കരണത്തിന് പിന്നിൽ. അതുകൊണ്ടാണ് ശരി-തെറ്റ് എന്ന യാന്ത്രികദ്വന്ദ്വത്തിൽ ചർച്ചയെ തളച്ചിടാൻ ഇതുപോലുള്ള വാദങ്ങൾ ഉയർത്തുന്നവർ ശ്രമിക്കുന്നത്. ഈ പദ്ധതിയുടെ വർഗ്ഗപരവും സാമൂഹികവും ആയ ഉള്ളടക്കം മാർക്സിസ്റ്റ് ആശയങ്ങളുടെ വെളിച്ചത്തിൽ നമ്മൾ കണ്ടു കഴിഞ്ഞു. എല്ലാ വൻകിട ഗതാഗതപദ്ധതികളുടെയും പോലെ തന്നെ ഇത് മുതലാളിത്തവ്യവസ്ഥയിലെ സർക്കുലേഷൻ പ്രക്രിയ സുഗമമാക്കാൻ ലക്ഷ്യം വെച്ചുള്ളതാണ്. ഇതിന്റെ പ്രധാനഗുണഭോക്താക്കൾ വരേണ്യഭരണവർഗ്ഗമാണ്. നവലിബറൽ മുതലാളിത്ത യുക്തിക്ക് മുഴുവനായും കീഴ്പ്പെട്ടു കഴിഞ്ഞ ഒരു സോഷ്യൽ ഡമോക്രാറ്റിക് പാർട്ടിയും അത് നയിക്കുന്ന സഖ്യവുമാണ് ഇത് നടപ്പാക്കാൻ ശ്രമിക്കുന്നത്. "കുടിയിറക്കലിലൂടെ ഉള്ള സമാഹരണം" എന്ന നവലിബറൽ പ്രവർത്തനരീതിയുടെ മറ്റൊരു മാതൃക മാത്രമാണ് ഇവിടെ അരങ്ങേറുന്നത്. ഇതുപോലുള്ള സാഹചര്യങ്ങളിൽ ലോകത്തെല്ലായിടത്തും സംഭവിക്കുന്നത് പോലെ തന്നെ ജനങ്ങളെ വിശ്വാസത്തിൽ എടുക്കാതെ, നിർണ്ണായകമായ തീരുമാനങ്ങളിൽ ഒന്നും അവരുടെ പങ്കാളിത്തം ഇല്ലാതെ, സുതാര്യതയോ വ്യക്തതയോ ലവലേശം ഇല്ലാതെ, അവരുടെ പ്രതിഷേധത്തെ അടിച്ചമർത്തിക്കൊണ്ടാണ് ഈ പദ്ധതി നടപ്പാക്കാൻ ശ്രമം നടക്കുന്നത്. ലാഭത്തിന്റെ യുക്തിയും സാമൂഹികനന്മയും പരസ്പരം പൊരുത്തപ്പെട്ടു പോകാത്തതുകൊണ്ട് പോരാടുന്ന ജനതയും നവലിബറൽ ഭരണകൂടവും തമ്മിലുള്ള സംഘർഷം ഒഴിവാക്കാനാവാത്തതാണ്.

യാത്രാവേഗം മൂന്നുമടങ്ങ് വർദ്ധിപ്പിക്കുന്ന ഒരു സംവിധാനത്തെ സാധാരണഗതിയിൽ ജനങ്ങൾ എതിർക്കേണ്ട കാര്യമില്ല. എന്നാൽ ലാഭം എന്ന അച്ചുതണ്ടിൽ തിരിഞ്ഞു കൊണ്ടിരിക്കുന്ന ഒരു വ്യവസ്ഥയിൽ വസ്തുനിഷ്ഠമായി വിമോചനസാദ്ധ്യത ഉള്ള സാങ്കേതികമുന്നേറ്റങ്ങൾ പോലും തങ്ങളുടെ ജീവിതോപാധികളെ ചോദ്യം

ചെയ്യുന്നവയായാണ് ജനങ്ങൾക്ക് അനുഭവപ്പെടുക. പത്തൊൻപതാം നൂറ്റാണ്ടിൽ ഫാക്ടറികളിലെ യന്ത്രവൽക്കരണവുമായി ബന്ധപ്പെട്ട് മാർക്സ് നടത്തിയ ഈ പരാമർശം ഇന്ന് കെ-റെയിലിന്റെ കാര്യത്തിലും ശരിയാണ്. സാമൂഹികനന്മ പ്രധാനലക്ഷ്യമായുള്ള ഒരു വ്യവസ്ഥയിൽ മാത്രമേ സാങ്കേതികപുരോഗതിയുടെ എല്ലാ സാദ്ധ്യതകളും പ്രയോജനപ്പെടുത്തുന്ന ഇത്തരം വൻകിട പദ്ധതികൾ വർഗ്ഗവൈരുദ്ധ്യങ്ങൾ ഇല്ലാതെയും, ജനസമ്മതിയോട് കൂടെയും, ആസൂത്രണത്തിലും നടപ്പാക്കലിലും ജനങ്ങളുടെ ജനാധിപത്യപരമായ പങ്കാളിത്തത്തിലൂടെയും സാക്ഷാത്ക്കരിക്കാൻ സാധിക്കു. മുതലാളിത്തവ്യവസ്ഥയിലാവട്ടെ, അനുദിനം മൂർച്ഛിച്ച് കൊണ്ടിരിക്കുന്ന വർഗ്ഗവൈരുദ്ധ്യങ്ങൾക്കിടയിൽ തോക്കുകളുടെയും ലാത്തികളുടെയും അകമ്പടിയോടുകൂടി ജനങ്ങളെ വകഞ്ഞു മാറ്റിക്കൊണ്ട് മാത്രമേ ഇവ നടപ്പാക്കാൻ ആവൂ. അതുകൊണ്ട് കെ-റെയിൽ പോലുള്ള പദ്ധതികളിലെ ജനോപകാരസാദ്ധ്യത യാഥാർത്ഥ്യമാവണം എന്ന് ആഗ്രഹിക്കുന്നവർ ആദ്യം ചെയ്യേണ്ടത് ലാഭാസക്തിക്ക് പകരം മനുഷ്യനന്മ ലക്ഷ്യമാക്കുന്ന ഒരു വ്യവസ്ഥക്ക് വേണ്ടി നിലകൊള്ളുക എന്നതാണ്.

(ഏപ്രിൽ 2022)

പുതു മലയാള സിനിമയിലെ സ്വാഭാവികത - ഒരു വിമർശം

"Don't accept the habitual as a natural thing." - Bertolt Brecht

പുതു മലയാള സിനിമയുടെ ഏറ്റവും വലിയ സവിശേഷതയായി ചൂണ്ടിക്കാണിക്കപ്പെടുന്നത് അതിന്റെ സ്വാഭാവികത (naturality) ആണ്. ഇത്തരം 'സ്വാഭാവിക' സിനിമകൾക്ക് കേരളത്തിൽ മാത്രമല്ല ഇന്ത്യയുടെ മറ്റു ഭാഗങ്ങളിൽ നിന്നും അഭിനന്ദനങ്ങളും പ്രകീർത്തനങ്ങളും ലഭിക്കുന്നുണ്ട് താനും. ഇത്തരം സിനിമകൾ, അവയുടെ കഥാപരിസരം, കഥാപാത്രങ്ങൾ, അഭിനയം, സംഭാഷണം, ദൃശ്യം, ശബ്ദം എന്നിവയിലെല്ലാം അങ്ങേയറ്റത്തെ സ്വാഭാവികത നിലനിർത്താൻ ശ്രമിക്കുന്നവയാണ്. പലപ്പോഴും ഈ ഗണത്തിൽ പെടുന്ന സിനിമകൾക്ക് ആഖ്യാനത്തിലെ ഈ സ്വാഭാവികത അല്ലാതെ മറ്റൊന്നും കാര്യമായി മുന്നോട്ട് വെക്കാൻ ഇല്ലാത്ത അവസ്ഥയും ഉണ്ട്. ബാഹ്യയാഥാർത്ഥ്യത്തിന്റെ ഫോട്ടോഗ്രാഫിക് അനുകരണം ആവാൻ വെമ്പുകയാണ് പുതു മലയാള സിനിമ. പ്രധാനപ്പെട്ട കാര്യം, സ്വാഭാവിക ആഖ്യാനരീതിയെ യാഥാർത്ഥ്യത്തെ ഒപ്പിയെടുക്കുക എന്ന ലക്ഷ്യത്തിലേക്കുള്ള ആദ്യപടി ആയി അല്ല ഈ സിനിമകൾ കാണുന്നത്. മറിച്ച്, സ്വാഭാവിക ആഖ്യാനം മാത്രമാണ് അവയുടെ ലക്ഷ്യം. ഈ ഒരു പ്രവണതയെ വേണമെങ്കിൽ 'കേവല സ്വാഭാവികത' എന്ന് വിശേഷിപ്പിക്കാം.

ആഷിക് അബുവിനേയും ദിലീഷ് പോത്തനെയും പോലുള്ളവരുടെ സിനിമകൾ എങ്ങനെയാണ് അതിസൂക്ഷ്മമായ വിശദാംശങ്ങൾ പോലും ഒപ്പിയെടുക്കുന്നത് എന്ന് പലപ്പോഴും ചൂണ്ടിക്കാണിക്കപ്പെട്ടിട്ടുണ്ട് ("പോത്തേട്ടൻസ് ബ്രില്ലിയൻസ്" എന്നൊക്കെയുള്ള പ്രയോഗങ്ങൾ ഉപയോഗിച്ച് മലയാള സിനിമാസമൂഹം ഇതിനെ ആഘോഷിക്കുന്നതും

കാണാം!). പ്രേക്ഷകരെ സിനിമയുടെ ഭാഗമാക്കുന്ന, ഇത് സിനിമയാണ് എന്ന് പോലും മറന്നുപോവുന്ന അനുഭവം സമ്മാനിക്കുന്ന, ലിജോ ജോസ് പെല്ലിശ്ശേരിയുടെ സിനിമകൾ ഇതുപോലെ തന്നെ പ്രകീർത്തിക്കപ്പെടുന്നുണ്ട്. സ്വാഭാവികതയിൽ ഊന്നിയുള്ള ഇത്തരം പുതു മലയാള സിനിമകളെ "റിയലിസ്റ്റ്" സിനിമകൾ എന്നാണ് അവയുടെ പ്രയോക്താക്കളും പൊതുസമൂഹവും വിശേഷിപ്പിച്ച് കാണുന്നത്. മലയാള സിനിമയെ അതിമാനുഷിക-മിമിക്രി ചിത്രങ്ങളിൽ നിന്നും രക്ഷപ്പെടുത്തിയ പുരോഗമനപരമായ പ്രവണത ആയിട്ടാണ് ഇത്തരം "റിയലിസ്റ്റ്" സിനിമകൾ ഇന്ന് അടയാളപ്പെടുത്തപ്പെടുന്നത്.

സ്വാഭാവിക സിനിമ പ്രവണതയുടെ വിമർശകർക്കും ഇവ "റിയലിസ്റ്റ്" സിനിമകൾ ആണെന്ന കാര്യത്തിൽ അഭിപ്രായവ്യത്യാസം ഇല്ല. ഇത്തരം സിനിമകളെ വിമർശിച്ച് കൊണ്ട് പ്രമുഖ മുഖ്യധാര സംവിധായകനായ ലാൽ ജോസ് പറഞ്ഞത് "റിയലിസ്റ്റ് ചിത്രങ്ങൾ വെറും തട്ടിപ്പാണ്" എന്നാണ്. കഴിഞ്ഞ ഒരു വർഷത്തിൽ സ്വാഭാവിക ശ്രേണിയിൽ പെടുന്ന സിനിമകൾ ഒട്ടുമിക്കതും സാമ്പത്തികമായി പരാജയപ്പെട്ടത് ഇത്തരം വിമർശനത്തിന്റെ ശക്തി വർദ്ധിപ്പിച്ചിട്ടുണ്ട്. "പ്രകൃതി പടങ്ങൾ" എന്ന ഒരു പരിഹാസപദം തന്നെ ഇതിനായി പ്രയോഗത്തിൽ ഉണ്ട്. പുതു സ്വാഭാവിക സിനിമകളുടെ വിമർശനം പലപ്പോഴും വരുന്നത് യാഥാസ്ഥിതിക പക്ഷത്ത് നിന്നാണ് എന്നത് പൊതുബോധത്തിൽ അവയുടെ പുരോഗമനപ്രതിച്ഛായ ശക്തിപ്പെടുത്തിയിട്ടുണ്ട്. അതുകൊണ്ട് തന്നെ കേവല സ്വാഭാവികത മുഖമുദ്ര ആയുള്ള ഇത്തരം സിനിമകളുടെ "റിയലിസ്റ്റ്" അവകാശവാദം പുരോഗമനപക്ഷത്ത് നിന്നും വിശകലനവിധേയമാക്കപ്പെടേണ്ടത് അത്യാവശ്യമാണ്.

യാഥാർത്ഥ്യവും അനുകരണവും

യാഥാർത്ഥ്യത്തെ സൂക്ഷ്മമായി, സത്യസന്ധമായി, പ്രതിഫലിപ്പിക്കുക എന്നത് എന്നും കലയുടെ പ്രധാനപ്പെട്ട ആഗ്രഹവും ധർമ്മവും ആണ്. എന്നാൽ ഈ പശ്ചാത്തലത്തിൽ 'എന്താണ് യാഥാർത്ഥ്യം?' എന്ന ചോദ്യത്തെ നാം അഭിമുഖീകരിക്കേണ്ടതുണ്ട്. സരളവും സൗകര്യപൂർണ്ണവുമായ ഒരു ഉത്തരം, നേരിട്ട് നമുക്ക് അനുഭവപ്പെടുന്നതെന്തോ അത് തന്നെയാണ് യാഥാർത്ഥ്യം എന്നാണ്. അങ്ങനെയെങ്കിൽ, യാഥാർത്ഥ്യത്തെ പകർത്താൻ കലക്ക് (പ്രത്യേകിച്ചും സിനിമ പോലെയുള്ള ഒരു ദൃശ്യകലക്ക്) നേരിട്ട് ഗ്രാഹ്യമായ ബാഹ്യരൂപത്തെ

(appearance) സൂക്ഷ്മമായി പ്രതിഫലിപ്പിച്ചാൽ മാത്രം മതി. എന്നാൽ ഈ ഉത്തരം ചെയ്യുന്നത് ബാഹ്യരൂപം - യാഥാർത്ഥ്യം (appearance - reality) എന്ന ദ്വന്ദ്വത്തെ വളരെ യാന്ത്രികമായ ഒരു ഐക്യത്തിന്റെ ചട്ടക്കൂടിൽ തളച്ചിടുക എന്നതാണ്. ഇവ തമ്മിലുള്ള അന്തരത്തെയും പാരസ്പര്യത്തെയും വൈരുദ്ധ്യാത്മകബന്ധത്തെയും അത് പൂർണ്ണമായും മായ്ച്ച് കളയുന്നു.

കലയിലെ ഇത്തരം ഒരു പ്രവണതയെ സാധാരണ നാച്ചുറലിസം (naturalism) എന്നാണ് അടയാളപ്പെടുത്തുന്നത്. കലയെ പ്രത്യക്ഷയാഥാർത്ഥ്യത്തിന്റെ സത്യസന്ധമായ അനുകരണമായോ അല്ലെങ്കിൽ അതിന്റെ യാന്ത്രികമായ പുനഃസൃഷ്ടി ആയോ ആണ് നാച്ചുറലിസം കാണുന്നത്. നാച്ചുറലിസത്തിന്റെ വക്താവായിരുന്ന ഡെനി ഡിഡെറൊയുടെ (Denis Diderot) നോവലിലെ ഒരു കഥാപാത്രം ഇത് വ്യക്തമാക്കുന്നുണ്ട്: "The perf ection in a play consists in such a precise imitation of an action that the audience is deceived into believing that they are present at the action."

ഡിഡെറോ സൂചിപ്പിക്കുന്നത് പോലെ, നാച്ചുറലിസ്റ്റ് കലയുടെ അടിസ്ഥാനം imitation, deception എന്നീ പ്രക്രിയകൾ ആണ്. ഇന്ന് ആഘോഷിക്കപ്പെടുന്ന പല മലയാളസിനിമകളുടെയും അതിന്റെ സൃഷ്ടാക്കളുടെയും വീക്ഷണവും ഇത് തന്നെയാണ്. ബാഹ്യയാഥാർത്ഥ്യത്തിന്റെ സൂക്ഷ്മമായ പുനഃസൃഷ്ടി (imitation), അതിലൂടെ പ്രേക്ഷകനെ സിനിമയുടെ ഭാഗമാക്കി മാറ്റൽ (deception) - ഈ രണ്ട് പ്രക്രിയകൾ ഉണ്ടാക്കിയെടുക്കുന്ന ആശയപരമായ അച്ചുതണ്ടിന് ചുറ്റുമാണ് പുരോഗമനപരം എന്ന് അവകാശപ്പെടുന്ന പുതു മലയാളസിനിമകൾ ഇന്ന് കറങ്ങുന്നത്. അതുകൊണ്ടു തന്നെ ഇത്തരം സിനിമകളെ "റിയലിസ്റ്റ്" എന്ന് മുദ്രകുത്തുന്നത് തികഞ്ഞ അസംബന്ധമാണ്. ഇവയിലെ കേവല സ്വാഭാവികത നാച്ചുറലിസത്തിന്റെ മുഖമുദ്രയാണ്; അത് കൊണ്ട് തന്നെ ഈ സിനിമകൾ നാച്ചുറലിസത്തെ പിൻപറ്റുന്ന സൃഷ്ടികൾ മാത്രമാണ്.

"സ്വാഭാവികത"യിൽ പതിയിരിക്കുന്ന അപകടങ്ങൾ

ബാഹ്യരൂപത്തെ സ്വാഭാവികമായി ഒപ്പിയെടുക്കുന്നതിലൂടെ യാഥാർത്ഥ്യത്തെ പകർത്താൻ സാധിക്കും എന്ന നാച്ചുറലിസ്റ്റ് ആശയത്തിൽ അപകടങ്ങൾ പതിയിരിക്കുന്നുണ്ട്. കാരണം, ബാഹ്യരൂപവും യാഥാർത്ഥ്യവും തമ്മിലുള്ള ബന്ധം അതിനേക്കാൾ സങ്കീർണ്ണമാണ്.

അതുകൊണ്ടാണ് കാൾ മാർക്സ്, "Science would be superfluous if there were an immediate coincidence of the appearance and reality of things" എന്ന് അഭിപ്രായപ്പെട്ടത്. പ്രത്യക്ഷരൂപത്തെ അതേപടി തിരശ്ശീലയിൽ എത്തിക്കുമ്പോൾ സ്വാഭാവിക മലയാളസിനിമ പകർത്തുന്നത് യാഥാർത്ഥ്യത്തെ ആവണം എന്നില്ല; ചിലപ്പോൾ അത് യാഥാർത്ഥ്യത്തിന്റെ വക്രീകരണം ആവാം, ചിലപ്പോൾ അത് യാഥാർത്ഥ്യത്തിന്റെ തലതിരിഞ്ഞ രൂപം (inverted form) പോലും ആവാം.

സ്വാഭാവികവൽക്കരണം പലപ്പോഴും വിശകലനത്തെയും സൂക്ഷ്മ പരിശോധനയെയും ഒഴിവാക്കാനുള്ള ഒരു തന്ത്രമാണ് ('സ്വാഭാവിക' മരണങ്ങൾക്ക് അന്വേഷണം ഉണ്ടാവാറില്ല!). സാമൂഹിക ജീവിതത്തിന്റെ ഒരു വശമോ അതിലെ ഒരു സംവിധാനമോ സ്വാഭാവികവൽക്കരിക്കപ്പെടുമ്പോൾ യഥാർത്ഥത്തിൽ അവയിൽ അന്തർലീനമായ വൈരുദ്ധ്യങ്ങൾ മൂടി വെക്കപ്പെടുകയാണ് ചെയ്യുന്നത്. ഒരു വ്യവസ്ഥയുടെ വൈരുദ്ധ്യങ്ങളിലേക്കും യുക്തിഹീനതകളിലേക്കും ഉള്ള അന്വേഷണം തടയുക എന്നതാണ് ഇത്തരം സ്വാഭാവികവൽക്കരണത്തിന്റെ പ്രധാന ലക്ഷ്യം. ഒരു സാമൂഹിക വ്യവസ്ഥയുടെ അടിസ്ഥാനം ചോദ്യം ചെയ്യപ്പെടാതിരിക്കാനുള്ള ഏറ്റവും ശക്തമായ മാർഗ്ഗം അതിലെ ദൈനംദിന വ്യവഹാരങ്ങളും സംവിധാനങ്ങളും വളരെ സ്വാഭാവികമാണ് എന്ന ധാരണ ജനങ്ങളിൽ ഉണ്ടാക്കിയെടുക്കുക എന്നതാണ്.

അറിഞ്ഞുകൊണ്ടോ അറിയാതെയോ, "റിയലിസ്റ്റ്" എന്ന ലേബലിൽ പടച്ച് വിടുന്ന സ്വാഭാവിക മലയാള സിനിമകളും വസ്തുനിഷ്ഠമായി ചെയ്യുന്നത് ഇതുതന്നെയാണ്. ബാഹ്യയാഥാർത്ഥ്യത്തെ സൂക്ഷ്മമായി പകർത്തുകയും അത് തന്നെയാണ് യാഥാർത്ഥ്യം എന്ന് ധ്വനിപ്പിക്കുകയും ചെയ്യുക വഴി ഇത്തരം സിനിമകൾ അരക്കിട്ടുറപ്പിക്കുകയും പുനരുൽപ്പാദിപ്പിക്കുകയും ചെയുന്നത് വ്യവസ്ഥയുടെ പ്രത്യയശാസ്ത്രത്തെ ആണ്. പ്രത്യയശാസ്ത്രം (ideology) എന്നത് മാർക്സിസ്റ്റ് പദാവലിയിൽ തന്നെ ഒരുപാട് അർത്ഥതലങ്ങളുള്ള പ്രയോഗമാണ്. ഇവിടെ അത് ഉപയോഗിച്ചിരിക്കുന്നത് ജർമൻ ഐഡിയോളജിയിൽ മാർക്സ് ഉപയോഗിച്ച അർത്ഥത്തിലാണ് ("ഒരു സമൂഹത്തിൽ ആത്യന്തികമായി ഭരണവർഗ്ഗത്തിന്റെ അധികാരവും ആനുകൂല്യങ്ങളും നിലനിർത്താനും ന്യായീകരിക്കാനും ഉപയോഗിക്കുന്ന ഒരു പറ്റം പ്രബലമായ ആശയങ്ങളും വിശ്വാസങ്ങളും").

പ്രശസ്ത മാർക്സിസ്റ്റ് സൈദ്ധാന്തികമായ ടെറി ഈഗിൾട്ടൻ പ്രത്യയശാസ്ത്രത്തെ കുറിച്ചുള്ള തന്റെ പഠനത്തിൽ ആറ് പ്രത്യയശാസ്ത്രതന്ത്രങ്ങളെ കുറിച്ച് പറയുന്നുണ്ട്. അവയിൽ ഒന്ന്, "…. ഭരണവർഗ്ഗത്തിന് അനുയോജ്യമായ ആശയങ്ങളും മൂല്യങ്ങളും പ്രോത്സാഹിപ്പിക്കുകയും അവയെ സ്വാഭാവികവൽക്കരിക്കുകയും സാർവത്രികമാക്കുകയും ചെയ്യുക" എന്നതാണ്. അങ്ങനെ വരുമ്പോൾ സ്വാഭാവികവൽക്കരണം ഒരു പ്രത്യയശാസ്ത്രസങ്കേതം ആണെന്നതിൽ സംശയമില്ല. പുതു മലയാള സിനിമയിലും സ്വാഭാവികത എങ്ങനെയാണ് ഭരണവർഗ്ഗ പ്രത്യയശാസ്ത്രത്തെ ഊട്ടിയുറപ്പിക്കുന്നത് എന്നതിന് പല ഉദാഹരണങ്ങളും നൽകാനാവും. അതിൽ പ്രധാനപ്പെട്ട രണ്ടെണ്ണം നമുക്ക് പരിശോധിക്കാം.

"സ്വാഭാവിക" പോലീസ് സ്റ്റേഷനുകൾ

പോലീസ് എന്ന സംവിധാനം ഭരണകൂടത്തിന്റെ ഒരു മർദ്ദനോപാധി ആണെന്ന കാര്യത്തിൽ മുതലാളിത്ത വ്യവസ്ഥയുടെ എബിസി എങ്കിലും അറിയുന്നവർക്ക് ഒരു സംശയവും ഉണ്ടാവില്ല. ജനങ്ങളുടെ ചിലവിൽ, ജനങ്ങൾക്ക് മേലെ, ജനങ്ങൾക്കെതിരായി പ്രതിഷ്ഠിച്ചിരിക്കുന്ന ഈ സംവിധാനം യാഥാർത്ഥത്തിൽ ഏറ്റവും അസ്വാഭാവികമായ ഒന്നാണ്. പോലീസിനെ മഹത്വവൽക്കരിക്കുക എന്നത് എന്നും കമ്പോളസിനിമയുടെ മുഖ്യ അജണ്ടകളിൽ ഒന്നാണ്. മുതലാളിത്ത വ്യവസ്ഥയുടെ നിലനിൽപ്പിന് പോലീസ് സംവിധാനത്തിനുള്ള പങ്ക് മനസ്സിലാക്കുമ്പോൾ ഇതിൽ തെല്ലും അതിശയം ഇല്ല.

മലയാള സിനിമയും ഇതിൽ ഒട്ടും പിന്നിലല്ല. 80-90 കാലഘട്ടത്തിലെ സിനിമകളിൽ ഐ. വി. ശശി - ടി. ദാമോദരൻ ടീമിന്റെ 'ആവനാഴി', 'ഇൻസ്പെക്ടർ ബൽറാം' തുടങ്ങിയ സിനിമകൾ പോലീസിന്റെ മഹത്വവൽക്കരത്തിന്റെ നല്ല ഉദാഹരണങ്ങൾ ആണ്. വീരശൂരപരാക്രമിയും നിയമത്തിന്റെ കാവലാളും സാധാരണക്കാരന്റെ രക്ഷകനുമാണ് ഇത്തരം സിനിമകളിലെ പോലീസ് ഓഫീസർ. മമ്മൂട്ടിയുടെ പ്രതിച്ഛായയെ മുഴുവനായും ഉപയോഗപ്പെടുത്തുന്ന ഈ പാത്രസൃഷ്ടി പോലീസിന്റെ വർഗ്ഗസ്വഭാവത്തെ മറച്ചു വെക്കാനും അതിനെ വെള്ളപൂശാനുമുള്ള നഗ്നമായ ശ്രമം മാത്രമാണ്.

എന്നാൽ പോലീസ് സംവിധാനത്തെ വെള്ളപൂശുന്ന ഇത്തരം സിനിമകൾക്ക് പോലും അതിന്റെ വൈചിത്ര്യം മൂടിവെക്കാൻ ആവുന്നില്ല. ഈ സിനിമകളിലെല്ലാം പോലീസ് സ്റ്റേഷൻ ചിത്രീകരിക്കപ്പെടുന്നത്

ഒരു നിഗൂഢ, ഭീകര ഇടമായി തന്നെയാണ്. ജനാധിപത്യ-സാമൂഹിക ഇടങ്ങളിൽ നാം പരിചയിച്ച് പോന്നിട്ടുള്ള രീതികളോ നിയമങ്ങളോ പെരുമാറ്റങ്ങളോ പോലീസ് സ്റ്റേഷനുള്ളിൽ ബാധകമല്ല എന്ന് ഈ ചിത്രീകരണം വിളിച്ചു പറയുന്നുണ്ട്. ജനങ്ങളുടെ മേലെ കുതിരകേറാനുള്ള അധികാരത്തിന്റെ ഒരു പ്രഭാവലയം ഇത്തരം സിനിമകളിലെ പോലീസ് സ്റ്റേഷനുകൾക്കും പോലീസുകാർക്കും ചുറ്റും സദാ ജ്വലിച്ചു നിൽക്കുന്നുണ്ട്. ഈ ചിത്രീകരണം ഒരു പരിധി വരെ പോലീസിന്റെ മഹത്വവൽക്കരണത്തെ സിനിമക്കകത്ത് തന്നെ അപനിർമ്മിക്കുന്നുണ്ട്. അതായത്, പോലീസിനെ വെള്ളപൂശാൻ വെമ്പുന്ന ഇത്തരം സിനിമകളുടെ വിള്ളലുകളിൽ തന്നെ പോലീസ് സംവിധാനത്തിന്റെ വൈചിത്ര്യം ഒളിഞ്ഞിരിക്കുന്നുണ്ട്.

എന്നാൽ സ്വാഭാവിക പുതു മലയാള സിനിമ പോലീസിനെ തിരശ്ശീലയിൽ എത്തിക്കുന്നത് മറ്റൊരു തരത്തിലാണ്. അബ്രിദ് ഷൈനിന്റെ 'ആക്ഷൻ ഹീറോ ബിജു', ദിലീഷ് പോത്തന്റെ 'തൊണ്ടിമുതലും ദൃസ്സാക്ഷിയും', രാജീവ് രവിയുടെ 'കുറ്റവും ശിക്ഷയും' തുടങ്ങിയ സിനിമകൾ പരിശോധിച്ചാൽ ഇത് വ്യക്തമാണ്. ഈ സിനിമകൾ പോലീസിനെ മഹത്വവൽക്കരിക്കാൻ പ്രത്യക്ഷത്തിൽ ശ്രമിക്കുന്നില്ല. ഇതിലെ പോലീസ് കഥാപാത്രങ്ങൾ പൊതുവെ വീരശൂരപരാക്രമികൾ അല്ല. പകരം, പോലീസുകാരുടെ "മനുഷ്യത്വവൽക്കരണ"വും പോലീസ് സ്റ്റേഷന്റെ സ്വാഭാവികവൽക്കരണവും ആണ് ഈ സിനിമകളുടെ മുഖമുദ്ര.

ഈ സിനിമകളിലെല്ലാം നമുക്ക് കാണാനാവുക സാധാരണക്കാരായ പൊലീസുകാരെ ആണ്. പണ്ടത്തെ പോലീസ് സിനിമകളിൽ നിന്നും വ്യത്യസ്ഥമായി, പോലീസുകാരുടെ ദൈനംദിന വ്യവഹാരങ്ങളേയും പോലീസ് സ്റ്റേഷനെയും വളരെ സൂക്ഷ്മമായി ഈ സിനിമകൾ സ്ക്രീനിൽ പ്രതിഫലിപ്പിക്കുന്നു. പോലീസ് സ്റ്റേഷനിലെ അന്തരീക്ഷം ഏറ്റവും സത്യസന്ധമായി ഒപ്പിയെടുക്കാൻ ഇവ ശ്രമിക്കുന്നു. 'ആവനാഴി' കാണുമ്പോൾ പ്രേക്ഷകൻ വീരശൂരപരാക്രമിയായ നായകൻ അധിവസിക്കുന്ന, എന്നാൽ വിചിത്ര സ്വഭാവമുള്ള, കായികമായ അടിച്ചമർത്തലിന്റെ ഇടമായ, പോലീസ് സ്റ്റേഷൻ പുറത്ത് നിന്ന് വീക്ഷിക്കുകയാണ് ചെയ്യുന്നത്. എന്നാൽ മേൽ പറഞ്ഞ പുതു മലയാള സിനിമകൾ പ്രേക്ഷകനെ സ്റ്റേഷനകത്തേക്ക് കൂട്ടിക്കൊണ്ടു പോകുന്നു. അതിനകത്തെ കാഴ്ചകളും ശബ്ദങ്ങളും അവർക്ക് അനുഭവവേദ്യമാക്കുന്നു. നമ്മെ പോലെ "സാധാരണ മനുഷ്യ"രായ പോലീസുകാരുടെ ബുദ്ധിമുട്ടുകളും ആത്മസംഘർഷങ്ങളും അവരെ അറിയിക്കുന്നു.

ഇതിലൂടെ പഴയ പോലീസ് സിനിമകൾക്ക് കഴിയാതിരുന്നത് പുതു മലയാള സിനിമ നിഷ്പ്രയാസം സാധിച്ചെടുക്കുന്നു - അവ പോലീസ് സംവിധാനത്തെ സ്വാഭാവികവൽക്കരിക്കുന്നു. ഒരു മർദ്ദന സംവിധാനത്തെ സ്വാഭാവികതയോടെ സ്ക്രീനിൽ പ്രതിഫലിപ്പിക്കുക വഴി അതിന്റെ സാമൂഹിക-രാഷ്ട്രീയ വൈചിത്ര്യം ഇത്തരം സിനിമകൾ ചോർത്തി കളയുന്നു. പോലീസിന്റെ വർഗ്ഗസ്വഭാവത്തെ ഈ സ്വാഭാവികവൽക്കരണം മറച്ചു പിടിക്കുന്നു; അതുവഴി ഭരണവർഗ്ഗ പ്രത്യയശാസ്ത്രത്തെ ഇവ ഊട്ടിയുറപ്പിക്കുന്നു.

ഇതേ സമയം, കേവലസ്വാഭാവികതയുടെ ആഖ്യാന രീതികളിൽ തളച്ചിടപ്പെടാത്ത തമിഴ് സിനിമ പോലീസിന്റെ വർഗ്ഗ സ്വഭാവത്തിന്റെ നേർക്കാഴ്ച നമ്മുടെ മുന്നിലെത്തിക്കുന്നതിൽ വിജയിക്കുന്നു. വെട്രിമാരന്റെ 'വിസാരണൈ', മാരി സെൽവരാജിന്റെ 'കർണ്ണൻ', വെട്രിമാരന്റെ തന്നെ 'വിടുതലൈ - ഭാഗം ഒന്ന്' എന്നീ തമിഴ് സിനിമകൾ ഉദാഹരണങ്ങളാണ്. മലയാളത്തിൽ തന്നെ ഇറങ്ങിയ കൃഷൻന്തിന്റെ 'പുരുഷപ്രേതം' പോലീസിന്റെ മുഖം മൂടി വലിച്ച് കീറുന്നതിൽ ഒരു പരിധി വരെ എങ്കിലും വിജയിക്കുന്നത് കേവല സ്വാഭാവികതയുടെ ചട്ടക്കൂട്ടിൽ നിന്നും കുതറിമാറിയാണ് എന്നതും ശ്രദ്ധേയമാണ്.

"സ്വാഭാവിക" സംഭാഷണങ്ങൾ

നാച്വുറലിസ്റ്റ് സാഹിത്യത്തെ ജിയോർജ്ജ് ലൂക്കാച്ച് "trend towards commonplace" എന്നാണ് അടയാളപ്പെടുത്തിയത്. ദൈനംദിന വ്യവഹാരങ്ങളുടെ തലത്തിൽ നിന്നും സംഭാഷണങ്ങളെയോ സംഭവങ്ങളെയോ ഉയർത്താൻ നാച്വുറലിസ്റ്റ് സാഹിത്യം തയ്യാറായിരുന്നില്ല. ലൂക്കാച്ച് എഴുതിയത് പോലെ,

".... they seek to portray only common characters of everyday world and to provide them with thoughts, emotions and speech of everyday world.... The dialogue sinks into the arid, flat prose of the everyday bourgeois life; the description declines into the strained artificiality of a synthetic art."

ഇതേ പ്രവണത ആണ് പുതു മലയാള സിനിമകളും പിന്തുടരുന്നത്. പ്രത്യയശാസ്ത്രത്തിന്റെ തിരശ്ശീല നീക്കണമെങ്കിൽ സിനിമയിലെ സംഭവങ്ങളും സംഭാഷണങ്ങളും ദൈനംദിനവ്യവഹാരത്തിന്റെ ചട്ടക്കൂട്ടിൽ

നിന്നും പുറത്ത് കടക്കേണ്ടതുണ്ട്. എന്നാൽ കേവല സ്വാഭാവികത പുതു മലയാള സിനിമയെ ഇതിൽ നിന്നും പുറകോട്ട് വലിക്കുന്നു. സിനിമയിലേത് പോലുള്ള ഒരു സന്ദർഭത്തിൽ ജീവിതത്തിൽ ഒരാൾ അകപ്പെട്ടാൽ അയാൾ എന്ത് പറയാൻ സാധ്യത ഉണ്ടോ അത് മാത്രമാണ് സ്വാഭാവിക സിനിമകളിലെ കഥാപാത്രങ്ങൾ പറയുന്നത്. ശ്യാം പുഷ്കരനെ പോലുള്ളവരുടെ തിരക്കഥകൾ ഇതിന്റെ നല്ല ഉദാഹരണങ്ങൾ ആണ്.

അതായത്, സംഭാഷണത്തെ ഒരു സിനിമാറ്റിക് ഉപകരണമാക്കി മാറ്റാൻ സ്വാഭാവിക സിനിമ വിസമ്മതിക്കുന്നു. ഒരു കഥാസന്ദർഭത്തിൽ കഥാപാത്രങ്ങളുടെ മാനസികവ്യവഹാരങ്ങൾ പ്രേക്ഷകരിലേക്ക് എത്തിക്കാൻ സഹായിക്കുന്ന ഒരു സങ്കേതം ആയി ഇത്തരം സിനിമകൾ സംഭാഷണത്തെ കാണുന്നില്ല. പകരം സ്വാഭാവികതയുടെ പേരിൽ, ലൂക്കാച്ച് പറഞ്ഞത് പോലെ, വരണ്ടുണങ്ങിയതും ജീവസ്സില്ലാത്തതുമായ സംഭാഷണശകലങ്ങൾ ആണ് നമുക്ക് ലഭിക്കുന്നത്. ഷേക്സ്പിയറിന്റെ ഒഥല്ലോ ഡെസ്ഡെമോണയെ വധിക്കാൻ പോകുന്നതിന് മുന്നേ പറയുന്നത് "Be thus when thou art dead and I will kill thee / And love thee after" എന്നാണ്. ശ്യാം പുഷ്കരന്റെ ഒഥല്ലോ "നിന്നെ ഞാൻ വച്ചേക്കില്ലെടി @%&* (ഒരു മുട്ടൻ തെറി)" എന്ന് മാത്രമേ പറയൂ. പുരോഗമനവാദികൾ എന്ന് സ്വയം തെറ്റിദ്ധരിച്ചിരിക്കുന്ന ശുദ്ധാത്മാക്കൾ സിനിമയുടെ "ജനകീയത"യായി കരുതി ഇതിനെ വാനോളം പുകഴ്ത്തും. ജനകീയത എന്നാൽ ജനങ്ങൾ പറയുന്നത് ഏറ്റു പറയുകയല്ലെന്നും, ജനങ്ങൾ അകപ്പെട്ടിരിക്കുന്ന വസ്തുനിഷ്ഠമായ സാഹചര്യത്തിൽ അവർ പറയേണ്ട വാക്കുകൾ അവർക്ക് വേണ്ടി പറയുകയാണെന്നും ഇവർ എന്ന് മനസ്സിലാക്കും?

രഞ്ജി പണിക്കരേയും രഞ്ജിത്തിനെയും പോലുള്ളവരുടെ തിരക്കഥകളിൽ മലയാള സിനിമ പരിചയിച്ച തികച്ചും അസ്വാഭാവികവും സവർണ്ണ-നായക കേന്ദ്രിതവും സ്ത്രീവിരുദ്ധവും ആയ നെടുനീളൻ സംഭാഷണകോലാഹലങ്ങളിൽ നിന്നും ഉള്ള മോചനമാണ് ഇത് എന്നാണ് പുരോഗമന ശുദ്ധാത്മാക്കളുടെ ഭാഷ്യം. ഇത് എലിയെ കൊല്ലാൻ ഇല്ലം ചുടുന്നതിന് സമമാണ്. സംഭാഷണത്തിലെ ഉള്ളടക്കം പിന്തിരിപ്പൻ ആയത് കൊണ്ട് അത് പരിഹരിക്കാൻ സംഭാഷണം എന്ന സിനിമാറ്റിക് ഉപകരണത്തെ തന്നെ കൈയ്യൊഴിയുക! അതിനെ സാധാരണത്വത്തിലേക്ക് വലിച്ച് താഴ്ത്തുക. ഈ പ്രക്രിയ ശുദ്ധാത്മാക്കൾ കരുതുന്നത് പോലെ അത്ര നിഷ്കളങ്കമായ ഒന്നല്ല. മറിച്ച്, സംഭാഷണങ്ങളിലെയും

സന്ദർഭങ്ങളിലെയും സ്വാഭാവികത നിലനിർത്തിയേ അടങ്ങൂ എന്ന വാശി ജനങ്ങളെ അവരുടെ ഇന്നത്തെ താഴ്ന്ന വർഗ്ഗബോധത്തിൽ തളച്ചിടാനുള്ള വ്യഗ്രതയിൽ നിന്നും ഉടലെടുക്കുന്ന ഒന്നാണ്. ഇത് വ്യവസ്ഥയുടെ പ്രത്യയശാസ്ത്രത്തിന് മുന്നിലുള്ള പുതു സിനിമയുടെ സാഷ്ടാംഗ പ്രണാമമാണ്.

വേണ്ടത് കേവല സ്വാഭാവികതക്ക് എതിരെ കലാപം ഉയർത്തുന്ന സിനിമ

കേവല സ്വാഭാവികതക്ക് പലപ്പോഴും "റിയലിസം" എന്ന ലേബൽ ചാർത്തിക്കൊടുക്കാറുണ്ട്. എന്നാൽ ബാഹ്യയാഥാർത്ഥ്യത്തിന്റെ പ്രതിഫലനം റിയലിസം അല്ല, ഇവ തമ്മിലുള്ള അന്തരം ബ്രെഷ്ത് കൃത്യമായി അടയാളപ്പെടുത്തുണ്ട്: "Realism doesn't mean showing real things, but showing how things really are". ഗൊദാർദിനെ പോലുള്ള റാഡിക്കൽ സംവിധായകർ ബ്രെഷ്തിന്റെ ഈ ആശയത്തെ അവരുടെ സിനിമ വീക്ഷണത്തിന്റെ അടിസ്ഥാനങ്ങളിൽ ഒന്നായി തന്നെ സ്വീകരിച്ചിട്ടുണ്ട്.

സാമാന്യബോധവും സ്വാഭാവികകാര്യവും ഭരണവർഗ്ഗ പ്രത്യയശാസ്ത്രത്തിന്റെ നിർമ്മിതികൾ ആണ്. യാഥാർത്ഥ്യത്തെ ഒപ്പിയെടുക്കുക എന്നതാണ് റിയലിസ്റ്റ് സിനിമയുടെ ലക്ഷ്യമെങ്കിൽ സാമൂഹിക ദൃശ്യങ്ങളുടെ സ്വാഭാവികതയുടെ മുഖംമൂടി വലിച്ചു കീറേണ്ടതുണ്ട്. "ദൈനംദിനമായി പരിചയിച്ച് വരുന്ന കാര്യങ്ങളെ സ്വാഭാവികമായി അംഗീകരിക്കരുത്" എന്ന ബ്രെഷ്തിയൻ ആശയം ഇവിടെ പ്രസക്തമാണ്. ഇതിനായി ആണ് ബ്രെഷ്ത് "ചിരപരിചിതമായതിലെ വൈചിത്ര്യം തുറന്നു കാട്ടുക" എന്നത് ഒരു നാടക സങ്കേതമായി ഉപയോഗപ്പെടുത്തിയത്. മലയാള സിനിമയിലെ കേവല സ്വാഭാവികത ചലിക്കുന്നത് ഇതിന്റെ നേർ വിപരീത ദിശയിൽ ആണ്. "ചിരപരിചിതമായതിനെ സ്വാഭാവികമാക്കുക" എന്ന ധർമ്മമാണ് അത് നിറവേറ്റുന്നത്. ഇത് ഭരണവർഗ്ഗ പ്രത്യയശാസ്ത്രത്തിന് വേണ്ടിയുള്ള ദാസ്യവേലയാണ്. തട്ടുപൊളിപ്പൻ മസാലപടങ്ങളെക്കാൾ സമർത്ഥമായും, കാര്യക്ഷമമായും, അപകടകരമായും വ്യവസ്ഥയുടെ പ്രത്യയശാസ്ത്രത്തെ ഒളിച്ചു കടത്തുകയും അരക്കിട്ടുറപ്പിക്കുകയും ആണ് സ്വാഭാവിക പുതു മലയാള സിനിമ.

റിയലിസ്റ്റ് കലയുടെ താല്പര്യം യാഥാർത്ഥ്യത്തെ അതിന്റെ സമഗ്രതയിൽ അവതരിപ്പിക്കുക എന്നതാണ്. ഇതിനായി നേരിട്ടുള്ള

അനുഭവത്തെ ഒരു സാമൂഹിക-സാമ്പത്തിക സമഗ്രതയുടെ ഭാഗമായി കാണേണ്ടതുണ്ട്. ലൂക്കാച്ച് സൂചിപ്പിക്കുന്നത് പോലെ,

"....the task of art is the truthful and accurate representation of the totality of reality; art in this view is as far removed from the photographic copy as it is from what is ultimately mere dabbling with abstract forms".

ഈ സമഗ്രപ്രതിപാദനം കേവല സ്വാഭാവികതക്ക് അന്യമാണ്; അതിന്റെ ലക്ഷ്യം പ്രത്യക്ഷ യാഥാർത്ഥ്യത്തിന്റെ പ്രതിഫലനം മാത്രമാണ്. കടൽ കാണാൻ പോയി തിര കണ്ട് തിരിച്ചു വന്നവരുടെ അവസ്ഥയാണ് സ്വാഭാവികതയെ പിൻപറ്റുന്ന സിനിമയുടേത്.

എന്നാൽ കേവല സ്വാഭാവികതയുടെ ചട്ടക്കൂടിൽ ഒതുങ്ങാൻ വിസമ്മതിക്കുന്ന സിനിമ പ്രത്യക്ഷയാഥാർത്ഥ്യത്തെ നിരാകരിച്ച് കൊണ്ട് അതിന്റെ പിന്നിൽ ഒളിച്ചിരിക്കുന്ന ഏതെങ്കിലും "പരമാർത്ഥ"ത്തെ തേടി പോവുകയല്ല ചെയ്യേണ്ടത്. ബാഹ്യ യാഥാർത്ഥ്യത്തിന്റെ നിരാകരണം, അത് എത്ര ചെറിയ തോതിൽ ആണെങ്കിലും, നമ്മെ കൊണ്ടെത്തിക്കുന്നത് ആശയവാദത്തിലേക്കും ആത്മീയതയിലേക്കും മാത്രമാണ്. റിയലിസ്റ്റ് സിനിമയുടെ തുടക്കം ബാഹ്യ യാഥാർത്ഥ്യം തന്നെയാണ്. എന്നാൽ അതിന്റെ സൂക്ഷ്മമായ പ്രതിഫലനം കൊണ്ട് അത്തരം സിനിമ തൃപ്തിപ്പെടുന്നില്ല. ഈ പ്രതിഫലനം റിയലിസ്റ്റ് സിനിമയെ സംബന്ധിച്ചെടുത്തോളം യാഥാർത്ഥ്യത്തെ അതിന്റെ സമഗ്രതയിൽ പ്രതിഫലിപ്പിക്കാനുള്ള ശ്രമത്തിന്റെ ആദ്യ ഘട്ടം മാത്രമാണ്.

ചൈതന്യ തംഹാനെയുടെ മറാഠി സിനിമയായ "കോർട്ട്" ഇതിന്റെ നല്ല ഉദാഹരണമാണ്. കോടതിയിലെ ദൈനം ദിന വ്യവഹാരങ്ങളുടെ ഏറ്റവും സൂക്ഷ്മമായ ചിത്രീകരണം ആണ് ഈ സിനിമയിലേത്. എന്നാൽ അത് ഈ വ്യവഹാരങ്ങളെ സ്വാഭാവികവൽക്കരിച്ച് വ്യവസ്ഥ ഉൽപ്പാദിപ്പിക്കുന്ന പ്രശ്നങ്ങൾക്കെല്ലാം നീതിന്യായ വ്യവസ്ഥയിലൂടെ പരിഹാരം സാധ്യമാണ് എന്ന പ്രത്യയശാസ്ത്രവ്യാമോഹം ശക്തിപ്പെടുത്താൻ അല്ല തംഹാനെ ഉപയോഗപ്പെടുത്തുന്നത് ("ന്നാ താൻ കേസ് കൊട്", "ജയ് ഭിം" എന്നീ സിനിമകൾ ഈ വ്യാമോഹത്തിന്റെ ഉദാഹരണങ്ങൾ ആണ്). പകരം, അവയിലെ വൈചിത്ര്യവും യുക്തിഹീനതയും വെളിച്ചത്ത് കൊണ്ടുവരാനുള്ള ഒരു പ്ലാറ്റ്ഫോം മാത്രമാണ് ഇവിടെ സ്വാഭാവികത. ഈ സ്വാഭാവികതയുടെ തോളിലേറി തംഹാനെ നീതിന്യായ വ്യവഹാരങ്ങളുടെ സമഗ്രചിത്രം പ്രേക്ഷകന് മുന്നിൽ അനാവരണം ചെയ്യുന്നു. മാത്രമല്ല, യാഥാർത്ഥ്യത്തിന്റെ സമഗ്രചിത്രം തിരശ്ശീലയിൽ

എത്തിക്കാൻ റിയലിസ്റ്റ് ആഖ്യാനം പലപ്പോഴും ഫാന്റസിയെ പോലും ആശ്രയിക്കാം. സനൽ കുമാർ ശശിധരന്റെ "ഒഴിവു ദിവസത്തെ കളി", ശംഭു പുരുഷോത്തമന്റെ "പാപം ചെയ്യാത്തവർ കല്ലെറിയട്ടെ" തുടങ്ങിയ ചിത്രങ്ങളുടെ ക്ലൈമാക്സുകൾ ഇതിന്റെ ഉദാഹരണങ്ങൾ ആണ്.

അതിമാനുഷിക-മിമിക്രി ചിത്രങ്ങളെ ഖണ്ഡിച്ച്(negate) കൊണ്ടാണ് കേവല സ്വാഭാവികത മലയാള സിനിമയിൽ വേരുറപ്പിക്കുന്നത്. ഇത് പുരോഗമനദിശയിലേക്കുള്ള ഒരു മാറ്റമായിരുന്നു എന്നതിൽ സംശയമില്ല. എന്നാൽ ഈ സ്വാഭാവികതയുടെ പരിമിതികൾ ദിനംപ്രതി സാധാരണക്കാർക്ക് പോലും മനസ്സിലായി വരികയാണ്. അതുകൊണ്ടാണ് "പ്രകൃതിപട"ങ്ങൾ വളരെ വേഗം ഒരു ഫലിതം ആയി മാറിക്കൊണ്ടിരിക്കുന്നത്. ഈ അവസരം മുതലെടുത്താണ് യാഥാസ്ഥിതിക സിനിമാലോകം അതിമാനുഷികതയെയും അസ്വാഭാവികതയെയും മുമ്പത്തേക്കാൾ വലിയ ക്യാൻവാസിൽ പുനഃസൃഷ്ടിക്കുന്ന സിനിമകളിലേക്കുള്ള മടക്കത്തിനായി മുറവിളി കൂട്ടുന്നത്. RRR, KGF, വിക്രം തുടങ്ങിയ പാൻ ഇന്ത്യൻ പൊട്ടത്തരങ്ങളുടെ മാതൃകയിൽ മലയാള ചിത്രങ്ങൾ ഒരുങ്ങി കൊണ്ടിരിക്കുകയാണ് (ഉദാഹരണത്തിന്, "കിംഗ് ഓഫ് കൊത്ത"). ഈ സാഹചര്യം ആവശ്യപ്പെടുന്നത് കേവല സ്വാഭാവികതയുടെ പുരോഗമനപരമായ ഖണ്ഡനം ആണ്. ഇത്തരം ഒരു negation of the negation നമ്മെ കൊണ്ടുചെല്ലുന്നത് തുടങ്ങിയ സ്ഥലത്ത് അല്ല എന്നത് വൈരുദ്ധ്യാത്മകതയുടെ ആദ്യ പാഠം ആണ്. പകരം, അത് നമുക്ക് തരുന്നത് സ്വാഭാവികതയിൽ ഊന്നിയ, എന്നാൽ സ്വാഭാവികതയിൽ ഒതുങ്ങാത്ത, സമഗ്ര യാഥാർത്ഥ്യത്തെ പ്രതിഫലിപ്പിക്കാൻ ലക്ഷ്യമിടുന്ന സിനിമകൾ ആണ്.

(ഒക്ടോബർ 2023)

'ഗ്രേറ്റ് ഇന്ത്യൻ കിച്ച'നും വരേണ്യവർഗ്ഗ ഫെമിനിസവും - ഒരു മാർക്സിസ്റ്റ് വിമർശം[1]

"Realism doesn't mean showing real things, but showing how things really are." - Bertolt Brecht

ഗ്രേറ്റ് ഇന്ത്യൻ കിച്ചൻ' - രൂപവും ഉള്ളടക്കവും

യാഥാർത്ഥ്യത്തിന്റെ ചിത്രീകരണം എന്ന രീതിയിൽ 'ഗ്രേറ്റ് ഇന്ത്യൻ കിച്ചൻ' ശക്തമായ ഒരു സിനിമയാണ്. "ഈ സിനിമയിൽ ഉള്ളത് പോലെ ഒന്നും ഇപ്പോൾ ഒരു വീട്ടിലും നടക്കാറില്ല" എന്ന വാദത്തിൽ കഴമ്പില്ല. തോതിൽ വ്യത്യാസം കാണും, എന്നാൽ സ്ത്രീകൾ അനുഭവിക്കുന്ന അടിച്ചമർത്തൽ കേരളത്തിലെ എല്ലാ വീടുകളിലും ഒരു യാഥാർത്ഥ്യമാണ്.

പുരോഗമനവാദികൾ ആണ് എന്ന് സ്വയം കരുതുന്ന പുരുഷന്മാരെപ്പോലും ചിത്രം പിടിച്ചുലക്കും, കാരണം വീട്ടിലെ ഭക്ഷണത്തിന്റെ ഉത്തരവാദിത്തം അമ്മക്കോ ഭാര്യക്കോ ആണ് എന്ന അബോധധാരണയുടെ അടിസ്ഥാനത്തിൽ ഒരിക്കലെങ്കിലും പെരുമാറാത്ത പുരോഗമനവാദികളെപ്പോലും കണ്ടുപിടിക്കുക ബുദ്ധിമുട്ടായിരിക്കും. അപ്പോൾ പിന്നെ വലതുപക്ഷ പുരുഷകേസരികളെ സിനിമ അലോസരപ്പെടുത്തുന്നതിൽ അത്ഭുതമില്ല. 'ഗ്രേറ്റ് ഇന്ത്യൻ കിച്ചൻ' സ്ത്രീകളെ ഓർമ്മിപ്പിക്കുന്നത് അടുക്കളപ്പണിയും വീട്ടുജോലികളും അവരിൽ ഉണ്ടാക്കുന്ന മടുപ്പും വിരസതയും ക്ഷീണവും ദുഃഖവും തന്നെ ആവണം. അതുകൊണ്ടാണ്

[1]മാർക്സിസ്റ്റ് പദാവലിയിൽ വിമർശം (critique) എന്നാൽ കുറ്റം പറയലും തള്ളിക്കളയലും അല്ല, അപര്യാപ്തതകളുടെ വസ്തുനിഷ്ഠമായ വിശകലനവും പൂരിപ്പിക്കലും ആണ്.

അടുത്തൊന്നും ഒരു സിനിമയ്ക്കും സാധിക്കാത്തതരത്തിൽ ഈ സിനിമ സ്ത്രീകളുടെ ശ്രദ്ധ ആകർഷിച്ചത്.

സിനിമയുടെ ഏറ്റവും വലിയ വിജയം അതിന്റെ രൂപവും ഉള്ളടക്കവും തമ്മിലുള്ള ഏകത തന്നെയാണ്. സിനിമയിൽ നിരന്തരം ആവർത്തിക്കപ്പെടുന്ന, ധ്രുതഗതിയിലുള്ള, പാചകരംഗങ്ങൾ മടുപ്പുളവാക്കുന്നു എന്ന് ഒരു വിമർശനമായി പലരും ഉന്നയിച്ച് കണ്ടു. മടുപ്പുളവാക്കുക എന്നത് തന്നെയാണ് ആ രംഗങ്ങളുടെ ലക്ഷ്യം. ദിവസേന ഒരു അനുഷ്ഠാനം പോലെ ചെയ്യേണ്ടി വരുന്ന പാചകവും വീട്ടുജോലികളും സ്ത്രീകളിൽ ഉളവാക്കുന്ന മടുപ്പും മുഷിപ്പും വിരസതയും പ്രേക്ഷകരിലേക്കെത്തിക്കാൻ വളരെ ബോധപൂർവ്വമായ ഒരു ശ്രമമാണ് അത്. ലൈംഗികത പോലും വെറും ഒരു അനുഷ്ഠാനമായി മാറുന്ന വീടിന്റെ അകത്തളം സിനിമ വളരെ ഫലപ്രദമായി പ്രതിഫലിപ്പിക്കുന്നു.

സ്ത്രീവിവേചനത്തിന്റെ വിശകലനം

എന്നാൽ ബ്രഹ്ത്ത് സൂചിപ്പിക്കുന്നത് പോലെ റിയലിസം എന്നാൽ യഥാർത്ഥമായ കാര്യങ്ങൾ ചിത്രീകരിക്കുക എന്നതല്ല, യഥാർത്ഥത്തിൽ കാര്യങ്ങൾ എങ്ങനെയാണ് എന്ന് കാണിച്ചുതരിക എന്നതാണ്! ഈ രണ്ട് സമീപനങ്ങളും തമ്മിൽ വലിയ അന്തരം ഉണ്ട്. ഗ്യോദാർദിൽ നിന്നും കടമെടുത്താൽ ('What is to be done?' by Jean-Luc Godard), ആദ്യത്തെ സമീപനം ശ്രമിക്കുന്നത് സാഹചര്യങ്ങളുടെ സത്യസന്ധമായ വിവരണമാണ്, രണ്ടാമത്തേത് ലക്ഷ്യമാക്കുന്നത് സാഹചര്യങ്ങളുടെ പിന്നിലുള്ള യാഥാർത്ഥ്യത്തെ തേടിയുള്ള വിശകലനമാണ്. സ്ത്രീകളുടെ ഗാർഹിക അടിച്ചമർത്തൽ വിവരിക്കാൻ ഈ സിനിമക്ക് കഴിയുന്നുണ്ട്, എന്നാൽ ആ അടിച്ചമർത്തൽ 'ഗ്രേറ്റ് ഇന്ത്യൻ കിച്ചൻ' എങ്ങനെയാണ് വിശകലനം ചെയ്യുന്നത്? ഈ അടിച്ചമർത്തലിന്റെ അടിസ്ഥാനകാരണം എന്താണ്? എങ്ങനെയാണ് ഇതിനെ എതിരിടാനാവുക?

ഈ ചോദ്യങ്ങളെ സിനിമ എങ്ങനെ സമീപിക്കുന്നു എന്നതിന്റെ സൂചനകൾ സിനിമയിൽ തന്നെയുണ്ട്. നിമിഷ അവതരിപ്പിക്കുന്ന കഥാപാത്രത്തിന്റെ സുഹൃത്ത് തന്റെ നൃത്തപരിപാടിക്ക് ക്ഷണിക്കാൻ അവരെ ഫോൺ ചെയ്യുന്ന രംഗമുണ്ട്. അതിൽ അടിച്ചമർത്തലും പുരുഷമേധാവിത്വവും ഇല്ലാത്ത ഒരു വീടിന്റെ ചിത്രം വരച്ചിടാൻ സിനിമ ശ്രമിക്കുന്നു. കട്ടൻ ചായയും ബീഫ് കറിയും കുക്കറിൽ ചിക്കൻ ബിരിയാണിയും എല്ലാം സ്വയം മുൻകൈ എടുത്തുകൊണ്ട് ഉണ്ടാക്കുന്ന

ഭർത്താവിനെ നമ്മൾ കാണുന്നു. ഗാർഹിക ജോലികളിൽ ഭർത്താവിന്റെ ഈ തുല്യ പങ്കാളിത്തമാണ് സുഹൃത്തിനെ അവരുടെ നൃത്തത്തോടുള്ള അഭിനിവേശം പിന്തുടരാൻ സഹായിക്കുന്നത് എന്നതാണ് വ്യംഗ്യം. സുഹൃത്തും ഭർത്താവും തീർച്ചയായും സിനിമ മുന്നോട്ടുവെക്കുന്ന ബദൽ ആണ്.

നായികാ കഥാപാത്രത്തിന്റെ വീടിനെ സുഹൃത്തിന്റെ വീട്ടിൽ നിന്നും വ്യത്യസ്തമാക്കുന്ന ഘടകം അവിടുത്തെ പുരുഷന്മാരുടെ യാഥാസ്ഥിതികത്വമാണ്. ഈ ജീർണ്ണിച്ച യാഥാസ്ഥിതിക കാഴ്ചപ്പാടാണ് അവരെ പുരുഷമേധാവിത്വത്തിന്റെ ആൾരൂപങ്ങൾ ആക്കി മാറ്റുന്നത്. സുഹൃത്തിന്റെ വീടിനെ സിനിമ മുന്നോട്ടുവെക്കുന്ന "മാതൃക"യാക്കി മാറ്റുന്നത് അവിടെയുള്ള പുരുഷന്റെ പുരോഗമനകാഴ്ചപ്പാടാണ്. പുരുഷന്മാരുടെ (അവരെ പിന്തുടരുന്ന ചില സ്ത്രീകളുടെയും) തെറ്റായ കാഴ്ചപ്പാടാണ് സിനിമയെ സംബന്ധിച്ചെടുത്തോളം സ്ത്രീകൾ അടിച്ചമർത്തപ്പെടുന്നതിന്റെ അടിസ്ഥാന കാരണം.

അങ്ങനെയെങ്കിൽ അടുത്ത പ്രധാന ചോദ്യം ഈ കാഴ്ചപ്പാട് എങ്ങനെ മാറ്റിയെടുക്കാം എന്നാണ്. ഇതിനും സിനിമ വ്യക്തമായ ഉത്തരം നൽകുന്നു. പ്രധാനസ്ത്രീകഥാപാത്രം ഭർത്താവിന്റെ വീട് വിട്ടിറങ്ങി സ്വന്തം വീട്ടിൽ വന്നു കഴിഞ്ഞ ഉടനെ വെള്ളം ചോദിച്ചു വരുന്ന അനിയനെ ഉഗ്രമായി ശാസിക്കുന്ന രംഗമുണ്ട്. വീട്ടുജോലികൾ മുഴുവനും അമ്മയുടേയോ പെങ്ങളുടെയോ ബാദ്ധ്യതയല്ല എന്ന് ചെറുപ്പം മുതൽ തന്നെ ആൺകുട്ടികളെ മനസ്സിലാക്കിക്കൊടുക്കേണ്ടതിന്റെ ആവശ്യകത ഈ രംഗത്തിലുണ്ട്.

ഭർത്താവിന്റെയോ അയാളുടെ അച്ഛന്റെയോ യാഥാസ്ഥിതികത്വം വിദ്യാഭ്യാസത്തിന്റെ കുറവ് മൂലം ഉള്ളതല്ല. സിനിമയിലെ ഭർത്താവ് ഒരു ചരിത്രാധ്യാപകനാണ് എന്നത് പ്രധാനമാണ്. ചരിത്രം പോലെ സമൂഹവുമായി ഇത്രയും ബന്ധമുള്ള ഒരു വിഷയത്തിൽ വിദ്യാഭ്യാസം സിദ്ധിച്ചിട്ടും അയാളിലെ പുരുഷമേധാവിത്വത്തിന് ഒരു പോറൽ പോലും ഏറ്റിട്ടില്ല. വ്യവസ്ഥാപിത വിദ്യാഭ്യാസത്തിന് പുരുഷന്മാരിലെ സ്ത്രീവിരുദ്ധ കാഴ്ചപ്പാട് മാറ്റാൻ സാധിക്കുന്നില്ല എന്നും, ഈ മാറ്റം വീടുകളിൽ നിന്നും ചെറുപ്പത്തിൽ തന്നെ തുടങ്ങിവെക്കേണ്ട ഒന്നാണെന്നും സിനിമ സൂചിപ്പിക്കുന്നു.

ഭർത്താവിലേയും അയാളുടെ അച്ഛനിലേയും സ്ത്രീവിരുദ്ധകാഴ്ചപ്പാടിനെ ശക്തിപ്പെടുത്തുന്ന ഘടകമായിട്ടാണ് സിനിമയിൽ തീവ്രവലതുപക്ഷ രാഷ്ട്രീയം കയറി വരുന്നത്. ഇവ പരസ്പരപൂരകങ്ങളാണ്;

സ്ത്രീവിരുദ്ധകാഴ്ചപ്പാട് വലതുപക്ഷത്തെ വളർത്തുന്നു, വലതുപക്ഷം അതിന്റെ കായികശക്തി ഉപയോഗിച്ച് ഈ കാഴ്ചപ്പാടുകൾക്കെതിരെ ഉയരുന്ന ശബ്ദങ്ങളെ അടിച്ചമർത്തിക്കൊണ്ട് അതിനെ ശക്തിപ്പെടു ത്തുന്നു.

യാഥാസ്ഥിതിക കാഴ്ചപ്പാടിന്റെയും ഹിന്ദുത്വരാഷ്ട്രീയത്തിന്റെയും സ്വാധീനത്തിൽ അകപ്പെട്ട കുടുംബത്തിൽ നിന്നും സിനിമയിലെ സ്ത്രീ സ്വയം പുറത്തുചാടുകയാണ്. ഈ പുറത്തുകടക്കലിനെ അവളുടെ കുടുംബത്തിലെ സ്ത്രീകൾ പോലും എതിർക്കുന്നുണ്ട്. എന്നാൽ അവരെ വെല്ലുവിളിച്ച് കൊണ്ട് നൃത്യാദ്ധ്യാപിക എന്ന ജോലി ചെയ്ത് അവൾ സാമ്പത്തിക സ്വാതന്ത്ര്യം നേടിയെടുക്കുകയും ആ ജോലി വഴി വിമോ ചനപാഠങ്ങൾ പുതിയ തലമുറക്ക് കൈമാറുകയും ചെയ്യുന്നിടത്താണ് സിനിമ അവസാനിക്കുന്നത്. എന്നാൽ ഇതൊന്നും ഭർത്താവിലോ അയാളുടെ കുടുംബാങ്ങങ്ങളിലോ ഒരു മാറ്റവും ഉണ്ടാക്കുന്നില്ല, അയാൾ മറ്റൊരു കല്യാണം കഴിച്ച് സ്ത്രീയുടെ അടിമത്തത്തിൽ അധിഷ്ഠിതമായ മറ്റൊരു "ആദർശദാമ്പത്യം" കെട്ടിപ്പടുക്കാനുള്ള തയ്യാറെടുപ്പിൽ ആണ്.

കുടുംബങ്ങൾക്കുള്ളിലെ സ്ത്രീവിവേചനവും അടിച്ചമർത്തലും ആണ് 'ഗ്രേറ്റ് ഇന്ത്യൻ കിച്ചൻ' പ്രശ്നവൽക്കരിക്കാൻ ശ്രമിക്കുന്നത്. ഇതിന്റെ കാരണങ്ങളായി സിനിമ അവതരിപ്പിക്കുന്നത് പുരുഷന്മാരുടെ യാഥാ സ്ഥിതികവും സ്ത്രീവിരുദ്ധവും ആയ കാഴ്ചപ്പാടുകളും ഈ കാഴ്ചപ്പാടുകളുടെ ബലത്തിൽ വളരുകയും തങ്ങളുടെ കായികബലം കൊണ്ട് ഇത്തരം കാഴ്ചപ്പാടുകളെ സംരക്ഷിക്കുകയും ചെയ്യുന്ന തീവ്രവലതുപക്ഷ സംഘ ടനകളും ആണ്. സിനിമയെ സംബന്ധിച്ചിടത്തോളം ഇതിനെതിരെ യുള്ള പോരാട്ടം ആശയതലത്തിൽ ആണ് നടക്കുന്നത്. പുരുഷന്റെ കാഴ്ചപ്പാടിലെ കാതലായ മാറ്റമാണ് ഈ അവസ്ഥയെ മാറ്റാനുള്ള പോംവഴി. ഇത്തരം മാറ്റം ഉണ്ടാക്കാൻ നിലവിലുള്ള വിദ്യാഭ്യാസവ്യവ സ്ഥ പരാജയപ്പെടുന്നത് കൊണ്ട് വേണ്ടത് ചെറുപ്പം മുതലേ ആൺകു ട്ടികളിലും (വീട്ടിലെ അനിയൻ) പെൺകുട്ടികളിലും (സ്കൂളിലെ നൃത്തം കളിക്കുന്ന കുട്ടികൾ) ഉണ്ടാക്കിയെടുക്കേണ്ട ലിംഗസമത്വത്തെ കുറിച്ചുള്ള ധാരണയാണ്. പുരുഷകാഴ്ചപ്പാടിന്റെ മാറ്റം നയിക്കുന്നത് കുടുംബത്തി ന്റെ ജനാധിപത്യവൽക്കരണത്തിലേക്കാണ്. വീട്ടുജോലികളിലും കുട്ടിക ളുടെയും മുതിർന്നവരുടെയും പരിപാലനത്തിലും പുരുഷന്റെ തുല്യ പങ്കാ ളിത്തം ആണ് ഈ ജനാധിപത്യവൽക്കരണത്തിന്റെ അടിസ്ഥാനം. ഈ ആദർശജനാധിപത്യകുടുംബത്തിന്റെ ഒരു ഉദാഹരണം എന്ന നിലക്കാണ് സിനിമയിൽ നർത്തകിയും ഭർത്താവും പ്രത്യക്ഷപ്പെടുന്നത്.

കുടുംബത്തെയും അതിനുള്ളിലെ സ്ത്രീവിവേചനത്തെയും കുറിച്ച് 'ഗ്രേറ്റ് ഇന്ത്യൻ കിച്ചൻ' കാഴ്ചവെക്കുന്ന വിശകലനം വരേണ്യവർഗ്ഗ ഫെമിനിസത്തിന്റേതുമായി (Bourgeois Feminism) ചേർന്ന് പോകുന്ന ഒന്നാണ്. വരേണ്യവർഗ്ഗ ഫെമിനിസത്തെ സംബന്ധിച്ചെട്ടുത്തോളം സ്ത്രീവിവേചനം എന്നത് പുരുഷവർഗ്ഗം കാലാകാലങ്ങളായി ഉണ്ടാക്കിയെടുത്തിട്ടുള്ള സ്ത്രീവിരുദ്ധ ആശയങ്ങളുടെ സാമൂഹിക പ്രാബല്യത്തിൽ നിന്നും ഉടലെടുക്കുന്ന ഒന്നാണ്. അതുകൊണ്ടു തന്നെ ഈ വിവേചനത്തെ അവർ ഇല്ലാതാക്കാൻ ശ്രമിക്കുന്നത് സ്ത്രീപക്ഷ കാഴ്ചപ്പാടിന് സമൂഹത്തിൽ ആധിപത്യം നേടിയെടുക്കുന്നതിലൂടെയാണ്. ഈ ശ്രമങ്ങളുടെ ഒരു വെല്ലുവിളി എന്ന് പറയുന്നത് നൂറ്റാണ്ടുകളായുള്ള ഉപയോഗം വഴി പല സ്ത്രീവിരുദ്ധ ആശയങ്ങളും സാമാന്യബോധത്തിന്റെ ഭാഗമായി മാറിക്കഴിഞ്ഞിരിക്കുന്നു എന്നുള്ളതാണ്. വേരുറച്ചുപോയ സാമാന്യബോധത്തിന്റെ സ്ത്രീവിരുദ്ധത പുറത്തുകൊണ്ടുവരാൻ "പെൺനോട്ട"ത്തിന് മാത്രമേ കഴിയൂ എന്നാണ് ഭൂരിപക്ഷം ഫെമിനിസ്റ്റുകളും വാദിക്കുന്നത്. സ്ത്രീവിരുദ്ധമായ ആശയങ്ങളുടെയും സാമാന്യബോധത്തിന്റെയും അടിസ്ഥാനത്തിൽ സ്ത്രീയെ അടിച്ചമർത്താനും നിലയ്ക്ക് നിർത്താനും പുരുഷൻ ഉണ്ടാക്കിയെടുത്ത നിയമങ്ങൾക്കും നിയന്ത്രണങ്ങൾക്കും എതിരെ പ്രായോഗിക പോരാട്ടം വേണ്ടി വന്നേക്കാം. എന്നാൽ ഇവയുടെയെല്ലാം അടിസ്ഥാനമായി ഫെമിനിസം കാണുന്നത് പുരുഷന്റെ സ്ത്രീവിരുദ്ധ കാഴ്ചപ്പാടിനെയാണ്. ഇതേ യുക്തിയാണ് 'ഗ്രേറ്റ് ഇന്ത്യൻ കിച്ച'നും പിൻപറ്റുന്നത്.

ഇത് ആശയവാദത്തിൽ (Idealism) അധിഷ്ഠിതമായ ഒരു വിശകലനമാണ്. ആശയവാദവിശകലനങ്ങൾക്ക് സ്ത്രീവിമോചനം എന്നത് സമൂഹത്തിലെ സ്ത്രീയുടെ സ്ഥാനത്തെക്കുറിച്ചുള്ള പുരുഷന്റെ തെറ്റായ ആശയങ്ങളും സ്ത്രീകളുടെ (ചുരുക്കം ചില പ്രബുദ്ധരായ പുരുഷൻമാരുടെയും) ശരിയായ ആശയങ്ങളും തമ്മിലുള്ള സമരത്തിന്റെ ഫലമായി നേടിയെടുക്കേണ്ട ഒന്നാണ്. ഇവിടെ സംഘട്ടനം അടിസ്ഥാനപരമായി നടക്കുന്നത് ആശയങ്ങളുടെ തലത്തിൽ ആണ്, അതിന്റെ പ്രതിഫലനം മാത്രമാണ് നമ്മൾ സാമൂഹികതലത്തിൽ കാണുന്നത്. സ്ത്രീവിരുദ്ധ ആശയങ്ങളെ എതിർത്ത് തോൽപ്പിക്കാൻ കഴിഞ്ഞാൽ, അവ തെറ്റാണെന്ന് ഭൂരിപക്ഷം ആളുകളെ ബോധ്യപ്പെടുത്താനായാൽ, സ്ത്രീവിമോചനം സാദ്ധ്യമാകും! ആശയസംഘട്ടനങ്ങളും ബോധവൽക്കരണവുമാണ് ആശയവാദത്തിന്റെ പ്രധാന ആയുധങ്ങൾ.

മാർക്സിസ്റ്റ് ഭൗതികവാദം

എന്നാൽ മാർക്സിസം ആശയവാദമല്ല, മറിച്ച് ഭൗതികവാദത്തിന്റെ (Materialism) ഏറ്റവും ഉയർന്ന രൂപമാണ്. മാർക്സിസ്റ്റ് ഭൗതികവാദവും ആശയവാദവും തമ്മിലുള്ള വ്യത്യാസം 'ജർമ്മൻ ഐഡിയോളജി'യിൽ മാർക്സ് തന്നെ വ്യക്തമാക്കുന്നുണ്ട്:

"We do not set out from what men say, imagine, conceive nor from men as narrated, thought of, imagined, conceived, in order to arrive at men in the flesh. We set out from real, active men, and on the basis of their real life process we demonstrate the development of the ideological reflexes and echoes of this life process. Morality, religion, metaphysics, all the rest of ideology and their corresponding forms of consciousness, thus no longer retain the semblance of independence. They have no history, no development: but men, developing their material production and their material intercourse alter, along with their real existence, their thinking and the products of their thinking. Life is not determined by consciousness, but consciousness by life."

മാർക്സ് സുവ്യക്തമാക്കുന്നത് പോലെ, ആശയങ്ങൾക്ക് സ്വതന്ത്രമായ നിലനിൽപ്പോ ചരിത്രമോ പരിണാമമോ ഇല്ല, പകരം അവ മനുഷ്യന്റെ ഉൽപ്പാദന പ്രക്രിയയുടെയും ഭൗതിക വ്യവഹാരത്തിന്റെയും പ്രത്യയശാസ്ത്ര പ്രതിഫലനം മാത്രമാണ്. അതുകൊണ്ടുതന്നെ മാർക്സിസം സ്ത്രീകളുടെ അടിച്ചമർത്തൽ ഉൾപ്പടെയുള്ള ഒരു സാമൂഹിക പ്രതിഭാസത്തിന്റെയും വിശകലനം ആശയതലത്തിൽ നിന്നല്ല ആരംഭിക്കുന്നത്, മറിച്ച് ഭൗതികതലത്തിൽ നിന്നാണ്. മനുഷ്യരുടെ ഭൗതിക സാഹചര്യങ്ങളാണ് ആശയങ്ങളെ ഉൽപ്പാദിപ്പിക്കുന്നത്. മേലെ ഉദ്ധരിച്ചിരിക്കുന്ന മാർക്സിന്റെ പ്രശസ്തമായ വാക്യം കടമെടുത്താൽ: ജീവിതം ആശയങ്ങളാൽ അല്ല നിർണ്ണയിക്കപ്പെടുന്നത്, മറിച്ച് ജീവിതമാണ് ആശയങ്ങളെ നിർണ്ണയിക്കുന്നത്!

സ്ത്രീവിവേചനത്തിന്റെ കാര്യം തന്നെ എടുക്കാം. സ്ത്രീവിരുദ്ധ ആശയങ്ങൾ സമൂഹത്തിൽ പ്രബലമല്ലെന്നോ അവ സാമാന്യബോധത്തിന്റെ ഭാഗമല്ലെന്നോ മാർക്സിസം ഒരിക്കലും വാദിക്കുന്നില്ല. ഈ ആശയങ്ങളുടെ പിൻബലത്തോടെയാണ് സ്ത്രീ അടിച്ചമർത്തപ്പെടുന്നതും നിലക്കുനിർത്തപ്പെടുന്നതും. എന്നാൽ മാർക്സിസം ഉന്നയിക്കുന്ന ചോദ്യം

ഇതാണ്: ഈ സ്ത്രീവിരുദ്ധ ആശയങ്ങൾ എങ്ങനെയാണ് ഉണ്ടായിവന്നത്? യാഥാർത്ഥ്യത്തെ നിർമ്മിക്കുന്നതിൽ ആശയങ്ങൾക്ക് പ്രാഥമികത കൽപ്പിക്കുന്ന പ്രസ്ഥാനങ്ങൾ, വരേണ്യവർഗ്ഗ ഫെമിനിസം ഉൾപ്പടെ, കരുതുന്നത്, ഇവ സ്ത്രീയെ അടിച്ചമർത്തുക എന്ന ലക്ഷ്യത്തോടെ കാലാകാലങ്ങളായി പുരുഷന്മാർ ഉണ്ടാക്കിയെടുത്തവയാണ് എന്നാണ്. സ്ത്രീ അബലയും അടിമയും ആയി നിലനിന്നാൽ പുരുഷന് ഉണ്ടാവുന്ന സൗകര്യങ്ങൾ ആവാം അവനെ അതിന് പ്രേരിപ്പിച്ചത്.

എന്നാൽ മാർക്സിസ്റ്റ് ഭൗതികവാദം കാണിച്ചു തരുന്നത് സ്ത്രീവിരുദ്ധ ആശയങ്ങൾ ഉൽപ്പാദിപ്പിക്കപ്പെടാനുണ്ടായ ഭൗതികസാഹചര്യങ്ങളാണ് (Material Conditions). സ്ത്രീവിരുദ്ധ ആശയങ്ങൾ ആദ്യം ഉത്ഭവിക്കുകയും അതിന്റെ അടിസ്ഥാനത്തിൽ സ്ത്രീകൾ അടിച്ചമർത്തപ്പെടുകയും അല്ല ഉണ്ടായത്. മറിച്ച്, മനുഷ്യചരിത്രത്തിന്റെ ഒരു പ്രത്യേകഘട്ടത്തിൽ ഉൽപ്പാദനശക്തിയിലും ഉൽപ്പാദനബന്ധങ്ങളിലും വന്ന കാതലായ മാറ്റങ്ങൾ ആണ് സ്ത്രീവിവേചനത്തിന് തുടക്കം കുറിച്ചത്. സ്ത്രീയെ രണ്ടാം കിട പൗരയാക്കി മാറ്റിയ ഈ ഭൗതിക സാഹചര്യങ്ങളുടെ ആശയതലത്തിലെ പ്രതിഫലനങ്ങൾ ആയിട്ടാണ് സ്ത്രീവിരുദ്ധ ആശയങ്ങൾ ജനിക്കുന്നത്. ഈ ആശയങ്ങൾ ഉണ്ടാക്കിയത് വരേണ്യവർഗ്ഗ പുരുഷന്മാർ തന്നെയാണ്. എന്നാൽ അവർ ഈ ആശയങ്ങൾ അവരുടെ ഭാവനയിൽ പടച്ചുണ്ടാക്കിയതല്ല; സ്ത്രീകളുടെ സാമൂഹികമായ അരികുവൽക്കരണം ആണ് ഈ ആശയങ്ങളെ നിർമ്മിച്ചത്.

സ്ത്രീവിവേചനത്തെ ശക്തിപ്പെടുത്താനും അതിനെ സാമാന്യബോധമാക്കി മാറ്റാനും ഈ ആശയങ്ങൾ ഉപയോഗിക്കപ്പെട്ടു എന്നതും ഇതിൽ വരേണ്യവർഗ്ഗ പുരുഷന്റെ (പ്രത്യേകിച്ചും പുരോഹിതവർഗ്ഗത്തിന്റെ) പങ്ക് വളരെ വലുതാണ് എന്നതിലും സംശയമില്ല. ഭൗതിക സാഹചര്യങ്ങളും അവ ഉൽപ്പാദിപ്പിക്കുന്ന ആശയങ്ങളും തമ്മിലുള്ള വൈരുദ്ധ്യാത്മിക ബന്ധമാണ് ഇവിടെ മാർക്സിസം കാണിച്ചു തരുന്നത്. ഒരു പ്രത്യേകഘട്ടത്തിൽ ഉടലെടുത്ത ഭൗതിക സാഹചര്യങ്ങൾ സ്ത്രീയെ അരികുവൽക്കരിക്കുന്നു, ഇതിന്റെ പ്രത്യയശാസ്ത്രപ്രതിഫലനമായി സ്ത്രീവിരുദ്ധ ആശയങ്ങൾ ഉയർന്നുവരുന്നു, ഈ ആശയങ്ങൾ സ്ത്രീയുടെ അടിമത്തം ശക്തിപ്പെടുത്തുന്നു. പക്ഷെ ഇവിടെ പ്രാഥമികത എപ്പോഴും ഭൗതികസാഹചര്യങ്ങൾക്കാണ്. ആശയവാദത്തിൽ നിന്നും വ്യത്യസ്തമായി മാർക്സിസ്റ്റ് ഭൗതികവാദം കാണിച്ചു തരുന്നത് സ്ത്രീവിവേചനമാണ് ആദ്യം ഉണ്ടായിവന്നതെന്നും അതിന്റെ അടിസ്ഥാനത്തിലാണ് സ്ത്രീവിരുദ്ധ ആശയങ്ങൾ ഉടലെടുത്തത് എന്നുമാണ്. എന്നാൽ പിന്നീട് ഈ

ആശയങ്ങൾ സ്ത്രീയുടെ അടിച്ചമർത്തലിനെ ശക്തിപ്പെടുത്തുന്നു.

ആശയവാദത്തിൽ അധിഷ്ഠിതമായ വരേണ്യവർഗ്ഗഫെമിനിസത്തിനും 'ഗ്രേറ്റ് ഇന്ത്യൻ കിച്ചൻ' പോലെയുള്ള സിനിമകൾക്കും സ്ത്രീകളുടെ അടിച്ചമർത്തലിലേക്ക് നയിക്കുന്ന ഭൗതികസാഹചര്യങ്ങൾ കണ്ടെത്താൻ കഴിയുന്നില്ല. പകരം അതിന്റെ പ്രകടരൂപമായ സ്ത്രീവിരുദ്ധ ആശയങ്ങളോടുള്ള പോരാട്ടമായി അവ ചുരുങ്ങുന്നു. സ്ത്രീവിവേചനത്തിന് കാരണമായ ഭൗതികസാഹചര്യങ്ങളെ മാറ്റിമറിക്കാതെ ഈ വിവേചനത്തെ അവസാനിപ്പിക്കാൻ ആവില്ല എന്ന് അവർ മറക്കുന്നു. അതുകൊണ്ടാണ് വരേണ്യവർഗ്ഗ ഫെമിനിസത്തെ എൻഗൽസ് "more or less hysterical effusions of bourgeois and petty bourgeois women careerists" എന്ന് വിശേഷിപ്പിച്ചത്. വിശകലനത്തിന്റെ തലത്തിൽ നിന്നും നോക്കിയാൽ 'ഗ്രേറ്റ് ഇന്ത്യൻ കിച്ച'നെയും 'hysterical effusion' ആയി തന്നെ പരിഗണിക്കേണ്ടി വരും.

സ്ത്രീവിവേചനത്തിന്റെ ഭൗതികസാഹചര്യങ്ങൾ

സ്ത്രീവിവേചനത്തിലേക്ക് നയിച്ച ഭൗതികസാഹചര്യങ്ങൾ ഏതൊക്കെയാണ്? നരവംശശാസ്ത്രപഠനങ്ങൾ നമ്മളോട് പറയുന്നത് സ്ത്രീകളുടെ അടിച്ചമർത്തൽ ചരിത്രാതീതകാലം മുതൽക്കേ നിലനിന്ന ഒരു കാര്യം അല്ല എന്നാണ്. ഈ അടിച്ചമർത്തൽ ഒരു പ്രത്യേക ചരിത്രഘട്ടത്തിൽ ആവിർഭവിച്ച ഒന്നാണ്. ആധുനിക മനുഷ്യന്റെ ചരിത്രം ആരംഭിക്കുന്നത് ഏകദേശം ഒരുലക്ഷത്തിഅമ്പതിനായിരം വർഷങ്ങൾക്ക് മുൻപാണ്. ഈ ചരിത്രത്തിന്റെ ആദ്യഘട്ടത്തിൽ പ്രിമിറ്റിവ് കമ്മ്യൂണിസ്റ്റ് വ്യവസ്ഥയാണ് നിലനിന്നിരുന്നത് എന്ന് നമുക്കറിയാം. പ്രിമിറ്റിവ് കമ്മ്യൂണിസ്റ്റ് വ്യവസ്ഥ നിലവിൽ നിന്നിരുന്ന സമൂഹങ്ങളിൽ ബഹുഭൂരിപക്ഷത്തിലും ഉൽപ്പാദനത്തിലും ഉപഭോഗത്തിലും സാമൂഹികതീരുമാനങ്ങൾ എടുക്കുന്ന പ്രക്രിയയിലും സ്ത്രീപുരുഷ സമത്വം നിലനിന്നിരുന്നു എന്നാണ് ചരിത്രം കാണിക്കുന്നത്.

എന്നാൽ അയ്യായിരം-ആറായിരം വർഷങ്ങൾ മുൻപ് സാമൂഹികസമത്വം തകർത്തുകൊണ്ട് മനുഷ്യസമൂഹങ്ങൾ വർഗ്ഗങ്ങളായി വിഭജിക്കപ്പെട്ടു. ഈ വിഭജനത്തിന്റെ കാരണവും ഭൗതികപരമാണ്. ഉൽപ്പാദന ഉപകരണങ്ങളുടെയും ഉൽപ്പാദനപ്രക്രിയയുടെയും നിരന്തരമായ വികാസമാണ് ഈ വർഗ്ഗവിഭജനത്തിലേക്ക് നയിച്ചത്. ഉൽപ്പാദനശക്തി വർദ്ധിച്ചതോട് കൂടി ഒരു ഗോത്രത്തിന്റെ ഉപഭോഗാവശ്യങ്ങൾ നിറവേറാൻ എല്ലാവരും പണിയെടുക്കേണ്ട ആവശ്യമില്ല എന്ന് വരുന്നു.

അപ്പോഴാണ് ഉൽപ്പാദനപ്രക്രിയയിൽ നേരിട്ട് പങ്കാളികൾ അല്ലാത്ത ഒരു ഉപരിവർഗ്ഗം സമൂഹത്തിൽ ഉണ്ടായിവരുന്നത്. അങ്ങനെയാണ് സമൂഹം ജോലിയെടുക്കുന്ന ഭൂരിപക്ഷവും വിഭവങ്ങൾ നിയന്ത്രിക്കുന്ന ന്യൂനപക്ഷവുമായി വിഭജിക്കപ്പെടുന്നത്.

കൗതുകകരമായ വസ്തുത എന്നത് സ്ത്രീകളുടെ അടിച്ചമർത്തലിന്റെ തുടക്കം മിക്കവാറും എല്ലായിടത്തും സമൂഹങ്ങൾ വർഗ്ഗങ്ങളായി വിഭജിക്കപ്പെടുന്ന കാലത്ത് തന്നെയാണ് സംഭവിക്കുന്നത് എന്നതാണ്. അതായത്, ഒരുലക്ഷത്തി അൻപതിനായിരം വർഷങ്ങളുടെ മനുഷ്യ ചരിത്രത്തിൽ അവസാനത്തെ കേവലം അയ്യായിരം-ആറായിരം വർഷങ്ങൾ മാത്രമാണ് സ്ത്രീവിവേചനം കാണപ്പെടുന്നത്. സ്ത്രീകളുടെ വിവേചനത്തിന്റെ കാരണം ജീവശാസ്ത്രപരമാണ് എന്നുള്ള യാഥാസ്ഥിതിക വാദം ഈ ചരിത്രവസ്തുത തകർക്കുന്നുണ്ട്. പുരുഷവർഗ്ഗം എല്ലായ്പ്പോഴും സ്ത്രീയെ അടിച്ചമർത്തുന്നതിൽ തല്പരരായിരുന്നു എന്ന വരേണ്യവർഗ്ഗ ഫെമിനിസ്റ്റ് വാദവും ഇവിടെ തകരുകയാണ്.

പ്രിമിറ്റിവ് കമ്മ്യൂണിസത്തിന്റെ ഘട്ടത്തിലെ ഭക്ഷണശേഖരണവും കൈക്കോട്ട് (മൺവെട്ടി) കൊണ്ടുള്ള കൃഷിയും മറ്റും സ്ത്രീകൾക്ക് ഗർഭധാരണത്തിന്റെ സമയത്തുപോലും സുരക്ഷിതമായി ചെയ്യാൻ കഴിയുന്ന കാര്യങ്ങളായിരുന്നു. അതിനാൽ തന്നെ അവർ ഉൽപ്പാദനപ്രക്രിയലും സാമൂഹികജീവിതത്തിലും തുല്യപങ്കാളികൾ ആയി നിലനിന്നു. ഈ പങ്കാളിത്തമായിരുന്നു സ്ത്രീസമത്വത്തിന്റെ അടിസ്ഥാനം, അല്ലാതെ അക്കാലത്തെ പുരുഷന്മാരുടെ സ്ത്രീപക്ഷ ആശയങ്ങൾ അല്ല! എന്നാൽ ഉൽപ്പാദനശക്തിയുടെ വളർച്ച കൃഷിയെ കലപ്പയുടെ യുഗത്തിലേക്ക് നയിച്ചപ്പോൾ സ്ത്രീകൾ പതുക്കെ പ്രധാന ഉൽപ്പാദനമേഖലകളിൽ നിന്നും പുറന്തള്ളപ്പെട്ടു. ഈ പുറന്തള്ളൽ സ്ത്രീകൾക്കെതിരെയുള്ള പുരുഷന്മാരുടെ ഗൂഢാലോചനയുടെ ഫലമായിരുന്നില്ല. കലപ്പയുടെ സഹായത്തോടുകൂടെയുള്ള വളരെ ശ്രമകരമായ കൃഷിയിൽ സ്ത്രീകൾ, പ്രത്യേകിച്ചും ഗർഭിണികളായ സ്ത്രീകൾ, ഉൾപ്പെട്ടിരുന്ന ഗോത്രസമൂഹങ്ങളിൽ എല്ലാം ജനനനിരക്ക് കുറയുകയും ശിശുമരണനിരക്ക് കുത്തനെ കൂടുകയും ചെയ്തു. ഇതാണ്, എൻഗൽസ് സൂചിപ്പിച്ചത് പോലെ, പുരുഷൻ മുതലാളിയും സ്ത്രീ തൊഴിലാളിയും ആയ ഒരു കുടുംബവ്യവസ്ഥയിലേക്ക് നയിച്ചത്. ഈ പരിണാമത്തെ എൻഗൽസ് വിശേഷിപ്പിച്ചത് "the world historic defeat of the female sex" എന്നാണ്.

വർഗ്ഗവിഭജനം പ്രിമിറ്റിവ് കമ്മ്യൂണിസ്റ്റ് വ്യവസ്ഥയെ തകർത്തതിന് ശേഷം അടിമത്തവ്യവസ്ഥയും ഫ്യൂഡൽ വ്യവസ്ഥയും പിന്നിട്ട്

മനുഷ്യസമൂഹം ഇന്ന് മുതലാളിത്തവ്യവസ്ഥയിൽ എത്തി നിൽക്കുകയാണ്. എന്നിട്ടും ഇന്നും സ്ത്രീവിവേചനം തുടരുന്നു. വർഗ്ഗസമൂഹത്തിന്റെ പ്രാരംഭഘട്ടത്തിൽ സ്ത്രീകളെ സാമൂഹിക ഉൽപ്പാദനത്തിൽ നിന്നും അകറ്റി വീടിന്റെ അകത്തളത്തിൽ തളച്ചിട്ട ഭൗതിക സാഹചര്യങ്ങൾ മുതലാളിത്തവ്യവസ്ഥകളുള്ളിൽ നിലനിൽക്കുന്നില്ല. യന്ത്രവൽക്കരണവും ഓട്ടോമേഷനും നിർമ്മിതബുദ്ധിയും ചേർന്ന് മിക്കവാറും എല്ലാ ഉൽപ്പാദന പ്രക്രിയകളെയും സ്ത്രീകൾക്ക് സുരക്ഷിതമായി ഏർപ്പെടാൻ കഴിയാവുന്നവ ആക്കിത്തീർത്തിരിക്കുന്നു. എന്നിട്ടും സ്ത്രീകൾ കുടുംബങ്ങൾക്കുള്ളിൽ തളച്ചിടപ്പെടുന്നു, സമൂഹത്തിലും തൊഴിലിടങ്ങളിലും സ്ത്രീവിവേചനം തുടരുന്നു. ഇത് 5000 വർഷങ്ങളായി തുടർന്ന് വരുന്ന സ്ത്രീവിരുദ്ധ ആശയങ്ങളുടെ സ്വാധീനം കൊണ്ട് മാത്രമാണോ? അതോ, ഇതിന് മുതലാളിത്തത്തിന്റെ പ്രവർത്തനത്തിൽ അധിഷ്ഠിതമായ പുതിയ ഭൗതികകാരണങ്ങൾ ഉണ്ടോ?

മുതലാളിത്തവും സ്ത്രീവിവേചനവും

മുതലാളിത്ത ഉൽപ്പാദനവ്യവസ്ഥകളുള്ളിൽ കുടുംബത്തിന്റെ സ്ഥാനമെന്താണ്? മുതലാളിത്തത്തിന്റെ സാമൂഹികപ്രത്യുൽപ്പാദനം (Social Reproduction) നടക്കുന്ന ഇടമാണ് ഇന്ന് കുടുംബം. എന്താണ് ഇതുകൊണ്ട് അർത്ഥമാക്കുന്നത്? സാമൂഹികപ്രത്യുൽപ്പാദനം എന്നത് കൊണ്ട് ഉദ്ദേശിക്കുന്നത് ഇന്ന് ലഭ്യമായ അതേ തോതിലും ആരോഗ്യത്തോട് കൂടിയും തൊഴിലാളിസമൂഹത്തെ നാളെയും ഇനിവരും വർഷങ്ങളിലും മുതലാളിത്തത്തിന് ലഭ്യമാവുന്ന പ്രക്രിയയെയാണ്. ഇതിന് ഇപ്പോഴുള്ള തൊഴിലാളികളുടെ ദിവസേനയുള്ള വിശ്രമവും പുനരുജ്ജീവനവും പ്രധാനമാണ്. ഇതുണ്ടെങ്കിലേ ഇതേ വീര്യത്തോടു കൂടി നാളെയും അവർ ജോലിക്കെത്തുകയുള്ളൂ. എന്നാൽ മുതലാളിത്തം ഒരാഴ്ചത്തേക്കുള്ള ഒരു ഉൽപ്പാദനവ്യവസ്ഥയല്ല. അതുകൊണ്ടു തന്നെ അടുത്ത തലമുറയിലെ തൊഴിലാളികളുടെ ജനനവും അവരുടെ ആരോഗ്യപരിപാലനവും അതിന്റെ സാമൂഹികപ്രത്യുൽപ്പാദനത്തിന് വളരെ പ്രധാനമാണ്. ഈ രണ്ട് പ്രക്രിയകളും ഇന്ന് നടക്കുന്നത് അണുകുടുംബങ്ങൾക്കുള്ളിലാണ്. ഇതിന് രണ്ടിനും വേണ്ട അദ്ധ്വാനം മുതലാളിത്തം പിഴിഞ്ഞെടുക്കുന്നത് പ്രധാനമായും സ്ത്രീകളിൽ നിന്നാണ്.

മുതലാളിത്തം സാമൂഹികപ്രത്യുൽപ്പാദനത്തിന് പ്രധാനമായും കുടുംബത്തെ ആണ് ആശ്രയിക്കുന്നത് എന്നുള്ളതുകൊണ്ടാണ് കുടുംബത്തെ 'സമൂഹത്തിന്റെ അടിസ്ഥാന സാമ്പത്തിക യൂണിറ്റ്'

എന്ന് വിശേഷിപ്പിക്കുന്നത്. ഇതുകൊണ്ടാണ് സ്ത്രീവിവേചനത്തിന്റെ ഭൂമികയായ കുടുംബവ്യവസ്ഥയെ നിലനിർത്തേണ്ടത് മുതലാളിത്തത്തിന്റെ ഭൗതിക ആവശ്യമായി വരുന്നത്. ഈ ആവശ്യമാണ് ഇന്നത്തെ സ്ത്രീവിവേചനത്തിന്റെ ഭൗതികമായ അടിസ്ഥാനം. സ്ത്രീ അടുക്കളയിൽ തളച്ചിടപ്പെടുന്നതിന്റെയും അടിച്ചമർത്തപ്പെടുന്നതിന്റെയും ഏറ്റവും വലിയ ഗുണഭോക്താവ് ഇന്ന് മുതലാളിത്ത വ്യവസ്ഥയാണ് എന്ന പ്രാഥമിക പാഠമാണ് 'ഗ്രേറ്റ് ഇന്ത്യൻ കിച്ചൻ' മനസ്സിലാക്കാത്തത്. ദിനംപ്രതി ശക്തിയാർജ്ജിച്ച് വരുന്ന യാഥാസ്ഥിതിക-സ്ത്രീവിരുദ്ധ ആശയങ്ങൾ ഈ ഭൗതിക സാഹചര്യത്തിന്റെ പ്രതിഫലനം മാത്രമാണ്. അതുകൊണ്ട് തന്നെ സിനിമ സൂചിപ്പിക്കുന്നത് പോലെ ഈ ആശയങ്ങളോടുള്ള സമരത്തിനോ അതിനായുള്ള ബോധവൽക്കരണത്തിനോ മാത്രമായി ഈ വിവേചനത്തെ വെല്ലുവിളിക്കാൻ ആവില്ല. സ്ത്രീവിമോചനത്തിന് കുടുംബത്തെ സാമൂഹികപ്രത്യുൽപ്പാദനത്തിന്റെ ഇടമായി കാണുന്ന മുതലാളിത്തവ്യവസ്ഥ തന്നെ മാറേണ്ടതായുണ്ട്.

ഇന്നത്തെ സ്ത്രീവിവേചനത്തിന്റെ ഭൗതികപശ്ചാത്തലം നന്നായി അറിയുന്നത് കൊണ്ടാണ് "Origin of family, private proparty and state" ൽ എൻഗൽസ് ഇങ്ങനെ നിരീക്ഷിച്ചത്:

".... the first condition for the liberation of the wife is to bring the whole female sex back into public industry, and that this inturn demands the abolition of the monogamous family as the economic unit of society."

എൻഗൽസിന്റെ നിരീക്ഷണത്തിന്റെ ആദ്യഭാഗം 'ഗ്രേറ്റ് ഇന്ത്യൻ കിച്ചൻ' മനസ്സിലാക്കുന്നുണ്ട്. സ്ത്രീവിമോചനം സാധ്യമാവാൻ ആദ്യം വേണ്ടത് സ്ത്രീകൾ ഒന്നടങ്കം സാമൂഹിക ഉൽപ്പാദനപ്രക്രിയയിൽ പങ്കെടുക്കുകയും അതുവഴി സാമ്പത്തിക സ്വാശ്രയത്വം നേടുക എന്നതുമാണ്. എന്നാൽ സ്ത്രീകളെ ഇന്ന് ഇതിൽ നിന്നും തടയുന്ന അടിസ്ഥാനഘടകം പുരുഷന്റെ യാഥാസ്ഥിതിക കാഴ്ചപ്പാടാണ് എന്നാണ് സിനിമ ധ്വനിപ്പിക്കുന്നത്.

ആശയവാദത്തിൽ അധിഷ്ഠിതമായ ഈ ധാരണ അബദ്ധമാണ് എന്ന് എൻഗൽസിന്റെ നിരീക്ഷണത്തിന്റെ രണ്ടാം ഭാഗം നമ്മോട് പറയുന്നുണ്ട്. സ്ത്രീക്ക് ഉൽപ്പാദനരംഗത്തിൽ സജീവമാവാൻ പുരുഷന്റെ കാഴ്ചപ്പാട് മാറണം എന്നല്ല എൻഗൽസ് പറയുന്നത്, മറിച്ച് കുടുംബം എന്നത് സമൂഹത്തിന്റെ സാമ്പത്തിക യൂണിറ്റ് ആയിരിക്കുന്ന അവസ്ഥ ഇല്ലാതാവണം എന്നാണ്. സമൂഹത്തിലെ സ്ത്രീവിരുദ്ധ ചിന്തയെ

നിർമ്മിക്കുന്നതും നിലനിർത്തുന്നതും ഈ ഭൗതിക സാഹചര്യമാണ്. അതിനെ ഇല്ലായ്മ ചെയ്യാതെ വിവേചനത്തെ അവസാനിപ്പിക്കാൻ ആവില്ല.

Economic unit of society എന്ന രീതിയിലുള്ള കുടുംബത്തിന്റെ നിലനിൽപ്പ് എങ്ങനെ അവസാനിപ്പിക്കാനാവും എന്ന് 1885ൽ ഒരു സുഹൃത്തിനെഴുതിയ കത്തിൽ എൻഗൽസ് തന്നെ സൂചിപ്പിക്കുന്നുണ്ട്:

"It is my conviction that real equality of women and men can come true only when the exploitation of either by capital has been abolished and private housework has been transformed into a public industry."

സ്ത്രീവിമോചനം സാധ്യമാകണമെങ്കിൽ മുതലാളിത്തത്തിനുള്ളിലെ കുടുംബങ്ങളിൽ സ്ത്രീകളുടെ അദ്ധ്വാനത്തിന്റെ ഫലമായി സംഭവിച്ചു പോരുന്ന പ്രത്യുൽപ്പാദന പ്രക്രിയ സാമൂഹികവൽക്കരിക്കപ്പെടണം. ഇന്നത്തെ തൊഴിലാളികളുടെ നിലനിൽപ്പും പുനരുജ്ജീവനവും, നാളത്തെ തൊഴിലാളികളുടെ പരിപാലനവും, കുടുംബങ്ങളിലെ സ്ത്രീകളുടെ ബാദ്ധ്യത അല്ല, സമൂഹത്തിന്റെ ബാദ്ധ്യത ആണ്. അതു കൊണ്ടാണ് സകല വീട്ടുജോലികളും കുഞ്ഞുങ്ങളുടെ പരിപാലനവും പ്രായമായവരുടെ പരിചരണവും സാമൂഹികവൽക്കരിക്കപ്പെടണം എന്ന ആവശ്യം മാർക്സിസം മുന്നോട്ട് വെക്കുന്നത്. എങ്ങനെയാണ് ഈ സാമൂഹികവൽക്കരണം സാദ്ധ്യമാവുക? റഷ്യൻ വിപ്ലവം കഴിഞ്ഞ ഉടനെ തൊഴിലാളിവർഗ്ഗ ഭരണകൂടം എങ്ങനെയാണ് സാമൂഹിക വൽക്കരണം നടപ്പിലാക്കാൻ ശ്രമിച്ചത് എന്ന് റഷ്യൻ വിപ്ലവത്തിന്റെ ചരിത്രത്തിൽ ട്രോട്സ്കി വിശദീകരിക്കുന്നുണ്ട്:

"The revolution made a heroic effort to destroy the so-called 'family hearth' - that archaic, stuffy and stagnant institution in which the women of toiling classes perform their galley labour from childhood to death. The place of the family as a shut-in petty enterprise was to be occupied, according to the plans, by a finished sytem of social care and accomodation: maternity houses, creches, kindergartens, schools, social dining rooms, social laundries, first-aid stations, hospitals, sanatoria, athletic organisations, moving-picture theatres etc. The complete absorption of the house keeping functions of the family by the institutions of the socialist society, uniting all generations in solidarity and mutual aid, was to bring to women, and thereby to loving couple, a real liberation from thousand year old fetters...."

അതായത്, ഇന്ന് കുടുംബത്തിൽ നിക്ഷിപ്തമായ എല്ലാ ജോലികളും സാമൂഹികവൽക്കരിക്കാനാണ് തൊഴിലാളിവർഗ്ഗ ഭരണകൂടം ശ്രമിച്ചത്. ഭക്ഷണത്തിന് സാമൂഹിക കാന്റീനുകൾ, കുഞ്ഞുങ്ങളെ നോക്കാൻ 24 മണിക്കൂറും തുറന്നിരിക്കുന്ന നഴ്സറികൾ, പ്രായമായവരുടെ ശുശ്രൂഷ ക്കായി പ്രത്യേകം സൗകര്യങ്ങൾ, തൊഴിലാളികൾക്ക് വിനോദത്തിനും ഉല്ലാസത്തിനുമായി കളിയിടങ്ങളും ക്ലബ്ബുകളും. അങ്ങനെയാവുമ്പോൾ സാമൂഹികപ്രത്യുൽപ്പാദനത്തിന്റെ ഉത്തരവാദിത്തം കുടുംബത്തിൽ നിന്നും മാറി സമൂഹത്തിന് മുഴുവനായും ആവും. ഇത് കുടുംബത്തിൽ തളച്ചിടുന്ന സ്ത്രീകളുടെ വിമോചനത്തിലേക്കുള്ള പ്രധാന ഭൗതിക കാൽവെപ്പായി മാറും.

പക്ഷെ ഇത് മുതലാളിത്തത്തിനുള്ളിൽ പ്രാവർത്തികമാക്കാൻ സാധിക്കില്ല. ഈ സാമൂഹികവൽക്കരണത്തിനുള്ള പണം സാമൂഹി കമിച്ചത്തിൽ (social surplus) നിന്നുമാണ് കണ്ടെത്തേണ്ടത്. എന്നാൽ മുതലാളിത്തത്തിൽ സാമൂഹികമിച്ചം ആണ് ലാഭം എന്ന രീതിയിൽ മുതലാളിവർഗ്ഗം കൈവശപ്പെടുത്തുന്നത്. സാമൂഹികവൽക്കരണത്തി നുള്ള ഫണ്ട് മിച്ചത്തിൽ നിന്നും കണ്ടെത്തുക എന്നാൽ മുതലാളിത്ത ത്തിനുള്ളിൽ ലാഭത്തിന്റെ ഒരു വിഹിതം ഉപയോഗിച്ച് നടപ്പാക്കുക എന്നാണ് അർത്ഥം. മുതലാളിത്ത പ്രതിസന്ധി കാരണം ലാഭത്തിന്റെ അനുപാതം നിരന്തരമായി കുറഞ്ഞു വരുന്ന സമയത്ത് ഇത് മുതലാളി വർഗ്ഗത്തിന് സ്വീകാര്യമായ ഒരു നടപടി അല്ല. പകരം, മുതലാളിവർഗ്ഗം ആഗ്രഹിക്കുന്നത് സാമൂഹികപ്രത്യുൽപ്പാദനം കുടുംബങ്ങൾക്കുള്ളിൽ തന്നെ നടക്കണം എന്നാണ്; അങ്ങനെയെങ്കിൽ അതിനുള്ള പണം മുഴുവൻ വരുന്നത് തൊഴിലാളിയുടെ കൂലിയിൽ നിന്നും ആവും.

ഇവിടെയാണ് സ്ത്രീവിമോചനവും തൊഴിലാളിവർഗ്ഗസമരവും തമ്മി ലുള്ള ബന്ധം പ്രകടമാവുന്നത്. സാമൂഹികപ്രത്യുൽപ്പാദനത്തിന്റെ ബാദ്ധ്യത കുടുംബങ്ങളിൽ നിന്നും അടർത്തിമാറ്റുകയാണ് സ്ത്രീവിവേച നത്തിന്റെ ഭൗതികമായ പരിഹാരം. എന്നാൽ സാമൂഹികമിച്ചം ഇതിന് വേണ്ടി ഉപയോഗിക്കാൻ മുതലാളിവർഗ്ഗം സമ്മതിക്കില്ല. അതിനാൽ ഈ സാമൂഹികവൽക്കരണം യാഥാർത്ഥ്യമാവണമെങ്കിൽ മുതലാളി ത്തവ്യവസ്ഥ മാറേണ്ടതുണ്ട്. സ്ത്രീവിമോചനത്തിനായി എങ്ങനെയാണ്

ആത്യന്തികമായി വ്യവസ്ഥയുടെ അതിവർത്തനം ആവശ്യമായി വരുന്നത് എന്നതാണ് ഇവിടെ തെളിഞ്ഞു കാണുന്നത്. സ്ത്രീവിമോചന പോരാട്ടം എന്നത് വരേണ്യവർഗ്ഗഫെമിനിസവും 'ഗ്രേറ്റ് ഇന്ത്യൻ കിച്ച'നും കരുതുന്നത് പോലെ യാഥാസ്ഥിക പുരുഷൻമാർക്കെതിരെയോ സ്ത്രീവിരുദ്ധ ആശയങ്ങൾക്കെതിരെയോ മാത്രമായി ചുരുക്കാൻ സാധിക്കുന്ന ഒന്നല്ല. അത് മുതലാളിത്തവ്യവസ്ഥയുടെ മാറ്റം ലക്ഷ്യം വെക്കുന്ന ഒന്നാണ്. അതുകൊണ്ടാണ് സ്ത്രീവിമോചനപോരാട്ടം തൊഴിലാളിവർഗ്ഗ വിപ്ലവപോരാട്ടങ്ങളുടെ ഒരു ഭാഗമായി മാറുന്നത്.

'ഗ്രേറ്റ് ഇന്ത്യൻ കിച്ച'ന്റെ വർഗ്ഗ ആഭിമുഖ്യം

'ഗ്രേറ്റ് ഇന്ത്യൻ കിച്ചൻ' മുന്നോട്ടു വെക്കുന്നത് സ്ത്രീവിമോചനത്തെ കുറിച്ചുള്ള ഈ വിപ്ലവകരമായ പരിപ്രേക്ഷ്യം അല്ല. സിനിമ വാദിക്കുന്നത് സാമൂഹികപ്രത്യുൽപ്പാദനത്തിന്റെ ബാധ്യത കുടുംബങ്ങളിൽ നിന്നും എടുത്തു മാറ്റുന്നതിന് വേണ്ടിയല്ല. ഈ ബാധ്യത കുടുംബങ്ങൾക്കുള്ളിൽ തന്നെ പുരുഷന്മാരുടെ കൂടെ തുല്യ പങ്കാളിത്തത്തോട് കൂടി നടപ്പാക്കുന്നതിനെയാണ് സിനിമ പിന്തുണക്കുന്നത്. അതായത് സിനിമയെ സ്ത്രീവിവേചനത്തിന്റെ ഭൗതിക കാരണങ്ങൾ അലട്ടുന്നതേ ഇല്ല. മുതലാളിത്തത്തിന് വേണ്ടിയുള്ള വിടുപണി ചെയ്യുന്നതിൽ നിന്നും സ്ത്രീകളെ മോചിപ്പിക്കാൻ അതിന് യാതൊരു ഉദ്ദേശവും ഇല്ല. ഈ പണിയിൽ പുരുഷന്റെ പങ്കാളിത്തം മാത്രമാണ് അതിന്റെ ആവശ്യം. ഇതിനാണ് പുരുഷന്റെ കാഴ്ചപ്പാടിലെ മാറ്റം സിനിമ ആഗ്രഹിക്കുന്നത്. എന്നാൽ ഈ കാഴ്ചപ്പാടിന്റെ ഉറവിടം വ്യസ്ഥയുടെ ഭൗതിക ആവശ്യങ്ങൾ ആണ്. വ്യവസ്ഥയുടെ ഭൗതിക അടിസ്ഥാനത്തെ മാറ്റിമറിക്കാതെ ഈ കാഴ്ചപ്പാടുകളെ മാറ്റാൻ കഴിയില്ല.

വരേണ്യവർഗ്ഗ ഫെമിനിസത്തിന്റെ ചുവട് പിടിച്ച് സ്ത്രീവിമോചനത്തിനായി 'ഗ്രേറ്റ് ഇന്ത്യൻ കിച്ചൻ' മുന്നോട്ട് വെക്കുന്ന വിശകലനം ആ സിനിമയുടെ വർഗ്ഗ ആഭിമുഖ്യം വെളിവാക്കുന്നുണ്ട്. ബൂർഷ്വ പ്രത്യയശാസ്ത്രത്തിന്റെ നല്ല ഒരു ഉദാഹരണമാണ് ഈ ചിത്രം. സ്ത്രീയുടെ അടിച്ചമർത്തലിലേക്കു നയിക്കുന്ന ഭൗതിക സാഹചര്യങ്ങൾ സിനിമ പറയുന്നതേ ഇല്ല. ഈ ഭൗതിക സാഹചര്യങ്ങളെ മാറ്റിമറിക്കുക എന്ന വിപ്ലവകരമായ പരിഹാരത്തിന് പകരം, ഈ സാഹചര്യങ്ങൾക്ക് യാതൊരു പോറലും ഏൽപ്പിക്കാത്ത, ആശയവാദത്തിൽ അധിഷ്ഠിതമായ, ഒരു പരിഹാരമാണ് സിനിമ മുന്നോട്ടുവെക്കുന്നത്. സമൂഹത്തിന്റെ സാമ്പത്തിക യൂണിറ്റ് എന്ന നിലയിലും സാമൂഹിക

പ്രത്യുൽപ്പാദനത്തിന്റെ ഇടം എന്ന നിലയിലുമുള്ള കുടുംബവ്യവസ്ഥയുടെ തകർച്ച സിനിമ ആഗ്രഹിക്കുന്നതേ ഇല്ല. മറിച്ച്, കുടുംബവ്യവസ്ഥയെ സംരക്ഷിച്ചു നിർത്തി അതിനെ "ജനാധിപത്യവൽക്കരിക്കാൻ" ആണ് സിനിമക്ക് താല്പര്യം. ഇതിന് കാരണം സ്ത്രീവിവേചനത്തിന്റെ ഭൗതിക അടിസ്ഥാനങ്ങൾക്കെതിരെയുള്ള പോരാട്ടം മുതലാളിത്തത്തിനെ തിരെയുള്ള പോരാട്ടമല്ലാതെ മറ്റൊന്നുമല്ല എന്നുള്ളത് കൊണ്ടാണ്. ബൂർഷ്വ പ്രത്യയശാസ്ത്രത്തിൽ തളച്ചിടപ്പെട്ട ഒരു സിനിമക്ക് സ്ത്രീവിമോചനത്തിനായി മുതലാളിത്തത്തെ വെല്ലുവിളിക്കേണ്ടതിന്റെ ആവശ്യകത മനസ്സിലാവാത്തതിൽ അത്ഭുതമില്ല

സ്ത്രീവിമോചനത്തിനായുള്ള പോരാട്ടം അടിസ്ഥാനപരമായി വ്യവസ്ഥക്കെതിരെ ആണ് എന്നത് കൊണ്ട് സ്ത്രീവിരുദ്ധ ആശയങ്ങൾക്കെതിരെയും യാഥാസ്ഥിതിക കാഴ്ചപ്പാടിനെതിരെയും ഉള്ള പോരാട്ടങ്ങൾ അതിന്റെ ഭാഗമല്ല എന്നില്ല. എന്നാൽ 'ഗ്രേറ്റ് ഇന്ത്യൻ കിച്ച'നും വരേണ്യവർഗ്ഗ ഫെമിനിസവും ചെയ്യുന്നത് പോലെ ആ പോരാട്ടം ആശയതലത്തിലേക്ക് മാത്രമായി ചുരുക്കാൻ ആവില്ല. അങ്ങനെ ചുരുക്കാൻ ശ്രമിക്കുന്നത് ആണ് ഫെമിനിസത്തെയും ഈ സിനിമയെയും വരേണ്യവർഗ്ഗ പ്രത്യയശാസ്ത്രത്തിന്റെ മൈക്ക് ആക്കി മാറ്റുന്നത്. വർഗ്ഗസമരത്തിന്റെ പാതയിൽ സ്ത്രീയും പുരുഷനും ഐക്യദാർഢ്യത്തോട് കൂടി വ്യവസ്ഥക്കെതിരെ നടത്തുന്ന പോരാട്ടത്തിലൂടെ മാത്രമേ സ്ത്രീവിവേചനം അവസാനിപ്പിക്കാനാവൂ. പോരാട്ടങ്ങളിലെ ഈ ഐക്യദാർഢ്യം തന്നെയാണ് പുരുഷന്മാരിലെ സ്ത്രീവിരുദ്ധ സാമാന്യ ബോധങ്ങൾ പിഴുതെറിയുന്നതും!

(ഫെബ്രുവരി 2021)

മനുഷ്യന്റെ പ്രതികാരം

പ്രതികാരങ്ങൾ സാധാരണ മനോഹരമാവാറില്ല. എന്നാൽ മഹേഷിന്റെ പ്രതികാരം മനോഹരമാണ്. അതിന്റെ പ്രധാന കാരണം അതിൽ പകയില്ല എന്നതാണ്. വെറുപ്പിലും സങ്കടത്തിലും ഒറ്റപ്പെടലിലും നിസ്സഹായതയിലും മുളപൊട്ടുന്ന മഹേഷിന്റെ പ്രതികാരം അയാളെ കൊണ്ടെത്തിക്കുന്നത് സ്വയം കണ്ടെത്തലിലാണ്. അതുകൊണ്ടാണ് അവസാനം, തിരിച്ചടിയുടെ തൊട്ടു മുൻപ്, "ജിൻസന്റെ ഹെൽത്ത് ഒക്കെ ഒക്കെയല്ലേ, തുടങ്ങാം?" എന്ന് അയാൾക്ക് പറയാനാവുന്നത്. കലയിലൂടെയും പ്രണയത്തിലൂടെയും തന്നിലെ മനുഷ്യനെ കണ്ടെത്തിയ ഒരാളുടെ ആത്മവിശ്വാസമാണ് അത്. മഹേഷിന്റെ പ്രതികാരത്തിൽ ഒരടിയും തിരിച്ചടിയും മാത്രം കാണുന്നവർ ആ സിനിമയോട് നീതി പുലർത്തുന്നില്ല. സിനിമയുടെ യഥാർത്ഥ കഥാതന്തു ഈ സംഭാഷണത്തിൽ ആണ് തിരയേണ്ടത്:

ചാച്ചൻ: നീ എങ്ങോട്ടാ?

മഹേഷ്: കടയിലോട്ട് ...

ചാച്ചൻ: കടയല്ല, സ്റ്റുഡിയോ.

ഫോട്ടോ എടുക്കുക എന്നത് മഹേഷിന് ഒരു ഉപജീവന മാർഗ്ഗം മാത്രമാണ്, വെറും ഒരു തൊഴിൽ. മഹേഷിന്റെ ഫോട്ടോകളിൽ അയാളുടെ സാന്നിധ്യമില്ല, അത് തികച്ചും യാന്ത്രികമായ ഒരു പ്രവർത്തിയാണ്. അതുകൊണ്ട് തന്നെ ഫോട്ടോ എടുക്കുന്ന സ്ഥലം അയാൾക്ക് 'കട'യാണ്. ഫോട്ടോ എടുത്തുകൊടുക്കുന്നതിനു കൂലി വാങ്ങിക്കുന്ന ഒരു സ്ഥലം. മാർക്സിൽ നിന്നും കടമെടുത്താൽ " ... in his work, therefore, he does not affirm himself but denies himself, does not feel content but unhappy, does not develop freely his physical and mental energy but mortifies his body and ruins his mind ... it [work] is not the satisfaction of a need; it is merely a means to satisfy needs external to it." കൂലിക്ക് വേണ്ടി ഫോട്ടോ എടുക്കുന്നവനിൽ നിന്നും ഫോട്ടോക്ക് വേണ്ടി ഫോട്ടോ എടുക്കുന്നവനിലേക്കുള്ള പരിണാമമാണ് 'മഹേഷിന്റെ പ്രതികാരം'.

എല്ലാ ശാരീരിക അവശതകളും മറന്ന്, മണിക്കൂറുകളോളം തൊടിയിൽ പതുങ്ങിയിരുന്ന് കിളിയുടെ ചിത്രം പകർത്തുന്ന ചാച്ചനാണ് മഹേഷിലെ മനുഷ്യനെ ഉണർത്തുന്നത്. തന്റെ ഫോട്ടോകളിലൂടെ നിശ്ചലമായ ബാഹ്യലോകത്തെ നിഷ്ക്രിയമായി പകർത്തുക എന്ന ദൗത്യം മാത്രം നിർവ്വഹിച്ചു പോന്നിരുന്ന മഹേഷ്, തന്റെ ചിത്രങ്ങളിൽ തന്നിലെ മനുഷ്യന്റെ ഒരംശം വേണം എന്ന ബോധ്യത്തിലേക്കെത്തുമ്പോൾ 'ഷോൾഡർ ഡൌണും' 'ചിൻ പൊടിക്കപ്പും' എല്ലാം താനേ കൊഴിഞ്ഞു പോവുന്നു. ചലനാത്മകമായ ബാഹ്യലോകവും ക്യാമറയേന്തി നില്ക്കുന്ന ഒരു മനുഷ്യനുമായുള്ള പാരസ്പര്യമാണ് പിന്നീട് മഹേഷിന് ഓരോ ഫോട്ടോയും. എടുക്കുന്ന ഓരോ ചിത്രവും അയാളിലെ മനുഷ്യത്വത്തിന്റെ സാക്ഷാൽക്കാരമായി മാറുന്നു. പോസിങ്ങിന്റെ ജഡാവസ്ഥയിൽ നിന്നും ചലനത്തിന്റെ സൗന്ദര്യം ഒപ്പിയെടുക്കുന്നതിലേക്കുള്ള മഹേഷിന്റെ യാത്രക്ക് യഥാർത്ഥത്തിൽ മാർക്സിയൻ മാനങ്ങളുണ്ട്. മഹേഷിന് ജിംസിയോടുള്ള പ്രണയം പോലും തന്നിലെ മനുഷ്യത്വത്തെ വീണ്ടെടുത്തതിലെ ആത്മവിശ്വാസത്തിൽ നിന്നും പിറക്കുന്നതാണ്. അതിനാൽ തന്നെ അടുക്കളപ്പുറത്ത് കുമ്പളപ്പം കൊണ്ട് കൊടുക്കുന്ന പൈങ്കിളി മാനം അതിനില്ല. ഈ പ്രണയത്തിന് നിഷ്കളങ്കമായ ഒരു ആർജ്ജവത്വം കൈവരുന്നത് അതിനാലാണ്.

ജിംസനെത്തേടി വർക്ക്ഷോപ്പിലേക്ക് കുതിക്കുന്ന മഹേഷല്ല അവസാനം ജിംസനെ മലർത്തിയടിക്കുന്ന മഹേഷ്. അവനിൽ വല്ലാത്ത ഒരു ശാന്തതയുണ്ട്. ഈ ലോകത്തിൽ തന്റേതായ ഒരിടം കണ്ടെത്തിയ ഒരു മനുഷ്യന്റെ ശാന്തത. ഈ മല്ലയുദ്ധത്തിൽ വെറുപ്പോ പകയോ നിഴലിക്കുന്നില്ല, അതിൽ യഥാർത്ഥത്തിൽ ജിംസൻ പോലും അപ്രസക്തനാണ്; അത് മഹേഷിന്റെ പരിണാമത്തിലെ അവസാനത്തെ കാൽവെയ്പ്പാണ്. വീണുകിടക്കുന്ന ജിംസന്റെ തോളിൽ മഹേഷ് ആർദ്രതയോടെ കൈവെക്കുന്നുണ്ട്: സുഹൃത്തേ, ഈ യുദ്ധം നിന്നോടല്ല, എന്നോടുതന്നെയായിരുന്നു എന്ന് നിശ്ശബ്ദമായി ഓതിക്കൊണ്ട്. അടി കൊള്ളുന്നത് പ്രകാശിൽ 'കട' നടത്തുന്ന മഹേഷാണ്, തിരിച്ചടിക്കുന്നത് മഹേഷ് എന്ന മനുഷ്യനാണ്. അതുകൊണ്ടാണ് ഇത് മനുഷ്യന്റെ പ്രതികാരമാവുന്നത്.

വാൽകഷ്ണം

മഹേഷിന് ഇനിയും യുദ്ധങ്ങൾ ചെയ്യാനുണ്ട്. കട്ടപ്പനയിലെ അത്യാധിനിക സ്റ്റുഡിയോകൾ ഭാവന സ്റ്റുഡിയോയെ വിഴുങ്ങും. അവർക്ക് വേണ്ടി കൂലിക്ക് പടമെടുക്കുന്ന ഒരുവനായി മഹേഷിന് മാറേണ്ടി വരും. തന്നിലെ കലാകാരനെയും മനുഷ്യനെയും നിലനിർത്താൻ അന്ന് മഹേഷിന് മറ്റൊരു മല്ലയുദ്ധത്തിന് ഇറങ്ങേണ്ടതായി വരും. ജിംസനോടല്ല, മനുഷ്യനെ വെറും കൂലിക്കാരനാക്കുന്ന ഈ വ്യവസ്ഥിതിയോട്. അതിനെയാണ് നമ്മൾ 'വർഗ്ഗസമരം' എന്ന് വിളിക്കുന്നത്. കമോൺട്രാ മഹേഷേ....

(മാർച്ച് 2016)

ശബരിമല - ഒരു വർഗ്ഗപരി പ്രേക്ഷ്യം

കഴിഞ്ഞ കുറച്ചു ദശകങ്ങളായി, പ്രത്യേകിച്ച് ഇന്ത്യയൊട്ടാകെയുള്ള ഇടതുപക്ഷത്തിന്റെ ശിഥിലീകരണത്തിനും ഫാഷിസത്തിന്റെ ഞെട്ടിപ്പിക്കുന്ന വളർച്ചക്കും ശേഷം, "കേരളീയസമൂഹ"ത്തിന് മുഴുവനായും ഒരു പുരോഗമനസ്വഭാവം ഇടതുപക്ഷം ചാർത്തിക്കൊടുത്തിട്ടുണ്ട്. 2019 ലോകസഭ തിരഞ്ഞെടുപ്പ് സമയത്ത് ഇടതുപക്ഷം ഉപയോഗിച്ചുവന്ന പരസ്യവാചകം ഇത് പ്രത്യക്ഷമായി പറയുന്നു: "വർഗ്ഗീയത വീഴും, വികസനം വാഴും. ഇത് കേരളമാണ്". ഇന്ത്യയിലെ മറ്റ് സംസ്ഥാനങ്ങളിൽ നിന്നും വിഭിന്നമായി, പ്രത്യേകിച്ച് ഉത്തരേന്ത്യൻ സംസ്ഥാനങ്ങളിൽ നിന്നും വ്യത്യസ്തമായി, കേരളീയ സമൂഹത്തിന് വർഗ്ഗീയതയടക്കമുള്ള പ്രശ്നങ്ങളെ വളരാൻ അനുവദിക്കാത്ത രീതിയിൽ ഒരു സഹജമായ പുരോഗമനാഭിമുഖ്യം ഉണ്ടത്രെ. ഇത് കേരളിയസമൂഹത്തിന് ഉണ്ടെന്ന് പറയുന്ന "ഇടതുപക്ഷമനസ്സ്" കാരണം ആണ് എന്നാണ് വെപ്പ്.

ഈ വീക്ഷണത്തിന്റെയും അതിനെ അടിസ്ഥാനപ്പെടുത്തിയുള്ള വിശകലനങ്ങളുടെയും പ്രധാനപ്രശ്നം, പുരോഗമനാഭിമുഖ്യം എന്നത് വർഗ്ഗപരമാണ് എന്ന പ്രാഥമിക മാർക്സിസ്റ്റ് പാഠം അവ വിസ്മരിക്കുന്നു എന്നതാണ്. കേരളസമൂഹത്തിന് ചാർത്തിക്കൊടുക്കപ്പെട്ട ഈ പുരോഗമനപൊയ്മുഖം ശബരിമലയിൽ തട്ടിത്തകരുന്ന കാഴ്ചക്കാണ് നാം സാക്ഷ്യം വഹിച്ചത്. പൊള്ളയായ ഈ പുരോഗമനനാട്യത്തിന് തകരാതിരിക്കാൻ കഴിയുമായിരുന്നില്ല; കാരണം അതിന്റെ വർഗ്ഗ ഉള്ളടക്കം വട്ടപ്പൂജ്യമായിരുന്നു. സത്യം പറഞ്ഞാൽ, കേരളീയ സമൂഹത്തിൽ അനുദിനം മറനീക്കി പുറത്തുവന്നുകൊണ്ടിരിക്കുന്ന അനേകം വർഗ്ഗവൈരുദ്ധ്യങ്ങളെ മൂടിവെക്കാനുള്ള ഒരു പാഴ് വേലയാണ് ഈ

"വർഗ്ഗരഹിതപുരോഗമനോന്മുഖത"യുടെ മിത്ത്. ശബരിമല തുറന്നു വിട്ട വർഗ്ഗവൈരുദ്ധ്യത്തിന്റെ ഭൂതങ്ങൾ ഈ മിത്തിനെ നാമാവശേഷമാക്കിയിരിക്കുന്നു. കേരളീയ സമൂഹത്തിനു ഒന്നടങ്കം യാതൊരു പുരോഗമനപരതയും കൽപ്പിച്ചു കൊടുക്കാനാവില്ല എന്ന് ശബരിമല അസന്നിഗ്ദ്ധമായി തെളിയിക്കുന്നു. പുരോഗമനോന്മുഖത എന്നത് വർഗ്ഗാടിസ്ഥാനത്തിൽ മാത്രം ചർച്ച ചെയ്യപ്പെടേണ്ട ഒന്നാണെന്നും വർഗ്ഗങ്ങളായി വിഭജിച്ചു കിടക്കുന്ന ഒരു സമൂഹത്തിന് ഒരു ചരിത്ര സന്ധിയിലും ഒന്നാകെ പുരോഗമനസ്വഭാവം കാണിക്കാനാവില്ല എന്നും അത് ഊന്നിപ്പറയുന്നു.

സാമൂഹികവിപ്ലവം എന്നത് നിയമസഭാതിരഞ്ഞെടുപ്പ് വിജയിക്കലും, ബൂർഷ്വ ഭരണകൂടത്തിന്റെ സീമകൾക്കുള്ളിൽ നിന്നുകൊണ്ട് പരിഷ്കരണങ്ങൾ നടപ്പാക്കലും മാത്രമാണ് എന്ന് കഴിഞ്ഞ കുറെ ദശകങ്ങളായി അണികളെയും അനുഭാവികളെയും ഒരേ പോലെ തെറ്റിദ്ധരിപ്പിച്ചുകൊണ്ടിരിക്കുന്ന ഇടതുപക്ഷത്തിന് മുന്നിൽ ഉത്തരമില്ലാത്ത അനേകം ചോദ്യങ്ങളാണ് ശബരിമല ഉന്നയിക്കുന്നത്. ഇതിൽ ഓരോ ചോദ്യത്തിനും വർഗ്ഗപരമായ ഉത്തരങ്ങൾ നിരത്തിക്കൊണ്ട് മാത്രമേ ശബരിമല വിഷയത്തിലെ മാർക്സിയൻ നിലപാടും രാഷ്ട്രീയവും സ്പഷ്ടമാക്കാൻ ആവൂ. എന്നാൽ ദൗർഭാഗ്യവശാൽ, ഇന്നത്തെ ഇന്ത്യൻ ഇടതുപക്ഷവിശകലനങ്ങളുടെ മുഖമുദ്ര എന്നത് അവ മാർക്സിയൻ രീതിശാസ്ത്രം പണ്ടേ കൈയ്യൊഴിഞ്ഞു എന്നതാണ്. ഇടതുപക്ഷത്തിന്റെ വർഗ്ഗരഹിത വിശകലനങ്ങൾ മറച്ചുപിടിക്കാൻ ശ്രമിക്കുന്ന കേരളസമൂഹത്തിലെ വർഗ്ഗവൈരുദ്ധ്യങ്ങൾ മറ്റൊരു വിഷയത്തിനും അടുത്തകാലത്തൊന്നും സാധിക്കാത്തരീതിയിൽ വെളിവാക്കി എന്നതാണ് ശബരിമലയുടെ പ്രസക്തി. ശബരിമല സംഭവവികാസങ്ങളുടെ പശ്ചാത്തലത്തിൽ ഈ വർഗ്ഗവൈരുദ്ധ്യങ്ങളെ വിശകലനവിധേയമാക്കാതെ തൊഴിലാളിവർഗ്ഗ പ്രസ്ഥാനങ്ങൾക്ക് മുന്നോട്ടു പോകാനാവില്ല.

ശബരിമലയിൽ എല്ലാ പ്രായത്തിലുള്ള സ്ത്രീകൾക്കും പ്രവേശനം അനുവദിച്ചു കൊണ്ടുള്ള വിധിയെ രാഷ്ട്രീയകക്ഷികൾ ഉദാസീനമായാണ് ആദ്യം സമീപിച്ചത്. ഇടതുപക്ഷം ആദ്യം തന്നെ വിധിയെ സ്വാഗതം ചെയ്തു. കോൺഗ്രസ്സും ബിജെപിയും എവിടെയും തൊടാതെയുള്ള പ്രതികരണങ്ങൾ ആണ് നൽകിയത്; വിധിയോട് വിയോജിപ്പ് ഉണ്ടെങ്കിൽ പോലും "സുപ്രീംകോടതി വിധിയല്ലേ, എന്ത് ചെയ്യാൻ പറ്റും?" എന്ന മനോഭാവമാണ് ആദ്യ ഘട്ടത്തിലെങ്കിലും ഈ കക്ഷികൾ പ്രകടിപ്പിച്ചത്. അതുകൊണ്ടു തന്നെ വിധിക്കെതിരെ ആളുകളെ നിരത്തിലിറക്കാൻ

ആദ്യഘട്ടത്തിൽ ശ്രമിച്ചത് "പാരമ്പര്യസംരക്ഷക"രായ ചെറു ഗ്രൂപ്പുകൾ മാത്രമാണ് . എന്നാൽ ഇത്തരം ആദ്യശ്രമങ്ങളിലെ ജനപങ്കാളിത്തം, പ്രത്യേകിച്ചും സ്ത്രീപങ്കാളിത്തം, സംഘാടകരെ പോലും അമ്പരിപ്പിക്കു ന്ന തരത്തിലായിരുന്നു. "വിശ്വാസസംരക്ഷക"രായി നൂറുകണക്കിന് സ്ത്രീകൾ നിരത്തിലിറങ്ങുന്ന കാഴ്ച കേരളം കണ്ടു. ഈ ജനപങ്കാളിത്ത മാണ് വിധിക്കും അത് നടപ്പാക്കാൻ ഉദ്ദേശിക്കുന്ന ഇടതുപക്ഷ ഗവൺ മെന്റിനും എതിരെ പ്രത്യക്ഷമായി തിരിയാൻ വലത് രാഷ്ട്രീയകക്ഷികളെ പ്രേരിപ്പിച്ചതും അവർക്കു വിശ്വാസം കൊടുത്തതും.

സാമൂഹിക-സാംസ്കാരിക രംഗത്ത് ഇടതുപക്ഷത്തിന് കേര ളത്തിൽ ഉള്ള പ്രാബല്യം പലപ്പോഴും വലതുപക്ഷത്തെപ്പോലും കേരളത്തിന്റെ വർഗ്ഗരഹിത പുരോഗമനോന്മുഖതയുടെ മിത്തിൽ വിശ്വ സിക്കാൻ പ്രേരിപ്പിക്കാറുണ്ട്. അതുകൊണ്ട് തന്നെ ശബരിമലയിലെ സ്ത്രീപ്രവേശത്തെ രാഷ്ട്രീയപരമായി ഉപയോഗിക്കാനാവും എന്ന് അവർ ആദ്യദിനങ്ങളിൽ തിരിച്ചറിഞ്ഞിരുന്നില്ല. എന്നാൽ കേരളസമൂഹത്തിൽ അവഗണിക്കാനാവാത്ത ഒരു വിഭാഗം വിശ്വാസസംരക്ഷകരായി ജീർണ്ണതയുടെ പക്ഷത്തു നിലയുറപ്പിക്കുന്ന കാഴ്ച അവരുടെ കണ്ണ് തുറ പ്പിച്ചു. പുരോഗമനത്തോട് പിന്തിരിഞ്ഞ് ജീർണ്ണതയുടെ കാവലാളായി നിൽക്കുന്ന ഒരു വിഭാഗം ഏതൊരു സമൂഹത്തിലെയും പോലെ കേര ളീയസമൂഹത്തിലും ഉണ്ടെന്നും ശബരിമലയുടെ പശ്ചാത്തലത്തിൽ അവരെ ഏകോപിപ്പിച്ചു രാഷ്ട്രീയമായ മുതലെടുപ്പ് സാധ്യമാകുമെന്നും ആദ്യം മനസ്സിലാക്കിയത് കോൺഗ്രസ്സ് ആണ്. എന്നാൽ വിധിക്കും അതിന്റെ നടത്തിപ്പിനും എതിരെ സംഘപരിവാർ ആളുകളെ നിരത്തി ലിറക്കിയതോടെ കോൺഗ്രസ്സ് അപ്രസക്തമായി മാറി; തീവ്രഹിന്ദുത്വ അജണ്ടകൾക്കും ഫാഷിസ്റ്റ് സംഘാടനത്തിനും കായികബലത്തിനും മുന്നിൽ മൃദുഹിന്ദുത്വസമീപനങ്ങൾ അപ്രസക്തമായി മാറുന്ന കാഴ്ച നമുക്ക് വളരെ പരിചിതമാണല്ലോ.

ശബരിമല വിഷയത്തിൽ ആക്രമോൽസുകമായ സമരം നയിച്ച സംഘപരിവാറിനോ, സമരത്തിന്റെ മുഖ്യധാരയിൽ നിന്നും പിന്തള്ള പ്പെട്ടിട്ടും അതിന്റെ ഓരങ്ങളിൽ ഇരുന്ന് പരമാവധി രാഷ്ട്രീയലാഭം ഉണ്ടാ ക്കാൻ നോക്കിയ കോൺഗ്രസ്സിനോ, സമരം എന്തിന് വേണ്ടിയാണ് എന്ന് സ്പഷ്ടമായി പറയാൻ പോലും അവസാനം വരെ സാധിച്ചിട്ടില്ല. സമരം വിധിക്കെതിരെ അല്ല ഗവണ്മെന്റിന് എതിരെയാണെന്നും, സ്ത്രീ പ്രവേശനത്തിനെതിരെ അല്ല വിശ്വാസം സംരക്ഷിക്കാനാണെ ന്നും, ഇതിനൊന്നിനും എതിരെ അല്ല ഹിന്ദുമതത്തെ തകർക്കാനുള്ള

ഗൂഢാലോചനക്കെതിരെ ആണെന്നും മറ്റുമുള്ള പരിഹാസ്യവും പരസ്പ രവിരുദ്ധവും ആയ പ്രസ്താവനകൾ അവർ ദിനംപ്രതി തട്ടിവിട്ടുകൊണ്ടേ ഇരുന്നു. എന്നാൽ സമരത്തിന്റെ യുക്തിരാഹിത്യം, വിധിക്കും അതിന്റെ നടത്തിപ്പിനും എതിരെ ഉന്നയിക്കപ്പെട്ട വാദങ്ങളുടെ പൊള്ളത്തരം, തുടങ്ങിയവയൊന്നും സ്ത്രീപ്രവേശനത്തെ എതിർത്ത് നിലകൊണ്ട വിഭാ ഗങ്ങളെ ബാധിച്ചതേ ഇല്ല. ഇതിന്റെ അർത്ഥം ഇത്തരം വിഭാഗങ്ങൾക്ക് വിധിയോടുള്ള എതിർപ്പ് യഥാർത്ഥത്തിൽ വളരെ ആഴത്തിലുള്ള മറ്റു കാരണങ്ങൾ കൊണ്ടാണ് എന്നതാണ്. അത് ഈ വിധി ഇത്തരം വിഭാഗങ്ങളുടെ വർഗ്ഗനിലനില്പിന് ഭീഷണി ഉയർത്തുന്നു എന്നതാണ്.

വിധിക്കെതിരെ ഉയർന്നു വന്ന എതിർപ്പിന്റെ യഥാർത്ഥ വർഗ്ഗപ രമായ കാരണങ്ങൾ അന്വേഷിക്കേണ്ടത് "മാർക്സിസ്റ്റ്" എന്ന് സ്വയം അടയാളപ്പെടുത്തുന്ന ഇടതുപക്ഷപാർട്ടികൾ ആയിരുന്നു, എന്നാൽ അവർ ഈ സമരത്തെ വർഗ്ഗപരമായി വിലയിരുത്താൻ ഒരു ഘട്ടത്തി ലും തയ്യാറായില്ല. വർഗ്ഗവിശകലനങ്ങളുടെ അഭാവത്തിൽ ഇടതുപക്ഷം വിധിയെ എതിർക്കുന്നവരെ രണ്ട് വിഭാഗങ്ങളായി തരം തിരിച്ചു: സ്ത്രീപ്ര വേശനവിധി ആചാരങ്ങളുടെയും അനുഷ്ഠാനങ്ങളുടെയും വിഷയത്തിൽ തങ്ങളുടെ അപ്രമാദിത്വം ചോദ്യം ചെയ്യപ്പെടലാണ് എന്ന് തിരിച്ചറിഞ്ഞ സവർണ്ണർ, പിന്നെ ഈ സവർണ്ണയുക്തിയാലും അതിനെ പിന്തുണ ക്കുന്ന വലതുപക്ഷ പ്രചാരണങ്ങളാലും തെറ്റിദ്ധരിപ്പിക്കപ്പെട്ടവർ. അപ്പോഴും വിധിക്കെതിരെയുള്ള സമരത്തിന് വലിയ തോതിൽ ജനപി ന്തുണ കിട്ടുന്നതിന്റെ വർഗ്ഗകാരണങ്ങൾ തിരയാൻ ഇടതുപക്ഷം തയ്യാ റായില്ല. അങ്ങനെയാണ് ഈ സവർണ്ണ-പുരുഷകേന്ദ്രിത യുക്തിയെ മറി കടക്കാൻ, അവയാൽ തെറ്റിദ്ധരിപ്പിക്കപ്പെട്ടവരെ തിരിച്ചെത്തിക്കാൻ, "ബോധവൽക്കരണ"ത്തിന്റെ ആവശ്യമുണ്ടെന്ന് ഇടതുപക്ഷം മനസ്സിലാ ക്കുന്നത്. നാട്ടുനീളെ ബോധവൽക്കരണ പരിപാടികൾ പൊടിപൊടിച്ചു, മുഖ്യമന്ത്രി നേരിട്ട് സംസ്ഥാനമാകെ നവോത്ഥാനമൂല്യങ്ങളെ കുറിച്ച് പ്രസംഗിച്ചു, ഇടതുപക്ഷവനിതാപ്രസ്ഥാനങ്ങൾ പാട്രിയാർക്കിയെ കുറിച്ച് പ്രസംഗിച്ചു കൊണ്ടേ ഇരുന്നു, സവർണ്ണയുക്തി വിചാരണ ചെയ്യപ്പെട്ടു. ഇവ്വിധം ബോധവൽക്കരണം പൊടിപൊടിക്കുമ്പോളെല്ലാം മല കേറാൻ പോയ സ്ത്രീകളെ പോലീസുകാർ തന്നെ സ്നേഹത്തോടെ തിരിച്ചയച്ചു കൊണ്ടേയിരുന്നു. സന്നിധാനത്തേക്ക് പുറപ്പെട്ട പല സ്ത്രീകളെയും തടഞ്ഞത് പോലീസിന് എളുപ്പം അടിച്ചോടിക്കാവുന്ന ജനക്കൂട്ടം ആയിരുന്നിട്ടു കൂടി അത് ചെയ്യാൻ പോലീസ് തയ്യാറായില്ല, തെറ്റിദ്ധരിപ്പിക്കപ്പെട്ട ആളുകളെ അടിക്കുന്നത് ശരിയല്ലല്ലോ! അവർ

അവരുടെ തെറ്റ് മനസ്സിലാക്കി മടങ്ങുന്നത് വരെ സ്ത്രീകളെ മടക്കി അയക്കുന്നതാണ് ഉചിതം എന്ന് ഭരണകൂടം തീരുമാനിച്ചു.

എതിർത്ത് നിന്ന ആൾക്കൂട്ടത്തെ വകഞ്ഞു മാറ്റി വിധി നടപ്പാക്കാൻ ഇടതുപക്ഷം തയ്യാറാവാഞ്ഞത് ആ എതിർപ്പിന് വലിയ സാമൂഹ്യപിന്തുണയുണ്ട് എന്നും അങ്ങനെ ചെയ്താൽ അത് ദൂരവ്യാപക പ്രത്യാഘാതങ്ങൾ സൃഷ്ടിക്കും എന്നും അറിയുന്നത് കൊണ്ടാണ്. അതായത്, സമൂഹത്തിലെ നല്ലൊരു വിഭാഗം വിധിയുടെ നടത്തിപ്പിന് എതിരാണ് എന്ന തിരിച്ചറിവാണ് അവരെ അടിച്ചോടിക്കുന്നതിൽ നിന്നും ഇടതുപക്ഷത്തെ തടഞ്ഞത്. ബോധവൽക്കരശ്രമങ്ങൾക്കു ശേഷവും സ്ത്രീപ്രവേശത്തിനെതിരെയുള്ള എതിർപ്പ് ശമിച്ചില്ല എന്ന് കണ്ടപ്പോൾ ഇടതുപക്ഷം പുറകോട്ടടിക്കുകയാണെന്ന ധാരണ പരക്കെ ഉണ്ടായി. മലകയറാൻ തയ്യാറായി വന്ന സ്ത്രീകളെ പോലീസ് തന്നെ മുൻകൈയ്യെടുത്തു തിരിച്ചിറക്കി തുടങ്ങിയപ്പോൾ ഇടതുപക്ഷാനുഭാവികൾ തന്നെ മുറുമുറുത്തു തുടങ്ങി. ദേവസ്വം ബോർഡും ദേവസ്വം മന്ത്രിയും സർക്കാരിന് സ്ത്രീകളെ കയറ്റാൻ യാതൊരു താല്പര്യവും ഇല്ല എന്ന തരത്തിലുള്ള പ്രസ്താവനകൾ പുറപ്പെടുവിച്ചു. ഈ മണ്ഡലകാലത്തു സ്ത്രീപ്രവേശനം സാധ്യമാവില്ല എന്ന ധാരണ പടർന്നപ്പോളാണ് പുതുവർഷപ്പുലരിയിൽ വനിതാമതിൽ ഉയരുന്നത്.

ഇടതുപക്ഷത്തെ ആശ്ചര്യപ്പെടുത്തിക്കൊണ്ട്, വലതു-സംഘപരിവാർ ശക്തികളെ ഞെട്ടിച്ചുകൊണ്ട്, ലക്ഷക്കണക്കിന് സ്ത്രീകൾ മതിലിൽ അണിചേർന്നു. ഇടതുപക്ഷത്തിന്റെ വർഗ്ഗരഹിത രാഷ്ട്രീയത്തോട് വിയോജിപ്പുള്ള മാർക്സിസ്റ്റുകാർ മുതൽ ജീവിതത്തിൽ ആദ്യമായി ഒരു രാഷ്ട്രീയപരിപാടിയിൽ പങ്കെടുക്കുന്ന സ്ത്രീകൾ പോലും തെരുവിൽ മതിൽ കെട്ടി. ഇത് ഇടതുപക്ഷം കരുതിയതും പ്രചരിപ്പിച്ചതും പോലെ സംഘപരിവാർ ശക്തികൾക്കുള്ള "കേരളസമൂഹ"ത്തിന്റെ മറുപടി ആയിരുന്നില്ല, കേരളസമൂഹത്തിലെ ജീർണ്ണതയുടെ ഉപാസകരായ വർഗ്ഗങ്ങൾക്കും വിഭാഗങ്ങൾക്കും അവരുടെ രാഷ്ട്രീയ രൂപങ്ങൾക്കും എതിരായ അതേ സമൂഹത്തിലെ പുരോഗമനോന്മുഖമായ വർഗ്ഗങ്ങളുടെ മറുപടി ആയിരുന്നു. സമീപകാലചരിത്രത്തിലൊന്നും സംഭവിച്ചിട്ടില്ലാത്ത രീതിയിൽ വർഗ്ഗസമരം വനിതാമതിലിന്റെ രൂപത്തിൽ കേരളത്തിന്റെ തെരുവുകളിൽ പ്രത്യക്ഷപ്പെട്ടു. ഈ ശക്തിപ്രകടനം ഇടതുപക്ഷത്തിന് തുറന്നുകൊടുത്തത് ഒരു ഒന്നാന്തരം അവസരമാണ്. ജനുവരി ഒന്നിന് നിരത്തിലിറങ്ങിയ സ്ത്രീകൾ പകർന്ന ഊർജ്ജമാണ് രണ്ടാം തീയതി പുലർച്ചക്കു രണ്ട് സ്ത്രീകളെ സന്നിധാനത്തിൽ എത്തിച്ചത്.

കോടതിവിധിയെത്തുടർന്ന് കേരളത്തിൽ അരങ്ങേറിയ ഈ സംഭവ വികാസങ്ങൾ നമ്മോടു വളരെ പ്രധാനമായ ചില കാര്യങ്ങൾ പറയുന്നുണ്ട്. അതിൽ ഏറ്റവും പ്രധാനം കേരളീയസമൂഹത്തിന് മുഴുവനായും ഒരു തരത്തിലുമുള്ള പുരോഗമനസ്വഭാവം ചാർത്തി കൊടുക്കാനാവില്ല എന്നതാണ്. ഏതൊരു സമൂഹത്തെയും പോലെ വ്യത്യസ്തവർഗ്ഗങ്ങളായി വിഘടിച്ചു നിൽക്കുന്ന ഒന്ന് തന്നെയാണ് കേരളവും. അതിൽ ഇന്നത്തെ ചരിത്രസന്ധിയിൽ പുരോഗമനപരമായ വർഗ്ഗങ്ങളേത് എന്ന് ശബരിമല സംഭവത്തിന്റെ പശ്ചാത്തലത്തിൽ മാർക്സിയൻ രീതിശാസ്ത്രം ഉപയോഗിച്ച് വിശകലനം ചെയ്യേണ്ടതായുണ്ട്.

"ഇടതുപക്ഷ" വിശകലനങ്ങൾ

ശബരിമല വിഷയത്തിൽ ഇടതു-പുരോഗമനപക്ഷത്തു നിന്നും ഉയർന്നുവന്ന വിശകലനങ്ങൾ സുപ്രീംകോടതി വിധിയുടെ വിമോചനസാധ്യതകൾ ജനങ്ങൾക്ക് മനസ്സിലാക്കി കൊടുക്കാനും, ഇതുവഴി വിധിയുടെ നടത്തിപ്പിനെതിരെ നടന്നുവരുന്ന പ്രക്ഷോഭങ്ങളുടെ പൊള്ളത്തരം വെളിവാക്കാനും ആണ് പൊതുവെ ശ്രമിച്ചത്. ഇത്തരം വിശകലങ്ങൾ മൂന്നോ നാലോ വാദമുഖങ്ങളാണ് പൊതുവെ മുന്നോട്ടു വെച്ചത് എന്ന് കാണാനാവും. ഇതിൽ ആദ്യത്തേത് ഭരണഘടനയിൽ ഊന്നിയുള്ള വാദമാണ്. സ്ത്രീക്ക് സ്വാതന്ത്ര്യവും സമത്വവും സ്വാഭിമാനവും ഉറപ്പുകൊടുക്കുന്ന ഇന്ത്യൻ ഭരണഘടനയുടെ പുരോഗമനചായ്‌വ് ഉൾക്കൊണ്ടുകൊണ്ടുള്ള വിധിയാണ് ഇത് എന്ന് ഈ വിശകലനം ചൂണ്ടിക്കാട്ടുന്നു. ഭരണഘടനയുടെ പുരോഗമനമുഖത്തിനെതിരെ എന്നും നിലകൊണ്ടിട്ടുള്ള ഹിന്ദുത്വശക്തികളാണ് ഇപ്പോഴും ഇതിനെതിരെ ആളുകളെ നിരത്തിലെത്തിക്കുന്നത്. മറ്റൊരു പ്രധാന വിശകലനം, ഈ വിധി കേരളത്തിന്റെയും ഇന്ത്യയുടേയും നവോത്ഥാനപാരമ്പര്യത്തിന്റെ തുടർച്ച കുറിക്കുന്ന ഒന്നാണ് എന്നതാണ്. പാരമ്പര്യത്തിന്റെ മറപിടിച്ച്, ചോദ്യങ്ങൾക്കതീതമായി നിലനിന്നുപോന്നിരുന്ന പല രീതികളെയും ആചാരങ്ങളെയും നവോത്ഥാനപോരാട്ടങ്ങൾ തിരുത്തിയപ്പോളും ഇതേ രീതിയിലുള്ള പ്രക്ഷോഭങ്ങൾ ആ തിരുത്തലുകൾക്കെതിരെ അരങ്ങേറിയിരുന്ന കാര്യം ഇത്തരം വിശകലനങ്ങൾ ഓർമ്മിപ്പിക്കുന്നു. ഇതിന് സമാനമായ സാഹചര്യമാണ് ഇന്ന് നിലനിൽക്കുന്നത്. അതുകൊണ്ട് തന്നെ, ഇത്തരം പ്രക്ഷോഭങ്ങളെ എതിർത്ത് തോൽപ്പിച്ച് കേരളീയനവോത്ഥാനത്തിന്റെ മൂല്യങ്ങളെ സംരക്ഷിക്കേണ്ടതിന്റെ ആവശ്യകത ഇവ ചൂണ്ടിക്കാട്ടുന്നു.

മൂന്നാമതായി, സ്ത്രീവിമോചനത്തിന്റെ പക്ഷത്തു നിന്ന് ഈ വിധി വ്യാപകമായി വിശകലനം ചെയ്യപ്പെടുന്നുണ്ട്. കഴിഞ്ഞ കുറച്ചു ദശകങ്ങളായി ശക്തിയാർജ്ജിച്ചു വന്നിട്ടുള്ള സ്ത്രീവിമോചനപോരാട്ടങ്ങൾ ഉണ്ടാക്കിയെടുത്ത ഒരു പുതിയ സാമൂഹികകാഴ്ചപ്പാട് ഈ വിധി ഉൾക്കൊള്ളുന്നുണ്ട് എന്ന് അത്തരം വിശകലനങ്ങൾ ചൂണ്ടിക്കാട്ടുന്നു. സ്ത്രീശാക്തീകരണം സാധ്യമാക്കുന്ന ഏതൊരു ചുവടുവെയ്പ്പിനെയും ഒരു പുരുഷകേന്ദ്രിതവ്യവസ്ഥ സർവശക്തിയും ഉപയോഗിച്ച് എതിർക്കും, ആ എതിർപ്പാണ് നാം തെരുവിൽ കാണുന്നത്. പ്രധാനപ്പെട്ട നാലാമത്തെ വിശകലനം ശബരിമലയിലെ ആചാരങ്ങളും ജാതിവ്യവസ്ഥയും തമ്മിലുള്ള ബന്ധത്തെ അധികരിച്ചുള്ളതാണ്. ക്ഷേത്രങ്ങളിലെ ആചാരങ്ങളുടെയും അനുഷ്ഠാനങ്ങളുടെയും കുത്തക കൈയ്യടക്കിവെച്ചിരിക്കുന്ന, അവയെ തങ്ങളുടെ സാമൂഹ്യപദവിയുടെയും രാഷ്ട്രീയശക്തിയുടെയും അടിസ്ഥാനമാക്കി മാറ്റുന്ന, സവർണ്ണ-ബ്രാഹ്മണ്യമേധാവിത്വത്തിനെതിരെയുള്ള കനത്ത പ്രഹരമായാണ് ഇത്തരം വിശകലനങ്ങൾ ഈ വിധിയെ കാണുന്നത്. അതുകൊണ്ടു തന്നെ ഈ വിധിയെ ജാതിവ്യവസ്ഥക്കും ബ്രാഹ്മണ്യമേധാവിത്വത്തിനും എതിരെയുള്ള ഒരു മുന്നേറ്റമാക്കി മാറ്റാനും, അത്തരം മുന്നേറ്റങ്ങൾ വഴി പ്രക്ഷോഭങ്ങളുടെ മുനയൊടിക്കാനുമുള്ള ശ്രമങ്ങൾ നടന്നു. ഇടതു-പുരോഗമന പക്ഷം ശബരിമലവിഷയത്തെ സൈദ്ധാന്തികമായി സമീപിച്ചത് ഈ നാല് വാദങ്ങളുടെയും സഹായത്തോടെയാണ്. ഈ നാല് വാദങ്ങളുടെയും ഒരു സങ്കലനമാണ് ഈ വിഷയത്തിൽ ഇടതുപക്ഷസഹയാത്രികരുടെ പൊതുവെയുള്ള നിലപാട്. ഭരണഘടന, നവോത്ഥാനം, സ്ത്രീവോമോചനം, ജാതിവിരോധം - ഈ നാല് തൂണുകളാണ് ഇടതുപക്ഷത്തിന്റെ ശബരിമല വിഷയത്തോടുള്ള സമീപനത്തെ താങ്ങി നിർത്തുന്നത്.

ഈ വാദങ്ങളൊന്നും തെറ്റല്ല, അവയിൽ ശരികൾ അടങ്ങിയിട്ടുണ്ടുതാനും. ഈ വാദങ്ങളുയർത്തി സ്ത്രീപ്രവേശനത്തിന് വേണ്ടി പോരാടിയവർ, അക്കാരണം കൊണ്ട് പുലയാട്ട് മുതൽ വധഭീഷണി വരെ നേരിടേണ്ടി വന്നവർ, ധീരരാണ്. എന്നാൽ ശരിക്ക് പല തലങ്ങളുണ്ട്. ഈ വാദങ്ങളിൽ അടങ്ങിയിട്ടുള്ള ശരികൾ സുപ്രീംകോടതി വിധിയുടെയോ അതിനെതിരെ നടക്കുന്ന പ്രക്ഷോഭങ്ങളുടെയോ യഥാർത്ഥ ഉള്ളടക്കം അനാവരം ചെയ്യാനാവുന്നവയല്ല. അതിനാൽ തന്നെ പല പ്രധാനചോദ്യങ്ങൾക്കും തൃപ്തികരമായ ഉത്തരങ്ങൾ നൽകാൻ ഈ വിശകലനങ്ങൾക്ക് ആവുന്നില്ല. ഈ സൈദ്ധാന്തികമായ ബലഹീനത

സ്ത്രീപ്രവേശനത്തെ എതിർത്ത് കൊണ്ട് തെരുവിൽ നടന്ന പേക്കൂത്തു കളെ പ്രതിരോധിക്കാനുള്ള പ്രായോഗിക പദ്ധതികൾക്ക് വലിയ വെല്ലുവിളികൾ ആണ് ഉയർത്തിയത്.

ഉദാഹരണത്തിന് നവോത്ഥാനത്തെ അടിസ്ഥാനമാക്കിയുള്ള വിശകലനം തന്നെ എടുക്കാം. നവോത്ഥാനം 'ഉഴുതുമറിച്ച" എന്ന് കരുത പ്പെടുന്ന കേരളത്തിന്റെ മണ്ണിൽ സുപ്രീംകോടതിയുടെ ഒരു അഞ്ചംഗബെ ഞ്ചിന്റെ വിധിപോലും നടപ്പാക്കാൻ കഴിയാത്ത രീതിയിൽ എങ്ങനെ ജാതി-മത പിന്തിരിപ്പൻ ശക്തികൾ വേരുറപ്പിച്ചു? ശബരിമലയിലും പരി സരപ്രദേശങ്ങളിലും ഒത്തുകൂടിയ "വിശ്വാസസംരക്ഷകരെ" അടിച്ചോടി ക്കാൻ കഴിയാത്തതുകൊണ്ടല്ല പോലീസ് അത് ചെയ്യാഞ്ഞത്, ഇത്ര തന്നെ ആളുകൾ ഒത്തുകൂടിയത് ഒരു തൊഴിലാളിസമരത്തിനാണെങ്കിൽ പോലീസ് അവരെ പണ്ടേ അടിച്ചോ വെടിവെച്ചോ ഓടിച്ചേനെ. ഇവിടെ അവരെ തൊടാൻ പോലും ഭരണകൂടമോ പൊലീസോ തുനിയാഞ്ഞത് അത് ചെയ്താലുണ്ടാവുന്ന സാമൂഹികപ്രത്യാഘാതങ്ങൾ ഓർത്തിട്ട് തന്നെയാണ്. അതായത് "വിശ്വാസസംരക്ഷണ"ത്തിന് കേരളത്തിൽ അങ്ങോളമിങ്ങോളം നല്ല ജനപിന്തുണ ആർജ്ജിക്കാനായിട്ടുണ്ട്. എന്തുകൊണ്ട്? വിധിയുടെ നടത്തിപ്പ് അസാധ്യമാണെന്ന് തോന്നിപ്പി ക്കും വിധം എങ്ങനെ കേരളം പിന്നോട്ട് നടത്തപ്പെട്ടു? ഒരു ചിന്തകൻ പറഞ്ഞുകേട്ട ഉത്തരം നവോത്ഥാനത്തിന് കുടുംബങ്ങൾക്കകത്ത് കാര്യമായ ചലനങ്ങൾ ഉണ്ടാക്കാൻ കഴിയാത്തതുകൊണ്ടാണ് ഇത് സംഭവിച്ചത് എന്നാണ്. ഇത് ബാലിശമായ ഒരു ഒഴിഞ്ഞുമാറ്റമാണ്, കാരണം നവോത്ഥാനത്തിന് കുടുംബങ്ങളിലെ ജീർണ്ണത മാറ്റാൻ എന്തുകൊണ്ടായില്ല എന്ന ചോദ്യം അപ്പോഴും ബാക്കിയാവുന്നു.

ശബരിമലയിലെ സ്ത്രീപ്രവേശനത്തിലൂടെ നവോത്ഥാനത്തിന്റെ തുടർച്ച ലക്ഷ്യമിടുന്നവർ ചില ചോദ്യങ്ങൾക്ക് ഉത്തരം പറയേണ്ടതുണ്ട്. നവോത്ഥാനം എന്നത് ഏതെല്ലാം ഭൗതികസാഹചര്യങ്ങളുടെ സൃഷ്ടി ആയിരുന്നു? നവോത്ഥാനകാലത്തെ ഭൗതികസാഹചര്യങ്ങൾ അല്ല ഇന്ന് നിലനിൽക്കുന്നത് എന്നിരിക്കെ നവോത്ഥാനത്തിന് ഇന്ന് ഒരു തുടർച്ച വേണം എന്ന് പറയുന്നത് എന്ത് അടിസ്ഥാനത്തിലാണ്? മാത്രമല്ല, നൂറു വർഷം മുന്നേ കേരളത്തിലെ സാമൂഹികാവസ്ഥ യിൽ പുരോഗമനപരമായിരുന്ന നവോത്ഥാനപദ്ധതി ഇന്നത്തെ അവസ്ഥയിലും അതിന്റെ പുരോഗമനസ്വഭാവം നിലനിർത്തുന്നുണ്ടോ? ഉദാഹരണത്തിന് സ്വാതന്ത്ര്യസമരകാലത്തു "ദേശീയത"ക്കു ഉണ്ടാ യിരുന്ന പുരോഗമനമുഖം അല്ല ഇന്ന് അതിനുള്ളത്. ഇന്ന് അത്

ഉപയോഗിക്കപ്പെടുന്നത് രാജ്യത്തിനുള്ളിൽ വിവിധ വർഗ്ഗങ്ങൾ തമ്മിലുള്ള അന്തരവും സംഘർഷവും മൂടിവെക്കാനും വിപ്ലവകരമായ തൊഴിലാളിവർഗ്ഗ സാർവ്വദേശീയതയുടെ വളർച്ചയെ തടയാനും മാത്രമാണ്. ചരിത്രപരമായ ഭൗതികവാദത്തെ സംബന്ധിച്ചെടുത്തോളം നൂറു വർഷങ്ങൾ മുന്നേ പുരോഗമനപരമായത് ഇന്ന് അങ്ങനെ ആവണം എന്നില്ല. കേരളീയ നവോത്ഥാനപോരാട്ടങ്ങളെ ഏതൊക്കെ വർഗ്ഗങ്ങളാണ് അന്ന് പിന്തുണച്ചിരുന്നത്?, ഏതൊക്കെ വർഗ്ഗങ്ങൾ അതിനെതിരെ നിലയുറപ്പിച്ചിരുന്നു? ഇന്ന് ശബരിമല വിഷയത്തിൽ ഈ വർഗ്ഗങ്ങളുടെ നിലപാട് എന്താണ്? പണ്ട് നവോത്ഥാനത്തിന്റെ പക്ഷത്തു നിന്ന ഏതെങ്കിലും വർഗ്ഗങ്ങൾ സ്ത്രീ പ്രവേശനത്തെ ഇന്ന് എതിർക്കുന്നുണ്ടോ? ഉണ്ടെങ്കിൽ എന്തുകൊണ്ട് അവർ മറുകണ്ടം ചാടി? അന്ന് നവോത്ഥാന പരിശ്രമങ്ങളെ പിന്താങ്ങിയിരുന്ന കോൺഗ്രസ് ഇന്നെന്തുകൊണ്ട് ജീർണ്ണതയുടെ കാവലാളായി മാറിയിരിക്കുന്നു? (അന്ന് ഗാന്ധിയും നെഹ്റുവും ആണ് കോൺഗ്രസ്സിനെ നയിച്ചത്, ഇന്ന് ഉമ്മൻചാണ്ടിയും ചെന്നിത്തലയും ആണ് കാര്യങ്ങൾ തീരുമാനിക്കുന്നത് എന്ന സാധാരണ ഇടതുപക്ഷ ന്യായം മാർക്സിസ്റ്റ് രീതിശാസ്ത്രത്തിന് നേരെയുള്ള കൊഞ്ഞനം കുത്തലാണ്. കാരണം, നേതാക്കന്മാർക്കനുസരിച്ചല്ല പാർട്ടികളുടെ നിലപാടുകൾ തീരുമാനിക്കപ്പെടുന്നത്, പകരം, ഒരു പാർട്ടി ഏതു വർഗ്ഗത്തെ പ്രതിനിധീകരിക്കുന്നുവോ, ആ വർഗ്ഗത്തിന്റെ വീക്ഷണം അനുസരിച്ചാണ്. ഈ വീക്ഷണത്തിന് പറ്റിയ നേതാക്കന്മാർ വളർന്നു വരികയാണ് ചെയ്യുന്നത്). കേരളത്തിൽ ഇന്ന് നടക്കുന്ന ചർച്ചകൾ ഈ ചോദ്യങ്ങൾക്കൊന്നും ഉത്തരം തരുന്നില്ല എന്നതല്ല പ്രശ്നം, ഇതിൽ ഒരു ചോദ്യം പോലും ഈ ചർച്ചകളിൽ ഉന്നയിക്കപ്പെടുന്നില്ല എന്നതാണ്. ഇത്തരം ചോദ്യങ്ങൾക്ക് ഉത്തരം കാണാതെ നവോത്ഥാനസംരക്ഷണത്തിനായി അലറിവിളിക്കുന്നത് അർത്ഥശൂന്യമായ ഒരു അഭ്യാസമാണ്.

ഭരണഘടന ഉയർത്തിപ്പിടിച്ച വിധിയെ ന്യായീകരിക്കുന്നവരെയും അസുഖകരമായ ചോദ്യങ്ങൾ കാത്തിരിപ്പുണ്ട്. ഇതേ ഭരണഘടന ഉപയോഗിച്ചാണ് ഇന്ത്യയിൽ അടിയന്തരാവസ്ഥ പ്രഖ്യാപിക്കപ്പെട്ടത്, അത് നിയമപരമാണെന്ന് വിധിച്ചത് ഇതേ സുപ്രീംകോടതി ആണ്. ഇതേ ഭരണഘടന ഉപയോഗിച്ചാണ് അധികാരത്തെ നോക്കി കണ്ണുരുട്ടി എന്ന ഒറ്റ കുറ്റത്തിന് അനേകായിരം മനുഷ്യർ ഈ രാജ്യത്തിലെ പല ജയിലുകളിലായി നരകിക്കുന്നത്. ഇതേ ഭരണഘടന ഉപയോഗിച്ചാണ് ഇ.എം.എസ്. സർക്കാരിനെ പിരിച്ചുവിട്ടത്. ഏറ്റവും ഒടുവിലായി, ഇതേ ഭരണഘടന ഉപയോഗിച്ച്, ഇതേ സുപ്രീകോടതി

തന്നെയാണ് ലോകത്തിലെ ഏറ്റവും വലിയ സർവേലൻസ് പദ്ധതിയായ ആധാറിന് പച്ചക്കൊടി വീശിയത്. "വ്യക്തി"യുടെ സ്വാതന്ത്ര്യവും സ്വകാര്യതയും സംരക്ഷിക്കാൻ വേണ്ടി നിലവിൽ വന്ന ലിബറൽ ഭരണകൂടം തന്നെയാണ് ലിബറലിസത്തിന്റെ എല്ലാ ശാഠ്യങ്ങളും മാറ്റിവെച്ച് ആധാറുമായി മുന്നോട്ടുപോവുന്നത്. ഉപാധികളില്ലാതെ ഭരണഘടനയെ കൊണ്ടാടുന്നതും, ഭൗതികസാഹചര്യങ്ങളിൽ നിന്നും അടർത്തിമാറ്റി എല്ലാസമയത്തേക്കുമായി അതിന് പുരോഗമനസ്വഭാവം ചാർത്തിക്കൊടുക്കുന്നതും ചരിത്രപരമല്ലാത്ത ഒരു വിശകലനരീതി ആണ്. അത് ഉത്തരങ്ങളെക്കാൾ മറുചോദ്യങ്ങളാണ് ഉൽപ്പാദിപ്പിക്കുന്നത്. ഉദാഹരണത്തിന്, ഭൗതികസാഹചര്യങ്ങളിൽ നിന്നും അടർന്നുമാറി, കാലാതീതമായ ഒരു പുരോഗമനസ്വഭാവം ഭരണഘടനക്ക് ഉണ്ടെങ്കിൽ അത് വ്യാഖ്യാനിക്കുവാൻ കോടതികൾ എന്തുകൊണ്ട് അരനൂറ്റാണ്ട് വൈകി? സ്വവർഗ്ഗലൈംഗികതയും വിവാഹേതരബന്ധങ്ങളും എന്തുകൊണ്ട് കഴിഞ്ഞവർഷം വരെ ക്രിമിനൽ കുറ്റകൃത്യങ്ങളായി നിലനിന്നു? സെഡിഷൻ പോലുള്ള കൊളോണിയൽ വകുപ്പുകൾ എന്തുകൊണ്ട് ഇന്നും നിലനിൽക്കുന്നു? ഭരണഘടനയേയും അതിന്റെ വ്യാഖ്യാനങ്ങളെയും കുറിച്ചുള്ള വർഗ്ഗപരമായ വിശകലനങ്ങൾക്കേ ഈ ചോദ്യങ്ങൾക്ക് ഉത്തരം നൽകാനാവൂ. അത്തരം ചോദ്യങ്ങൾ ഇവിടെ ഉന്നയിക്കപ്പെട്ടതേയില്ല!

സ്ത്രീവിമോചനത്തിന്റെ വക്താക്കളെയും ചോദ്യങ്ങൾ കാത്തിരിക്കുന്നുണ്ട്. പുരോഗമന ചിന്താഗതിക്കാരും സ്ത്രീപക്ഷവാദികളും ഒന്നടങ്കം സ്ത്രീ വിമോചനത്തിന്റെ നാഴികക്കല്ല് എന്ന് അടയാളപ്പെടുത്തിയ ഒരു വിധിക്കെതിരെ സ്ത്രീകൾ തന്നെ തെരുവിലിറങ്ങുമ്പോൾ അത് ചില പ്രധാന ചോദ്യങ്ങൾ ഉയർത്തുന്നു. ഒരു സ്ത്രീപക്ഷ വിധിക്കെതിരെ എന്ത് കൊണ്ട് സ്ത്രീകൾ തന്നെ സമരമുഖത്തെത്തുന്നു? പ്രക്ഷോഭപരിപാടികളിൽ അതിന്റെ സംഘാടകരെ പോലും അതിശയിപ്പിച്ച സ്ത്രീപങ്കാളിത്തം തരുന്ന സൂചന എന്താണ്? സ്ത്രീകളിൽ ഒരു നല്ല പങ്കും എന്തുകൊണ്ട് അവരുടെ വിമോചനത്തിനും ആത്മാഭിമാനത്തിനും മുകളിൽ പാരമ്പര്യത്തെയും ആചാരാനുഷ്ഠാനങ്ങളെയും പ്രതിഷ്ഠിക്കാൻ തയ്യാറാവുന്നു? സാധാരണ നമുക്ക് കിട്ടുന്ന ഉത്തരം അവരിൽ ഭൂരിഭാഗവും വലതുപക്ഷത്താൽ തെറ്റിദ്ധരിപ്പിക്കപെട്ടവരാണ് എന്നാണ്. ദൈനം ദിന ജീവിതത്തിലും അവരവരുടെ തൊഴിൽമണ്ഡലങ്ങളിലും തികച്ചും യുക്തിസഹമായ തീരുമാനങ്ങൾ ഇപ്പോഴും എടുത്തുകൊണ്ടിരിക്കുന്ന ഈ സ്ത്രീകൾ വലതുപക്ഷത്തിന് തെറ്റിദ്ധരിപ്പിക്കാൻ നിന്നുകൊടുക്കും

എന്ന് കരുതുന്നത് ശുദ്ധ അസംബന്ധമാണ്.

അതുപോലെത്തന്നെ, നിരത്തിൽ സമരം ചെയ്യുന്നതും കേരളത്തിന്റെ സാമൂഹികമണ്ഡലത്തിൽ വിധിക്കെതിരെ "പടവെട്ടു"ന്നതും ബ്രാഹ്മണരോ സവർണ്ണരോ മാത്രമല്ല, അവരിൽ ഭൂരിപക്ഷവും അധഃസ്ഥിതരാണ്. എന്തുകൊണ്ട്? ബ്രാഹ്മണ്യപ്രത്യയശാസ്ത്രത്തിന്റെ പിടിയിൽ അവർ അകപ്പെട്ടതാണ് എന്നതാണ് വീണ്ടുമുള്ള ഉത്തരം. അങ്ങനെയെങ്കിൽ തന്നെ എന്തുകൊണ്ട് എന്ന ചോദ്യം വീണ്ടും ബാക്കിയാവുന്നു. ശബരിമലയിലെ സകലപ്രശ്നങ്ങൾക്കും കാരണം സവർണ്ണർ മലയരയരുടെ പക്കൽ നിന്നും ശബരിമല ക്ഷേത്രം കരസ്ഥമാക്കി അവിടെ ബ്രാഹ്മണ്യരീതിയിലുള്ള ആചാരാനുഷ്ഠാനങ്ങൾ നടപ്പിലാക്കിയതാണെന്നും അതിനാൽ തന്നെ ഈ പ്രശ്നത്തിന്റെ പരിഹാരം ക്ഷേത്രം മലയരയർക്ക് വിട്ടുകൊടുക്കലാണെന്ന ഒരു വാദവും പുരോഗമനപക്ഷത്തു നിന്നും ഉയരുന്നുണ്ട്. എന്നാൽ അഗസ്ത്യാർകൂടത്തേക്ക് സ്ത്രീകൾക്ക് പ്രവേശിക്കാം എന്ന കോടതിവിധിയെ എതിർക്കുന്നത് അവിടുത്തെ ഗോത്രവാസികൾ തന്നെയാണ്. അതിരുമലക്കപ്പുറം സ്ത്രീകൾ പ്രവേശിക്കുന്നത് ഗോത്രാചാരങ്ങളുടെ ലംഘനമാണ് എന്നതാണ് വാദം. ഇത്, സവർണ്ണരുടെ ആചാരങ്ങൾക്ക് പകരം ഗോത്രാചാരങ്ങൾ നടപ്പാക്കിയാൽ പ്രശ്നങ്ങളെല്ലാം തീരും എന്ന് ധരിക്കുന്നവരുടെ കണ്ണ് തുറപ്പിക്കേണ്ടതാണ്.

ഇടതു - പുരോഗമനപക്ഷത്തിന്റെ മേൽപ്പറഞ്ഞ വിശകലനങ്ങളെ ഇത്തരം നിരവധി ചോദ്യങ്ങൾ ബുദ്ധിമുട്ടിക്കുന്നത് അവ തെറ്റായതുകൊണ്ടല്ല, അപൂർണ്ണമായതുകൊണ്ടാണ്. എന്താണ് ഈ വിശകലനങ്ങൾ വിട്ടുകളയുന്നത്? വർഗ്ഗം എന്ന വാക്ക് പോലും അവയിലെവിടെയും ഉയരുന്നില്ല, ഭൗതികസാഹചര്യങ്ങളെ (material conditions) അവ പരാമർശിക്കുന്നു പോലും ഇല്ല, മുതലാളിത്തം എന്ന ഉൽപ്പാദനവ്യവസ്ഥ ഈ സംവാദങ്ങൾക്ക് ഒരു വിഷയമേ ആയിട്ടില്ല. മറിച്ച്, "ശബരിമലവിധിക്ക് മുതലാളിത്തവും ആയി എന്ത് ബന്ധം?" എന്ന പ്രതികരണമാണ് പൊതുവെ ഉണ്ടാവാൻ സാധ്യത. ഇത് ഇന്ത്യൻ ഇടതുപക്ഷം മാർക്സിസത്തെ അടിസ്ഥാനപ്പെടുത്തിയുള്ള വർഗ്ഗവിശകലനങ്ങളിൽ നിന്നും എത്ര അകന്ന് പോയിരിക്കുന്നു എന്നതിന്റെ ദൃഷ്ടാന്തമാണ്. ഒരു "മാർക്സിസ്റ്റ്-ലെനിനിസ്റ്റ്" പാർട്ടി അധികാരം കൈയ്യാളുന്ന കേരളത്തിൽ ശബരിമലയിലെ സ്ത്രീപ്രവേശനത്തെ ഏതൊക്കെ വർഗ്ഗങ്ങളാണ് എതിർക്കുന്നത്, ഏതൊക്കെ വർഗ്ഗങ്ങളാണ് പിന്തുണക്കുന്നത്, എന്ന ചോദ്യം പോലും ഉയരാത്തത് ഒരു

വേദനിപ്പിക്കുന്ന വിരോധാഭാസമാണ്. കാരണം, മാർക്സോ ലെനിനോ ഈ ചോദ്യം ഉന്നയിക്കാതെ ഒരു പ്രായോഗിക പ്രശ്നത്തെയും വിശകലനവിധേയമാക്കിയിട്ടില്ല.

എല്ലാ ചർച്ചകളും വിശകലനങ്ങളും രാഷ്ട്രീയപാർട്ടികളിലേക്ക് ചുരുക്കുകയാണ് ഇടതുപക്ഷം ചെയ്തത്. ഈ രാഷ്ട്രീയപാർട്ടികൾ ഏത് വർഗ്ഗത്തിന്റെ താല്പര്യങ്ങളാണ് പ്രതിനിധീകരിക്കുന്നത് എന്ന ചോദ്യം ഉന്നയിക്കപ്പെടുന്നില്ല. ഈ വിധിക്ക് നവോത്ഥാനപരവും സ്ത്രീവിമോചനപരവും ജാതിവിരുദ്ധവുമായ മാനങ്ങളുണ്ട് എന്നതിൽ തർക്കമില്ല. എന്നാൽ അത്തരം മാനങ്ങളെ വർഗ്ഗപരമായി സമീപിക്കാൻ ഇടതുപക്ഷം പരിശ്രമിച്ചില്ല (ബൂർഷ്വ ഫെമിനിസ്റ്റുകളിൽ നിന്നും സ്വത്വവാദികളിൽ നിന്നും അത്തരം ഒരു സമീപനം പ്രതീക്ഷിക്കുന്നതിൽ അർത്ഥമില്ല). ചരിത്രപരതയിലും ഭൗതികസാഹചര്യങ്ങളിലും മാർക്സിസ്റ്റ് രീതിശാസ്ത്രത്തിലും ഊന്നിയുള്ള വർഗ്ഗവിശകലനത്തിന് മാത്രമേ ശബരിമല വിഷയം ഉയർത്തുന്ന ചോദ്യങ്ങളുടെ ഉത്തരം കണ്ടെത്താനാവൂ, അത്തരം വിശകലനങ്ങൾക്കേ പ്രതിരോധസമരങ്ങൾക്ക് സൈദ്ധാന്തികമായ ദിശാബോധം നൽകാനാവൂ.അത്തരം വിശകലനം നാം തുടങ്ങേണ്ടത് കോടതിവിധിയുടെ വർഗ്ഗപരമായ ഉള്ളടക്കം അടയാളപ്പെടുത്തിക്കൊണ്ടാണ്.

കോടതിവിധിയുടെ ഉള്ളടക്കം

സുപ്രീംകോടതി വിധി പുരോഗമനബൂർഷ്വായുക്തിയുടെ ഏറ്റവും ഉയർന്ന തലമാണ്. എന്തുകൊണ്ട്? മുതലാളിത്തത്തെ അതിന് മുന്നേ നിലനിന്നിരുന്ന വ്യവസ്ഥകളിൽ നിന്നെല്ലാം വിഭിന്നമാക്കുന്നത് അത് മുന്നോട്ടുവെക്കുന്ന സമത്വം, സ്വാതന്ത്ര്യം എന്നീ സങ്കൽപ്പങ്ങളാണ്. ഇതിന് യഥാർത്ഥ സമത്വവുമായോ സ്വാതന്ത്ര്യവുമായോ വലിയ ബന്ധമൊന്നും ഇല്ല എന്ന് നമുക്കറിയാം. എങ്കിലും ബൂർഷ്വവ്യവസ്ഥിതി കെട്ടിപ്പൊക്കിയിരിക്കുന്നത് "ഔപചാരികമായ സമത്വം" (formal equality), വ്യക്തിപരമായ സ്വാതന്ത്ര്യം (individual freedom) എന്നീ ആശയങ്ങൾക്ക് മുകളിലാണ്. നിയമത്തിനും ഭരണകൂടത്തിനും മുന്നിൽ എല്ലാവരും സമന്മാരാണ് എന്ന സങ്കല്പമാണ് ആദ്യത്തേത്. എല്ലാവരും ആത്യന്തികമായി വ്യക്തികൾ മാത്രമാണെന്നതും, ഇതിൽ എല്ലാവർക്കും ചില വ്യക്തിസ്വാതന്ത്ര്യങ്ങൾ ഉണ്ടെന്നതും ആണ് രണ്ടാമത്തേത്. ഇത് കാണിക്കുന്നത് ബൂർഷ്വാസിയുടെ മഹാമനസ്കതയല്ല, മുതലാളിത്തം പ്രാവർത്തികമാവണമെങ്കിൽ ഈ തുല്യതയും സ്വാതന്ത്ര്യവും അത്യാവശ്യമാണ്.

മാർക്സിസം നമ്മളോട് പറയുന്നത് ആശയങ്ങൾ താനേ പൊട്ടിമുളക്കുന്നതല്ല എന്നും അവ അന്നന്നത്തെ ഭൗതികസാഹചര്യങ്ങളുടെ (material conditions) സൃഷ്ടിയാണ് എന്നുമാണ്. ഫ്യൂഡലിസത്തിന് പ്രവർത്തിക്കാൻ സമത്വം, സ്വാതന്ത്ര്യം എന്നീ സങ്കൽപ്പങ്ങളുടെ ആവശ്യമില്ല, കാരണം ഫ്യൂഡൽ ഉൽപ്പാദനവ്യവസ്ഥയെ മുന്നോട്ടു നയിക്കുന്ന ജന്മി-കുടിയാൻ ബന്ധം സമത്വത്തിലോ സ്വാതന്ത്ര്യത്തിലോ അധിഷ്ഠിതമായ ഒന്നല്ല. കുടിയാൻ മണ്ണിൽ പണിയെടുക്കുകയും വിളവിന്റെ സിംഹഭാഗവും ഒരു പണിയും എടുക്കാതെ വെറുതെ ഇരിക്കുന്ന ജന്മിക്ക് കൊടുക്കുകയുമാണ്. ഈ വ്യവസ്ഥയിൽ സമത്വം എന്ന സങ്കൽപ്പത്തിന്റെ ആവശ്യം ഇല്ല, പകരം ഈ അസമത്വം ആണ് ഇവിടെ നിയമം. കുടിയാന് തന്റെ ജന്മി ആരായിരിക്കണം എന്ന് തീരുമാനിക്കാനോ ജന്മിയെ മാറ്റാനോ ഒന്നും ആവില്ല, അയാൾ ഒരു ജന്മിയുടെ കുടിയാനായി പിറന്നുവീഴുന്നതാണ്. കുടിയാന്റെ വ്യക്തിജീവിതം ആജീവനാന്തം ജന്മിയുടെ നിയന്ത്രണത്തിലുമാണ്. ഇതിനാൽ തന്നെ ഫ്യൂഡൽവ്യവസ്ഥ ഉൽപ്പാദിപ്പിച്ച ആശയങ്ങൾ അസമത്വം, അസ്വാതന്ത്ര്യം എന്നിവയെ സാധൂകരിക്കുന്നതാണ്. വിധി, ദൈവഹിതം, കഴിഞ്ഞ ജന്മങ്ങളിലെ പാപങ്ങൾ, ഭാവിയിൽ കുടിയാനെ കാത്തിരിക്കുന്ന സ്വർഗ്ഗം എന്നിവ ഇതിൽ ചിലതാണ്.

എന്നാൽ മുതലാളിത്തത്തിലേക്കു വരുമ്പോൾ ചിത്രം മാറുകയാണ്. ജന്മി-കുടിയാൻ ബന്ധത്തിൽ നിന്നും തികച്ചും വിഭിന്നമാണ് മുതലാളി-തൊഴിലാളി ബന്ധം. ഇന്നേ മുതലാളിയുടെ കീഴിൽ തന്നെ പണിയെടുക്കണം എന്ന് യാതൊരു നിയന്ത്രണവും ഇല്ല, മുതലാളിക്ക് തൊഴിലാളിയുടെ വ്യക്തിജീവിതത്തിലും നിയന്ത്രണം ഇല്ല. നിയമത്തിന് മുന്നിൽ മുതലാളിയും തൊഴിലാളിയും സമന്മാരാണ്, അവർക്ക് ഒരേ വ്യക്തിസ്വാതന്ത്ര്യങ്ങൾ ആണ്. ഇങ്ങനെ, മുതലാളിത്തത്തെ അടയാളപ്പെടുത്തുന്നത് രണ്ട് കാര്യങ്ങൾ ആണ് - തൊഴിലാളി എന്ന നിലയിൽ തന്റെ തൊഴിൽ ചെയ്യാനുള്ള ശേഷി ആർക്ക് വിൽക്കണം എന്ന് തീരുമാനിക്കാൻ തൊഴിലാളിക്കുള്ള formal സ്വാതന്ത്ര്യം, നിയമത്തിന് മുന്നിൽ, ഭരണകൂടത്തിന് മുന്നിൽ, മാർക്കറ്റിന് മുന്നിൽ എല്ലാ വ്യക്തികൾക്കും ഉള്ള formal സമത്വം. ഈ ഭൗതിക സവിശേഷതകൾ ആണ് മുതലാളിത്തം സ്വാതന്ത്ര്യം, സമത്വം തുടങ്ങിയ ആശയങ്ങൾക്ക് ജന്മം നൽകാനുള്ള കാരണം.

ശബരിമല വിധി പ്രധാനമായും ഈ രണ്ടു ബൂർഷ്വ ആശയങ്ങളെ അടിസ്ഥാനമാക്കിയുള്ളതാണ്. ശബരിമലയിലെ സ്ത്രീവിലക്ക് അവരുടെ സഞ്ചാരസ്വാതന്ത്ര്യത്തിലും ആരാധനാസ്വാതന്ത്ര്യത്തിലും ഉള്ള

കടന്നുകയറ്റമാണ്, അത് നിയമത്തിന് മുന്നിൽ ഉണ്ടായിരിക്കേണ്ട സ്ത്രീപുരുഷസമത്വത്തിന് വിപരീതവും ആണ്. അതിനാൽ അത് നിയമ വിരുദ്ധവും ഭരണഘടനാവിരുദ്ധവും (illegal and unconstitutional) ആണ് എന്നാണ് സുപ്രീം കോടതി വിധി. അതുകൊണ്ടാണ് ഈ വിധി ബൂർഷ്വയുക്തിയുടെ ഏറ്റവും ഉയർന്ന തലമാണ് എന്ന് ആദ്യം സൂചിപ്പിച്ചത്. മുതലാളിത്ത ഉൽപ്പാദന വ്യവസ്ഥകളിൽ, അതിന്റെ സൃഷ്ടികളായ സ്വാതന്ത്ര്യം, സമത്വം തുടങ്ങിയ ആശയങ്ങളുടെ അടി സ്ഥാനത്തിൽ കെട്ടിപ്പടുത്ത ഒരു നിയമവ്യവസ്ഥകളിൽ മാത്രമേ ഇത്തരം ഒരു വിധി സാധ്യമാവുകയുള്ളൂ. ഇവിടെ പ്രധാനമായ കാര്യം വിശ്വാസത്തിന്റെ ആധികാരികതയോ പഴമയോ പവിത്രതയോ ഒന്നും തന്നെ പരിഗണനാവിഷയങ്ങളേ അല്ല എന്നതാണ്. വിശ്വാസവും അതിനെ അടിസ്ഥാനമാക്കിയുള്ള ആചാരവും മനുഷ്യർ നിർമ്മിച്ച താണ്, കൃത്യമായി പറഞ്ഞാൽ അവ സാമൂഹ്യനിർമ്മിതികൾ ആണ്. അവ മുതലാളിത്തപൂർവ്വമായ ഒരു വ്യവസ്ഥിതിയിലെ ആശയങ്ങളുമായി ചേർന്ന് പോകുന്നതായിരിക്കാം. എന്നാൽ മുതലാളിത്തപ്രത്യയശാസ്ത്ര മായോ അതിന്റെ അടിസ്ഥാനത്തിൽ രൂപം കൊണ്ട ബൂർഷ്വ നിയമ വ്യവസ്ഥയുമായോ പൊരുത്തപ്പെട്ടുപോകുന്നതല്ല. അങ്ങനെയെങ്കിൽ അവ മാറിയേ പറ്റൂ. ബൂർഷ്വ നിയമവ്യവസ്ഥ മുതലാളിത്തവും അതിന്റെ ആശയങ്ങളുമായി പൊരുത്തമില്ലാത്ത ഫ്യൂഡൽശേഷിപ്പുകളെ തുടച്ചുമാ റ്റാൻ ശ്രമിക്കുകയാണ്; ഇതാണ് ശബരിമല വിധിയുടെ വർഗ്ഗപരമായ അർത്ഥം.

എന്നാൽ ഇവിടെ സ്വാഭാവികമായും ഒരു ചോദ്യം ഉയരുന്നുണ്ട്. ഇന്ത്യയിൽ മുതലാളിത്തവും ബൂർഷ്വ ഭരണവും വന്നത് കഴിഞ്ഞ വർഷമല്ല. സ്വാതന്ത്ര്യാനന്തരം ഇന്ത്യയിൽ വന്നുചേരുന്നത് ഒരു മുത ലാളിത്ത വ്യവസ്ഥതന്നെയാണ്, ഒരു ബൂർഷ്വഭരണകൂടവും. ഇന്ത്യൻ ഭരണഘടനയും നീതിന്യായവ്യവസ്ഥയും അതിന്റെ പ്രാരംഭം മുതലേ മുന്നോട്ടുവെച്ചത് മുതലാളിത്തത്തിന്റെ യുക്തി ആണ്. (സ്വാതന്ത്ര്യത്തിന് ശേഷം നിലവിൽ വന്നത് പൂർണ്ണമായ മുതലാളിത്തം അല്ലെന്നും നെഹ്റുവിയൻ സോഷ്യലിസം, ഇല്ലെങ്കിൽ മിക്സഡ് ഇക്കോണമി എന്നെല്ലാം വിളിക്കാവുന്ന ഒരു സങ്കരവർഗ്ഗം ആണെന്നും ചില ഇടതു പക്ഷക്കാർക്കിടയിൽ പോലും ഒരു ധാരണ ഉണ്ട്. ഈ ധാരണയിലുള്ള

[2]"Planning Commission – Right's Intenions, Left's Reaction and the Way Forward", January 2015. ലേഖനം ഇവിടെ വായിക്കാം: https://revolutionaryspring.blogspot.com/2015/01/planning-commission-rights-intentions.html

പിശക് ഞാൻ മറ്റൊരു ലേഖനത്തിൽ ചൂണ്ടിക്കാട്ടിയിരുന്നു["Planning Commission – Right's Intenions, Left's Reaction and the Way Forward", January 2015. ലേഖനം ഇവിടെ വായിക്കാം: https://revolutionaryspring.blogspot.com/2015/01/planning-commission-rights-intentions.html]. ജനാധിപത്യം, സ്വാതന്ത്ര്യം, സമത്വം തുടങ്ങിയവയിൽ ഊന്നിയ ഈ യുക്തി അന്നത്തെ സാമൂഹികാവസ്ഥയിൽ പുരോഗമനപരം ആയിരുന്നു എന്ന് പറയേണ്ടതില്ലല്ലോ. അങ്ങനെയെങ്കിൽ എന്ത് കൊണ്ട് ഇത്തരത്തിലുള്ള ഫ്യൂഡൽ ശേഷിപ്പുകൾ തുടച്ചുനീക്കാൻ അന്നേ ബൂർഷ്വസി തയ്യാറായില്ല? ശബരിമലയുടെ കാര്യത്തിൽ, തുടച്ചു നീക്കാൻ തയ്യാറായില്ല എന്ന് മാത്രമല്ല, വാസ്തവത്തിൽ ഇങ്ങനെ ഒരു ആചാരത്തിന് നിയമത്തിന്റെ പരിരക്ഷ കൊടുത്തത് തന്നെ സ്വാതന്ത്ര്യത്തിന് ശേഷമുള്ള ഭരണകൂടമാണ്. മാത്രമോ, ഇതിന് മുന്നേ ഈ ആചാരം നിയമപരമായി ചോദ്യം ചെയ്യപ്പെട്ടപ്പോൾ നിയമവ്യവസ്ഥ വിധിച്ചതും ആചാരം നിലനിൽക്കും എന്ന് തന്നെ ആണ്. എന്തുകൊണ്ട് സ്വാതന്ത്ര്യത്തിലും സമത്വത്തിലും അധിഷ്ഠിതമല്ലാത്ത ഈ ആചാരം നിർത്തലാക്കണം എന്ന് അന്നൊന്നും ഭരണവർഗ്ഗത്തിനോ നിയമവ്യവസ്ഥക്കോ തോന്നിയില്ല? എന്ത് കൊണ്ട് അത് സുപ്രീംകോടതിക്ക് ഇപ്പോൾ തോന്നുന്നു? ഈ ചോദ്യം വളരെ പ്രധാനമാണ്. അതിന് ഉത്തരം കണ്ടെത്താൻ നാം ഇന്ത്യൻ ജനാധിപത്യവിപ്ലവത്തിന്റെ വർഗ്ഗസ്വഭാവം മനസ്സിലാക്കേണ്ടതുണ്ട്.

ഇന്ത്യൻ സ്വാതന്ത്ര്യസമരത്തിന്റെ വർഗ്ഗസ്വഭാവം

ഇന്ത്യൻ ജനാധിപത്യവിപ്ലവം (സ്വാതന്ത്ര്യസമരം) സ്വാതന്ത്ര്യം, സമത്വം, സ്വാഭിമാനം തുടങ്ങിയ ബൂർഷ്വ മുദ്രാവാക്യങ്ങൾ ഉയർത്തിയെങ്കിൽ കൂടിയും, ഫ്രഞ്ച് വിപ്ലവം പോലെയോ മറ്റ് മൗലികമായ ബൂർഷ്വ വിപ്ലവങ്ങൾ പോലെയോ ഫ്യൂഡൽ ശേഷിപ്പുകളുടെ ഉപാധികളില്ലാത്ത തുടച്ചുനീക്കൽ ഒരിക്കലും ലക്ഷ്യമാക്കിയിരുന്നില്ല. ഇതിന് പ്രധാനകാരണം പതിനെട്ടാം നൂറ്റാണ്ടിന്റെ അവസാനദശകങ്ങളിൽ നടന്ന ഈ വിപ്ലവങ്ങളും ഇന്ത്യൻ ജനാധിപത്യ വിപ്ലവവുമായി 150 വർഷത്തെ കാലവ്യത്യാസം ഉണ്ട് എന്നതാണ്. മുതലാളിത്തം അതിന്റെ ശൈശവാവസ്ഥയിൽ നിൽക്കുമ്പോളാണ് ഫ്രഞ്ച്-അമേരിക്കൻ വിപ്ലവങ്ങൾ അരങ്ങേറുന്നത്. ഫ്യൂഡൽ ഉൽപ്പാദനവ്യവസ്ഥയെയും അത് രൂപം കൊടുത്ത ആശയങ്ങളേയും പൂർണ്ണമായി ഇല്ലാതാക്കേണ്ടത് ശൈശവാവസ്ഥയിലുള്ള ബൂർഷ്വ വർഗ്ഗത്തിന്റെ ആവശ്യമായിരുന്നു.

മുതലാളിത്തത്തിന്റെ പ്രത്യയശാസ്ത്രം ആധിപത്യം സ്ഥാപിക്കുകയും ഫ്യൂഡൽ സാംസ്കാരികചിഹ്നങ്ങളുടെ അപ്രമാദിത്വം ചോദ്യം ചെയ്യപ്പെടുകയും ചെയ്താൽ മാത്രമേ സാംസ്കാരികമായും രാഷ്ട്രീയമായും ബൂർഷ്വ വർഗ്ഗത്തിന് മേൽക്കോയ്മ നേടാൻ കഴിയുമായിരുന്നുള്ളൂ. ഫ്യൂഡലിസത്തിന്റെ ശേഷിപ്പുകളുമായി ഇത്തരത്തിലുള്ള സന്ധിയില്ലാത്ത പോരാട്ടം മാത്രമേ അന്നത്തെ സാഹചര്യത്തിൽ ബൂർഷ്വസിയെ യഥാർത്ഥ ഭരണവർഗ്ഗം ആയി മാറാൻ സഹായിക്കുമായിരുന്നുള്ളൂ.

എന്നാൽ പത്തൊൻപതാം നൂറ്റാണ്ട് മുതൽ അരങ്ങേറിയ ബൂർഷ്വ വിപ്ലവങ്ങൾക്ക് ഈ റാഡിക്കൽ സ്വഭാവം ഉണ്ടായിരുന്നില്ല. അതിന് പ്രധാനകാരണം അപ്പോളേക്കും മുതലാളിത്തം ഉൽപ്പാദനവ്യവസ്ഥ എന്ന നിലയിൽ ആധിപത്യം സ്ഥാപിച്ചു കഴിഞ്ഞിരുന്നു എന്നതാണ്. അതിനോടൊപ്പം തന്നെ പതിനെട്ടാം നൂറ്റാണ്ടിലെ സ്ഥിതിയിൽ നിന്നും വിഭിന്നമായി തൊഴിലാളിവർഗ്ഗം ശക്തി പ്രാപിക്കുകയും ചെയ്തു കഴിഞ്ഞിരുന്നു. ഫ്യൂഡൽ ശേഷിപ്പുകൾക്കെതിരെയുള്ള സന്ധിയില്ലാ സമരവും അവയുടെ തുടച്ചുനീക്കലും ഏറ്റവും ഗുണം ചെയ്യുന്നത് തൊഴിലാളിവർഗ്ഗത്തിനാണ് എന്ന് ബൂർഷ്വസി ഇതിനകം മനസ്സിലാക്കിയിരുന്നു. ഫ്യൂഡൽ ജീർണ്ണതയിൽ നിന്നും മുക്തമായ ഒരു സമൂഹത്തിൽ തൊഴിലാളിവർഗ്ഗത്തെ നിറം, മതം, ജാതി, കുലം, ദേശം എന്നിവയുടെ പേരിൽ വിഭജിക്കാൻ എളുപ്പമാവില്ല, അതിനാൽ തന്നെ അത്തരം ഒരു സമൂഹത്തിൽ തൊഴിലാളിവർഗ്ഗബോധത്തിന്റെ വളർച്ച തടയാൻ ബുദ്ധിമുട്ടാണ്. അപ്പോളേക്കും തൊഴിലാളിവർഗ്ഗ ശക്തി നേരിട്ട് കണ്ടറിയാൻ തുടങ്ങിയിരുന്ന ബൂർഷ്വ വർഗ്ഗം ജനാധിപത്യവിപ്ലവങ്ങളിൽ ഫ്യൂഡൽ ശേഷിപ്പുകളുമായി അനുരഞ്ജനത്തിന്റെ പാത പിന്തുടരാൻ തുടങ്ങിയത് ഇത് മുതലാണ്. 1848 ൽ യൂറോപ്പിൽ അങ്ങോളമിങ്ങോളം അരങ്ങേറിയ ബൂർഷ്വജനാധിപത്യ വിപ്ലവങ്ങളെ വർഗ്ഗവിശകലനത്തിന് വിധേയമാക്കിയ മാർക്സും എൻഗൽസും ഇതേ അനുമാനത്തിലാണ് എത്തിച്ചേർന്നത്. ജനാധിപത്യവിപ്ലവങ്ങളിലൂടെ രാജഭരണം മാറി ജനാധിപത്യം സ്ഥാപിക്കപ്പെട്ടപ്പോളും, മുതലാളിത്തവ്യവസ്ഥ പൂർണ്ണമായി ആധിപത്യം സ്ഥാപിക്കുമ്പോളും, സ്വാതന്ത്ര്യം, സമത്വം, സാഹോദര്യം എന്നീ സങ്കല്പങ്ങൾ ഉത്ഘോഷിക്കപ്പെട്ടപ്പോളും, ഫ്യൂഡലിസ്റ്റ് ജീർണ്ണതകളുമായുള്ള സന്ധിയില്ലാ സമരം ബൂർഷ്വസി കൈയ്യൊഴിഞ്ഞിരുന്നു. 1905 ലെ റഷ്യൻ ജനാധിപത്യ വിപ്ലവത്തെ വിശകലനം ചെയ്തു ലെനിൻ ഈ കാര്യം സ്പഷ്ടമാക്കുന്നുണ്ട്:

"... it is to the advantage of the bourgeoisie to rely on

certain remnants of the past ... It is to the advantage of the bourgeoisie for the bourgeois revolution not to sweep away all remnants of the past too resolutely, but keep some of them, i.e., for this revolution not to be fully consistent, not complete and not to be determined and relentless."

ഇന്ത്യൻ ജനാധിപത്യ വിപ്ലവം ആവുമ്പോഴേക്കും ബൂർഷ്വാസിയെ സംബന്ധിച്ചെട്ടത്തോളം കാര്യങ്ങൾ കുറേക്കൂടെ വഷളാവുകയാണ് ചെയ്തത്. ഒന്നാമതായി, സ്വാതന്ത്ര്യസമരത്തിന്റെ രൂപത്തിൽ ഇന്ത്യൻ ജനാധിപത്യവിപ്ലവം അതിന്റെ പൂർത്തീകരണത്തോട് അടുക്കുമ്പോളേക്കും ലോകെമമ്പാടും മുതലാളിത്തം അതിന്റെ പുരോഗമനപരമായ കാലഘട്ടം പിന്നിട്ട് കഴിഞ്ഞിരുന്നു. പ്രധാന മുതലാളിത്ത രാജ്യങ്ങളിലെല്ലാം മുതലാളിത്തവ്യവസ്ഥയുടെ ജീർണ്ണത വളരെ പ്രകടമായിക്കഴിഞ്ഞ സാഹചര്യത്തിലാണ് ഇന്ത്യയിൽ ജനാധിപത്യവിപ്ലവം അരങ്ങേറുന്നത്. അതിനാൽ തന്നെ അതിന് ഇന്ത്യൻ ഫ്യൂഡലിസത്തിന്റെ ശേഷിപ്പുകളോട് സന്ധിയില്ലാസമരം പ്രഖ്യാപിക്കാൻ ഒരിക്കലും കെൽപ്പുണ്ടായിരുന്നില്ല. അതുകൊണ്ടുതന്നെ മുതലാളിത്തത്തിന്റെ ലാഭക്കൊതിയെ നേരിട്ട് ബാധിക്കാത്ത ഒരു ഫ്യൂഡൽ ബന്ധനത്തെയും ഇന്ത്യൻ ബൂർഷ്വ വിപ്ലവം പിഴുതെറിയാൻ ശ്രമിച്ചിട്ടില്ല. രണ്ടാമതായി, ഇന്ത്യൻ ജനാധിപത്യവിപ്ലവം അരങ്ങേറുന്നത് യൂറോപ്പിൽ സംഭവിച്ചതുപോലെ ബൂർഷ്വാസിയും ഫ്യൂഡൽ വർഗ്ഗവുമായുള്ള നേരിട്ടുള്ള വർഗ്ഗസമരത്തിലൂടെ അല്ല. ഫ്യൂഡൽ അന്ധകാരത്തിൽ നിന്നും മുതലാളിത്തത്തിലേക്കുള്ള ഇന്ത്യയുടെ പ്രയാണം കൊളോണിയലിസം എന്ന ഇടവേള താണ്ടിയാണ്. അതിനാൽ തന്നെ ഇന്ത്യൻ ബൂർഷ്വ വിപ്ലവത്തിൽ സമരം കൊളോണിയൽ ബൂർഷ്വാസിയും ഇന്ത്യൻ ബൂർഷ്വാസിയും തമ്മിലായിരുന്നു. ബ്രിട്ടീഷ് ബൂർഷ്വാസിയിൽ നിന്നും ഭരണം പിടിച്ചെടുക്കുക എന്നതായിരുന്നു ഇന്ത്യൻ ജനാധിപത്യ വിപ്ലവത്തിൽ ഇന്ത്യൻ ബൂർഷ്വാസിയുടെ പ്രധാന ആവശ്യം, ഇതിൽ ഇന്ത്യൻ ഫ്യൂഡൽ വർഗ്ഗത്തോടും കാലഹരണപ്പെട്ട ഫ്യൂഡൽ സമ്പ്രദായങ്ങളോടും എന്ത് നിലപാടെടുക്കണം എന്നത് സ്വാതന്ത്ര്യസമരത്തെ ബാധിക്കുന്ന ഒരു പ്രധാനചോദ്യമായിരുന്നു. ഇതിനെ സംബന്ധിച്ച് കോൺഗ്രസ്സിൽ തന്നെ വ്യത്യസ്ഥ അഭിപ്രായങ്ങൾ ഉള്ള രണ്ടു ചേരികൾ ഉണ്ടായിരുന്നതായി നമുക്ക് കാണാൻ സാധിക്കും.

ഇന്ത്യൻ സ്വാതന്ത്ര്യസമരം നയിക്കുന്ന ഘട്ടത്തിൽ കോൺഗ്രസ്സിനുള്ളിലെ പുരോഗമനപരമായ വിഭാഗവും യാഥാസ്ഥിതിക വിഭാഗവും

തമ്മിൽ നിരന്തരമായ സംഘർഷം നിലനിന്നിരുന്നു. ഈ സംഘർഷത്തിന്റെ അടിസ്ഥാനം സ്വാതന്ത്ര്യസമരത്തിന്റെ (അതായത് ഇന്ത്യൻ ജനാധിപത്യവിപ്ലവത്തിന്റെ) വർഗ്ഗ ഉള്ളടക്കം തന്നെയായിരുന്നു. നെഹ്റു നയിച്ചിരുന്ന പുരോഗമനവിഭാഗം, ബ്രിട്ടീഷ് ഭരണം തുടച്ചുമാറ്റേണ്ടതിന്റെ ആവശ്യകത ചൂണ്ടിക്കാട്ടുമ്പോൾ തന്നെ അത് ബ്രിട്ടിഷുകാർ വരുന്നതിന് മുന്നേ ഉള്ള ഇന്ത്യയിലേക്ക് ഒരു മടങ്ങിപ്പോക്ക് ഒരിക്കലും ആവരുത് എന്ന് കരുതിയിരുന്നവർ ആണ്. കൊളോണിയലിസം ഇന്ത്യൻ മണ്ണിൽ പാകിയ മുതലാളിത്തത്തിന്റെ വിത്തുകൾ സ്വാതന്ത്ര്യലബ്ധി ആയപ്പൊളേക്കും ഇന്ത്യൻ ഫ്യൂഡലിസത്തിന്റെ ഭൗതികമായ അടിത്തറ ഇളക്കി തുടങ്ങിയിരുന്നു. എന്നാൽ പോരാടുന്ന ജനങ്ങളെ അടക്കിഭരിക്കാനായി ബ്രിട്ടീഷ് ബൂർഷ്വസി അപ്പോഴും ഫ്യൂഡൽ അധികാരശക്തികളുമായി അനുരഞ്ജനത്തിൽ ഏർപ്പെട്ടുപോന്നു. ഉത്പാദനവ്യവസ്ഥ എന്ന നിലയിൽ മുതലാളിത്തം ആധിപത്യം സ്ഥാപിച്ചപ്പോളും, ഫ്യൂഡൽ ഉപരിഘടനയെയും ഫ്യൂഡൽ ശേഷിപ്പുകളെയും ഒരു പരിധി വരെയെങ്കിലും അത് ബാധിക്കാതിരിക്കാൻ ഈ അനുരഞ്ജനം പ്രധാന കാരണമായി. സ്വാതന്ത്ര്യാനന്തരം ഈ അവസ്ഥ മാറണമെന്നും മുതലാളിത്തം ഉദയം നൽകിയ സ്വാതന്ത്ര്യം, സമത്വം, യുക്തിസഹമായ ശാസ്ത്രമനോഭാവം എന്നിവയിൽ ഊന്നിയ, ഫ്യൂഡൽ ബന്ധനങ്ങളിൽ നിന്നും തികച്ചും മുക്തമായ, ഒരു സമൂഹം കെട്ടിപ്പടുക്കണമെന്നുമായിരുന്നു നെഹ്റുവിൻ കാഴ്ചപ്പാട്. ഫ്യൂഡലിസത്തിന്റെ ഭൗതികവും ആശയപരവുമായ കെട്ടുപാടുകളിൽ നിന്നും മുക്തമായ, തികച്ചും ആധുനികമായ ഒരു രാഷ്ട്രം കെട്ടിപ്പടുക്കുക എന്ന നെഹ്റുവിൻ കാഴ്ചപ്പാട് ജനാധിപത്യവിപ്ലവത്തിന്റെ ഏറ്റവും റാഡിക്കൽ ആയ സാക്ഷാൽക്കാരമാണ് ലക്ഷ്യമിട്ടത്.

എന്നാൽ ഗാന്ധിയുടെ നേതൃത്വത്തിൽ ഉള്ള കോൺഗ്രസ്സിലെ യാഥാസ്ഥിതിക വിഭാഗത്തിന്റെ കാഴ്ചപ്പാട് ഇതിൽ നിന്നും തികച്ചും വ്യത്യസ്തമായിരുന്നു. മതത്തോടുള്ള ഗാന്ധിയുടെ സമീപനം ഇതിന്റെ നല്ല ഒരു ഉദാഹരണമാണ്. മതപരമായ ആദ്ധ്യാത്മികതയെ ഇന്ത്യൻ സംസ്കാരത്തിന്റെ അവിഭാജ്യഘടകമായാണ് ഗാന്ധി കണ്ടത്. ബ്രിട്ടീഷ് സാമ്രാജ്യത്വത്തിനെതിരെയുള്ള പോരാട്ടം ഗാന്ധിക്ക് "ഇന്ത്യൻ സംസ്കാര"ത്തെ തിരിച്ചു പിടിക്കാനുള്ള പോരാട്ടം കൂടെ ആയിരുന്നു. ഫ്യൂഡൽ സാംസ്കാരികമേൽക്കോയ്മയെ മുതലാളിത്തത്തിന്റെ വളർച്ച മെല്ലെ ഇല്ലാതാക്കുകയാണ് എന്നതിനെ നെഹ്റു കണ്ടത് പോലെ പുരോഗമനപരമായ കാര്യമായല്ല ഗാന്ധി കണ്ടത്, സാംസ്കാരിക

അപചയമായാണ്. ജീർണ്ണിച്ച ഫ്യൂഡൽ ശേഷിപ്പുകളിൽ പലതിനെയും ഇന്ത്യൻ സംസ്കാരത്തിന്റെ അവിഭാജ്യഘടകങ്ങളായും അതിനാൽ തന്നെ സംരക്ഷിക്കപ്പെടേണ്ടവയായുമാണ് യാഥാസ്ഥിതിക വിഭാഗം കണ്ടത്. അതുകൊണ്ട് തന്നെയാണ് സാമ്രാജ്യത്വത്തിനെതിരെയുള്ള പോരാട്ടത്തിൽ ഈ സംസ്കാരികശേഷിപ്പുകളെ മുഴുവൻ ഉപയോഗിക്കാൻ കോൺഗ്രസ്സിലെ യാഥാസ്ഥിക വിഭാഗം തയ്യാറായത്. വീടുകൾക്കുള്ളിൽ നടന്നുവന്നിരുന്ന ഗണേശപൂജക്ക് ഇന്നുകാണുന്ന സാമൂഹികമാനം നൽകി അതിനെ പൊതുവഴിയിലേക്കു പറിച്ചുനട്ടത് ഹിന്ദു സംഘടനകളല്ല, ബാല ഗംഗാധർ തിലക് ആണ്. ഈ സമീപനം യാഥാസ്ഥിക വിഭാഗത്തെ കൊണ്ടെത്തിച്ചത് നേരത്തെ സൂചിപ്പിച്ച അനുരഞ്ജനത്തിന്റെ പാതയിൽ ആണ്, ഇന്ത്യൻ ബൂർഷ്വസിക്കും ഈ പാത തന്നേയായിരുന്നു പഥ്യം. അതിനാലാണ് സ്വാതന്ത്ര്യസമരത്തിന്റെ പല സന്നിദ്ധഘട്ടങ്ങളിലും ഗാന്ധി നയിക്കുന്ന യാഥാസ്ഥിതിക വിഭാഗത്തിന് മേൽക്കോയ്മ നേടിക്കൊടുക്കാൻ പ്രധാന ഇന്ത്യൻ വ്യവസായികളെല്ലാം ശ്രമിച്ചു കൊണ്ടേയിരുന്നത്. ബിർളയെയും താകുർദാസിനെയും പോലുള്ള ഇന്ത്യൻ വ്യവസായികൾ നെഹ്റു വിഭാഗത്തെ നിയന്ത്രിക്കാൻ നടത്തിയ ഇടപെടലുകൾ ചരിത്രകാരന്മാർ പഠനവിധേയമാക്കിയിട്ടുള്ളതാണ്.

'സെക്യുലറിസ'ത്തിന്റെ ഇന്ത്യൻ വ്യാഖ്യാനം

സ്വാതന്ത്ര്യാനന്തരം പ്രധാനമന്ത്രിയായി നെഹ്റു അവരോധിക്കപ്പെട്ടെങ്കിലും ഇന്ത്യൻ ജനാധിപത്യവിപ്ലവം പൂർത്തീകരിക്കപ്പെട്ടത് ഇന്ത്യൻ ബൂർഷ്വവർഗ്ഗവും കോൺഗ്രസ്സിലെ യാഥാസ്ഥിതിക വിഭാഗവും വാദിച്ചത് പോലെ ഫ്യൂഡൽ ശേഷിപ്പുകളുമായുള്ള അനുരഞ്ജനത്തിന്റെ പാതയിലൂടെ തന്നെയാണ്. അതിന്റെ ഏറ്റവും നല്ല ദൃഷ്ടാന്തം സ്വതന്ത്ര ഇന്ത്യയിൽ സെക്യുലറിസം എന്ന പദത്തിന് കൈവന്ന വ്യാഖ്യാനമാണ്. ഇർഫാൻ ഹബീബ് ചൂണ്ടിക്കാണിച്ചിട്ടുള്ളത് പോലെ സെക്യുലറിസം എന്ന പദം ഇംഗ്ലീഷിൽ ആദ്യമായി ഉപയോഗിക്കുന്നത് 1851ൽ ജോർജ് ഹോളിയോക്ക് ആണ്. അദ്ദേഹം അതിന് കൊടുത്ത അർത്ഥം ഓക്സ്ഫോർഡ് ഡിക്ഷ്നറി വ്യക്തമാക്കുന്നുണ്ട്:

"...the doctrine that morality should be based solely on regard to the well-being of mankind in the present life to the exclusion of all considerations drawn from the belief of God"

വെബ്സ്റ്റർ ഡിക്ഷ്നറി കുറച്ചുകൂടെ സംക്ഷിപ്തമായി ഇതേ അർഥം കൊടുക്കുന്നുണ്ട്:

"Indifference to or rejection or exclusion of religion and religious considerations".

മനുഷ്യനെ സംബന്ധിക്കുന്ന കാര്യങ്ങൾ വിശകലനം ചെയ്യുമ്പോൾ ദൈവം, മതം, അത് മുന്നോട്ടു വെക്കുന്ന ആദ്ധ്യാത്മികപ്രമാണങ്ങൾ തുടങ്ങിയവയെ മുഴുവനായും മാറ്റിനിർത്തുന്ന രീതിയെയാണ് സെക്യുലറിസം എന്നതുകൊണ്ട് ഉദ്ദേശിക്കുന്നത്. അതുകൊണ്ട് തന്നെ രാഷ്ട്രീയപരമായി ഈ പദം ഉപയോഗിക്കുമ്പോൾ ഭരണകൂടവും മതവുമായുള്ള പൂർണ്ണമായ വ്യതിരിക്തതയാണ് അർത്ഥമാക്കുന്നത്; "the principle of separation of the state from religious institutions". സെക്യുലറിസം, അതിന്റെ ഏറ്റവും പുരോഗമനപരമായ അർത്ഥത്തിൽ, രാഷ്ട്രീയവും മതവുമായുള്ള പൂർണ്ണമായ വിച്ഛേദമാണ്. ഒരു സെക്യുലർ ഭരണകൂടത്തെ സംബന്ധിച്ചിട്ടുത്തോളം മതം എന്നത് ഒരു വ്യക്തിയുടെ സ്വകാര്യകാര്യമാണ്, അതിൽ ഭരണകൂടം ഇടപെടില്ല. അത്തരം വിശ്വാസങ്ങളുടെ പേരിൽ യാതൊരു വിവേചനവും ഭരണകൂടം കാണിക്കുകയും ഇല്ല. തിരിച്ച്, രാഷ്ട്രീയമണ്ഡലത്തിലോ ഭരണകൂടസ്ഥാപനങ്ങളിലോ നീതിന്യായവ്യവസ്ഥയിലോ മതത്തിന്റെയോ മതസ്ഥാപനങ്ങളുടെയോ യാതൊരു ഇടപെടലും സെക്യുലറിസം അംഗീകരിക്കുന്നില്ല. സെക്യുലറിസത്തിന്റെ മലയാളതർജ്ജമയായി സാധാരണ ഉപയോഗിക്കുന്ന "മതനിരപേക്ഷത" എന്ന പദത്തിന്റെയും അർഥവും "മതത്തിന്റെ ആശ്രയമില്ലാത്ത" എന്ന് തന്നെയാണ്.

1851ൽ ഈ പദം ഉപയോഗത്തിൽ വരുന്നതിന് അരനൂറ്റാണ്ട് മുന്നേ നടന്ന ഫ്രഞ്ച് വിപ്ലവം മതത്തിന്റെ സ്വാധീനത്തിൽ നിന്നും പൂർണ്ണമായി മുക്തമായ ഒരു ഭരണകൂടത്തിനാണ് ജന്മം കൊടുത്ത്. പുരോഗമനപരമായ ഏതൊരു ബൂർഷ്വ വിപ്ലവവും മതത്തെ ഇത്തരത്തിൽ ഭരണകൂടത്തിൽ നിന്ന് വിച്ഛേദിച്ച് സ്വകാര്യ ഇടത്തിലേക്കു പരിമിതപ്പെടുത്തുകയാണ് ചെയ്യുക. ഇത് ഫ്യൂഡലിസത്തിന് കീഴിൽ മതവും മതസ്ഥാപനങ്ങളും അനുഭവിച്ചുപോന്ന രാഷ്ട്രീയസ്വാധീനം അവസാനിപ്പിക്കുന്നതിന്റെ തുടക്കമാണ്. എന്നാൽ യാഥാസ്ഥിതിക ബൂർഷ്വചായ്‌വുണ്ടായിരുന്ന ഇന്ത്യൻ ജനാധിപത്യ വിപ്ലവം സെക്യുലറിസത്തിന് ഈ പുരോഗമനപരമായ അർത്ഥമേ അല്ല നൽകിയത്. കോൺഗ്രസ്സിലെ യാഥാസ്ഥിതിക വിഭാഗത്തിന്റെ പ്രധാനനേതാക്കളിൽ ഒരാളായ സർവേപ്പള്ളി രാധാകൃഷ്ണൻ സെക്യുലറിസത്തിന്

ഇന്ത്യൻ ബൂർഷ്വ വിപ്ലവം കൊടുത്ത വ്യാഖ്യാനം വ്യക്തമാക്കുന്നുണ്ട്:

"When India is said to be a secular state, it does not mean that we reject the reality of an Unseen Spirit or the relevance of religion to life or that we exalt irreligion ... We hold that not one religion should be given preferential status or unique distinction."

ഇത് പുരോഗമനപരമായ ബൂർഷ്വ വിപ്ലവങ്ങൾ മുന്നോട്ടുവെച്ച സെക്യുലറിസം എന്ന ആശയത്തിന്റെ അന്തഃസ്സത്ത മുഴുവനും ചോർത്തിക്കളയുന്ന ഒരു വ്യാഖ്യാനമാണ്. ഈ വ്യാഖ്യാനം മതത്തെ സ്വകാര്യകാര്യമായി കാണുന്നില്ല എന്നുമാത്രമല്ല, മതങ്ങളും ഭരണകൂടവും തമ്മിലും, മതങ്ങളും രാഷ്ട്രീയവും തമ്മിലുമുള്ള വിച്ഛേദം പരാമർശിക്കുന്നതേ ഇല്ല. മറിച്ച്, ഭരണകൂടവും രാഷ്ട്രീയവും എല്ലാ മതങ്ങളെയും ഒരു പോലെ കാണണമെന്നും ഒരു മതത്തിനും പ്രത്യേക പരിഗണന നൽകാൻ പാടില്ല എന്നും മാത്രമാക്കി ചുരുക്കുകയാണ്. പുരോഗമനബൂർഷ്വ വിപ്ലവങ്ങൾ മതത്തെ സാമൂഹിക-രാഷ്ട്രീയ ഇടങ്ങളിൽ നിന്നും പൂർണ്ണമായി നിഷ്കാസിതമാക്കി വ്യക്തിസ്വകാര്യതയിലേക്ക് ഒതുക്കി നിർവ്വീര്യമാക്കാൻ ശ്രമിച്ചപ്പോൾ ഇന്ത്യൻ ജനാധിപത്യവിപ്ലവം എല്ലാ മതങ്ങൾക്കും രാഷ്ട്രീയ-സാമൂഹിക ഇടപെടലുകൾ നടത്താനുള്ള തുല്യ അവകാശം ഉറപ്പാക്കുകയാണ് ചെയ്തത്. ഇന്ത്യൻ സ്വാതന്ത്ര്യസമരത്തിന്റെ അനുരഞ്ജനസ്വഭാവം ഏറ്റവും നന്നായി തെളിഞ്ഞു കാണുന്നത് "മതനിരപേക്ഷത"ക്ക് നമ്മൾ കൊടുത്ത ഈ പിന്തിരിപ്പൻ അർത്ഥത്തിലാണ്.

ഇടതുപക്ഷം അടക്കം ഇന്ന് സെക്യുലറിസം എന്നതിന് ഈ യാഥാസ്ഥിതിക വ്യാഖ്യാനമാണ് നൽകുന്നത്; സാമൂഹികജീവിതത്തെ മലീമസമാക്കാൻ എല്ലാ മതങ്ങൾക്കും തുല്യ അവകാശമാണ് ഉള്ളത്! മതങ്ങളുടെയും മതസ്ഥാപനങ്ങളുടെയും രാഷ്ട്രീയ-സാമൂഹിക അസ്തിത്വത്തെ തന്നെ ചോദ്യം ചെയ്യുന്ന സെക്യുലറിസം എന്ന ആശയത്തെ വക്രീകരിച്ച്, "എല്ലാ മതങ്ങൾക്കും അവരുടെ പിന്തിരിപ്പൻ പ്രത്യയശാസ്ത്രം പ്രചരിപ്പിക്കാനുള്ള തുല്യാവസരം" എന്നാക്കുക വഴി വിശ്വാസത്തിന്റെ ഇരുട്ടിൽ നിന്നും ഇന്ത്യൻ സമൂഹം കരകയറുകയില്ല എന്ന് ഉറപ്പിക്കുകയാണ് ഇന്ത്യൻ ഭരണവർഗം ചെയ്തത്. ഇങ്ങനെ സമസ്തമേഖലകളിലും അനുരഞ്ജനത്തിന്റെ പാതയിലൂടെയാണ് ഇന്ത്യൻ ജനാധിപത്യവിപ്ലവം സഞ്ചരിച്ചത്. അതുകൊണ്ട് തന്നെയാണ് സ്വാതന്ത്ര്യലബ്ധിക്ക് ശേഷം ഫ്യൂഡൽ സാംസ്കാരികശേഷിപ്പുകളെ ഉന്മൂലനം ചെയ്യാനോ അവയുടെ യുക്തിയെ ചോദ്യം ചെയ്യാനോ അവയെ അടിസ്ഥാനപ്പെടുത്തിയുള്ള

ആചാരങ്ങളെയും വിശ്വാസങ്ങളെയും ഇല്ലായ്മ ചെയ്യാനോ നമുക്ക് കഴിയാതെ പോയതത്. ശബരിമലയിലെ സ്ത്രീവിലക്ക് സ്വാതന്ത്ര്യത്തിന് ശേഷം അറുപത് വർഷങ്ങൾ എന്തുകൊണ്ട് ചോദ്യം ചെയ്യപ്പെട്ടില്ല എന്നതിനും ഇത് തന്നെയാണ് അടിസ്ഥാനകാരണം.

സുപ്രീംകോടതിയുടെ പുരോഗമനപരമായ ഭരണ ഘടന വ്യാഖ്യാനങ്ങളുടെ പശ്ചാത്തലം

അങ്ങനെയെങ്കിൽ, ഇപ്പോൾ എന്തുകൊണ്ട് സുപ്രീംകോടതി ഈ അനുരഞ്ജനത്തെ ചോദ്യം ചെയ്തിരിക്കുന്നു? ഈ വിഷയത്തിൽ മാത്ര മല്ല, സ്വവർഗ്ഗലൈംഗികത, മുത്തലാഖ്, വിവാഹേതര ബന്ധങ്ങൾ തുടങ്ങി പല വിഷയങ്ങളിലും ഫ്യൂഡൽ ചായ്‌വുള്ളവരുടെ വാദങ്ങൾക്ക് നേരെ എതിർ ദിശയിലുള്ള പുരോഗമനപരമായ വിധികളാണ് ഈയടു ത്തായി സുപ്രീംകോടതിയിൽ നിന്നും ഉണ്ടായിക്കൊണ്ടിരിക്കുന്നത്. നീതിന്യായവ്യവസ്ഥ എന്നത് മുതലാളിത്ത ഉൽപ്പാദനവ്യവസ്ഥയുടെ ഉപരിഘടനകളിൽ (superstructure) ഒന്ന് മാത്രമാണ് എന്ന് നമുക്ക റിയാം, അതുകൊണ്ട് തന്നെ ബൂർഷ്വ പ്രത്യയശാസ്ത്രത്തിന്റെ സീമകളെ അതിലംഘിച്ചുകൊണ്ട് ഭരണഘടനാവ്യാഖ്യാനങ്ങൾ നടത്താൻ അതിന് ആവില്ല. അപ്പോൾ ഈ വിധിയുടെ അർത്ഥം, സ്വാതന്ത്ര്യ ലബ്ധിയുടെ സമയത്തും അതിനുശേഷം അരനൂറ്റാണ്ടിലേറെയായും ജനാധിപത്യവിപ്ലവത്തെ പുരോഗമനപാതയിൽ കൊണ്ടുപോകാൻ താൽപ്പര്യപ്പെടാതിരുന്ന ഇന്ത്യൻ ഭരണവർഗ്ഗം അനുരഞ്ജനത്തിന്റെ പാത കൈയ്യൊഴിയുകയാണ് എന്നാണോ? അതിന്റെ ലക്ഷണമാണോ പരമോന്നതനീതിപീഠത്തിൽ നിന്നും ഉണ്ടാവുന്ന പുരോഗമന വിധികൾ?

വാസ്തവം ഇത് അല്ലേയല്ല എന്ന് ഇന്ത്യൻ സാഹചര്യങ്ങളെ വീക്ഷി ക്കുന്ന ഏതൊരാൾക്കും എളുപ്പം മനസ്സിലാവും. ഇന്ത്യൻ ഭരണവർഗ്ഗ ത്തെ യാഥാസ്ഥിതികരുമായി അനുരഞ്ജനത്തിലേക്ക് നയിച്ച ഭൗതിക സാഹചര്യങ്ങൾ കഴിഞ്ഞ കാൽനൂറ്റാണ്ടിൽ കൂടുതൽ വഷളാവുകയാണ് ചെയ്തിട്ടുള്ളത്. മുതലാളിത്തത്തിന്റെ ഘടനാപരമായ പ്രതിസന്ധികൾ മുമ്പെങ്ങുമില്ലാത്ത തരത്തിൽ തുറന്നുകാട്ടപ്പെട്ടുകൊണ്ടിരിക്കുകയാണ്. ഉള്ളവനും ഇല്ലാത്തവനും തമ്മിലുള്ള അന്തരം മനുഷ്യചരിത്രത്തിൽ ഇതുവരെ ഇല്ലാത്തത്ര രീതിയിൽ വർദ്ധിച്ചുകഴിഞ്ഞു. ഈ രണ്ട് കാര ണങ്ങൾ കൊണ്ട് തന്നെ അതിസമ്പന്നരായ ഒരു ശതമാനത്തെ മാറ്റിനിർത്തിയാൽ മറ്റെല്ലാവരും സാമ്പത്തികവും സാമൂഹികവും സാം സ്കാരികവും ലൈംഗികവുമായ അരക്ഷിതാവസ്ഥയുടെ നിഴലിലാണ്

കഴിയുന്നത്. സാമൂഹികരംഗത്ത് അനുദിനം ഉൽപാദിപ്പിക്കപ്പെടുന്ന വൈരുദ്ധ്യങ്ങൾ ഈ വ്യവസ്ഥക്ക് തന്നെ ഭീഷണി ഉയർത്തിത്തുടങ്ങിക്കഴിഞ്ഞു. മുതലാളിത്തത്തിന്റെ ജീർണ്ണത വ്യക്തമായിക്കൊണ്ടിരിക്കുന്ന ഈ സാഹചര്യത്തിൽ, ഏറ്റവും മൗലികമായി ജനാധിപത്യവിപ്ലവം പൂർത്തീകരിക്കപ്പെട്ട ഫ്രാൻസ് പോലുള്ള രാജ്യങ്ങളിൽ പോലും ഭരണവർഗ്ഗം അതിന്റെ പുരോഗമനമുഖം കൈയ്യൊഴിയുന്ന കാഴ്ചയാണ് നാം കാണുന്നത്. ഇന്ത്യൻ ഭരണവർഗ്ഗമാവട്ടെ അതിന്റെ പുരോഗമനോന്മുഖതയുടെ അവസാന പൊയ്മുഖവും അഴിച്ചുവെച്ച ഫാഷിസ്റ്റ് കക്ഷികളെ അധികാരത്തിൽ എത്തിക്കാൻ പ്രവർത്തിക്കുന്നതാണ് നമ്മൾ 2014ലെയും 2019ലെയും ലോകസഭാ തിരഞ്ഞെടുപ്പുകളിൽ കണ്ടത്. മുതലാളിത്തപ്രതിസന്ധികൾക്ക് നടുവിൽ തങ്ങളുടെ ലാഭവിഹിതം ഉറപ്പിക്കാൻ, ജനാധിപത്യത്തിന്റെ ശേഷിക്കുന്ന ഇത്തിരിജീവൻ പോലും കശാപ്പുചെയ്യാൻ മടിയില്ലാത്ത "ശക്തനായ" ഭരണാധികാരിക്ക് മാത്രമേ കഴിയൂ എന്ന തിരിച്ചറിവാണ് ഈ പിന്തുണക്ക് പിന്നിൽ. ജനാധിപത്യവിപ്ലവത്തിന് അതിന്റെ യാഥാസ്ഥിതികത്വം മൂലം മായ്ച്ചുകളയാൻ കഴിയാതെപോയ ഫ്യൂഡൽ ശേഷിപ്പുകളെ മാത്രമല്ല, കേട്ടുകേൾവി മാത്രമുള്ള രീതികളെയും ആചാരങ്ങളെയും, അവക്ക് കൂട്ടായി പുതുതായി നിർമ്മിച്ചെടുത്തവയേയും, സാമൂഹികമണ്ഡലത്തിലേക്ക് ആനയിച്ചു കൊണ്ടുവരാൻ ഫാഷിസത്തിന് ആവും. പഴമയുടെ ഈ ഭാണ്ഡക്കെട്ട് അദ്ധ്വാനിക്കുന്നവർ ഈ വ്യവസ്ഥിതിക്കെതിരെ തിരിയുകയില്ല എന്ന് ഉറപ്പിക്കാൻ പറ്റിയ ഏറ്റവും നല്ല ആയുധമാണ്. അതുകൊണ്ടു തന്നെ സ്വാതന്ത്ര്യലബ്ധിയുടെ സമയത്തേക്കാൾ എത്രയോ ശക്തമായി ഇന്ത്യൻ ഭരണവർഗം ഭൂതകാലത്തിലെ ജീർണ്ണതകളുടെ പിന്നിൽ അണിനിരക്കുന്ന കാലമാണ് ഇത്. അതിനാൽ തന്നെ സുപ്രീം കോടതിയുടെ ശബരിമല അടക്കമുള്ള പുരോഗമനവിധികൾ ഇന്ത്യൻ ബൂർഷ്വസിയുടെ പുരോഗമനചായ്‌വിന്റെ തെളിവുകളല്ല. മറിച്ച്, അവ കഴിഞ്ഞ കാൽനൂറ്റാണ്ടായി അനുദിനം വികസിച്ചുകൊണ്ടിരിക്കുന്ന ഇന്ത്യൻ മുതലാളിത്തവളർച്ചയുടെ പരിണിതഫലമാണ്.

ഇന്ത്യൻ മുതലാളിത്തത്തിന്റെ നാൾവഴികൾ

സ്വാതന്ത്ര്യത്തിന് ശേഷം ഇന്ത്യയിൽ നിലവിൽ വന്നത് മുതലാളിത്തവ്യവസ്ഥിതിയും ബൂർഷ്വ ഭരണവും തന്നെയാണെന്ന് മുകളിൽ സൂചിപ്പിച്ചുവല്ലോ. എന്നാൽ ഈ മുതലാളിത്തം വിപണിക്ക് പൂർണ്ണ സ്വാതന്ത്ര്യവും ആധിപത്യവും കൊടുക്കുന്ന, laissez faire എന്ന്

സാധാരണ വിളിക്കപ്പെടുന്ന, ക്ലാസ്സിക്കൽ മുതലാളിത്തമാതൃക അല്ല പിന്തുടർന്നത്. പകരം, ഭരണകൂടത്തിന്റെ ഭാഗികമായ നിയന്ത്രണത്തിലുള്ള, വെൽഫെയർ ക്യാപിറ്റലിസം അല്ലെങ്കിൽ സ്റ്റേറ്റ് ക്യാപിറ്റലിസം എന്നൊക്കെ വിളിക്കപ്പെടുന്ന, ഒരു മാതൃകയാണ്. ഇന്ത്യൻ ഭരണവർഗം ഈ മാതൃക തിരഞ്ഞെടുക്കാൻ പ്രധാനമായും രണ്ട് കാരണങ്ങളാണ്. ആദ്യത്തേത് തികച്ചും സാമ്പത്തികമാണ്. നൂറ്റിയമ്പത് വർഷത്തെ കൊളോണിയൽ കൊള്ളക്ക് ശേഷം ഇന്ത്യൻ സമ്പദ് വ്യവസ്ഥയുടെ സ്ഥിതി സ്വാതന്ത്ര്യം കിട്ടുന്ന സമയത്ത് ദയനീയമായിരുന്നു. ജനതയുടെ മാനവികവിഭവശേഷിയുടെ കാര്യത്തിലായിക്കൊള്ളട്ടെ, ആഭ്യന്തരവിപണിയുടെ കാര്യത്തിലായിക്കൊള്ളട്ടെ, ഇന്ത്യൻ സാഹചര്യങ്ങൾ സ്വതന്ത്രവിപണിയിൽ അധിഷ്ഠിതമായ ക്ലാസിക്കൽ മുതലാളിത്തത്തിന് അനുകൂലമായിരുന്നില്ല. ഇത് ഏറ്റവും വേഗം തിരിച്ചറിഞ്ഞത് ഇന്ത്യൻ ബൂർഷ്വസി തന്നെയാണ്. സാഹചര്യങ്ങൾ മെച്ചപ്പെടുത്തി ഇന്ത്യയെ നിയന്ത്രണങ്ങളില്ലാത്ത മുതലാളിത്തത്തിന് സജ്ജമാക്കാൻ ഇവർക്ക് ഭരണകൂടത്തിന്റെ സഹായം കൂടിയേ മതിയാവുമായിരുന്നുള്ളൂ. രണ്ടാമത്തെ കാരണം രാഷ്ട്രീയപരമാണ്. തൊള്ളായിരത്തി നാല്പതുകളോടു കൂടി സമരോൽസുകമായിമാറിയ സ്വാതന്ത്ര്യസമരം ഇന്ത്യൻ ജനതയെ ഉണർവിന്റെ പാരമ്യത്തിൽ എത്തിച്ചു. തൊഴിലാളിവർഗ്ഗപ്രക്ഷോഭങ്ങളും കർഷകസമരങ്ങളും ആളിപ്പടർന്നു. ഈ സാഹചര്യത്തിൽ മുതലാളിത്തത്തെ അതിന്റെ ക്ലാസിക്കൽ രൂപത്തിൽ ഇന്ത്യയിൽ നടപ്പിലാക്കിയാൽ അത് ഈ കനലിനെ ആളിക്കത്തിക്കും, ശൈശവാവസ്ഥയിലുള്ള ഇന്ത്യൻ ബൂർഷ്വസിക്ക് ഇതിനെ അതിജീവിക്കാൻ ആവില്ല. ഈ പ്രതിഷേധാഗ്നിയെ കെടുത്താൻ ഭരണകൂടത്താൽ നിയന്ത്രിക്കപ്പെട്ട, ക്ഷേമരാഷ്ട്രസങ്കൽപ്പത്തിൽ ഊന്നിയുള്ള, ഒരു മുതലാളിത്തവ്യവസ്ഥക്ക് മാത്രമേ കഴിയുമായിരുന്നുള്ളൂ. എന്നാൽ ഇതൊരു താൽക്കാലികമായ വിട്ടുവീഴ്ച മാത്രമാണെന്ന കാര്യത്തിൽ ഇന്ത്യൻ ബൂർഷ്വസിക്കു ഒരിക്കലും സംശയം ഉണ്ടായിരുന്നില്ല. സ്വന്തം കാലിൽ നിൽക്കാനുള്ള ശേഷി കൈവരുന്നസമയം ഈ രാജ്യത്തെ മൊത്തമായി ചൂഷണം ചെയ്യാൻ തങ്ങൾക്ക് വിട്ടുതന്നിട്ട് ഭരണകൂടം പിൻവലിഞ്ഞു കൊള്ളണം എന്നത് തൊള്ളായിരത്തിനാല്പതുകളിൽ

[3]"ബോംബെ പ്ലാൻ" എന്ന പേരിൽ പ്രസിദ്ധമായ ഇന്ത്യൻ ബൂർഷ്വസിയുടെ ഈ മാസ്റ്റർപ്ലാനിന്റെ വിശദാംശങ്ങൾക്കായി ഈ ലേഖനം കാണുക: “Planning Commission – Right’s Intenions, Left’s Reaction and the Way Forward”, January 2015. ലേഖനം ഇവിടെ വായിക്കാം: https://revolutionaryspring.blogspot.com/2015/01/planning-commission-rights-intentions.html

തന്നെ അവർ മുന്നോട്ടുവെച്ച മാസ്റ്റർപ്ലാനിന്റെ ഭാഗമാണ്["ബോംബെ പ്ലാൻ" എന്ന പേരിൽ പ്രസിദ്ധമായ ഇന്ത്യൻ ബൂർഷ്വസിയുടെ ഈ മാസ്റ്റർപ്ലാനിന്റെ വിശദാംശങ്ങൾക്കായി ഈ ലേഖനം കാണുക: "Planning Commission – Right's Intenions, Left's Reaction and the Way Forward", January 2015. ലേഖനം ഇവിടെ വായിക്കാം: https://revolutionaryspring.blogspot.com/2015/01/planning-commission-rights-intentions.html].

എഴുപതുകളുടെ തുടക്കം വരെ ഭാഗികമായെങ്കിലും നിയന്ത്രിതമായ മുതലാളിത്തമാണ് ഇന്ത്യയിൽ നിലനിന്നത്, സാമൂഹികമായി ഇത് രണ്ടു ഫലങ്ങളാണ് ഉണ്ടാക്കിയത്. ഒന്ന്: അനിയന്ത്രിതമായ, വിപണിയുടെ സ്വാതന്ത്ര്യത്തിൽ ഊന്നിയുള്ള മുതലാളിത്തം ഉൽപ്പാദിപ്പിക്കുന്ന സാമ്പത്തിക അസന്തുലിതാവസ്ഥയും പ്രതിസന്ധിയും ഒരു പരിധിവരെ തടഞ്ഞു നിർത്താൻ ഇതിനെക്കൊണ്ടായി. മുതലാളിത്തം സാധാരണഗതിയിൽ ഉണ്ടാക്കുന്ന മൂലധനകേന്ദ്രീകരണം ചെറുകിടയുൽപ്പാദകരേയും ചെറുകിടകർഷകരെയും കച്ചവടക്കാരെയും പ്രതിസന്ധിയിൽ ആക്കേണ്ടതാണ്. എന്നാൽ ഇന്ത്യൻ മുതലാളിത്തത്തിന്റെ ആദ്യ ഘട്ടത്തിൽ ഇത് സംഭവിക്കാതിരിക്കാനുള്ള ശ്രമങ്ങൾ ഭരണകൂടത്തിന്റെ ഭാഗത്തുനിന്ന് തന്നെ ഉണ്ടായി. ചെറുകിടസംരംഭങ്ങളെ പലതരം സബ്സിഡികൾ വഴി സംരക്ഷിച്ചു നിർത്തുകയും വൻകിട മൂലധനത്തെ കർശന നിയന്ത്രണങ്ങൾക്ക് വിധേയമാക്കുകയും ചെയ്തുകൊണ്ടുമാണ് പലപ്പോഴും ഇത് സാധ്യമാക്കിയിരുന്നത്. തൊഴിലാളിവർഗ്ഗത്തിന്റെ അടിസ്ഥാന അവകാശങ്ങൾ ഒരു പരിധി വരെയെങ്കിലും ഈ ഘട്ടത്തിൽ സംരക്ഷിക്കപ്പെട്ടുപോന്നു. ഇതെല്ലാം കൊണ്ട് തന്നെ ഒരു മുതലാളിത്തവ്യവസ്ഥ ഉണ്ടാക്കുന്ന സാമ്പത്തികവും, രാഷ്ട്രീയവും, സാംസ്കാരികവുമായ ജീർണ്ണതയെ മൂടിവെക്കാൻ ഈ ഘട്ടത്തിൽ ഇന്ത്യൻ ഭരണവർഗ്ഗത്തിന് സാധിച്ചു.

രണ്ട്: സാമൂഹികരംഗത്ത് മുതലാളിത്തം സാധാരണ കൊണ്ടുവരുന്നത് വിപ്ലവകരമായ മാറ്റങ്ങളാണ്. നിലനിന്നു പോരുന്ന സകല സാമൂഹികബന്ധങ്ങളെയും ബന്ധനങ്ങളെയും രീതികളെയും മാമൂലുകളെയും തച്ചുടച്ച് ലാഭേച്ഛ മാത്രം ലക്ഷ്യമായുള്ള ഒരു പുതിയ സാമൂഹികഭാവുകത്വം സൃഷ്ടിക്കാൻ മുതലാളിത്തത്തിന് അതിന്റെ പ്രാരംഭഘട്ടത്തിൽ സാധിക്കാറുണ്ട്. മനുഷ്യന്റെ ഏറ്റവും സ്വകാര്യമായ വികാരങ്ങളും ഇടങ്ങളും പോലും ചരക്കുവൽക്കരിക്കപ്പെടുന്നിടത്തേക്കാണ് ഇത് സമൂഹത്തെ കൊണ്ട് എത്തിക്കുക എങ്കിലും ഈ മാറ്റത്തിന് ഒരു

പുരോഗമനവശമുണ്ട്. പാരമ്പര്യ രീതികളും, ഫ്യൂഡൽ യുക്തികളും, സമൂഹത്തെ നിശ്ചലമാക്കി മാറ്റുന്ന പല മുൻവിധികളും, ഇതിന്റെയൊക്കെ അടിസ്ഥാനത്തിൽ നിലനിൽക്കുന്ന സാമാന്യബോധവും എല്ലാം മുതലാളിത്തവളർച്ചയുടെ മലവെള്ളപ്പാച്ചിലിൽ പിടിച്ചു നിൽക്കാൻ ബുദ്ധിമുട്ടും. ഇതിന് വലിയ ഒരു വിമോചനശക്തിയുണ്ട്; സമൂഹത്തിന്റെ അടിത്തട്ടിൽ ഉള്ളവരെ, അത് സ്ത്രീകളായിക്കൊള്ളട്ടെ, "താഴ്ന്ന"ജാതിക്കാരായിക്കൊള്ളട്ടെ, തൊഴിലാളികളായിക്കൊള്ളട്ടെ, മുഖ്യധാരയിലേക്ക് കൊണ്ട് വരാനുള്ള സാമൂഹികാവസ്ഥ സൃഷ്ടിക്കാൻ ഇതിന് കഴിയും. അനുരഞ്ജനങ്ങൾക്കും നിയന്ത്രണങ്ങൾക്കും വിധേയമായി പ്രവർത്തിച്ച എഴുപതുകൾ വരെയുള്ള ഇന്ത്യൻ മുതലാളിത്തത്തിന് ഇത്തരം ഒരു വിമോചനത്തിന്റെ ചാലകശക്തിയാവാൻ വളരെ ചെറിയതോതിൽ മാത്രമേ സാധിച്ചുള്ളൂ. ഭാഗികവും ഉപരിപ്ലവവുമായ രീതിയിൽ മാത്രമേ ഇന്ത്യൻ മുതലാളിത്തം സാമൂഹിക മാറ്റങ്ങൾ ഉണ്ടാക്കിയുള്ളൂ. "നവോത്ഥാനം കുടുംബത്തിനുള്ളിലേക്ക് കടന്നുചെന്നില്ല" എന്നതിന്റെ കാരണം ഇതാണ്. ഈ ഉപരിപ്ലവമായ മാറ്റങ്ങൾ മതം, ജാതി, കുടുംബം, ആചാരങ്ങൾ, പാരമ്പര്യം, പുരുഷാധികാരം എന്നിവയുടെയൊന്നും വേരുകളിൽ കത്തി വെച്ചില്ല, പകരം കുറച്ചു കാലത്തേക്ക് അവയെ സമൂഹത്തിന്റെ മുഖ്യധാരയിൽ അധികം പ്രകടമാവാത്ത വിധം മറച്ചു വെക്കുക മാത്രമാണ് ചെയ്തത്. ഒരു സാമൂഹിക-സാമ്പത്തിക പ്രതിസന്ധിയുടെ ആദ്യ അടയാളങ്ങൾ മതി ഇവ മറനീക്കി പുറത്തുവരാൻ. ഇത്തരം പ്രതിസന്ധികൾ ഉണ്ടാവാതെ നോക്കാൻ ഭരണകൂടത്തിന്റെ സാമ്പത്തിക-സാംസ്കാരിക ഇടപെടലുകൾക്കാവുമെന്നും അതിനാൽ തന്നെ കുപ്പിയിൽ അടച്ചതൊന്നും പുറത്തുവരാതെ നോക്കാൻ പറ്റുമെന്നുമാണ് ആദ്യകാല ഇന്ത്യൻ ഭരണവർഗ്ഗം സ്വപ്നം കണ്ടത്. ഈ ദിവാസ്വപ്നത്തിന്റെ തകർച്ചയെയാണ് നാം ഇന്ന് അടിയന്തരാവസ്ഥ എന്ന് വിളിക്കുന്നത്.

ഇന്ദിരഗാന്ധിയുടെ ഏകാധിപത്യ പ്രവണതയുടെ ഫലമാണ് അടിയന്തരാവസ്ഥ എന്നത് തൊലിപ്പുറം മാത്രം തൊടുന്ന ഒരു വിശകലനമാണ്; വെൽഫെയർ ക്യാപിറ്റലിസം ഉൽപാദിപ്പിച്ച അനേകം വൈരുദ്ധ്യങ്ങളുടെ മൂർദ്ധന്യാവസ്ഥയായിരുന്നു അടിയന്തരാവസ്ഥ. ഇത് ഇന്ത്യൻ പുരോഗമനപക്ഷം മനസ്സിലാക്കിയില്ലെങ്കിലും ഇന്ത്യൻ ബൂർഷ്വസി വളരെ വേഗം തന്നെ മനസ്സിലാക്കി. അതുകൊണ്ട് തന്നെയാണ് എഴുപതുകളുടെ അവസാനത്തോടുകൂടി വിപണിക്ക് കൂടുതൽ സ്വാതന്ത്ര്യം അനുവദിക്കുന്ന പ്രക്രിയക്ക് തുടക്കം കുറിക്കുന്നത്. പലരും ധരിക്കുന്നതു

പോലെ ഇന്ത്യയിൽ നവലിബറൽ മുതലാളിത്തത്തിന്റെ തുടക്കം തൊണ്ണൂറിലെ സാമ്പത്തിക പരിഷ്കാരങ്ങൾ അല്ല, എഴുപതുകളുടെ രണ്ടാം പകുതിയോടു കൂടി ആദ്യം ഇന്ദിര ഗാന്ധി തന്നെയും, പിന്നെ രാജീവ് ഗാന്ധിയും, മൂലധനത്തിന് മേലുള്ള ഭരണകൂടനിയന്ത്രണങ്ങൾ ഒന്നൊന്നായി പിൻവലിച്ചു തുടങ്ങിയിരുന്നു. മൻമോഹൻ സിംഗിന്റെ സാമ്പത്തിക പരിഷ്കാരങ്ങൾ ഇതിന്റെ തുടർച്ച മാത്രമാണ്, എൺപതുകളുടെ അവസാനത്തിൽ രൂപപ്പെട്ട കനത്ത സാമ്പത്തിക പ്രതിസന്ധികൾ മുതലെടുത്തുകൊണ്ട് ഉദാരവൽക്കണപ്രക്രിയയെ അടുത്ത ഘട്ടത്തിലേക്ക് നയിക്കുക മാത്രമാണ് മൻമോഹൻ ചെയ്തത്. പക്ഷെ അതോടെ മുതലാളിത്തം അതിന്റെ അനിയന്ത്രിതമായ രൂപത്തിൽ, ആസുരഭാവം പൂണ്ട്, ഇന്ത്യയിൽ അവതരിച്ചു.

ഇത് പെറ്റി ബൂർഷ്വസിയുടെ നട്ടുവൊടിച്ചു, തൊഴിലാളിവർഗ്ഗത്തിന്റെ പരിമിതമായ അവകാശങ്ങൾ പോലും അപ്രത്യക്ഷമാക്കി, അരക്ഷിതാവസ്ഥയും ഉൽക്കണ്ഠയും സമൂഹത്തിന്റെ മുഖമുദ്രയാക്കി. അതോടൊപ്പം തന്നെ മുതലാളിത്ത വളർച്ചയുടെ വിമോചനസാധ്യതകൾ പ്രകടമായി തുടങ്ങി. കഴിഞ്ഞ കാൽ നൂറ്റാണ്ടായി സ്ത്രീപക്ഷ മുന്നേറ്റങ്ങളും ദളിത് മുന്നേറ്റങ്ങളും ശക്തിയാർജ്ജിച്ചത് ഇതിന്റെ ഭാഗമായാണ്. ഇത്തരം വിമോചനപോരാട്ടങ്ങൾ രൂപം കൊടുത്ത പുതിയ ഭാവുകത്വം പഴമയുടെ കടക്കൽ കത്തിവെച്ചു തുടങ്ങിയതോടെ കുപ്പിയിലടച്ചു നിയന്ത്രിച്ചിരുന്ന സകല പ്രതിലോമപ്രവണതകളും പുറത്തു ചാടി. കഴിഞ്ഞ ഒരു ദശാബ്ദമായി നമ്മൾ കണ്ടുവരുന്ന വിമോചനശക്തികളും പ്രതിലോമപ്രവണതകളുമായുള്ള നിരന്തരസമരം ഇന്ത്യൻ മുതലാളിത്തത്തിന്റെ വളർച്ചയുടെ പശ്ചാത്തലത്തിൽ മാത്രമേ മനസ്സിലാക്കാൻ പറ്റുകയുള്ളൂ. കൂടി വരുന്ന പ്രണയവിവാഹങ്ങളും അതിനെതിരെയുള്ള ദുരഭിമാന കൊലകളും, സാമൂഹികരംഗത്തു വർധിച്ചുവരുന്ന സ്ത്രീസാന്നിധ്യവും അതിനെതിരെയുള്ള പുരുഷാധികാരത്തിന്റെ കാടത്തങ്ങളും, സ്നേഹരഹിതമായ, ഒരു കരാറായി അധഃപ്പതിച്ച ദാമ്പത്യത്തിന്റെ അർത്ഥശൂന്യതയിൽ നിന്നും ഉടലെടുക്കുന്ന വിവാഹേതരബന്ധങ്ങളും അതിനെ എതിരിടാൻ രൂപം കൊണ്ട സദാചാരപോലീസിങ്ങും, ഇങ്ങനെ കഴിഞ്ഞ ഇരുപതുവർഷമായി നമുക്ക് ചുറ്റും നടക്കുന്നത് മുതലാളിത്തത്തിന്റെ വളർച്ച തുറന്നുവിട്ട വിമോചനസാധ്യതകളും ഇന്ത്യൻ ഭരണവർഗം പാലൂട്ടിവളർത്തിയ പ്രതിലോമശക്തികളും തമ്മിലുള്ള നിരന്തരസംഘർഷമാണ്. ഈ വിമോചനസാധ്യതകളെ ഇല്ലാതാക്കണം എന്ന് ഇന്ത്യൻ ബൂർഷ്വസിക്കുണ്ട്, എന്നാൽ അവ മുതലാളിത്തവളർച്ചയുടെ പാർശ്വഫലമായതിനാൽ

അവർ നിസ്സഹായരാണ് (ഇവിടെയാണ് ഫാഷിസത്തിന്റെ കടന്നുവരവ് വളരെ പ്രധാനമാവുന്നത്). മുതലാളിത്തത്തിന്റെ അനിയന്ത്രിതമായ വളർച്ച രൂപം നൽകിയ ഈയൊരു വിമോചനാന്തരീക്ഷമാണ് യഥാർത്ഥത്തിൽ പല സാമൂഹികപ്രശ്നങ്ങളിലും പുരോഗമനപരമായ വിധിന്യായങ്ങളിൽ എത്താൻ നീതിന്യായവ്യവസ്ഥയെ പ്രേരിപ്പിച്ചിരിക്കുന്നത്.

ഇന്ത്യൻ മുതലാളിത്തവും സ്ത്രീവിമോചനവും

സ്വാതന്ത്ര്യസമരത്തിന്റെ അനുരഞ്ജനസ്വഭാവം കൊണ്ടും അതിന് ശേഷം വന്ന വെൽഫെയർ മുതലാളിത്തത്തിന്റെ പരിമിതമായ വിമോചനശക്തി മൂലവും ഇന്ത്യൻ ഭരണവർഗ്ഗവും നീതിന്യായവ്യവസ്ഥയും പാർശ്വവൽക്കരിച്ച നിർത്തിയിരുന്ന സ്ത്രീസ്വാതന്ത്ര്യം, സ്ത്രീസമത്വം, സ്ത്രീസുരക്ഷ തുടങ്ങിയ വിഷയങ്ങൾ നവലിബറൽ മുതലാളിത്തത്തിന്റെ അനിയന്ത്രിതമായ വളർച്ചയോടുകൂടി വീണ്ടും പ്രസക്തിയാർജ്ജിച്ചു. മുതലാളിത്തത്തിന്റെ ആസുരരൂപത്തിന് മനുഷ്യരെ ആവശ്യമുള്ളത് ചില റോളുകളിൽ ആണ്. ആദ്യം, മിച്ചമൂല്യം പിഴിഞ്ഞെടുക്കാനുള്ള തൊഴിലാളികളായി, പിന്നെ, ഈ മിച്ചമൂല്യം സാക്ഷാൽക്കരിക്കാൻ ഉപഭോക്താക്കളായി. ഈ രണ്ട് റോളുകളിലും സ്ത്രീകൾ പുരുഷന്മാരെ പോലെ തന്നെ മുതലാളിത്തത്തിന് പ്രധാനമാണ്. സ്ത്രീകൾ വീട്ടിനുള്ളിൽ തളയ്ക്കപ്പെട്ടാൽ മുതലാളിത്തത്തിന് നഷ്ടമാവുന്നത് അവരിൽ നിന്നും മിച്ചമൂല്യം പിഴിഞ്ഞെടുക്കാനുള്ള അവസരമാണ്. അതിനാൽ അവർ തൊഴിലാളികളായും ഉപഭോക്താക്കളായും സാമൂഹ്യജീവിതത്തിൽ ശക്തമായി ഇടപെടണം. അങ്ങനെ ഇടപെടണമെങ്കിൽ തൊഴിലിടങ്ങളിലും പൊതുയിടങ്ങളിലും സ്ത്രീകളുടെ സുരക്ഷയും സ്വാതന്ത്ര്യവും സമത്വവും ഭരണകൂടവും നീതിന്യായവ്യവസ്ഥയും ഉറപ്പുവരുത്തണം. സ്ത്രീശാക്തീകരണം ഇന്ന് ഒരു പ്രധാന അജണ്ടയായി ബൂർഷ്വസി ഏറ്റെടുക്കുന്നുണ്ടെങ്കിൽ അത് അവരുടെ ഉയർന്ന സാമൂഹ്യബോധം കൊണ്ടല്ല, അങ്ങനെയെങ്കിൽ അവർ അത് അൻപതു വർഷം മുന്നേ ഏറ്റെടുക്കുമായിരുന്നു, മറിച്ച്, തൊഴിലിടങ്ങളിലും വിപണികളിലും അവർക്ക് സ്ത്രീകളെ ആവശ്യമുള്ളത് കൊണ്ടാണ്. സ്ത്രീവിമോചനം ഇന്ത്യൻ ഭരണവർഗ്ഗത്തിന് മേൽ മുതലാളിത്തവളർച്ച അടിച്ചേൽപ്പിക്കുന്ന ഒരു അനിവാര്യതയാണ്, അല്ലാതെ ഭരണവർഗ്ഗം അതിന്റെ പുരോഗമനോന്മുഖത കൊണ്ട് സ്വമേധയാ ഏറ്റെടുക്കുന്ന ഒന്നല്ല.

സ്ത്രീകളുടെ സുരക്ഷ, സ്വാതന്ത്ര്യം, സ്വാഭിമാനം എന്നിവ വിഷയമാവുന്ന പരസ്യങ്ങളിൽ ഈയടുത്തായി ഉണ്ടായിരിക്കുന്ന വർദ്ധനവ്

നോക്കൂ. ആൺകുട്ടികളുടെ കൂടെ ഫുട്ബോൾ കളിക്കാനാവശ്യപ്പെടുന്ന പെൺകുട്ടി, ബോർഡ് മീറ്റിങ്ങിൽ കഴിവ് തെളിയിക്കുന്ന സ്ത്രീ, രാത്രി സഞ്ചരിക്കുന്ന യുവതി, പെൺകുട്ടികളെ പൂവാലന്മാരിൽ നിന്നും സംരക്ഷിക്കുന്ന അമ്മമാരുടെ കൂട്ടായ്മ, ഇങ്ങനെ ഒരുപാട് ഉദാഹരണങ്ങൾ അടുത്തകാലത്തായി പരസ്യങ്ങളിൽ നിറയുന്നുണ്ട്. ഇതെല്ലാം തന്നെ ബൂർഷ്വ സാമാന്യബോധം ഈ വ്യവസ്ഥയുടെ നിലനിൽപ്പിന് സ്ത്രീയുടെ അധ്വാനത്തിനും ഉപഭോഗത്തിനും ഉള്ള പ്രാധാന്യം തിരിച്ചറിഞ്ഞതിന്റെ സൂചനകളാണ്. മുതലാളിത്തത്തിന്റെ ഈ ആവശ്യത്തിൽ നിന്നും ഉയർന്നുവരുന്ന ബൂർഷ്വസിയുടെ സ്ത്രീവിമോചന അജണ്ടക്ക് അവരുടെ എല്ലാ സാമൂഹിക-സാംസ്കാരിക ഇടപെടലുകളെയും പോലെ ഭാഗികമായ ലക്ഷ്യങ്ങൾ മാത്രമാണ് ഉള്ളത്. അധ്വാനിക്കുന്നവൾ എന്ന നിലയിലും ഉപഭോക്താവ് എന്ന റോളിലും സ്ത്രീ വിമോചിക്കപ്പെടുക എന്നതാണ് ഈ ലക്ഷ്യം, മനുഷ്യൻ എന്ന നിലയിൽ സ്ത്രീയുടെ സ്വാഭിമാനമോ, സ്വാതന്ത്ര്യമോ, സമത്വമോ ഭരണവർഗ്ഗത്തിന്റെ പരിഗണനാവിഷയങ്ങൾ പോലും ആവുന്നില്ല. തൊഴിലിടങ്ങളിൽ കഠിനാധ്വാനവും അർപ്പണമനോഭാവവും കൊണ്ട് പുരുഷന്മാരെ വെല്ലുന്ന സ്ത്രീ, വിപണിയിൽ കുറക്കന്റെ സാമർത്ഥ്യത്തോടെ ഉൽപ്പന്നങ്ങൾ തിരഞ്ഞെടുക്കുന്ന സ്ത്രീ, വീട്ടിലെത്തിയാലോ അവൾ കുടുംബത്തിന്റെ ഐശ്വര്യം, അമ്മായിയമ്മക്ക് തണലാവുന്നവൾ, ഭർത്താവിന്റെ സകലകാര്യങ്ങളും ശ്രദ്ധിക്കുന്നവൾ, മക്കളുടെ വാത്സല്യമുള്ള വഴികാട്ടി, പാചകത്തിലോ അതിനിപുണ, അങ്ങനെ എല്ലാം തികഞ്ഞ ദൈവഭയവും അടക്കവും ഒതുക്കവും ഉള്ള സ്ത്രീ. ഇതാണ് നമ്മുടെ പൈങ്കിളി വനിതാപ്രസിദ്ധീകരണങ്ങളും സീരിയൽ-സിനിമാ നടിമാരും ബൂർഷ്വ സാമാന്യബോധവും പ്രക്ഷേപണം ചെയ്യുന്ന സ്ത്രീയുടെ പുതിയ സങ്കല്പം. അതായത് ഒരു വ്യക്തി എന്ന നിലയിൽ, ഒരു മനുഷ്യൻ എന്ന നിലയിൽ, സ്ത്രീയുടെ സാമൂഹികവിമോചനം ഇന്ത്യൻ ബൂർഷ്വസി വിഭാജനം ചെയ്യുന്നില്ല, ചെയ്യുന്നത് മുതലാളിത്തത്തിന്റെ ആവശ്യാനുസരം ഉള്ള വളരെ ഭാഗികമായ ഒരു വിമോചനമാണ്. എന്നാൽ ഉൽപ്പാദന-ഉപഭോഗ പ്രക്രിയയിൽ സജീവപങ്കാളിയായിക്കഴിഞ്ഞ, അതുവഴി സാമ്പത്തികമായി സ്വയം പര്യാപ്തത നേടിയ സ്ത്രീസമൂഹത്തിനെ ഈ ഭാഗികവിമോചനത്തിൽ തളച്ചിടാൻ ഭരണവർഗ്ഗത്തിന് ബുദ്ധിമുട്ടാണ്. ഭരണവർഗ്ഗത്തിന്റെ ആശീർവാദത്തോടെ ഉണ്ടായിവന്ന സ്ത്രീശാക്തീകരണത്തിന്റെ പ്രത്യയശാസ്ത്രപരിസരം ഉപയോഗിച്ച് സാമൂഹികവിമോചനത്തിനായുള്ള പോരാട്ടങ്ങൾ സ്ത്രീപക്ഷത്തു നിന്നും ധാരാളമായി ഉയർന്നുവരുന്നത് ഭരണവർഗ്ഗത്തിന് തടയാനാവില്ല.

സ്വാതന്ത്ര്യസമരകാലത്തെ പോലെയും, വെൽഫെയർ മുതലാളിത്തഘട്ടത്തിലെ പോലെയും, അനുരഞ്ജനത്തിന്റെ പാത തന്നെയാണ് ഇന്ത്യൻ ഭരണവർഗ്ഗത്തിന് ഇന്നും പഥ്യം. എന്നാൽ ഇന്നിനെ വ്യത്യസ്തമാക്കുന്നത് ആ രണ്ടുകാലഘട്ടങ്ങളേയും പോലെ അനുരഞ്ജനങ്ങൾക്ക് ഭൗതികസാഹചര്യങ്ങൾ അനുകൂലമല്ല എന്നതാണ്. അന്ന് മുരടിച്ച മുതലാളിത്തവളർച്ച അനുരഞ്ജനത്തെ എളുപ്പമാക്കി തീർത്തിരുന്നു, എന്നാൽ ഇന്ന് മുതലാളിത്തവും അത് കൊണ്ടുവരുന്ന ഒരു വിമോചനപരിസരവും തന്നെയാണ് അനുരഞ്ജനത്തെ വെല്ലുവിളിക്കുന്നത്. ഈ ഒരു പരിസരം തന്നെയാണ് പുരോഗമനപരവും സ്ത്രീവിമോചനപരവുമായ ഭരണഘടനാവ്യാഖ്യാനങ്ങളുടെ പശ്ചാത്തലം. എന്നാൽ ഈ വ്യാഖ്യാനങ്ങൾ മേലെ സൂചിപ്പിച്ചതുപോലെ ഭരണവർഗ്ഗത്തിന്റെ പ്രത്യയശാസ്ത്രവുമായോ ആഗ്രഹങ്ങളുമായോ ഒത്തുപോകുന്ന ഒന്നല്ല. മുതലാളിത്തവ്യവസ്ഥിതി ഉൽപ്പാദിപ്പിക്കുന്ന പല വൈരുദ്ധ്യങ്ങളിൽ ഒന്നാണ് നമുക്ക് ഇവിടെ കാണാൻ പറ്റുക.

മുതലാളിത്ത ഉൽപ്പാദനവ്യവസ്ഥയുടെ സീമകളില്ലാത്ത വികാസത്തിൽ ബൂർഷ്വസി അതീവതല്പരനാണ്, അതാണ് കഴിഞ്ഞ മൂന്നു ദശകങ്ങളായി ഇന്ത്യയിൽ നടന്നുകൊണ്ടിരിക്കുന്നത്. ചരക്കുവൽക്കരിക്കപ്പെടാത്തതായി ഒന്നും ഇന്ന് ഇന്ത്യൻ സാമൂഹികജീവിതത്തിൽ ബാക്കി ഇല്ല. മുതലാളിത്തത്തിന്റെ ഈ വികാസം തൊഴിലാളികളായും ഉപഭോക്താവായും സാമൂഹികജീവിതത്തിൽ സ്ത്രീകളുടെ വർദ്ധിച്ച ഇടപെടൽ ആവശ്യപ്പെടുന്നുണ്ട്. ഇതിന് സൗകര്യമൊരുക്കുന്നതിനായുള്ള "സ്ത്രീപക്ഷ"പരിഷ്ക്കാരങ്ങൾക്ക് ഭരണവർഗ്ഗം മുൻകൈ എടുക്കുന്നും ഉണ്ട്. പക്ഷെ ഇത് ഒരിക്കലും യഥാർത്ഥ സ്ത്രീവിമോചനത്തിലേക്കോ പുരുഷകേന്ദ്രിതവ്യവസ്ഥയുടെ ശിഥിലീകരത്തിലേക്കോ വളരരുത് എന്നും ഭരണവർഗ്ഗത്തിന് നിർബന്ധമുണ്ട്. കാരണം, ആണധികാരം എന്നത് ഇന്ത്യൻ ഭരണവർഗ്ഗം പരിപാലിച്ചുപോരുന്ന ഭൂതകാലാവശിഷ്ടങ്ങളിലെ പ്രധാനകണ്ണിയാണ്. അതുകൊണ്ട് തന്നെ ഭരണവർഗ്ഗം നിർവ്വചിക്കുന്ന സീമകൾക്കകത്തുള്ള, വളരെ നിയന്ത്രിതമായ, ഫ്യൂഡൽ ജീർണ്ണതകളെയൊന്നും അസ്ഥിരപ്പെടുത്താത്ത, "സ്ത്രീവിമോചന"മാണ് ബൂർഷ്വവർഗ്ഗത്തിന്റെ അജണ്ടയിൽ ഉള്ളത്. എന്നാൽ മുതലാളിത്തവളർച്ച വളരെ മൗലികമായ സ്ത്രീശാക്തീകരണത്തിന് ആവശ്യമായ വസ്തുനിഷ്ഠമായ സാഹചര്യങ്ങളെല്ലാം (objective conditions) സൃഷ്ടിക്കുന്നുണ്ട്. ബൂർഷ്വസിയുടെ സൃഷ്ടിയായ ഈ വിമോചനസാഹചര്യങ്ങൾ ഉപയോഗപ്പെടുത്തി, തൊഴിലാളിവർഗ്ഗ-പുരോഗമന-സ്ത്രീവിമോചന

പ്രസ്ഥാനങ്ങളുടെ സഹായത്തോടെ, സ്ത്രീകൾ ഭരണവർഗ്ഗം വിഭാവനം ചെയ്യുന്ന സ്ത്രീസ്വാതന്ത്ര്യത്തിന്റെ സീമകളെ അതിലംഘിച്ച് മുന്നോട്ട് കുതിക്കുകയാണ്. അതായത്, ഭരണവർഗ്ഗത്തിന്റെ സൃഷ്ടിയായ മുതലാളിത്തം ഉൽപ്പാദിപ്പിക്കുന്ന വിമോചനസാഹചര്യങ്ങൾ ഉപയോഗപ്പെടുത്തി സ്ത്രീകൾ ഭരണവർഗ്ഗത്തിന്റെ സീമകളെ തന്നെ ചോദ്യം ചെയ്യുകയാണ്.

ഈ പോരാട്ടത്തിൽ പരമോന്നതനീതിപീഠം ഭരണവർഗ്ഗത്തിനെതിരെ സ്ത്രീപക്ഷത്തു നിലയുറപ്പിക്കുന്ന കാഴചയാണ് നാം ശബരിമല വിധിയിൽ കണ്ടത്. സ്ത്രീവിരുദ്ധമായ, എന്നാൽ തങ്ങളുടെ ലാഭേച്ഛയെ ഒരുതരത്തിലും ബാധിക്കാത്ത, പാരമ്പര്യങ്ങളും ആചാരങ്ങളും അനുഷ്ഠാനങ്ങളും പിഴുതെറിയാൻ ഭരണവർഗ്ഗത്തിന് യാതൊരുവിധ താല്പര്യവും ഇല്ല, കാരണം ഇവയെല്ലാം ചേർന്ന് നിർമ്മിച്ചെടുത്ത ഒരു പ്രതിലോമപരിസരമാണ് അവരുടെ ആധിപത്യം ഉറപ്പിച്ചുനിർത്തുന്നത്. പക്ഷെ, ഈയ്യടുത്തകാലത്തെ സുപ്രീംകോടതിയുടെ വ്യാഖ്യാനങ്ങൾ ഭരണവർഗ്ഗം ആഗ്രഹിക്കുന്ന പരിധിക്കുള്ളിൽ നിൽക്കുന്നതിന് പകരം മുതലാളിത്തവളർച്ചയുടെ വിമോചനപരിസരത്തെ പിന്തുടരുന്നവയാണ്. എന്നാൽ നിർഭാഗ്യവശാൽ നീതിന്യായവ്യവസ്ഥക്ക് ഭരണവർഗ്ഗപ്രത്യയശാസ്ത്രത്തെ അതിലംഘിക്കുന്ന വ്യാഖ്യാനങ്ങളുമായി അധികകാലം മുന്നോട്ട് പോകാനാവില്ല എന്നതാണ് സത്യം. അതിന്റെ ആദ്യലക്ഷണമാണ് നാം കുറച്ചു മാസങ്ങൾ മുന്നേ കണ്ട സുപ്രീകോടതിയിലെ പൊട്ടിത്തെറി.

നീതിന്യായവ്യവസ്ഥയുടെ ധർമ്മസങ്കടങ്ങൾ

ചരിത്രത്തിൽ ആദ്യമായി ചീഫ് ജസ്റ്റിസിന്റെ ഏകപക്ഷീയമായ നടപടികൾക്കെതിരെ നാല് സുപ്രീംകോടതി ന്യായാധിപർ പത്രസമ്മേളനം വിളിച്ചത് വ്യക്തിപരമായ അഭിപ്രായവ്യത്യാസങ്ങളുടെയോ വ്യത്യസ്ത രാഷ്ട്രീയചായ്‌വുകളുടെയോ മാത്രം പ്രതിഫലനമായി നമുക്ക് തള്ളിക്കളയാനാവില്ല. പരമോന്നതനീതിപീഠത്തിനുള്ളിലെ വർഗ്ഗസംഘർഷങ്ങൾ ആദ്യമായി മറനീക്കി പുറത്തുവന്നതാണ് ഈ പ്രതിസന്ധിയുടെ യഥാർത്ഥ കാരണം. തങ്ങളുടെ ഈ അസാധാരണ നടപടി ജനാധിപത്യം സംരക്ഷിക്കാൻ വേണ്ടിയുള്ളതാണെന്ന ജഡ്ജുമാരുടെ പ്രസ്താവന ഈ പശ്ചാത്തലത്തിലാണ് പ്രസക്തമാവുന്നത്. കാരണം, ഇവിടെ പ്രശ്നം ദൈനംദിന പ്രവർത്തനങ്ങളിലും വിധിന്യായങ്ങളിലും സുപ്രീം കോടതി ഇന്നത്തെ സാഹചര്യത്തിൽ ജനാധിപത്യം, സ്വാതന്ത്ര്യം, സമത്വം തുടങ്ങിയ ബൂർഷ്വമൂല്യങ്ങളോട്

എന്ത് സമീപനം സ്വീകരിക്കണം എന്നതാണ്. മുതലാളിത്തത്തിന്റെ വളർച്ച സൃഷ്ടിക്കുന്ന വിമോചനപരിസരം സാധ്യമാക്കുന്ന പുരോഗമനപരമായ ഭരണഘടനാവ്യാഖ്യാനങ്ങളുമായി മുന്നോട്ടുപോകണമോ, അതോ, ഇന്ത്യൻ ഭരണവർഗ്ഗ പ്രത്യയശാസ്ത്രം അനുശാസിക്കുന്ന യാഥാസ്ഥിതികവ്യാഖ്യാനങ്ങൾ തുടരണമോ? അടുത്തകാലത്തായി പുറത്തുവന്ന പുരോഗമനപക്ഷത്തു നിന്നുള്ള വിധികളിലെല്ലാം ചില ന്യായാധിപരെങ്കിലും അവരുടെ ഭിന്നാഭിപ്രായം രേഖപ്പെടുത്തുക വഴി വ്യക്തമാക്കുന്നത് സുപ്രീംകോടതിയിൽ തന്നെ യാഥാസ്ഥിതിക വ്യാഖ്യാനങ്ങളെ പിന്തുണക്കുന്ന ഒരു വിഭാഗം ഉണ്ട് എന്നതാണ്. പക്ഷെ ഇന്ന് ഈ വിഭാഗം താരതമ്യേന ദുർബലമാണ്; ഭൂരിപക്ഷം വ്യക്തമായും മുതലാളിത്തത്തിന്റെ വിമോചനസാധ്യതകൾ ഉപയോഗപ്പെടുത്തുന്ന പുരോഗമനവ്യാഖ്യാനത്തിന്റെ വക്താക്കൾക്കാണ്. ഈ ഭൂരിപക്ഷം നിലനിൽക്കുന്നത് പ്രതിസന്ധികളിൽ ഉലയുന്ന ഇന്ത്യൻ ഭരണവർഗ്ഗത്തിന്റെ ആഗ്രഹങ്ങൾക്കും പ്രത്യയശാസ്ത്രത്തിനും എതിരായാണ്. അതിനാൽ തന്നെ ഈ പുരോഗമനഭൂരിപക്ഷത്തിന് വലിയ ആയുസ്സുണ്ടാവും എന്ന് കരുതാനാവില്ല.

ഒന്നുകിൽ സമീപഭാവിയിൽ തന്നെ ഇപ്പോഴുള്ള ഭൂരിപക്ഷത്തിൽ നല്ല ഒരു ഭാഗം ഭരണവർഗ്ഗത്തിന് സ്വീകാര്യമായ യാഥാസ്ഥിതിക വ്യാഖ്യാനങ്ങളിലേക്ക് മാറും. വ്യക്തിപരമായി അവർ അതിന് തയ്യാറായില്ലെങ്കിൽ അവർ സ്ഥാനമൊഴിയുമ്പോൾ പകരം നിയമിക്കപ്പെടുന്നവർ തങ്ങൾക്ക് സ്വീകാര്യരാണ് എന്ന് ഭരണവർഗ്ഗം ഉറപ്പിക്കും. കോളേജിയത്തെ ചൊല്ലിയും ന്യായാധിപനിയമനത്തെ ചൊല്ലിയും നടന്നുവരുന്ന വിവാദങ്ങൾക്ക് ഈ ഒരു പശ്ചാത്തലം കൂടെ തീർച്ചയായും ഉണ്ട്. മുതലാളിത്തപ്രത്യയശാസ്ത്രം ഉയർത്തിപ്പിടിക്കുന്ന വ്യക്തിപരമായ സ്വാതന്ത്ര്യം, സ്വകാര്യത എന്നീ പരികല്പനകളെല്ലാം അവഗണിച്ചുകൊണ്ട് ഭരണവർഗ്ഗത്തിന്റെ ഓമന സർവേലൻസ് പദ്ധതിയായ ആധാറിന് സുപ്രീംകോടതി പച്ചക്കൊടി വീശിയത് ഈ സാഹചര്യത്തിൽ പ്രധാനമാണ്. ഇന്ത്യൻ ഭരണവർഗ്ഗത്തെ സംബന്ധിച്ചേടത്തോളം ശബരിമല അല്ല ആധാർ. ശബരിമലക്ക് ഒരു പ്രതീകാത്മകപ്രാധാന്യമാണ് ഉള്ളതെങ്കിൽ, ആധാർ ഒരു ജനതയുടെ സ്വാതന്ത്ര്യത്തെയും സ്വകാര്യതയെയും മുഴുവനായും കൈപ്പിടിയിൽ ഒതുക്കാനുള്ള ഭരണവർഗ്ഗത്തിന്റെ സ്വപ്നപദ്ധതിയാണ്. സാമൂഹിക ജീവിതത്തിന്റെ സകലവശങ്ങളും കർശനമായ നിരീക്ഷണങ്ങൾക്കും നിയന്ത്രണങ്ങൾക്കും വിധേയമാക്കാതെ പ്രതിസന്ധിയിൽ പെട്ടുലയുള്ള

മുതലാളിത്തത്തിന് നിലനിൽക്കാൻ ആവില്ല. അതിന് ഭരണകൂടത്തെ സഹായിക്കുന്ന പ്രധാന ഉപകരണമാണ് ആധാർ. സമഗ്രാധിപത്യം നിലനിൽക്കുന്ന പോലീസ് സ്റ്റേറ്റ് സൃഷ്ടിക്കാനുള്ള ഭരണവർഗ്ഗശ്രമത്തെ ഭരണഘടനാവ്യാഖ്യാനം കൊണ്ട് തടയിടാൻ സുപ്രീംകോടതി തുനിഞ്ഞില്ല; ഭരണഘടനയുടെ പുരോഗമനപരമായ വ്യാഖ്യാനം ആധാറിന് തടയിടാൻ ഉപയോഗിക്കപ്പെട്ടില്ല എന്നത് വരാനിരിക്കുന്ന കാര്യങ്ങളുടെ മുന്നറിയിപ്പാണ്. മുതലാളിത്തവളർച്ച ഒരു വിമോചനപരിസരം സൃഷ്ടിക്കുന്നുണ്ടെങ്കിലും അത് ഉപയോഗപ്പെടുത്തിക്കൊണ്ട് ഭരണവർഗ്ഗത്തിന്റെ താൽപ്പര്യങ്ങൾക്ക് വിപരീതമായ നിയമവ്യാഖ്യാനങ്ങളുമായി അധികകാലം മുന്നോട്ടുപോകാൻ കോടതികൾക്ക് ആവില്ല. ബൂർഷ്വസി ഒരുതരത്തിലല്ലെങ്കിൽ മറ്റൊരുതരത്തിൽ അതിന് തടയിടുക തന്നെ ചെയ്യും. ആധാർ വിധിയെ അതിന്റെ തുടക്കമായി കാണാം.

സമൂഹത്തിലെ വർഗ്ഗസംഘർഷങ്ങൾ സുപ്രീംകോടതിയിൽ പ്രതിഫലനങ്ങൾ സൃഷ്ടിക്കുന്നുണ്ട് എന്ന് നമ്മൾ കണ്ട് കഴിഞ്ഞു. എന്നാൽ ഇത് സംബന്ധിച്ച് നമ്മൾ മനസ്സിലാക്കേണ്ട പ്രധാനകാര്യം ഈ സംഘർഷം നടക്കുന്നത് പൂർണ്ണമായും ബൂർഷ്വ പ്രത്യയശാസ്ത്രത്തിന്റെ സീമകൾക്കുള്ളിൽ നിന്നുകൊണ്ടാണ് എന്നതാണ്. മുതലാളിത്തത്തിന്റെ വിമോചനസാധ്യതകൾ ഭരണഘടനാവ്യാഖ്യാനങ്ങളിൽ പ്രതിഫലിക്കണമോ, അല്ല, അവയെ തള്ളിക്കൊണ്ട് ഭരണവർഗ്ഗത്തിന്റെ ഇംഗിതമനുസരിച്ച് യാഥാസ്ഥിതിക വ്യാഖ്യാനങ്ങളുമായി തുടർന്ന് പോകണമോ - ഇത് മാത്രമാണ് ഈ വർഗ്ഗസംഘർഷത്തിന്റെ ഉള്ളടക്കം. അതുകൊണ്ടുതന്നെ ഇത് ബൂർഷ്വ വർഗ്ഗത്തിലെ പുരോഗമനവിഭാഗവും യാഥാസ്ഥിതിക വിഭാഗവും തമ്മിലുള്ള സംഘർഷം മാത്രമാണ്. ഈ സംഘർഷത്തിൽ ഉൽപ്പാദനപ്രക്രിയയുമായി നേരിട്ട് ബന്ധമില്ലാത്ത ബൂർഷ്വ ബുദ്ധിജീവികൾ പുരോഗമനചായ്‌വ് കാണിക്കുകയും, എന്നാൽ മുതലാളിത്തവ്യവസ്ഥ നേരിടുന്ന വലിയ പ്രതിസന്ധി ദൈനംദിനം കണ്ടുകൊണ്ടിരിക്കുന്ന, ഉൽപ്പാദനവുമായി നേരിട്ട് ബന്ധമുള്ള യഥാർത്ഥ ഭരണവർഗ്ഗവും അവരുടെ രാഷ്ട്രീയരൂപമായ ബൂർഷ്വപാർട്ടികളും യാഥാസ്ഥിതികപക്ഷത്ത് നിൽക്കുകയും ആണ് ചെയ്യുന്നത്. അതുകൊണ്ടു തന്നെ ഈ വർഗ്ഗസംഘർഷത്തിൽ കോടതികളിലെ പുരോഗമനവിഭാഗത്തെ ശക്തിപ്പെടുത്തിക്കൊണ്ട് മുതലാളിത്തം ഉൽപ്പാദിപ്പിക്കുന്ന സാമൂഹികപ്രശ്നങ്ങൾ നിയമനിർമ്മാണത്തിലൂടെ പരിഹരിക്കാം എന്ന് വ്യാമോഹിക്കുന്നത് വിഡ്ഢിത്തമാണ്. ഈ സംഘർഷത്തിൽ തൊഴിലാളിവർഗ്ഗം പുരോഗമനവിഭാഗത്തിന്റെ കരങ്ങൾക്ക് ശക്തിപകരണം എന്ന കാര്യത്തിൽ

തർക്കമില്ല; മുതലാളിത്ത വ്യവസ്ഥക്കുള്ളിൽ ഏറ്റവും പുരോഗമനപരമായ നിയമവ്യാഖ്യാനങ്ങൾ ഉണ്ടായാൽ അത് തൊഴിലാളിവർഗ്ഗത്തിന് ഗുണകരമാണെന്ന് പ്രത്യേകം പറയേണ്ടതില്ല. അതിനാൽ തന്നെ ഇതിന് തടയിടാൻ ശ്രമിക്കുന്ന യാഥാസ്ഥിതിക ഭരണവർഗ്ഗത്തിന്റെ നീക്കങ്ങളെ എതിർക്കുക തന്നെ വേണം; കോടതികളിലെ പുരോഗമന വിഭാഗത്തിന് ശക്തി പകരുകയും വേണം. എന്നാൽ, കോടതികൾക്കും അതിനുള്ളിലെ പുരോഗമനവിഭാഗത്തിനും ബൂർഷ്വ വ്യവസ്ഥക്കുള്ളിൽ നിന്നുകൊണ്ട് മാത്രമേ പുരോഗമനപരമാവാൻ കഴിയൂ എന്ന് നാം മനസ്സിലാക്കണം.

ഭരണഘടന എത്ര പുരോഗമനപരമായി വ്യാഖ്യാനിച്ചാലും അതുപയോഗിച്ച സ്വകാര്യസ്വത്തോ മിച്ചമൂല്യമോ "നിയമവിരുദ്ധ"മായി പ്രഖ്യാപിക്കാൻ ആവില്ല, കാരണം ഭരണഘടന നിലനിൽക്കുന്നത് തന്നെ മുതലാളിത്തപ്രത്യയശാസ്ത്രമുൻവിധികളുടെ അടിസ്ഥാനത്തിൽ ആണ്. മുതലാളിത്തവ്യവസ്ഥയുടെ അടിസ്ഥാനശിലകളെ ചോദ്യം ചെയ്യാൻ അതേ വ്യവസ്ഥയുടെ പ്രത്യയശാസ്ത്രസീമകൾക്കുള്ളിൽ നിന്നുകൊണ്ട് നിർമ്മിതമായ ഭരണഘടനയോ നിയമവ്യവസ്ഥയോ അവയുടെ വ്യാഖ്യാനങ്ങളോ കൊണ്ട് സാധിക്കില്ല. ഇത്രയും പറയേണ്ടി വരുന്നത് ഭരണഘടന അതിന്റെ യഥാർത്ഥ സ്പിരിറ്റിൽ നടപ്പിലാക്കിയാൽ എല്ലാ പ്രശ്നങ്ങളും തീരും എന്ന പരിഹാസ്യമായ അഭിപ്രായം ഇടതുപക്ഷത്തു പോലും ഒരു വലിയ വിഭാഗം വെച്ച് പുലർത്തുന്നത് കൊണ്ടാണ്. മുതലാളിത്തവ്യവസ്ഥയുടെ അടിസ്ഥാനം ചോദ്യം ചെയ്യുന്ന വ്യാഖ്യാനങ്ങൾക്കായി ഭരണഘടന തപ്പേണ്ടതില്ല, അത് തികച്ചും ഒരു ബൂർഷ്വ പ്രമാണം ആണ്. ഈ വ്യവസ്ഥക്കുള്ളിൽ നിന്ന് കൊണ്ട് പുരോഗമനപരമായ മാറ്റങ്ങൾക്ക് ഭരണഘടനയെ ആയുധമാക്കാൻ സാധിക്കും, അതിന് ശ്രമിക്കുന്ന ശക്തികൾക്ക് തൊഴിലാളിവർഗ്ഗം ശക്തമായ പിന്തുണ കൊടുക്കുകയും വേണം. എന്നാൽ, ഭരണഘടയുടെ പുരോഗമനപരത ബൂർഷ്വ വ്യവസ്ഥിതിയുടെ ചുമരുകൾക്കുള്ളിൽ ഒതുങ്ങുന്നതാണ്, ആ വ്യവസ്ഥയെ അതിലംഘിക്കാൻ ശ്രമിക്കുന്ന തൊഴിലാളിവർഗ്ഗം ഇത് മനസ്സിലാക്കേണ്ടത് വളരെ പ്രധാനമാണ്. തൊഴിൽ തർക്കങ്ങളിലും, തൊഴിലാളികളുടെ വളരെ പരിമിതമായ അവകാശങ്ങൾ പോലും കവർന്നെടുക്കാൻ ഉദ്ദേശിച്ച് തൊഴിൽ നിയമങ്ങളിൽ ഉണ്ടാക്കുന്ന മാറ്റങ്ങളിലും, നീതിന്യായവ്യവസ്ഥ എടുക്കുന്ന നിലപാടുകൾ ഈ കാര്യം വ്യക്തമാക്കുന്നുണ്ട്. ഇത്തരം കാര്യങ്ങളിൽ ഒന്നും തന്നെ ഭരണഘടനാവ്യാഖ്യാനങ്ങൾ സംബന്ധിച്ച സങ്കീർണ്ണതകൾ കോടതികളെ

അലട്ടാറില്ല; തൊഴിലാളി വർഗ്ഗത്തിൽ നിന്നും മിച്ചമൂല്യം ചൂഷണം ചെയ്യുക എന്നത് ബൂർഷ്വ വർഗ്ഗത്തിന്റെ അവകാശമാണെന്നും അതിന് ഉതകുന്ന എന്ത് നിയമനിർമ്മാണവും ഭരണഘടനക്ക് നിരക്കുന്നതാണ് എന്നുമാണ് അപ്പോൾ ഉണ്ടാവുന്ന ഒരേ ഒരു വ്യാഖ്യാനം.

ഇന്ത്യൻ സ്വാതന്ത്ര്യസമരം ജനാധിപത്യവിപ്ലവത്തിന്റെ മൗലികമായ പൂർത്തീകരണം സാധ്യമാക്കാതിരുന്നത് എങ്ങനെയാണെന്നും എന്തുകൊണ്ടാണെന്നും നമ്മൾ കണ്ടു കഴിഞ്ഞു. അനുരഞ്ജനങ്ങളുടെ ഫലമായി ബൂർഷ്വ സീമകൾക്കുള്ളിലുള്ള വിമോചനപരിപാടികൾക്കു പോലും അർത്ഥവത്തായി നാന്ദി കുറിക്കാൻ ഇന്ത്യൻ ഭരണവർഗ്ഗത്തിനായില്ല. ഭരണകൂടത്തിന്റെ കർശനനിയന്ത്രണത്തിൽ പ്രവർത്തിച്ച ആദ്യകാല ഇന്ത്യൻ മുതലാളിത്തത്തിനും ഇതിനായില്ല. എന്നാൽ ഭരണകൂടനിയന്ത്രണങ്ങളിൽ നിന്നും വിമുക്തി നേടിയ ഇന്ത്യൻ നവലിബറൽ മുതലാളിത്തം ഉൽപ്പാദനബന്ധങ്ങളിൽ വിമോചനപരമായ മാറ്റങ്ങൾ ഉണ്ടാക്കിത്തുടങ്ങി. ഈ മാറ്റങ്ങൾ സ്ത്രീവിമോചനത്തെയും ജാതിവിമോചനത്തെയും മുഖ്യധാരയിൽ എത്തിച്ചു. മുതലാളിത്തത്തിന്റെ തന്നെ വിമോചനപ്രത്യയശാസ്ത്രം ഉപയോഗിച്ചുകൊണ്ട് നീതിന്യായവ്യവസ്ഥ ഈ വിമോചനപോരാട്ടങ്ങൾക്ക് കരുത്തു പകർന്നു. എന്നാൽ ആന്തരിക വൈരുദ്ധ്യങ്ങളാൽ ദിനംപ്രതി ശിഥിലീകരിക്കപ്പെട്ടുകൊണ്ടിരിക്കുന്ന മുതലാളിത്തത്തെ നിലനിർത്താനുള്ള തത്രപ്പാടിൽ ഇന്ത്യൻ ഭരണവർഗ്ഗം ഈ വിമോചനപ്രത്യയശാസ്ത്രം പണ്ടേ കൈയ്യൊഴിഞ്ഞു കഴിഞ്ഞു. സ്ത്രീകളിൽ നിന്നും ദളിതന്മാരിൽ നിന്നും കൂടി മിച്ചമൂല്യം പിഴിഞ്ഞെടുക്കാനുള്ള സാഹചര്യങ്ങൾ സൃഷ്ടിക്കുക എന്നത് മാത്രമാണ് ഭരണവർഗ്ഗത്തിന്റെ ഇന്നത്തെ "വിമോചന"കാഴ്ചപ്പാട്. ഇതിനപ്പുറമുള്ള ഏതു വിമോചനവും ഈ വ്യവസ്ഥയുടെ തന്നെ കടക്കൽ കത്തിവെക്കലാണ് എന്ന തിരിച്ചറിവിൽ അവയെ ഭരണവർഗ്ഗം നഖശിഖാന്തം എതിർക്കുന്നു. കോടതിവിധിയുടെ നടത്തിപ്പിനെതിരെ ഭരണവർഗ്ഗത്തിന്റെ സർവ്വപിണിയാളന്മാരും, ബൂർഷ്വരാഷ്ട്രീയകക്ഷികളും മാധ്യമങ്ങളും ജാതി മത സംഘടനകളും സിനിമാനടന്മാരും നടികളും "സാംസ്കാരിക" പ്രവർത്തകരും മുതലാളിമാരും പെറ്റി ബൂർഷ്വസിയും സമൂഹത്തിലെ സകല "lumpen" വിഭാഗങ്ങളും, ഒരുമിച്ച് അണിചേർന്നതിന്റെ യഥാർത്ഥ വർഗ്ഗപരമായ കാരണം ഇതാണ്. തൊഴിലാളിവർഗ്ഗവും അതിനൊപ്പം ചേർന്ന് നിൽക്കുന്ന അദ്ധ്വാനിക്കുന്ന ജനങ്ങളും മാത്രമാണ് സ്ത്രീകളുടെ ഉപാധികളില്ലാത്ത, പൂർണ്ണമായ, വിമോചനത്തിന് വേണ്ടി നിലകൊള്ളുന്നത്. ഈ ഒരു വർഗ്ഗവിഭജനമാണ് കഴിഞ്ഞ

മാസങ്ങളിൽ കേരളത്തിലെ തെരുവുകളിൽ നാം കണ്ടത്. ശബരിമല വിഷയത്തിന്റെ ഈ ഒരു വർഗ്ഗപരമായ പശ്ചാത്തലത്തിന്റെ വെളിച്ചത്തിൽ ആവണം നാം ഇടതുപക്ഷം ഈ വിഷയത്തിൽ ഉന്നയിച്ച നാല് പ്രധാന വാദമുഖങ്ങളെ വിശകലനവിധേയമാക്കാൻ.

കേരളീയ നവോത്ഥാനത്തിന്റെ വർഗ്ഗ ഉള്ളടക്കം

ഈ ലേഖനത്തിന്റെ ആദ്യ ഭാഗത്തു സൂചിപ്പിച്ചതു പോലെ, ഇടതുപക്ഷ വിശകലനങ്ങളിൽ ആദ്യത്തേത് ശബരിമലയിൽ തങ്ങൾ ശ്രമിക്കുന്നത് കേരളീയനവോത്ഥാനമൂല്യങ്ങളെ സംരക്ഷിക്കാനാണ് എന്ന വാദമാണ്. വനിതാമതിലിന്റെ പ്രധാന മുദ്രാവാക്യം തന്നെ "നവോത്ഥാന മൂല്യങ്ങൾ സംരക്ഷിക്കാൻ" എന്നായിരുന്നു. ഇടതുപക്ഷ സാംസ്കാരിക-വനിതാ-ട്രേഡ് യൂണിയൻ സംഘടനകൾ നാടൊട്ടുക്കും നവോത്ഥാന സദസ്സുകൾ സംഘടിപ്പിക്കുകയുണ്ടായി. ഇടതുപക്ഷ "സാംസ്കാരികനായകർ" നവോത്ഥാനത്തെക്കുറിച്ച് വാതോരാതെ വാചാലരായി. എന്നാൽ നവോത്ഥാനത്തെ സംബന്ധിക്കുന്ന ഏറ്റവും നിർണ്ണായകമായ ചോദ്യങ്ങൾ ഈ വേദികളിലൊന്നും ഉന്നയിക്കപ്പെടുക പോലും ഉണ്ടായില്ല. വർഗ്ഗപരമായ സമീപനം മുഴുവനായും കയ്യൊഴിഞ്ഞ്, പൂർണ്ണമായും വ്യവസ്ഥിതിയുടെ ഭാഗമായി മാറിക്കഴിഞ്ഞ ഇടതുപക്ഷത്തെ സംബന്ധിച്ചിടത്തോളം ഈ ചോദ്യങ്ങൾ അപ്രസക്തങ്ങളാണ്.

എന്നാൽ തൊഴിലാളിവർഗ്ഗത്തെ സംബന്ധിച്ചിടത്തോളം ഈ ചോദ്യങ്ങൾ മർമ്മപ്രധാനമാണ്. ഒന്ന്, കേരളീയനവോത്ഥാനമുന്നേറ്റങ്ങളുടെ വർഗ്ഗപരമായ ഉള്ളടക്കം എന്തായിരുന്നു? രണ്ട്, ഏതൊക്കെ വർഗ്ഗങ്ങളാണ് ഈ നവോത്ഥാന പോരാട്ടങ്ങളെ അന്ന് പിന്തുണച്ചിരുന്നത്?, ഏതൊക്കെ വർഗ്ഗങ്ങളാണ് അവക്ക് എതിരെ നിലയുറപ്പിച്ചത്?, എന്തുകൊണ്ട്? മൂന്ന്, ജനാധിപത്യവിപ്ലവത്തിന്റെ കാലഘട്ടത്തിൽ ഈ നവോത്ഥാനമുന്നേറ്റങ്ങൾ പുരോഗമനപരമായിരുന്നു എന്നതിൽ സംശയമില്ല, മുതലാളിത്തത്തിന്റെ ജീർണ്ണത അനുദിനം വെളിവാക്കപ്പെട്ടുകൊണ്ടിരിക്കുന്ന ഇന്നത്തെ സാഹചര്യത്തിൽ "നവോത്ഥാനമൂല്യങ്ങൾ" അവയുടെ പുരോഗമനപരത നിലനിർത്തുന്നുണ്ടോ? നാല്, കേരളത്തിലെ നവോത്ഥാനമുന്നേറ്റങ്ങളെ പിന്തുണച്ചിരുന്ന എല്ലാ വർഗ്ഗങ്ങളും ഇന്ന് നവോത്ഥാന"സംരക്ഷണ"ത്തെയും പിന്താങ്ങുന്നുണ്ടോ?, ഏതൊക്കെ വർഗ്ഗങ്ങളാണ് മറുകണ്ടം ചാടി ഇന്നതിനെ എതിർക്കുന്നത്? എന്തുകൊണ്ട്? ഒരു മാർക്സിസ്റ്റിനെ സംബന്ധിച്ചിടത്തോളം

ഇവ ഏറ്റവും പ്രാഥമികമായ ചോദ്യങ്ങളാണ്, ഇവക്കുത്തരം കണ്ടെ ത്താൻ ശ്രമിക്കുക പോയിട്ട് ഇവ ഉന്നയിക്കാൻ പോലും ഇടതുപക്ഷം തയ്യാറായിട്ടില്ല എന്നത് ഒരു ദുഖകരമായ വിരോധാഭാസമാണ്.

ഇന്ത്യൻ സ്വാതന്ത്ര്യസമരത്തിന്റെ വർഗ്ഗസ്വഭാവം യാഥാസ്ഥിതിക ബൂർഷ്വസിയുടേതായിരുന്നു എന്ന് നാം കണ്ട് കഴിഞ്ഞു. മതങ്ങളുടേയോ വിശ്വാസപ്രമാണങ്ങളുടെയോ അസ്തിത്വം ഇന്ത്യൻ ജനാധിപത്യവിപ്ലവം ചോദ്യം ചെയ്തില്ല, മറിച്ച് അവയുടെ പേരിൽ നടന്നുവന്ന ഹീനമായ അനാചാരങ്ങളെയും അന്ധവിശ്വാസങ്ങളെയും, ജാതിവ്യവസ്ഥിതിയുടെ ഏറ്റവും പ്രത്യക്ഷമായ വശങ്ങളെയും മാത്രമാണ് അത് എതിർത്തത്. മതങ്ങളോടും ജീർണ്ണിച്ച വിശ്വാസപ്രമാണങ്ങളോടും ജാതിവ്യവസ്ഥയോ ടും സന്ധിയില്ലാസമരം പ്രഖ്യാപിച്ച് ജനാധിപത്യവിപ്ലവം മൗലികമായി പൂർത്തീകരിക്കാൻ ഇന്ത്യൻ ഭരണവർഗ്ഗം ഒരിക്കലും തയ്യാറായിരുന്നില്ല; കാരണം അത് തൊഴിലാളിവർഗ്ഗത്തെ എത്രത്തോളം സഹായിക്കും എന്ന് അവർക്ക് നല്ല ബോധ്യം ഉണ്ടായിരുന്നു. അതിനാൽ തന്നെ, മുതലാളിത്തത്തിന്റെ വളർച്ചക്ക് വിലങ്ങുതടി ആയിനിൽക്കുന്ന ചുരുക്കം ചില സമ്പ്രദായങ്ങളും ആചാരങ്ങളും മാത്രമാണ് ആക്രമിക്കപ്പെട്ടത്. ഇന്ത്യൻ ഭരണവർഗ്ഗത്തിന്റെ ലക്ഷ്യം മതങ്ങളുടെയും ജാതിവ്യവസ്ഥയു ടെയും പരിഷ്കരണം മാത്രമായിരുന്നു, ഉന്മൂലനമായിരുന്നില്ല.

കേരളീയനവോത്ഥാനത്തിന്റെയും കഥ മറ്റൊന്നായിരുന്നില്ല. "അന്ധ"വിശ്വാസങ്ങളും "അനാ"ചാരങ്ങളും തുടച്ചു നീക്കാനാണ് കേര ളീയനവോത്ഥാനം പ്രാഥമികമായും ശ്രമിച്ചത്, അല്ലാതെ വിശ്വാസ ങ്ങളും ആചാരങ്ങളും അവസാനിപ്പിക്കാനല്ല. എല്ലാ വിശ്വാസങ്ങളും അന്ധമാണെന്നും എല്ലാ ആചാരങ്ങളും അനാചാരങ്ങളാണെന്നും നവോത്ഥാനം പ്രഖ്യാപിച്ചില്ല; മറിച്ച്, "നല്ല" ആചാരങ്ങളെയും "നല്ല" വിശ്വാസങ്ങളെയും "നല്ല" ആധ്യാത്മികതയെയും "നല്ല" ആത്മീയ തയെയും "എല്ലാ മതങ്ങളിലെയും നന്മ"യെയും അത് പരിപാലിച്ചു. മതങ്ങളെയും വിശ്വാസങ്ങളെയും ആചാരങ്ങളെയും മൗലികമായ ജനാതിപത്യ വിപ്ലവങ്ങൾ ചെയ്ത പോലെ നവോത്ഥാനം വ്യക്തിപര മായ ഇടങ്ങളിലേക്ക് പരിമിതപ്പെടുത്തി നിർവീര്യമാക്കാൻ ശ്രമിച്ചല്ല, അവയെ പൊതു ഇടങ്ങളിൽ കെട്ടുകാഴ്ചയായി തന്നെ നിലനിർത്തി. ഈ കെട്ടുകാഴ്ചയിൽ പങ്കാളികളാവാനുള്ള എല്ലാ വിഭാഗം മനുഷ്യരുടെയും അവകാശം മാത്രം അത് ഊന്നിപ്പറഞ്ഞു. ഇതൊക്കെ നമ്മോട് പറയു ന്നത് നവോത്ഥാനത്തിന്റെ ലക്ഷ്യവും പരിഷ്കരണം മാത്രമായിരുന്നു എന്നാണ്. ഇത് നവോത്ഥാനം നയിച്ച വ്യക്തിത്വങ്ങളുടെ പരാജയം

ആയിരുന്നില്ല, കാരണം സാമൂഹിക മുന്നേറ്റങ്ങൾ അവ നയിക്കുന്ന ആളുകളുടെ ചിന്തയുടെ ഫലമായി ഉണ്ടാവുന്നതല്ല, അവ ഭൗതിക സാഹചര്യങ്ങളുടെ സൃഷ്ടി ആണ്. ഈ മാർക്സിസ്റ്റ് ഉൾക്കാഴ്ച കേരളചരിത്രത്തെ കുറിച്ചുയുള്ള തങ്ങളുടെ പുസ്തകത്തിൽ നവോത്ഥാനമുന്നേറ്റങ്ങളെ കുറിച്ച് പറയുമ്പോൾ രാജൻ ഗുരുക്കളും രാഘവ വാര്യരും വ്യക്തമാക്കുന്നുണ്ട്:

"Generally, the causality of socio-religious movements is discussed at the instance of new ideas. Actually, it is not the spread of new ideas that trigger fundamental social movements. Movements for changing the juridical, political and religious practices spring up under economic pressure. Agricultural expansion, growth of garden-land economy, arrival of European trading companies, rise of markets, urban development, increased monetisation, transmutation of agrarian dues in cash, and emergence of a class of moneyed intermediaries were the prime forces behind the movements."

ഒറ്റവാക്കിൽ പറഞ്ഞാൽ, മുതലാളിത്തവളർച്ചയുടെ ആദ്യപടികളാണ് കേരളീയനവോത്ഥാനമുന്നേറ്റങ്ങൾക്ക് വേണ്ട ഭൗതികസാഹചര്യങ്ങൾ ഒരുക്കിയത്. ഇന്ത്യയൊട്ടുക്കും ജാതീയവും ലിംഗപരവും ആയ വിവേചനങ്ങളും അകറ്റിനിർത്തലുകളും പ്രത്യക്ഷമായെങ്കിലും അവസാനിപ്പിക്കാൻ മുതലാളിത്തം നിർബന്ധിതമാവുന്നത് ഫാക്ടറികളുടെ വരവോടു കൂടെ ആണ്. താൻ ദളിതന്റെ കൂടെയോ ആർത്തവകാലത്ത് സ്ത്രീയുടെ കൂടെയോ പ്രൊഡക്ഷൻ ലൈനിൽ നിന്ന് ജോലി ചെയ്യില്ല എന്ന് സവർണ്ണൻ പറയാനുള്ള സാഹചര്യം നിലനിന്നാൽ മുതലാളിത്തത്തിന് പ്രവർത്തിക്കാനാവില്ല. ദളിതർ തൊഴിലെടുക്കുന്ന ഫാക്ടറികളിൽ നിന്നും വരുന്ന ഉൽപ്പന്നങ്ങൾ സവർണ്ണർ തൊടാതിരിക്കുന്ന സാഹചര്യം മുതലാളിത്തത്തെ വളരാൻ അനുവദിക്കില്ല. അതുകൊണ്ട്, മുതലാളിത്ത ഉൽപ്പാദന-ഉപഭോഗ പ്രക്രിയയുടെ സുഗമമായ നടത്തിപ്പിന് വിലങ്ങുതടിയാവുന്ന എല്ലാ വിവേചനങ്ങളേയും എതിർത്ത് തോൽപ്പിക്കാൻ ബൂർഷ്വസി എന്നും തല്പരനാണ്. കേരളത്തിലും ഇത് തന്നെയാണ് നടന്നത്, നവോത്ഥാനത്തിന് ഊർജ്ജം പകരുന്നതും മുതലാളിത്തത്തിന്റെ ആദ്യകാല ചിഹ്നങ്ങളായ ഫാക്ടറിയുടെ വളർച്ചയാണ്. ഗുരുക്കളും വാര്യരും സൂചിപ്പിക്കുന്നത് പോലെ:

"In the mid 1860s they [German missionaries] established

textile factories at Kozhikode and Kannur. In 1873, they started a tile factory at Kozhikode. This marked the beginning of factory system, the symbol of emerging new mode of production, in Kerala. During this period, the economy necessitated the liberation of the workforce from the clutches of the social system. There were several institutional fetters that tied the worker and the most inescapable of all was that of caste. The worker had no right over his/her body, and was subjected to atrocious forms of bondage for the perpetuation of the landlords' proprietary control over the workforce de facto, such as untouchability and inapproachability. Religious beliefs, rites and rituals reinforced this wretchedness. In short, the socio-cultural conditions badly demanded movements capable of challenging the heinous customs, institutions and practices."

മുതലാളിത്തവളർച്ചയുടെ പ്രാരംഭഘട്ടം ഒരുക്കിയ ഭൗതികസാഹചര്യത്തിന്റെ പശ്ചാത്തലത്തിലാണ് കേരളീയനവോത്ഥാനം ശക്തിയാർജ്ജിക്കുന്നത്. എന്നാൽ മുൻപ് പറഞ്ഞത് പോലെ, ഈ നവോത്ഥാനശ്രമങ്ങൾ മതങ്ങളെയോ വിശ്വാസപ്രമാണങ്ങളെയോ നേരിട്ട് ഒരിക്കലും ആക്രമിച്ചില്ല. മുതലാളിത്തവളർച്ചക്ക് വിലങ്ങുതടിയാവുന്ന ഏറ്റവും ഹീനമായ ചില ആചാരാനുഷ്ഠാനങ്ങളെയും ജാതിവിവേചനത്തിന്റെ പ്രത്യക്ഷരൂപങ്ങളെയും മാത്രമാണ് കേരളീയനവോത്ഥാനം ആക്രമിച്ചത്. പറഞ്ഞുവരുന്നത്, ഇന്ത്യൻ മുതലാളിത്തത്തിന്റെ പ്രാരംഭഘട്ടത്തിൽ കേരളത്തിൽ നടന്ന നവോത്ഥാനമുന്നേറ്റങ്ങൾ പുരോഗമനപരം ആയിരുന്നില്ല എന്നല്ല. അവ തീർച്ചയായും പുരോഗമനപരമായിരുന്നു, കേരളീയ സമൂഹത്തെ മുന്നോട്ട് നയിക്കുന്നതിൽ ഈ പോരാട്ടങ്ങൾ വഹിച്ച പങ്കും വളരെ വലുതാണ്. എന്നാൽ ഈ മുന്നേറ്റങ്ങളെ വർഗ്ഗപരമായി വിശകലനം ചെയ്യുമ്പോൾ നമുക്ക് കാണാൻ കഴിയുന്നത് അവ യാഥാസ്ഥിതിക ബൂർഷ്വ സ്വഭാവം കാണിക്കുന്നു എന്നതാണ്. ഇന്ത്യൻ സ്വാതന്ത്ര്യ സമരം പോലെ തന്നെ, മുതലാളിത്ത പ്രത്യയശാസ്ത്രത്തിന്റെ വിമോചനസാധ്യതകൾ പൂർണ്ണമായും നവോത്ഥാനം ഒരിക്കലും ഉപയോഗപ്പെടുത്തിയില്ല. മതത്തിന്റെയും വിശ്വാസത്തിന്റെയും അടിസ്ഥാനപ്രമാണങ്ങളെ കേരളീയനവോത്ഥാനം ചോദ്യം ചെയ്തില്ല എന്ന്

മാത്രമല്ല, അവയെ കൂടുതൽ ശക്തമാക്കുകയാണ് ചെയ്യത്.

നവോത്ഥാനത്തിന്റെ പ്രധാനലക്ഷ്യങ്ങളിൽ ഒന്ന് മതങ്ങളെയും വിശ്വാസങ്ങളെയും "അനാ"ചാരങ്ങളിൽ നിന്നും "അന്ധ"വിശ്വാസങ്ങളിൽ നിന്നും ജാതി ഉച്ചനീചത്വത്തിൽ നിന്നും മുക്തമാക്കി അവയുടെ "ആത്മീയവിശുദ്ധി" തിരിച്ചുപിടിക്കുക എന്നതായിരുന്നു. കേരളീയനവോത്ഥാനപോരാട്ടം നയിച്ച പ്രധാന വ്യക്തിത്വങ്ങളുടെ ആത്മീയപശ്ചാത്തലം തന്നെ ഇത് വെളിവാക്കുന്നുണ്ട്. അയ്യാ വൈകുണ്ഠസ്വാമി, തൈക്കാട്ട് അയ്യ സ്വാമി, ചട്ടമ്പി സ്വാമി, ശ്രീ നാരായണ ഗുരു തുടങ്ങിയ പ്രധാന നവോത്ഥാന പോരാളികളിലെല്ലാം ആദ്ധ്യാത്മിക ചായ്‌വ് വളരെ പ്രകടമാണ്. ഇവരാരും തന്നെ ആത്മീയതയുടെ ചട്ടക്കൂടിനുള്ളിൽ ഒതുങ്ങി കൂടിയവരായിരുന്നില്ല, ജനങ്ങളുടെ ഭൗതികമായ പ്രശ്നങ്ങളിൽ നിരന്തരം ഇടപെട്ടവരായിരുന്നു. എന്നാൽ, മതങ്ങളുടെയും വിശ്വാസങ്ങളുടെയും കാര്യത്തിൽ ഇവരുടെ പോരാട്ടങ്ങളുടെ ലക്ഷ്യം "പരിഷ്കരണം" മാത്രമായിരുന്നു. മതങ്ങളുടെയോ ദൈവങ്ങളുടെയോ അസ്തിത്വം ചോദ്യം ചെയ്യപ്പെട്ടില്ല എന്ന് മാത്രമല്ല, മതങ്ങളെ രാഷ്ട്രീയത്തിൽ നിന്നും വേർപെടുത്തി സ്വകാര്യാകാര്യമായി മാത്രം കാണുക എന്ന മൗലികമായ ബൂർഷ്വ പരിപ്രേക്ഷ്യം ഉന്നയിക്കപ്പെട്ടത് പോലും ഇല്ല. പകരം, സാമൂഹിക പ്രശ്നങ്ങളിൽ അർത്ഥവത്തായ ഇടപെടലുകൾ നടത്തിയപ്പോഴും ഇവർ നിലനിർത്തിപ്പോന്ന ശക്തമായ ആത്മീയപ്രതിച്ഛായ സാമൂഹിക-രാഷ്ട്രീയ മണ്ഡലവും മതങ്ങളും തമ്മിലുള്ള ബന്ധം ദൃഢപ്പെടുത്തുകയാണ് ചെയ്തത്. ഇതിന്റെ കാരണം പ്രാഥമികമായും ഈ പോരാട്ടങ്ങൾ നയിച്ചവരുടെ വ്യക്തിത്വസവിശേഷതകളിൽ അല്ല തിരയേണ്ടത്. ഇന്ത്യയിൽ ആകമാനം ഉണ്ടായത് പോലെ ഇന്ത്യൻ ബൂർഷ്വസി പരിഷ്കാരപരമായ യാഥാസ്ഥിതിക ജനാതിപത്യ വിപ്ലവത്തിൽ മാത്രം ഒതുങ്ങിയതാണ് ഇതിന്റെ യഥാർത്ഥ കാരണം.

നവോത്ഥാനം ഉയർത്തിയ ചില പ്രധാനമുദ്രാവാക്യങ്ങൾ അതിന്റെ യാഥാസ്ഥിതികബൂർഷ്വ സ്വഭാവം അനാവരണം ചെയ്യുന്നുണ്ട്. "ഒരു ജാതി, ഒരു മതം, ഒരു ദൈവം, ഒരു ഭാഷ, ഒരു ലോകം മനുഷ്യന്" എന്ന മുദ്രാവാക്യം ആദ്യമായി ഉയർത്തുന്നത് വൈകുണ്ഠസ്വാമിയാണ്. ജനങ്ങളെ വിഘടിപ്പിക്കുകയും പുരോഗതിക്ക് വിലങ്ങുതടിയാവുകയും ചെയ്യുന്ന ശക്തികളെ ശക്തമായി എതിർക്കുമ്പോഴും, മതങ്ങളുടെയോ ദൈവത്തിന്റെയോ അസ്തിത്വം ഈ മുദ്രാവാക്യം ചോദ്യം ചെയ്യുന്നില്ല എന്നതാണ് ശ്രദ്ധേയം. ഈ മുദ്രാവാക്യത്തെ "ഒരു ജാതി, ഒരു മതം, ഒരു ദൈവം" എന്നാക്കി ചുരുക്കിയാണ് തൈക്കാട്ട് അയ്യാസ്വാമി

ഉപയോഗിച്ചത്. അപ്പോഴും "ഒരു" മതവും "ഒരു" ദൈവവും നിലനിന്നു. തൈക്കാട്ട് സ്വാമിയുടെ ശിഷ്യരായ ചട്ടമ്പിസ്വാമികളും ശ്രീനാരായണ ഗുരുവും ഇതേ വഴി തന്നെയാണ് പിന്തുടർന്നത്. തൈക്കാട് സ്വാമിയുടെ മുദ്രാവാക്യം തന്നെയാണ് ശ്രീനാരായണഗുരുവും ഉപയോഗപ്പെടുത്തി യത്. "ഒരു ജാതി, ഒരു മതം, ഒരു ദൈവം മനുഷ്യന്" എന്ന മുദ്രാവാക്യ ത്തിന് പ്രചുരപ്രചാരം നൽകുന്നതിൽ അദ്ദേഹം വിജയിച്ചു. മതങ്ങളെയും ദൈവങ്ങളെയും പൊതുമണ്ഡലത്തിൽ നിന്നും നിഷ്കാസിതമാക്കുന്ന, അവയ്ക്ക് കുടിവന്നാൽ വ്യക്തിപരമായ പ്രാധാന്യം മാത്രം അനുവദി ച്ചുകൊടുക്കുന്ന റാഡിക്കൽബൂർഷ്വ കാര്യപരിപാടിയുമായി തുലനം ചെയ്യുമ്പോൾ ഈ മുദ്രാവാക്യത്തിന്റെ യാഥാസ്ഥിതിക ഉള്ളടക്കം വ്യക്തമാണ്. വ്യവസ്ഥാപിത മതങ്ങളുമായോ ആത്മീയതയുമായോ ആധ്യാത്മികതയുമായോ ഉള്ള സമരം കേരളീയനവോത്ഥാനത്തിന്റെ ഈ പ്രബലധാരക്ക് തികച്ചും അന്യമാണ്. ഗാന്ധിയുടെ ആത്മീയപരി വേഷവും അദ്ദേഹത്തിനുണ്ടായിരുന്ന സ്വീകാര്യതയും കേരളീയനവോ ത്ഥാനപോരാട്ടങ്ങളുടെ ചില പ്രധാന ഏടുകളിൽ ഗാന്ധി വഹിച്ച നിർ ണ്ണായകമായ പങ്കും ഈ ആത്മീയധാരയെ ശക്തിപ്പെടുത്തുകയാണ് ചെയ്തത്.

ആദ്ധ്യാത്മിക ആവരണം ഇല്ലാത്ത വ്യക്തിത്വങ്ങളും അവർ നേതൃത്വം കൊടുത്ത, കുറച്ചുകൂടി പുരോഗമനപരമായ, ഒരു ധാരയും നവോത്ഥാന ത്തിന്റെ ഭാഗമായിരുന്നു എന്നത് ശരിയാണ്. അയ്യങ്കാളി തന്നെയാണ് ഇതിലെ പ്രധാനി. അയ്യാ സ്വാമിയോടും നാരായണഗുരുവിനോടും ഉള്ള തന്റെ ബഹുമാനം തുറന്നു സമ്മതിച്ചിരുന്ന അയ്യങ്കാളി പക്ഷെ, സിദ്ധ, യോഗ, ബ്രഹ്മവിദ്യ തുടങ്ങിയവയെക്കുറിച്ചുള്ള ഗുരുവിന്റെ തത്വങ്ങളിൽ യാതൊരു താല്പര്യവും കാണിച്ചിരുന്നില്ല. "യുക്തിവാദി" മാസിക തുടങ്ങിയ സഹോദരൻ അയ്യപ്പനാവട്ടെ "ജാതി വേണ്ട, മതം വേണ്ട, ദൈവം വേണ്ട മനുഷ്യന്" എന്ന മുദ്രാവാക്യം ഉയർത്തുകവഴി, കേരളീയ നവോത്ഥാനത്തിന്റെ റാഡിക്കൽ ധാരക്ക് നേതൃത്വം കൊടുക്കുകയാണ് ചെയ്തത്. ഇന്ത്യൻ സ്വാതന്ത്ര്യ സമരത്തിൽ നെഹ്റുവിന്റെ നേതൃത്വത്തിൽ ഒരു റാഡിക്കൽ വിഭാഗം ഉണ്ടായിരുന്നത് പോലെ, അയ്യങ്കാളി, അയ്യ പ്പൻ തുടങ്ങിയവർ നവോത്ഥാനത്തിന് ചെറുതായെങ്കിലും പുരോഗമന ബൂർഷ്വ സ്വഭാവം കൊടുക്കാൻ ശ്രമിച്ചു എന്നത് ശരിയാണ്. എന്നാൽ കേരളീയനവോത്ഥാനത്തിലും മുൻകൈ യാഥാസ്ഥിതികബൂർഷ്വ "പരി ഷ്കാരങ്ങൾ" മാത്രം മുന്നോട്ടു വച്ച വിഭാഗത്തിന് തന്നെയായിരുന്നു എന്നതിൽ തർക്കമില്ല. അതുകൊണ്ടുതന്നെ, സാമൂഹികനീതിയിലും,

ജാതിവിരോധത്തിലും, അന്ധവിശ്വാസങ്ങളെയും അനാചാരങ്ങളെയും ജീർണ്ണിച്ച അനുഷ്ഠാനങ്ങളെയും തുടച്ചുനീക്കുന്നതിലും നവോത്ഥാനവും അതിന്റെ പോരാളികളും നിസ്തുലമായ പങ്ക് വഹിച്ചെങ്കിലും, മതങ്ങൾക്കും ആദ്ധ്യാത്മികതക്കും ആത്മീയതക്കും സമൂഹത്തിലുള്ള പ്രാബല്യം തകർക്കാൻ അതിന് കഴിഞ്ഞില്ല. ഇത് നവോത്ഥാനത്തിന്റെ യാഥാസ്ഥിതികബൂർഷ്വ വർഗ്ഗകാഴ്ചപ്പാടിന്റെ പരിമിതിയാണ്. ഈ പരിമിതി നമ്മെ ഇന്നും പിന്തുടരുന്നു എന്ന് ശബരിമല തെളിയിക്കുന്നുണ്ട്.

വർഗ്ഗപരമായി ഒരു യാഥാസ്ഥിതിക ബൂർഷ്വമുന്നേറ്റമായിരുന്ന കേരളീയനവോത്ഥാനത്തെ ഏതൊക്കെ വർഗ്ഗങ്ങളാണ് പിന്തുണച്ചത്? കേരളത്തിന്റെ മണ്ണിൽ നാമ്പെടുത്തു തുടങ്ങിയിരുന്ന മുതലാളിത്തവളർച്ചയുടെ ഗുണഭോക്താക്കളായ ബൂർഷ്വവർഗ്ഗത്തിന്റെ യാഥാസ്ഥിതിക-പുരോഗമന വിഭാഗങ്ങൾ സ്വാഭാവികമായും അന്ന് നവോത്ഥാനത്തെ ശക്തമായി പിന്തുണച്ചു. ബൂർഷ്വസിയുടെ ബൗദ്ധികപ്രതിനിധികളായ വളർന്നുവന്നുകൊണ്ടിരുന്ന വിദ്യാസമ്പന്നരായ മധ്യവർഗ്ഗവും ഇതിന് പിന്തുണ കൊടുത്തുപോന്നു. എന്നാൽ ഈ നവോത്ഥാനപോരാട്ടങ്ങൾ "കൈവിട്ടു" പോകാതിരിക്കാൻ ബൂർഷ്വസി സദാ ജാഗരൂകരായിരുന്നു. നവോത്ഥാനപോരാട്ടങ്ങളുടെ കടിഞ്ഞാൺ ആത്മീയ-യാഥാസ്ഥിതിക ധാരയുടെ കൈകളിലാണെന്ന് അവർ സദാ ഉറപ്പുവരുത്തി. കേരളീയനവോത്ഥാനപോരാട്ടങ്ങളോടും സാമൂഹ്യപരിഷ്കരണമുന്നേറ്റങ്ങളോടും പൊതുവെ അനുകൂലമായ നിലപാടാണ് ഇന്ത്യൻ നാഷണൽ കോൺഗ്രസ്സ് എടുത്തത്. ഇത് ഇടതുപക്ഷത്തിൽ പലരും ധരിച്ചിരിക്കുന്നത് പോലെ അന്ന് കോൺഗ്രസ്സിന്റെ നേതാക്കളെല്ലാം നല്ലവരും സാമൂഹികപ്രതിപത്തി ഉള്ളവരും ആയതുകൊണ്ടല്ല. കോൺഗ്രസ്സ് അന്നും ഇന്നും ഇന്ത്യൻ ബൂർഷ്വസിയുടെ രാഷ്ട്രീയമുഖമാണ്. സ്വാതന്ത്ര്യസമരകാലത്തു കോൺഗ്രസ്സിനുണ്ടായിരുന്ന പുരോഗമനചായ്‌വ് ശൈശവാവസ്ഥയിൽ ആയിരുന്ന ഇന്ത്യൻ ബൂർഷ്വസിയുടെ പുരോഗമനോന്മുഖതയുടെ ഒരു പ്രതിഫലനം മാത്രമായിരുന്നു. എന്നാൽ ഈ നവോത്ഥാനപോരാട്ടങ്ങളെ ഉപാധികളില്ലാതെ പിൻതുണച്ചു പോന്നത് അധഃസ്ഥിത-തൊഴിലാളി വർഗ്ഗമാണ്. വ്യാവസായികതൊഴിലാളിവർഗ്ഗം അതിന്റെ ശൈശവാവസ്ഥയിൽ ആയിരുന്നുവെങ്കിലും, കർഷകത്തൊഴിലാളികളും വളരെ വേഗത്തിൽ മുതലാളിത്തവ്യവസ്ഥയിലേക്ക് മാറിക്കൊണ്ടിരുന്ന പാരമ്പരാഗതവ്യവസായങ്ങളിലെ തൊഴിലാളികളും, താണ ജാതികളിൽ പെട്ട സ്വാഭാവികമായും അധഃസ്ഥിതരായവരും നവോത്ഥാനത്തെ ചോരയും വിയർപ്പും കൊടുത്തു പിന്തുണച്ചുപോന്നു.

എന്നാൽ റഷ്യൻ ജനാധിപത്യവിപ്ലവപോരാട്ടങ്ങളോടനുബന്ധിച്ച ലെനിൻ നിരന്തരമായി ഊന്നിപ്പറഞ്ഞതുപോലെ ആത്മീയ-യാഥാസ്ഥിതിക ബൂർഷ്വധാരയുടെ പ്രാബല്യത്തെ തകർത്ത് നവോത്ഥാനത്തെ പുരോഗമനബൂർഷ്വയുക്തിയുടെ തലത്തിലേക്ക് ഉയർത്താൻ തൊഴിലാളിവർഗ്ഗത്തിനോ അവർക്ക് നേതൃത്വം കൊടുത്ത സംഘടനകൾക്കോ ആയില്ല.

നവോത്ഥാനത്തോടുള്ള എതിർപ്പ് പ്രധാനമായും ഉയർന്നു വന്നത് ഫ്യൂഡൽ വർഗ്ഗങ്ങളിൽ നിന്നുമാണ്. ഫ്യൂഡൽ ഉൽപ്പാദനവ്യവസ്ഥയുടെ ഗുണഫലങ്ങൾ നൂറ്റാണ്ടുകളായി അനുഭവിച്ചുപോന്നിരുന്ന രാജകുടുംബങ്ങളും നാട്ടുവാഴി-ജന്മി മാടമ്പികളും ഇവരുടെ ആശ്രിതവത്സരരായ ഉയർന്നജാതിക്കാരും ആണ് നവോത്ഥാനത്തിനെതിരെ പടനയിച്ചത്. ഇന്ത്യയിലും, തൽഫലമായി കേരളത്തിലും, ഉണ്ടായിവന്ന മുതലാളിത്ത വളർച്ച ഫ്യൂഡൽ ഉൽപ്പാദനവ്യവസ്ഥയുടെ ഭൗതിക അടിത്തറ തകർത്തു തുടങ്ങിയിരുന്നു. ഇത് ഫ്യൂഡൽ വർഗ്ഗങ്ങളുടെ സാമ്പത്തികശക്തിയെ ശോഷിപ്പിച്ചു. രാഷ്ട്രീയമായ അവരുടെ ശക്തി ബ്രിട്ടീഷ് ഭരണത്തിന്റെ വരവോടുകൂടി തന്നെ ശോഷിച്ചു കഴിഞ്ഞിരുന്നു. എന്നാൽ ബ്രിട്ടീഷുകാർക്ക് ഭരണം സുഗമമാക്കാനും സാധാരണക്കാരെ അടക്കിനിർത്താനും ഫ്യൂഡൽ ശക്തികളുടെയും ഫ്യൂഡൽ സാമൂഹികരീതികളുടെയും ആവശ്യം ഉണ്ടായിരുന്നതിനാൽ അവരുടെ സാമൂഹിക അപ്രമാദിത്വം നിലനിർത്താൻ ബ്രിട്ടീഷ് ഭരണം എല്ലാ മുൻകരുതലുകളും എടുത്തുപോന്നു. ഈ അപ്രമാദിത്വം നിലനിർത്തുന്നതിൽ പ്രധാനപങ്ക് വഹിച്ചിരുന്നത് ജാതിവ്യവസ്ഥയും പിന്നെ ഫ്യൂഡൽ അധികാരശ്രേണി (hierarchy) യിൽ അധിഷ്ഠിതമായ ആചാരാനുഷ്ഠാനങ്ങളും രീതികളും വിശേഷാധികാരങ്ങളും മറ്റുമാണ്. അതുകൊണ്ടു തന്നെ ജാതിവ്യവസ്ഥയുടെയും ആചാരാനുഷ്ഠാനങ്ങളുടെയും നേരെയുള്ള നവോത്ഥാനത്തിന്റെ ആക്രമണം തങ്ങളുടെ സാമൂഹികശക്തി തന്നെയാണ് ചോദ്യം ചെയ്യുന്നത് എന്ന ബോധ്യം ഫ്യൂഡൽ വർഗ്ഗങ്ങൾക്ക് കൃത്യമായി ഉണ്ടായിരുന്നു.

അപ്പോൾ, കേരളീയനവോത്ഥാനത്തിന്റെ വർഗ്ഗ ഉള്ളടക്കത്തെക്കുറിച്ചുള്ള പരിശോധന നമുക്ക് ഇങ്ങനെ സംഗ്രഹിക്കാം: വർഗ്ഗപരമായി യാഥാസ്ഥിതിക ബൂർഷ്വചായ്‌വ് ആണ് നവോത്ഥാനം പ്രകടിപ്പിച്ചത്; മതങ്ങളുടെയും വിശ്വാസങ്ങളുടെയും സാമൂഹികനിലനിൽപ്പ് തന്നെ ചോദ്യം ചെയ്യുന്ന റാഡിക്കൽ ബൂർഷ്വ അജണ്ട നവോത്ഥാനം ഒരിക്കലും മുന്നോട്ടുവെച്ചില്ല. പകരം, നവോത്ഥാനത്തിൽ പ്രാബല്യം നേടിയത് പരിഷ്കരണവാദികൾ ആണ്. അതുകൊണ്ട് തന്നെ യാഥാസ്ഥിതിക

ചായ്‌വ് പുലർത്തിയിരുന്ന ബൂർഷ്വ വർഗ്ഗവും അതിന്റെ രാഷ്ട്രീയമുന്നണിയായ കോൺഗ്രസ്സും നവോത്ഥാനമുന്നേറ്റങ്ങളെ പിന്തുണച്ചുപോന്നു. തൊഴിലാളി വർഗ്ഗവും അധസ്ഥിതരും കീഴ്ജാതിക്കാരും നവോത്ഥാനപോരാട്ടങ്ങളെ ഉപാധികളില്ലാതെ പിന്തുണച്ചെങ്കിലും അതിനെ റാഡിക്കൽ ബൂർഷ്വ തലത്തിലേക്ക് ഉയർത്താനോ, അത് വഴി മതങ്ങളെയും വിശ്വാസങ്ങളെയും അരികുവൽക്കരിക്കാനോ അവർക്ക് ആയില്ല. ഫ്യൂഡൽ വർഗ്ഗങ്ങളാവട്ടെ ഇതിനെ നഖശിഖാന്തം എതിർത്തുപോന്നു. മുതലാളിത്തവളർച്ച സാധ്യമാക്കുന്ന ഏറ്റവും മൗലികമായ രീതിയിൽ മതങ്ങളെയും വിശ്വാസത്തെയും ജാതിയെയും അക്രമിക്കുന്നതിൽ നവോത്ഥാനം പരാജയപ്പെട്ടതിനാൽ, മതാന്ധതയുടെയും ആചാരാനുഷ്ഠാനങ്ങളുടെയും ജാതിവ്യവസ്ഥയുടെയും ആസുരമായ പ്രത്യക്ഷരൂപങ്ങൾ മാത്രമാണ് കേരളീയ സമൂഹത്തിൽ നിന്നും അപ്രത്യക്ഷമായത്. ഇത് ഒരു ഭാഗികമായ വിജയമായിരുന്നു എന്നതിൽ തർക്കമില്ല; ഈ വിജയത്തിന്റെ അടിസ്ഥാനത്തിൽ ആണ് കേരളീയസമൂഹത്തിന്റെ പിന്നീടുള്ള പല സാമൂഹിക-സാംസ്കാരിക മുന്നേറ്റങ്ങളും സാധ്യമായത്. എന്നാൽ ഇത് ഭാഗികമായ വിജയം മാത്രമായിരുന്നു. ഇവയുടെയെല്ലാം വേരുകൾ ഇവിടെ ശക്തമായി നിലനിന്നു. മുതലാളിത്ത ഉൽപ്പാദനവളർച്ച സൃഷ്ടിച്ച വൈരുദ്ധ്യങ്ങളുടെ ചുഴിയിൽപെട്ട കേരളീയസമൂഹം ആദ്യം ചെയ്തത് ഈ വേരുകൾ തോണ്ടിയെടുക്കുക എന്നതാണ്. ആ ആസുരവേരുകളിൽ നിന്നും വിഷച്ചെടികൾ മുളക്കുന്ന കാഴ്ചയാണ് നാം ശബരിമലയിൽ കണ്ടത്. ശബരിമലയിലെ പ്രതിഷേധങ്ങൾ കേരളീയനവോത്ഥാനത്തിന്റെ പരിമിതികളിൽ നിന്നും അപൂർണ്ണതകളിൽ നിന്നും ഉടലെടുക്കുന്നതാണ്. ഈ പ്രതിഷേധങ്ങളുടെ പ്രധാന കാരണങ്ങളിൽ ഒന്ന് ഇന്ന് ഇടതുപക്ഷം ആഘോഷിക്കുന്ന നവോത്ഥാനത്തിന്റെ യാഥാസ്ഥിതികബൂർഷ്വ സ്വഭാവമാണ്!

നവോത്ഥാനശ്രമങ്ങളോട് വിവിധവർഗ്ഗങ്ങളുടെ ഇന്നത്തെ സമീപനം

കേരളീയനവോത്ഥാനത്തിന് സ്വാതന്ത്ര്യപൂർവ്വഘട്ടത്തിൽ ഏതൊക്കെ വർഗ്ഗങ്ങളുടെ പിന്തുണ ഉണ്ടായിരുന്നു എന്നും ഏതൊക്കെ വർഗ്ഗങ്ങളാണ് അതിനെ അന്ന് എതിർത്തത് എന്നും നമ്മൾ കണ്ടുകഴിഞ്ഞതാണ്. എന്നാൽ ഇതിൽ ഏതൊക്കെ വർഗ്ഗങ്ങളാണ് ഇന്ന് നവോത്ഥാനമൂല്യങ്ങളെ പിന്തുണക്കുന്നത് എന്ന് വിശകലനം ചെയ്യേണ്ടത്

ആവശ്യമാണ്. ഫ്യൂഡൽ വർഗ്ഗങ്ങളും അവരുടെ പിടിയാളുകളും നവോത്ഥാനത്തെ എതിർത്തപ്പോൾ അന്ന് പുരോഗമനാഭിമുഖ്യം സൂക്ഷിച്ചിരുന്ന വളർന്നു വരുന്ന ഇന്ത്യൻ ബൂർഷ്വസിയും ബൂർഷ്വ വർഗ്ഗത്തെ പ്രതിനിധീകരിച്ച കോൺഗ്രസ്സ് പോലുള്ള രാഷ്ട്രീയ പ്രസ്ഥാനങ്ങളും നവോത്ഥാനത്തെ പൊതുവേ പിന്തുണച്ച പൊന്നു. തൊഴിലാളിവർഗ്ഗവും അടിസ്ഥാനവർഗ്ഗപ്രസ്ഥാനങ്ങളും ശക്തമായി നവോത്ഥാനശ്രമങ്ങളുടെ പിന്നിൽ നിലയുറപ്പിച്ചു. എന്നാൽ നവോത്ഥാനമൂല്യങ്ങളോടുള്ള ഈ വർഗ്ഗങ്ങളുടെ ഇന്നത്തെ സമീപനം എന്താണ്? കേരളം പോലെ ഫ്യൂഡലിസത്തിന്റെ ഭൗതികമായ അടിത്തറ മുഴുവനായും തകർന്ന് കഴിഞ്ഞ സംസ്ഥാനങ്ങളിൽ പോലും ഫ്യൂഡൽ പ്രതിപത്തി സൂക്ഷിക്കുകയും ഫ്യൂഡൽ പ്രത്യയശാസ്ത്രത്തിന്റെ പ്രയോക്താക്കൾ ആയി നിലകൊള്ളുകയും ചെയ്യുന്ന വിഭാഗങ്ങൾ ഇന്നും ഉണ്ട്. ഈ വിഭാഗങ്ങൾക്ക് അവരുടെ സാമൂഹികവും സാംസ്കാരികവും ആയ സ്വാധീനം ഇന്നും നിലനിർത്താനും കഴിഞ്ഞ രണ്ടു ദശകങ്ങളായി വളർത്താനും സാധിക്കുന്നതിന്റെ പ്രധാന കാരണം മുന്നേ സൂചിപ്പിച്ചത് പോലെ ജനാധിപത്യവിപ്ലവത്തിന്റെ യാഥാസ്ഥിതികസ്വഭാവം ആണ്. ഫ്യൂഡൽ പ്രതിപത്തി സൂക്ഷിക്കുന്ന ഈ വിഭാഗങ്ങൾ ഇന്ന് നവോത്ഥാനസംരക്ഷണത്തിന് മുഴുവനായും എതിരാണ്. ബൂർഷ്വ ജനാധിപത്യം കാലഹരണപ്പെടുത്തിയ, ചരിത്രം അതിന്റെ ചവറ്റുകുട്ടയിലേക്ക് പുറന്തള്ളിയ, രാജകുടുംബങ്ങളും താവഴികളും ആശ്രിതരും, ഫ്യൂഡൽ വ്യവസ്ഥയിൽ ചാരുകസേരയിൽ കാലും നീട്ടി ഇരുന്ന് ആരാന്റെ വിയർപ്പിന്റെ ഫലം മൂക്കറ്റം വലിച്ചുകേറ്റി സുഖിച്ചുവാണിരുന്ന ഉയർന്ന ജാതിക്കാർ, രാജകുടുംബങ്ങളുടെ സംരക്ഷണത്തിൽ അറിവിനെയും ദൈവങ്ങളെയും സ്വകാര്യസ്വത്തുക്കളായി കൊണ്ടുനടന്നിരുന്ന പുരോഹിതവർഗ്ഗം, ഇവരുടെയെല്ലാം പിൻഗാമികളിൽ ഒരു പ്രബലവിഭാഗത്തെ ഇന്നും നഷ്ടപ്പെട്ടുപോയ ആ "സുവർണ്ണ"ദിനങ്ങളെ കുറിച്ചുള്ള ഗൃഹാതുരത്വം അലട്ടുന്നുണ്ട്. ഈ ഗൃഹാതുരത്വത്തിന് എൻ.എസ്.എസ്. പോലുള്ള ജാതിസംഘടനകൾ പാലൂട്ടുകയും ചെയ്യുന്നുണ്ട്. പന്തളം രാജകുടുംബത്തിന്റെയും പുരോഹിതവർഗ്ഗത്തിന്റെയും ഉയർന്നജാതിക്കാരുടെയും ശ്രമഫലമായി ഉയർന്നുവന്ന പ്രക്ഷോഭങ്ങളിൽ നമ്മൾ കണ്ടത് ഫ്യൂഡൽ ശേഷിപ്പുകളുടെ ഏകീകരണമാണ്. അതുകൊണ്ട്, നവോത്ഥാനത്തോടുള്ള ഫ്യൂഡൽ വർഗ്ഗങ്ങളുടെ സമീപനത്തിൽ അന്നും ഇന്നും മാറ്റമൊന്നും വന്നിട്ടില്ല; തങ്ങളുടെ സാമൂഹിക അപ്രമാദിത്വത്തിന്റെ ആണിക്കല്ലുകളായ ആചാരങ്ങളെയും അനുഷ്ഠാനങ്ങളെയും സംരക്ഷിക്കുകയല്ലാതെ അവർക്ക് വേറെ തരമില്ല. എന്നാൽ നവോത്ഥാനമൂല്യങ്ങളോടുള്ള ബൂർഷ്വ

വർഗ്ഗത്തിന്റെ സമീപനത്തിൽ വലിയ മാറ്റങ്ങൾ വന്നു കഴിഞ്ഞിട്ടുണ്ട്.

ബൂർഷ്വ വർഗ്ഗവും കോൺഗ്രസ്സ് അടക്കമുള്ള ബൂർഷ്വ പാർട്ടികളും നവോത്ഥാനമൂല്യങ്ങളെ ഇന്ന് നഖശിഖാന്തം എതിർക്കുന്നു. സ്വാതന്ത്ര്യസമരകാലത്ത് ഇന്ത്യൻ നവോത്ഥാനത്തിന്റെ പിന്നിൽ അണിനിരന്ന കോൺഗ്രസ്സ് പ്രസ്ഥാനം ഇന്ന് "വിശ്വാസസംരക്ഷക"രുടെ വേഷത്തിൽ എത്തുന്നത് ചരിത്രത്തിന്റെ വലിയ വിരോധാഭാസമാണ്. എന്നാൽ, പുരോഗമനശക്തിയിൽ നിന്നും ജീർണ്ണതയുടെ കാവലാളന്മാരിലേക്കുള്ള ബൂർഷ്വസിയുടെയും കോൺഗ്രസ്സ് അടക്കമുള്ള ബൂർഷ്വ പ്രസ്ഥാനങ്ങളുടെയും ഈ പതനം ഒരു അനിവാര്യതയാണ്. ഇതിന്റെ പ്രധാനകാരണം മുതലാളിത്തത്തിന്റെ ജീർണ്ണതയാണ്. ഇന്ത്യൻ മുതലാളിത്തത്തിന്റെ വളർച്ചയുടെ ഘട്ടത്തിൽ, ബൂർഷ്വ വർഗ്ഗം പുരോഗമനാഭിമുഖ്യം പുലർത്തിയിരുന്ന കാലത്താണ്, നവോത്ഥാനശ്രമങ്ങളെ ബൂർഷ്വസിയും ബൂർഷ്വ പാർട്ടികളും പിന്തുണച്ചു പോന്നത്. എന്നാൽ ഇന്ന് സ്ഥിതി നേരെ വിപരീതമാണ്. ലോകമുതലാളിത്തവും ഇന്ത്യൻ മുതലാളിത്തവും ഊർദ്ധശ്വാസം വലിച്ചുകൊണ്ടിരിക്കുകയാണ്. നിരന്തരമായ പ്രതിസന്ധികളാണ് മുതലാളിത്തവ്യവസ്ഥ നേരിടുന്നത്; മിച്ചമൂല്യത്തിന്റെ തോത് ആവട്ടെ, മാർക്സ് സൂചിപ്പിച്ചതു പോലെ തന്നെ ലോകമെമ്പാടും കൂപ്പുകുത്തിക്കൊണ്ടിരിക്കുകയാണ്. അദ്ധ്വാനത്തിന്റെ നിരന്തരമായ സാമൂഹികവൽക്കരത്തിന്റെ ഗുണങ്ങൾ അടിസ്ഥാനവർഗ്ഗങ്ങളിൽ എത്താത്തതിന് കാരണമായി നിൽക്കുന്ന മുതലാളിത്ത ഉൽപ്പാദനബന്ധങ്ങൾ മനുഷ്യപുരോഗതിക്ക് തന്നെ തടസ്സമായി മാറിക്കഴിഞ്ഞു. ഇത്തരം സാഹചര്യത്തിൽ മുതലാളിത്തവ്യവസ്ഥക്കെതിരെ അടിസ്ഥാനവർഗ്ഗങ്ങൾ തിരിയില്ല എന്ന് ഉറപ്പുവരുത്താൻ ബൂർഷ്വസി സകലസാമൂഹികജീർണ്ണതകളുടെയും സഹായം തേടുന്ന കാഴ്ചയാണ് ലോകമെമ്പാടും നാം കാണുന്നത്.അതിന്റെ ഭാഗമാണ് കേരളത്തിലെ ബൂർഷ്വസിയുടെ "വിശ്വാസസംരക്ഷണ"നാടകം. ഇന്നത്തെ കോൺഗ്രസ്സ് ശബരിമലയിൽ ആചാരസംരക്ഷകരായി പ്രത്യക്ഷപ്പെടുന്നത് ഇടതുപക്ഷം കരുതും പോലെ ചെന്നിത്തലക്കും ഉമ്മൻചാണ്ടിക്കും നെഹ്റുവിന്റേയോ ഗാന്ധിയുടെയോ പുരോഗമനസാമൂഹികവീക്ഷണം ഇല്ലാത്തതുകൊണ്ടല്ല, ഇന്ത്യൻ ബൂർഷ്വസിക്ക് അതിന്റെ പുരോഗമന സ്വഭാവം നഷ്ടപ്പെട്ടത് കൊണ്ടാണ്. ചരിത്രത്തെ മുന്നോട്ടുനയിക്കുന്ന ഒരു കാൽവെപ്പിനും ഇനി ബൂർഷ്വസിയുടെയോ കോൺഗ്രസ്സിന്റേയോ പിന്തുണ പ്രതീക്ഷിക്കരുത്; മുതലാളിത്തപ്രതിസന്ധികൾ അവരെ ജീർണ്ണതയുടെ ഉപാസകരായി മാറ്റിക്കഴിഞ്ഞിരിക്കുന്നു.

നവോത്ഥാനമൂല്യങ്ങളോട് പെറ്റിബൂർഷ്വസിയുടെ ഇന്നത്തെ നിലപാട് നിർണ്ണായകമാണ്. കേരളീയനവോത്ഥാനകാലഘട്ടത്തിൽ പെറ്റിബൂർഷ്വവർഗ്ഗം മുഖ്യമായും പരമ്പരാഗതകൈത്തൊഴിൽ ചെയ്യുന്ന വരാലും ചെറുകർഷകരാലും നിർമ്മിതമായിരുന്നു. അതുകൊണ്ടുതന്നെ ഇവർ മിക്കവാറും താഴ്ന്ന ജാതികളിൽ പെട്ടവരും ആയിരുന്നു. നവോത്ഥാനപ്രക്ഷോഭങ്ങൾ പ്രധാനമായും ജാതി അടിസ്ഥാനത്തിലുള്ള വിവേചനങ്ങൾക്കെതിരെ ആയിരുന്നു എന്നതുകൊണ്ട് അന്നത്തെ പെറ്റിബൂർഷ്വ വർഗ്ഗം നവോത്ഥാനത്തെ പൊതുവെ പിന്തുണച്ചുപോന്നു. വ്യാവസായികതൊഴിലാളികൾ എണ്ണത്തിൽ കുറവായതിനാലും കാർഷികരംഗത്ത് മുതലാളിത്തത്തിന്റെ കടന്നുവരവ് ശൈശവദിശയിൽ ആയതിനാലും അടിസ്ഥാനവർഗ്ഗപ്രസ്ഥാനങ്ങളുടെ അന്നത്തെ പ്രവർത്തനങ്ങൾ അധികവും പെറ്റിബൂർഷ്വസിയുടെ താഴെത്തട്ടുകളിൽ ഉള്ളവരെ കേന്ദ്രീകരിച്ചായിരുന്നു. നവോത്ഥാനശ്രമങ്ങൾക്കുള്ള പെറ്റിബൂർഷ്വ പിന്തുണയുടെ ഒരു പ്രധാനകാരണം ഇതായിരുന്നു. എന്നാൽ സ്വാതന്ത്ര്യലബ്ധിയോടുകൂടി ഭരണകൂടനിയന്ത്രിതമായ മുതലാളിത്തത്തിന് കീഴിൽ പെറ്റിബൂർഷ്വവർഗ്ഗം തഴച്ചുവളർന്നു. സർക്കാർ ജീവനക്കാർ, ചെറുകർഷകർ, ചെറുവ്യാപാരികൾ, ചില്ലറക്കച്ചവടക്കാർ, ചെറു ഉൽപ്പാദകർ എന്നിങ്ങനെയുള്ള പെറ്റിബൂർഷ്വവിഭാഗങ്ങളെ സ്റ്റേറ്റ് കാപ്പിറ്റലിസം വലിയ മൂലധനത്തിന്റെ ആക്രമണത്തിൽ നിന്നും സംരക്ഷിച്ചുപിടിച്ചു. അത് പെറ്റിബൂർഷ്വസിയുടെ സാമ്പത്തികവും രാഷ്ട്രീയവും ആയ പ്രാധാന്യം വർധിപ്പിച്ചു. ഈ ഭരണകൂടസംരക്ഷണം എൺപതുകളോട് കൂടി അപ്രത്യക്ഷമായിത്തുടങ്ങുകയും പെറ്റിബൂർഷ്വസിക്ക് തദ്ദേശീയവും വൈദേശികവും ആയ വൻമൂലധനത്തിന്റെ കടന്നുകയറ്റത്തിന് മുന്നിൽ അടിപതറുകയും ചെയ്തു തുടങ്ങി. കഴിഞ്ഞ മുപ്പതുവർഷത്തെ സാമ്പത്തികപരിഷ്കാരങ്ങൾ ഇന്ത്യൻ പെറ്റിബൂർഷ്വസിയുടെ നിലനിൽപ്പ് തന്നെ അപകടത്തിൽ ആക്കുന്നവയാണ്.

മൂലധനത്തിന്റെ ആക്രമണത്തിൽ സ്വയം നിലനിൽപ്പ് തന്നെ പ്രതിസന്ധിയിൽ ആവുന്ന പെറ്റിബൂർഷ്വസി ഫാഷിസ്റ്റ് പ്രത്യയശാസ്ത്രത്തിന്റെ സ്വാധീനത്തിന് വളരെ എളുപ്പത്തിൽ വഴങ്ങും എന്നത് ലോകമെമ്പാടുമുള്ള അനുഭവങ്ങൾ നമ്മോട് പറയുന്നുണ്ട്. തകർന്നുകൊണ്ടിരിക്കുന്ന പെറ്റിബൂർഷ്വസിയുടെ ഏറ്റവും ശക്തമായ വികാരം ഗൃഹാതുരത്വമാണ്. ഷോപ്പിംഗ് മാളുകളുടെയോ സൂപ്പർ മാർക്കറ്റ് ശൃംഘലകളുടെയോ ഓൺലൈൻ കച്ചവടത്തിന്റെയോ ഭീഷണിയില്ലാതെ തന്റെ ചെറുഗ്രാമത്തിലെ ആളുകളെല്ലാം തന്റെ ചെറിയകടയിൽ നിന്നും സാധനം

വാങ്ങിക്കൊണ്ടിരുന്ന പൊയ്പ്പോയ "സുവർണ്ണകാല"ത്തെ പീടികക്കാരൻ ഓർക്കുന്നത് പോലെ പെറ്റിബൂർഷ്വ വർഗ്ഗം സ്ഥിരം പിന്തിരിഞ്ഞു നോക്കിക്കൊണ്ടേയിരിക്കും. പിന്നോട്ട് പോകാനുള്ള ഈ ത്വരയാണ് പെറ്റിബൂർഷ്വസിയെ ഒരു പിന്തിരിപ്പൻ ശക്തിയാക്കി മാറ്റുന്നത്. ഈ ത്വര തന്നെയാണ് അതിനെ ഫാഷിസ്റ്റ് പാളയത്തിൽ എത്തിക്കുന്നതും. ഈ ഗൃഹാതുരത്വം അവരെ പുരോഗമനത്തിന്റെ ശത്രുക്കളും പഴമയുടെ സംരക്ഷകരും ആക്കിത്തീർക്കുന്നു. അതുകൊണ്ട് തന്നെയാണ് അവർ നവോത്ഥാനമൂല്യങ്ങളെ ഇന്ന് ശക്തമായി എതിർക്കുന്നത്. പെറ്റിബൂർഷ്വസിയുടെ ഈ പിന്തിരിഞ്ഞുനോട്ടം ജാതി-മത-ഫാസ്റ്റിസ്റ്റ് ശക്തികളുടെ പുനരുദ്ധാരണ ശ്രമങ്ങളുമായി നല്ലവണ്ണം ചേർന്ന് പോകുന്നതാണ്. ഇന്ത്യൻ മുതലാളിത്തത്തിന്റെ അനിയന്ത്രിതമായ വളർച്ച പരമ്പരാഗത പെറ്റിബൂർഷ്വ വർഗ്ഗത്തിന്റെ അസ്തിത്വം തന്നെ ചോദ്യം ചെയ്യുന്നുണ്ട്; അതിനാൽ മുതലാളിത്തവ്യവസ്ഥയെയും മുതലാളിത്ത ഉൽപ്പാദനബന്ധങ്ങളെയും പെറ്റിബൂർഷ്വസി എതിർക്കും. ഈ എതിർപ്പ് മുതലാളിത്തയുക്തിയോടും അതിന്റെ ഭാഗമായ നവോത്ഥാന ആദർശങ്ങളോടും ഉള്ള എതിർപ്പായി പരിണമിക്കുന്നതിൽ അത്ഭുതമൊന്നും ഇല്ല.

ഫ്യൂഡൽ പ്രതിപത്തി സൂക്ഷിക്കുന്നവരുടെയോ ബൂർഷ്വസിയുടെയോ ശബരിമല വിഷയത്തിലെ എതിർപ്പ് ഇടതുപക്ഷത്തെ സംബന്ധിച്ചെടുത്തോളം വലിയ പ്രശ്നങ്ങൾ ഒന്നും സൃഷ്ടിക്കുന്നവയല്ല. കാരണം ഈ വർഗ്ഗങ്ങൾ പരമ്പരാഗതമായി കോൺഗ്രസ്സിനെ പിന്തുണച്ചു പോന്നവയാണ് (മുതലാളിത്തത്തിന്റെ പ്രതിസന്ധി രൂക്ഷമായതോടെ ഈ വർഗ്ഗങ്ങൾ കൂട്ടമായി ഫാഷിസത്തിലേക്ക് ഒഴുകി തുടങ്ങിയിട്ടുണ്ട് എന്നത് മറ്റൊരു യാഥാർത്ഥ്യം). എന്നാൽ പെറ്റിബൂർഷ്വസിയുടെ എതിർപ്പ് ഇടതുപക്ഷത്തെ രാഷ്ട്രീയമായി വല്ലാതെ ബുദ്ധിമുട്ടിക്കുന്നതാണ്. നേരത്തെ സൂചിപ്പിച്ചതുപോലെ ഇടതുപക്ഷം ഇന്ത്യയിൽ വേരുറപ്പിച്ചു തുടങ്ങിയ ഘട്ടത്തിൽ ഇന്ത്യൻ തൊഴിലാളിവർഗ്ഗം അതിന്റെ ശൈശവദിശയിൽ ആയിരുന്നു, ഇതിന്റെ കാരണം വ്യാവസായിക-കാർഷിക രംഗങ്ങളിൽ ഇന്ത്യൻ മുതലാളിത്തം വളരെ പരിമിതമായ വളർച്ച മാത്രമേ അന്ന് കൈവരിച്ചിരുന്നുള്ളൂ എന്നതാണ്. അതുകൊണ്ടു തന്നെ ഈ ഘട്ടത്തിൽ പരമ്പരാഗതതൊഴിലാളികൾ, ചെറുകർഷകർ മുതലായ പെറ്റിബൂർഷ്വവിഭാഗങ്ങൾക്കിടയിൽ ആണ് ഇടതുപക്ഷം പ്രധാനമായും പ്രവർത്തിച്ചു പോന്നത്. കഷ്ടത അനുഭവിക്കുന്ന ഇത്തരം വിഭാഗങ്ങൾ ഇടതുപക്ഷത്തിന്റെ ശക്തമായ അനുഭാവികളും പ്രവർത്തകരും ആയി

മാറുന്നത് ഇവർക്ക് വേണ്ടി ഫ്യൂഡൽ വർഗ്ഗങ്ങൾക്കെതിരെ ഇടതുപക്ഷം നടത്തിയ പോരാട്ടങ്ങളെ തുടർന്നാണ്.

തൊഴിലാളി വർഗ്ഗപ്രസ്ഥാനങ്ങൾ പെറ്റിബൂർഷ്വവർഗ്ഗത്തിലെ ഏറ്റവും താഴെക്കിടയിലുള്ള വിഭാഗങ്ങൾക്ക് വേണ്ടി പോരാടുന്നത് വളരെ സ്വാഭാവികമാണ്, കാരണം അവർ അദ്ധ്വാനിക്കുന്ന ജനവിഭാഗങ്ങൾ തന്നെയാണ്. എന്നാൽ ഇത്തരം പോരാട്ടങ്ങളിൽ മാർക്കിസ്റ്റ് പ്രസ്ഥാനങ്ങൾ സ്വീകരിക്കുന്ന രീതി പെറ്റിബൂർഷ്വവിഭാഗങ്ങളെ തൊഴിലാളിവർഗ്ഗബോധത്തിലേക്ക് ഉയർത്താൻ ശ്രമിക്കുക എന്നതാണ്. മുതലാളിത്തവളർച്ചയോടുള്ള പെറ്റിബൂർഷ്വവിഭാഗങ്ങളുടെ നൈസർഗ്ഗികമായ പ്രതികരണം എല്ലായ്പ്പോഴും പിന്തിരിപ്പൻ ആണ്. മുതലാളിത്തവളർച്ചയെ തടഞ്ഞുനിർത്താനും അതുവഴി തങ്ങളുടെ നിലനിൽപ്പ് സുരക്ഷിതമാക്കാനുമാണ് അവർ എന്നും ആഗ്രഹിക്കുന്നത്. എന്നാൽ ചരിത്രത്തിന്റെ ഗതിയെ പിറകോട്ടടിക്കാം എന്നും, കുറഞ്ഞപക്ഷം അതിനെ തടഞ്ഞു നിർത്തുകയെങ്കിലും ആവാം എന്നുമുള്ള ധാരണ, ഒരു വ്യാമോഹം മാത്രമാണ്. ഈ വ്യാമോഹത്തിന്റെ അടിസ്ഥാനത്തിലല്ല മാർക്സിസം പെറ്റിബൂർഷ്വസിയെ അഭിസംബോധന ചെയ്യുന്നത്, മറിച്ച്, മുതലാളിത്തവ്യവസ്ഥക്കുള്ളിൽ പെറ്റിബൂർഷ്വ ഉൽപ്പാദനത്തിന്റെ തകർച്ച ഒഴിവാക്കാനാവില്ല എന്ന സത്യം അവരോടുതന്നെ തുറന്ന് പറഞ്ഞു കൊണ്ടാണ്. പെറ്റിബൂർഷ്വവർഗ്ഗത്തിൽ പെട്ട ബഹുഭൂരിപക്ഷം പേരും മുതലാളിത്തവളർച്ചയുടെ ഫലമായി തൊഴിലാളിവർഗ്ഗത്തിലേക്ക് നിഷ്കാസിതരാക്കപ്പെടും എന്നും, അതിനാൽ തന്നെ മുതലാളിത്തത്തെ തടഞ്ഞു നിർത്തുകയല്ല, തൊഴിലാളിവർഗ്ഗത്തിന്റെ പക്ഷം ചേർന്ന് അതിനെ സോഷ്യലിസത്തിലേക്ക് മുന്നോട്ട നയിക്കുക മാത്രമാണ് പ്രതിവിധി എന്നുമാണ് മാർക്സിസം അവരോട് പറയുന്നത്. അതായത്, മാർക്സിസം-ലെനിനിസം പെറ്റിബൂർഷ്വസിയെ സമീപിക്കുന്നത് അവരുടെ തലത്തിലേക്ക് താഴ്ന്ന് പെറ്റിബൂർഷ്വ വ്യാമോഹങ്ങൾ ഏറ്റുപറഞ്ഞുകൊണ്ടല്ല, പെറ്റിബൂർഷ്വസിയെ തൊഴിലാളിവർഗ്ഗബോധത്തിലേക്ക് ഉയർത്തിക്കൊണ്ടാണ്.

എന്നാൽ, നിർഭാഗ്യവശാൽ, സ്വാതന്ത്ര്യലബ്ധിക്ക് ശേഷം ഇന്ത്യൻ മുതലാളിത്തം മെല്ലെ വളർന്നു തുടങ്ങിയ ഘട്ടത്തിൽ ഇടതുപക്ഷം പെറ്റിബൂർഷ്വസിയെ സമീപിച്ചത് ഈ മാർക്കിസ്റ്റ് രീതിയിൽ നിന്നും നേരെ വിപരീതമായാണ്. നെഹ്റുവിൻ വെൽഫെയർ സ്റ്റേറ്റിന്റെ തണലിൽ ഉല്ലസിച്ചു പോന്ന പെറ്റിബൂർഷ്വ വർഗ്ഗത്തിന് തങ്ങളുടെ നിലനിൽപ്പ് ശാശ്വതമാണെന്ന ധാരണ വരുന്നത് സ്വാഭാവികം, ഈ

അബദ്ധധാരണയെ ഊട്ടിയുറപ്പിക്കുന്ന സമീപനമാണ് ഇടതുപക്ഷം സ്വീകരിച്ചത്. പെറ്റിബൂർഷ്വസിയുടെ സാമ്പത്തികസംരക്ഷണവും നിലനിൽപ്പും ഉറപ്പിക്കാൻ ഭരണകൂടവുമായി പോരടിക്കുന്ന ഇടതുപക്ഷത്തെയാണ് നാം എൺപതുകൾ വരെ കാണുന്നത്. ഈ പോരാട്ടങ്ങൾ ഒരു പരിധിവരെ വിജയങ്ങൾ ആയിരുന്നു, അതിനു കാരണം നിയന്ത്രിതമായ മുതലാളിത്തത്തിന് കീഴിൽ ഭരണകൂടം തന്നെ പെറ്റിബൂർഷ്വസിയുടെ നിലനിൽപ്പിൽ തല്പരരായിരുന്നു എന്നതാണ്. ദശകങ്ങളായി തുടർന്ന് വന്ന ഈ പെറ്റിബൂർഷ്വ "പ്രീണനം" രണ്ട് ഫലങ്ങളാണ് ഉണ്ടാക്കിയത്: ഒന്ന്, പെറ്റിബൂർഷ്വസിയെ തൊഴിലാളിവർഗ്ഗബോധത്തിലേക്ക് ഉയർത്തുന്നതിന് പകരം ഇന്ത്യൻ ഇടതുപക്ഷം പ്രത്യയശാസ്ത്രപരമായി പെറ്റിബൂർഷ്വതലത്തിലേക്ക് താഴ്ന്നു. രണ്ട്, ഇന്ത്യൻ ഇടതുപക്ഷത്തിന്റെ പ്രവർത്തകരും അനുഭാവികളും ഏറെയും പെറ്റിബൂർഷ്വപശ്ചാത്തലം ഉള്ളവർ ആയിത്തീർന്നു. ഇന്ത്യൻ ഇടതുപക്ഷം തൊഴിലാളിവർഗ്ഗവിപ്ലവരാഷ്ട്രീയം കൈയ്യൊഴിഞ്ഞു പെറ്റിബൂർഷ്വ റിഫോർമിസ്റ്റ് രാഷ്ട്രീയം പുല്കിയതിന്റെ പ്രധാനകാരണങ്ങളിൽ ഒന്ന് ഇതാണ്. ഇത്തരത്തിൽ പെറ്റിബൂർഷ്വ വർഗ്ഗത്തിന്റെ പിന്തുണയുടെ അടിസ്ഥാനത്തിൽ നിലനിൽക്കുന്ന ഇടതുപക്ഷത്തിന് ശബരിമല വിഷയത്തിലെ പെറ്റിബൂർഷ്വനിലപാട് വലിയ രാഷ്ട്രീയപ്രശ്നങ്ങളാണ് സൃഷ്ടിക്കുന്നത്. രാഷ്ട്രീയമായി കേരളത്തിൽ ഇടതുപക്ഷത്തിനൊപ്പം നിൽക്കുന്ന പരമ്പരാഗത പെറ്റിബൂർഷ്വ വിഭാഗങ്ങൾ പോലും ഈ വിഷയത്തിൽ അവരുടെ വർഗ്ഗനിലപാടിനൊപ്പം ചേർന്ന് നിന്നുകൊണ്ട് സ്ത്രീപ്രവേശനത്തെ എതിർത്തു. ഇടതുപക്ഷ പാളയത്തിനുള്ളിൽ നിന്നും ഉയർന്നു വന്ന ഈ എതിർപ്പ്, നിർണ്ണായകസന്ദർഭങ്ങളിൽ രാഷ്ട്രീയാഭിമുഖ്യം അല്ല വർഗ്ഗാഭിമുഖ്യം തന്നെയാണ് പ്രധാനമായി വരുന്നത് എന്ന് ഇടതുപക്ഷത്തെ ബോധ്യപ്പെടുത്തേണ്ടതാണ്.

ഫ്യൂഡൽ, ബൂർഷ്വ, പെറ്റിബൂർഷ്വ വിഭാഗങ്ങൾ ശബരിമലയെ മുൻനിർത്തിയുള്ള നവോത്ഥാനശ്രമങ്ങളെ ഇന്ന് ശക്തമായി എതിർക്കുന്നു എന്നും, ആ എതിർപ്പിന്റെ കാരണങ്ങൾ എന്തൊക്കെ ആണെന്നും നമ്മൾ കണ്ടു കഴിഞ്ഞു. ഈ വിശകലനം നമ്മളോട് പറയുന്നത്, കേരളീയനവോത്ഥാനത്തിന്റെ കൂടെ പണ്ട് നിന്ന ജനവിഭാഗങ്ങളും രാഷ്ട്രീയപ്രസ്ഥാനങ്ങളും ഇന്ന് അതിനെ ശക്തമായി എതിർക്കുന്നത് ഇടതുപക്ഷം കരുതുന്നത് പോലെ ഹിന്ദുത്വശക്തികളുടെ തെറ്റിദ്ധരിപ്പിക്കലിൽ വീണു പോയതുകൊണ്ടോ അവരുടെ നേതൃത്വത്തിന് പണ്ടത്തെ വീക്ഷണം ഇല്ലാത്തതു കൊണ്ടോ അല്ല. പണ്ട് പുരോഗമനപരമായിരുന്ന വർഗ്ഗങ്ങൾ, മുതലാളിത്തത്തിന്റെ പ്രതിസന്ധിഘട്ടത്തിൽ

അവരുടെ നിലനിൽപ്പിന് വേണ്ടി ജീർണ്ണതയിൽ അഭയം തേടുന്നതാണ് ഈ എതിർപ്പിന്റെ യഥാർത്ഥ കാരണം. ഈ എതിർപ്പിനെ "ബോധ വൽക്കരണം" കൊണ്ടോ യുക്തി കൊണ്ടോ പിന്തുണയാക്കി മാറ്റാൻ ആവില്ല, വർഗ്ഗസമരത്തിലൂടെ അതിനെ മറികടക്കുക മാത്രമാണ് മാർഗ്ഗം. അതുകൊണ്ട് തന്നെ വർഗ്ഗങ്ങൾക്കതീതമായി കേരളീയ സമൂഹത്തിന് "പ്രബുദ്ധത"യും "പുരോഗമനപരത"യും കല്പിച്ചുകൊടുക്കുകയും, നല്ലവണ്ണം ബോധവൽക്കരണം നടത്തിയാൽ കേരളീയസമൂഹം ഒന്നടങ്കം നവോത്ഥാനമുന്നേറ്റങ്ങളെ പിന്താങ്ങും എന്ന് വ്യാമോഹിക്കുകയും ചെയ്യുന്നത് വിഡ്ഢിത്തമാണ്. എല്ലാ സമൂഹത്തിലും പുരോഗമനാഭിമുഖ്യം വർഗ്ഗപരമാണ്, ഇത് ഇടതുപക്ഷം ഇന്ന് മനസ്സിലാക്കാത്തത് അവർ പണ്ടേ മാർക്സിസം കൈയ്യൊഴിഞ്ഞത് കൊണ്ടാണ്.

മുതലാളിത്തത്തിന്റെ ഇന്നത്തെ ജീർണ്ണാവസ്ഥയിൽ ചരിത്രത്തിന്റെ മുന്നോട്ടുള്ള പ്രയാണത്തെ ഉപാധികളില്ലാതെ പിന്തുണക്കുന്ന ഒരേ ഒരു വർഗ്ഗം തൊഴിലാളി വർഗ്ഗമാണ്. നവോത്ഥാനത്തിന്റെ തുടർച്ചയുടെ കാര്യമാവട്ടെ, ശബരിമലയിലെ സ്ത്രീപ്രവേശനത്തിന്റെ കാര്യമാവട്ടെ, അടിസ്ഥാനവർഗ്ഗ പ്രസ്ഥാനങ്ങൾ ഇന്ന് ചെയ്യേണ്ടത് ഈ വിഷയങ്ങളിൽ തൊഴിലാളിവർഗ്ഗപിന്തുണ ഉറപ്പിക്കുകയും ഈ പിന്തുണയുടെ ചിറകേറി മറ്റ് വർഗ്ഗങ്ങളുടെ എതിർപ്പ് വകഞ്ഞുമാറ്റി മുന്നേറുകയുമാണ്. തൊഴിലാളിവർഗ്ഗം ശബരിമലയിലെ സ്ത്രീപ്രവേശനത്തിന് അനുകൂലമാണ് എന്ന് പറയുമ്പോൾ കേരളത്തിലെ സകല തൊഴിലാളികൾക്കും ഈ അഭിപ്രായമാണ് ഉള്ളത് എന്ന് അർത്ഥമില്ല. തൊഴിലാളിവർഗ്ഗത്തിന്റെ വസ്തുനിഷ്ഠമായ നിലപാട് സ്ത്രീപ്രവേശനം ഉൾപ്പടെയുള്ള എല്ലാ പുരോഗമനകാൽവെപ്പുകളെയും പിന്തുണക്കുകയാണ്. എന്നാൽ തൊഴിലാളിവർഗ്ഗബോധത്തിന്റെ അഭാവം മൂലം എല്ലാ തൊഴിലാളികളും ഈ നിലപാട് എടുത്തു എന്ന് വരില്ല. എന്നാൽ, സ്ത്രീപ്രവേശനത്തെ എതിർക്കുന്ന തൊഴിലാളിയും, അതിനെ എതിർക്കുന്ന മറ്റ് വർഗ്ഗങ്ങളിൽ പെട്ടവരും തമ്മിൽ നിർണ്ണായകമായ ഒരു വ്യത്യാസമുണ്ട്. മറ്റ് വിഭാഗങ്ങളിൽ പെട്ടവർ നവോത്ഥാനശ്രമങ്ങളെ എതിർക്കുമ്പോൾ അവർ അവരുടെ വർഗ്ഗത്തിന്റെ നിലപാടുമായി താദാത്മ്യം പ്രാപിക്കുകയാണ് ചെയ്യുന്നത്. അവർ നൈസർഗ്ഗികമായ മുറുകെപ്പിടിക്കുന്നത് അവരുടെ വർഗ്ഗവീക്ഷണം തന്നെയാണ്. അതുകൊണ്ട് തന്നെ ഇവിടെ "ബോധവൽക്കരണം" വിലപ്പോവില്ല. എന്നാൽ തൊഴിലാളി പുരോഗമനശ്രമങ്ങളെ എതിർക്കുമ്പോൾ അയാൾ അയാളുടെ തന്നെ വർഗ്ഗതാല്പര്യങ്ങൾക്ക് വിരുദ്ധമായ നിലപാടാണ് എടുക്കുന്നത്. ഇത്

പ്രധാനമായും മറ്റ് വർഗ്ഗങ്ങളുടെ പ്രത്യയശാസ്ത്രങ്ങൾ, പ്രത്യേകിച്ച് പെറ്റിബൂർഷ്വ വീക്ഷണങ്ങൾ, തൊഴിലാളികൾക്ക് മേൽ ചെലുത്തുന്ന സ്വാധീനത്തെയാണ് കാണിക്കുന്നത്. തൊഴിലാളികളുടെ ഈ നിലപാട്, അതുകൊണ്ട് തന്നെ, വർഗ്ഗബോധത്തിന്റെ അഭാവത്തിൽ നിന്നും ഉടലെടുക്കുന്നതാണ്. ഇത് ബോധവൽക്കരണവും വർഗ്ഗവിദ്യാഭ്യാസവും കൊണ്ട് മാറ്റിയെടുക്കപ്പെടേണ്ടതാണ്. പറഞ്ഞുവരുന്നത്, ബോധവൽക്കരണം ലക്ഷ്യമിടേണ്ടത് ഇടതുപക്ഷം കരുതുന്നത് പോലെ കേരളീയസമൂഹത്തിലെ "പ്രബുദ്ധ"രെ അല്ല, തൊഴിലാളിവർഗ്ഗത്തെയാണ്. പിന്നെ ലക്ഷ്യമിടേണ്ടത് അനുദിനം തൊഴിലാളിവൽക്കരിക്കപ്പെട്ടുകൊണ്ടിരിക്കുന്ന പെറ്റിബൂർഷ്വസിയുടെ താഴെത്തട്ടിലുള്ള അദ്ധ്വാനിക്കുന്ന ജനവിഭാഗങ്ങളെയും. എണ്ണത്തിൽ മഹാഭൂരിപക്ഷം വരുന്ന അടിസ്ഥാനവർഗ്ഗത്തിന്റെ രാഷ്ട്രീയ ഇച്ഛാശക്തിക്ക് മാത്രമേ ജീർണ്ണതയുടെ കാവൽക്കാരെ തെരുവുകളിൽ തോൽപ്പിക്കാനാവൂ.

മുതലാളിത്തത്തിന്റെ പ്രതിസന്ധിഘട്ടത്തിൽ "നവോത്ഥാനമൂല്യസംരക്ഷണം" പുരോഗമനപരമോ?

നവോത്ഥാനമൂല്യങ്ങളുടെ യാഥാസ്ഥിതികബൂർഷ്വ പ്രതിപത്തി നമ്മൾ കണ്ടു കഴിഞ്ഞതാണ്. ആ വർഗ്ഗവിശകലനത്തിന്റെ പശ്ചാത്തലത്തിൽ, മുതലാളിത്തം നിരന്തരമായ പ്രതിസന്ധികളിൽ പെട്ടുലയുകയും അതിന്റെ ഫലമായി ഫാഷിസം ആസുരമായ വളർച്ച പ്രാപിക്കുകയും ചെയ്യുന്ന ഇന്നത്തെ അവസ്ഥയിൽ, ഇടതുപക്ഷം മുന്നോട്ടുവെക്കുന്ന "നവോത്ഥാനമൂല്യസംരക്ഷണം" എത്രമാത്രം പുരോഗമനപരമായ ഒരു മുദ്രാവാക്യമാണ് എന്നത് പരിശോധിക്കപ്പെടേണ്ടതുണ്ട്. സ്വാതന്ത്ര്യപൂർവ്വകാലത്തുപോലും പരിമിതമായ പുരോഗമനപരത മാത്രം ഉണ്ടായിരുന്ന നവോത്ഥാനമുദ്രാവാക്യങ്ങളെ ഇന്ന് തൊഴിലാളിവർഗ്ഗം ഒഴികെയുള്ള സകലവർഗ്ഗങ്ങളും എത്രത്തോളം ഭയക്കുന്നു എന്ന് നാം കണ്ടുകഴിഞ്ഞു. പക്ഷെ ഇന്നത്തെ സാഹചര്യത്തിൽ ബൂർഷ്വജനാധിപത്യത്തിന്റെ ചട്ടക്കൂടിനുള്ളിൽ നിന്നുകൊണ്ട് മതവുമായും മതാനുഷ്ഠാനങ്ങളുമായും ബന്ധപ്പെട്ട് തൊഴിലാളിവർഗ്ഗം ഉന്നയിക്കേണ്ട ശരിയായ മുദ്രാവാക്യം എന്താണ് എന്നതാണ് പ്രശ്നം. അത് നവോത്ഥാനമൂല്യങ്ങളുടെ സംരക്ഷണം തന്നെ ആണോ?

സ്വാതന്ത്ര്യസമരത്തിന്റെ കാലഘട്ടത്തിൽ ഉന്നയിക്കപ്പെട്ട നവോത്ഥാനമുദ്രാവാക്യങ്ങൾ മതങ്ങളുടെയോ ദൈവങ്ങളുടെയോ

അസ്തിത്വത്തെ ഒരുതരത്തിലും ചോദ്യം ചെയ്യുകയുണ്ടായില്ലെന്നും അവയുടെ പ്രധാനലക്ഷ്യം മതങ്ങളുടെ "പരിഷ്കരണം" മാത്രമായിരുന്നു എന്നും നമ്മൾ കണ്ടു കഴിഞ്ഞതാണ്. ജനാധിപത്യവിപ്ലവത്തിന്റെ പശ്ചാത്തലത്തിൽ, പ്രത്യേകിച്ച് ഇന്ത്യ പോലെ മുതലാളിത്തം പിച്ചവെച്ചു തുടങ്ങുക മാത്രം ചെയ്തിരുന്ന ഒരു രാജ്യത്ത്, ഇവ പോലും പുരോഗമനപരമായിരുന്നു. എന്നാൽ ഇന്നത്തെ സ്ഥിതി എന്താണ്? കേരളത്തിലും ഇന്ത്യയിലും നവോത്ഥാനപോരാട്ടങ്ങൾ ഉയർന്നു വന്ന കാലഘട്ടത്തിൽ മതങ്ങളും ആചാരങ്ങളും അനുഷ്ഠാനങ്ങളും നിലനിന്നുപോന്നിരുന്നത് ഫ്യൂഡലിസത്തിന്റെ തുടർച്ചകളായും ശേഷിപ്പുകളായും ആണ്. ഫ്യൂഡൽ പ്രത്യയശാസ്ത്രവുമായുള്ള മുതലാളിത്തത്തിന്റെയും ബൂർഷ്വാസിയുടെയും പോരാട്ടങ്ങളുടെ ഭാഗമായാണ് നവോത്ഥാനമുദ്രാവാക്യങ്ങൾ ഉന്നയിക്കപ്പെട്ടുന്നത്. അന്നത്തെ സാഹചര്യത്തിൽ മതാചാരങ്ങളുടെയും അനുഷ്ഠാനങ്ങളുടെയും അടിസ്ഥാനം ഫ്യൂഡൽ പ്രത്യയശാസ്ത്രത്തിൽ ആയിരുന്നതിനാൽ ഈ വിശ്വാസങ്ങളെ താങ്ങിനിർത്തുന്നതിൽ അജ്ഞതക്കും വിദ്യാഭ്യാസമില്ലായ്മക്കും വലിയ ഒരു പങ്കുണ്ടായിരുന്നു. അതുകൊണ്ട് തന്നെ അവക്കെതിരെയുള്ള മുന്നേറ്റങ്ങളിൽ ബോധവൽക്കരണവും യുക്തിചിന്തയുടെ വ്യാപനവും പ്രധാനമായിരുന്നു. മാത്രവുമല്ല, അന്ന് നവോത്ഥാനശ്രമങ്ങളെ ഫ്യൂഡൽ വിഭാഗങ്ങൾ ഒഴികെയുള്ള വർഗ്ഗങ്ങളെല്ലാം പൊതുവെ പിന്തുണച്ചിരുന്നു എന്നതുകൊണ്ട് തന്നെ അത്തരം മുന്നേറ്റങ്ങൾക്ക് ഒരു "ജനകീയ"സ്വഭാവം ആർജ്ജിക്കാൻ സാധിച്ചിരുന്നു.

എന്നാൽ ഇന്നത്തെ സ്ഥിതി ഇതിൽ നിന്നും വളരെ വ്യത്യസ്തമാണ്. മതങ്ങളുടെയും ആചാരാനുഷ്ഠാനങ്ങളുടെയും ഇന്നത്തെ പുനരുദ്ധാരണത്തിന്റെ അടിസ്ഥാനം മുതലാളിത്തപ്രതിസന്ധിയാണ്. അറുപതുകളിലും എഴുപതുകളിലും വെൽഫയർ മുതലാളിത്തത്തിന്റെ ശീതളച്ഛായയിൽ കേരളീയസാമൂഹികരംഗത്തുനിന്നും പതുക്കെ നിഷ്കാസിതമാക്കപ്പെട്ടുകൊണ്ടിരുന്ന മതശക്തികൾ തൊണ്ണൂറുകളുടെ തുടക്കത്തോട് കൂടി മടങ്ങിവരുന്നത് യാദൃശ്ചികമല്ല. മാർക്സ് സൂചിപ്പിച്ചത് പോലെ മുതലാളിത്തം പൂർണ്ണമായും ആധിപത്യം സ്ഥാപിച്ച ഒരു സമൂഹത്തിൽ ഉണ്ടാവുന്ന ആകാംക്ഷകളും ഉൽക്കണ്ഠകളും അപകർഷതകളും, മുതലാളിത്തവ്യവസ്ഥിതിയുടെ ആകസ്മികതയും പ്രവചനാതീതതയും ജനങ്ങളിൽ വളർത്തുന്ന അരക്ഷിതാവസ്ഥയും, ഇതെല്ലാം ചേർന്ന് സൃഷ്ടിക്കുന്ന വലിയ അന്യവൽക്കരണവും ആണ് മതപുനരുദ്ധാരണത്തിന് യഥാർത്ഥ വളം. നിരന്തരമായ മുതലാളിത്തപ്രതിസന്ധി ഈ

പുനരുദ്ധാരണത്തിന് ആസുരരൂപം നൽകും. പുനരുദ്ധാരണത്തിന്റെ ഈ ആസുരതയാണ് ഫാഷിസത്തെ പനപോലെ വളർത്തുന്നത്. അതുകൊണ്ടുതന്നെ, ഫ്യൂഡലിസത്തിന്റെ അവസാനഘട്ടത്തിൽ ബൂർഷ്വസി മതാചാരങ്ങളെയും അനുഷ്ഠാനങ്ങളെയും നേരിടാൻ ഉപയോഗപ്പെടുത്തിയ നവോത്ഥാനമുദ്രാവാക്യങ്ങൾ മുതലാളിത്തത്തിന്റെ ജീർണ്ണാവസ്ഥയിൽ അതുപോലെ ഉപയോഗിക്കാൻ ആവില്ല. കാരണം, അന്നത്തെ മതങ്ങളുടെയും ഇന്നത്തെ മതങ്ങളുടെയും സാമൂഹികാസ്തിത്വം വ്യത്യസ്തമാണ്. അന്നത്തെ പ്രക്ഷോഭങ്ങൾക്ക് ഉണ്ടായിരുന്ന "ജനകീയ"സ്വഭാവം ഇന്നത്തെ പ്രക്ഷോഭങ്ങൾക്ക് ഉണ്ടാവുക സാധ്യമല്ല; ഈ "ജനകീയ"തക്ക് പകരം ഇന്ന് ശക്തമായ വർഗ്ഗപരതയാണ് ആവശ്യം. കാരണം ഇന്ന് മതപുനരുദ്ധാരണത്തെ ബൂർഷ്വസിയും പെറ്റിബൂർഷ്വസിയും അടക്കം പിന്താങ്ങുകയാണ്.

തൊഴിലാളിവർഗ്ഗവീക്ഷണത്തിൽ അധിഷ്ഠിതമായ പ്രതിരോധം മാത്രമേ ഇന്ന് മതശക്തികൾക്കെതിരെ വിജയിക്കുകയുള്ളൂ. അതുകൊണ്ടുതന്നെ, എല്ലാവരെയും ബോധവൽക്കരിച്ച് കൂടെനിർത്തി നവോത്ഥാനം നടത്താം എന്ന വ്യാമോഹം ഇന്ന് വേണ്ട, കാരണം ബൂർഷ്വ-പെറ്റിബൂർഷ്വ വർഗ്ഗങ്ങളുടെ പ്രതിനിധികൾ പുനരുദ്ധാരണത്തെ പിന്തുണക്കുന്നത് അവരുടെ അജ്ഞത മൂലമല്ല, അവരുടെ വർഗ്ഗനിലനില്പിന് പുനരുദ്ധാരണം സഹായകരമാണ് എന്ന കൃത്യമായ യുക്തി വെച്ചിട്ടാണ്. "പ്രബുദ്ധകേരളം" ഒന്നാകെ ഇനി ഒരിക്കലും ഒരു പോരാട്ടത്തിനും ഇറങ്ങുകയില്ല, ഇനിയുള്ള പോരാട്ടങ്ങൾ എല്ലാം, ശബരിമലയിലേത് ഉൾപ്പടെ, പ്രബുദ്ധതൊഴിലാളിവർഗ്ഗം കാലഹരണപ്പെട്ട മറ്റുവർഗ്ഗങ്ങളുമായി നടത്തുന്നവയായിരിക്കും. ഇക്കാരണങ്ങൾ കൊണ്ട് തന്നെ "നവോത്ഥാനമൂല്യസംരക്ഷണം" എന്ന പഴയവീഞ്ഞ് പുതിയ കുപ്പിയിൽ ചിലവാക്കാം എന്ന ഇടതുപക്ഷവ്യാമോഹം നടപ്പിലാവില്ല. മുതലാളിത്തജീർണ്ണത ഊട്ടിവളർത്തുന്ന ജാതി-മത-ആചാര-അനുഷ്ഠാന പുനരുദ്ധാരണശ്രമങ്ങളെ എതിർത്തുപരാജയപ്പെടുത്തേണ്ടത് വിപ്ലവകരമായ തൊഴിലാളിവർഗ്ഗമുദ്രാവാക്യങ്ങൾ ഉയർത്തിയാണ്. എന്താവണം ഈ മുദ്രാവാക്യങ്ങൾ?

"നവോത്ഥാനമൂല്യസംരക്ഷണ"ത്തിന് ഉള്ളതുപോലെയുള്ള പരിമിതമായ പരിഷ്ക്കാരലക്ഷ്യങ്ങൾ അല്ല ഈ വിഷയത്തിൽ തൊഴിലാളിവർഗ്ഗവീക്ഷണത്തിന് ഉള്ളത്. അത് ആക്രമിക്കുന്നത് മതങ്ങളുടെ തെറ്റായ "വ്യാഖ്യാനങ്ങ"ളെയോ "മോശം" ആചാരങ്ങളെയോ, അനുഷ്ഠാനങ്ങളുടെ സ്ത്രീവിരുദ്ധതയെയോ ദളിത് വിരുദ്ധതയെയോ മാത്രമല്ല, മതങ്ങളുടെയും ആചാരാനുഷ്ഠാനങ്ങളുടെയും മതസ്ഥാപനങ്ങളുടെയും സാമൂഹിക

അസ്തിത്വത്തെ തന്നെയാണ്. നവോത്ഥാനം എന്ന യാഥാസ്ഥിതിക ബൂർഷ്വപരിപാടിയുടെ സംരക്ഷണം അല്ല, മറിച്, മതനിരപേക്ഷത എന്ന റാഡിക്കൽ മുദ്രാവാക്യമാണ് അതിന്റെ ഏറ്റവും വിപ്ലവകരമായ അർത്ഥത്തിൽ തൊഴിലാളിവർഗ്ഗവും അടിസ്ഥാനവർഗ്ഗപ്രസ്ഥാനങ്ങളും ഇന്ന് മുന്നോട്ടുവെക്കേണ്ടത്. മതങ്ങൾക്കോ ആചാരങ്ങൾക്കോ അനുഷ്ഠാനങ്ങൾക്കോ യാതൊരു സാമൂഹിക അസ്തിത്വവും അനുവദിച്ചുകൊടുക്കാൻ തൊഴിലാളിവർഗ്ഗം തയ്യാറാവരുത്. മതം ഒരു സ്വകാര്യവിഷയമാണ്; സ്വകാര്യവിഷയം മാത്രമാണ്. അതുകൊണ്ടു തന്നെ സ്വകാര്യാകാര്യമായ മതവിശ്വാസങ്ങൾക്കോ അതോടനുബന്ധിച്ചുള്ള ആചാരാനുഷ്ഠാനങ്ങൾക്കോ ഒരുതരത്തിലുള്ള സാമൂഹികസാധുതയും കല്പിച്ചുകൊടുക്കാൻ ആവില്ല. ഭരണകൂടവും നിയമസംവിധാനങ്ങളും മതപരമായ കാര്യങ്ങളെ തികച്ചും സ്വകാര്യവിഷയങ്ങൾ മാത്രമായി കാണുന്ന റാഡിക്കൽ മതനിരപേക്ഷത തന്നെയാണ് തൊഴിലാളിവർഗ്ഗം ഇന്ന് മുന്നോട്ടു വെക്കേണ്ട യഥാർത്ഥ പുരോഗമനമുദ്രാവാക്യം. തൊഴിലാളിവർഗ്ഗം മതങ്ങളുടെ തെറ്റായ വ്യാഖ്യാനങ്ങളെയോ, വിവേചനപരമായ ആചാരങ്ങളെയോ, വഴിതെറ്റിയ ആധ്യാത്മികതയെയോ മാത്രമല്ല ആക്രമിക്കുന്നത്. ഭൗതികപരമായ വൈരുദ്ധ്യാത്മകതയിൽ അധിഷ്ഠിതമായ സാമൂഹികവീക്ഷണം മുന്നോട്ടുവെക്കുന്ന അടിസ്ഥാനവർഗ്ഗത്തിന് "നല്ല" മതം, "നല്ല" ആചാരങ്ങൾ, "നല്ല" ആത്മീയത തുടങ്ങിയ ആശയങ്ങളുടെ പൊള്ളത്തരം വളരെ നന്നായിട്ടറിയാം. അതുകൊണ്ട് തന്നെ മതചിന്തയിൽ വേരുകളുള്ള ഒരു "നന്മ"യെയും അത് സാമൂഹികമായി അംഗീകരിക്കുന്നില്ല.

ഇതേ സമയം മതചിന്തയുടെ അടിസ്ഥാനം തെറ്റിദ്ധാരണയും അജ്ഞതയും വിദ്യാഭ്യാസമില്ലായ്മയും ആണെന്ന യുക്തിവാദവിഡ്ഢിത്തവും തൊഴിലാളിവർഗ്ഗം അംഗീകരിക്കുന്നില്ല. മതങ്ങളെ ഇന്ന് ആവശ്യമാക്കി തീർക്കുന്നത് മനുഷ്യനെ ലാഭം നിർമ്മിക്കുന്ന ഒരു യന്ത്രം മാത്രം ആക്കിമാറ്റുന്ന മുതലാളിത്തവ്യവസ്ഥയുടെ അസംബന്ധയുക്തിയാണ് എന്ന് അവർ തിരിച്ചറിയുന്നുണ്ട്. മതങ്ങളുടെ നിരാസം എന്ന് പറയുന്നത് മതങ്ങളെ ആവശ്യമാക്കുന്ന വ്യവസ്ഥിതിയുടെ നിരാസമാണ് എന്ന മാർക്സിന്റെ ഉൾക്കാഴ്ച തൊഴിലാളിവർഗ്ഗം ഉൾക്കൊള്ളുന്നുണ്ട്. അതിനാൽ തന്നെ, മതചിന്തയുടെ കാലഹരണം മുതലാളിത്തത്തിന്റെ അതിവർത്തനവുമായി ബന്ധപ്പെട്ടതാണ്. ഏത് മതത്തിൽ വിശ്വസിക്കാനും (ഢിങ്കമതം ഉൾപ്പടെ) ആ മതത്തിന്റെ മാമൂലുകളും ആചാരങ്ങളും സ്വകാര്യമായി പാലിക്കാനും ഉള്ള ഓരോ വ്യക്തിയുടെയും അഖണ്ഡമായ സ്വാതന്ത്ര്യം തൊഴിലാളിവർഗ്ഗവും മാർക്കിസ്റ്റ് പ്രസ്ഥാനങ്ങളും

എല്ലായ്പ്പോഴും സംരക്ഷിക്കും. വ്യക്തിയുടെ സ്വകാര്യവിശ്വാസങ്ങളിൽ ഭരണകൂടത്തിന്റെയോ നീതിന്യായവ്യവസ്ഥയുടെയോ ഒരു ഇടപെടലും അംഗീകരിച്ചു കൊടുക്കാൻ ആവില്ല. ഇതേപോലെ തന്നെ തങ്ങളുടെ സ്വകാര്യമതവിശ്വാസങ്ങൾക്കോ ആചാരങ്ങൾക്കോ സാമൂഹികസാധുത വേണം എന്ന ഏതെങ്കിലും മതവിഭാഗത്തിന്റെ ആവശ്യവും അംഗീകരിക്കാൻ ആവില്ല.

ഇടതുപക്ഷം മുന്നോട്ടുവെക്കുന്ന "നവോത്ഥാനമൂല്യസംരക്ഷണ"വും മേൽപ്പറഞ്ഞ തൊഴിലാളിവർഗ്ഗ പരിപ്രേക്ഷ്യവും ആയി ഒരുപാട് വ്യത്യാസമുണ്ട് എന്ന് പറയേണ്ടതില്ലല്ലോ. നവോത്ഥാനമൂല്യങ്ങളുടെ വർഗ്ഗസ്വഭാവം യാഥാസ്ഥിതിക ബൂർഷ്വസിയുടേതാണ്. അവയുടെ സംരക്ഷണവും വ്യാപനവും ലക്ഷ്യമാക്കുമ്പോൾ ഇടതുപക്ഷം യാഥാസ്ഥിതികബൂർഷ്വസിയുടെ തലത്തിലേക്ക് തരംതാഴുകയാണ്. ജാതി-മത പുനരുദ്ധാരണശ്രമങ്ങൾ ഫാഷിസത്തിന് വളമേകുന്ന ഇന്നത്തെ അവസ്ഥയിൽ തൊഴിലാളിവർഗ്ഗം ഉയർത്തുന്ന മുദ്രാവാക്യം നവോത്ഥാനസംരക്ഷണമല്ല, രാഷ്ട്രീയവും മതവുമായുള്ള പൂർണ്ണമായ വിച്ഛേദവും ആചാരാനുഷ്ഠാനങ്ങളുടെ സാമൂഹികസാധുതയുടെ അസന്നിഗ്ദ്ധമായ നിരാസവും ആണ്. ഈ മുദ്രാവാക്യത്തിന് റാഡിക്കൽ ബൂർഷ്വസ്വഭാവം ആണുള്ളത്. എന്നാൽ, തങ്ങളുടെ പുരോഗമനാഭിമുഖ്യം പണ്ടേ നഷ്ടപ്പെട്ട ബൂർഷ്വസി ഈ മുദ്രാവാക്യം ഒരിക്കലും മുന്നോട്ടുവെക്കില്ല, അതുകൊണ്ട് തന്നെ ഈ മുദ്രാവാക്യം ഉയർത്താൻ തൊഴിലാളിവർഗ്ഗം പ്രതിജ്ഞാബദ്ധമാണ്. മാത്രവുമല്ല, മുതലാളിത്തവ്യവസ്ഥക്കുള്ളിൽ നിന്നുകൊണ്ട് നേടാവുന്ന ഏറ്റവും പുരോഗമനപരമായ ചുവടുവെപ്പും ഇതുതന്നെയാണ്. നവോത്ഥാനമൂല്യങ്ങൾ സംരിക്ഷിക്കാനായുള്ള ഇടതുപക്ഷത്തിന്റെ ആഹ്വാനം അഭിസംബോധന ചെയ്യുന്നത് "പ്രബുദ്ധ" കേരളത്തെ മുഴുവനായും ആണ്. കേരളിയസമൂഹത്തിന് ഒന്നായി ഒരു പുരോഗമനാഭിമുഖ്യവും ഇടതുപക്ഷ"മനസ്സും" ഉണ്ടെന്ന വിഡ്ഢിത്തത്തിന്റെ അടിസ്ഥാനത്തിലാണ് ഈ ആഹ്വാനം. തൊഴിലാളിവർഗ്ഗമുദ്രാവാക്യം അഭിസംബോധന ചെയ്യുന്നത് തൊഴിലാളിവർഗ്ഗത്തെയും പെറ്റിബൂർഷ്വസിയുടെ താഴെത്തട്ടിൽ ഉള്ളവരെയും മാത്രമാണ്. കേരളത്തിന് മുഴുവനായി യാതൊരു പുരോഗമാഭിമുഖ്യവും ഇല്ല എന്ന തിരിച്ചറിവ് ഈ മുദ്രാവാക്യത്തിന് ഉണ്ട്. വർഗ്ഗങ്ങൾക്കതീതമായ പിന്തുണ നവോത്ഥാനത്തിനോ മതനിരപേക്ഷതക്കോ ഇന്ന് കേരളത്തിൽ ലഭിക്കില്ല; തൊഴിലാളിവർഗ്ഗവും അതിന് പിന്നിൽ അണിനിരക്കുന്ന അദ്ധ്വാനിക്കുന്ന ജനവിഭാഗങ്ങളും മാത്രമാണ് ഇന്ന് പുരോഗമനാഭിമുഖ്യം സൂക്ഷിക്കുന്നത്, ഇവരുടെ പിന്തുണയാണ് നമ്മൾ നേടിയെടുക്കേണ്ടത്.

ശബരിമലവിഷയത്തിലെ ഇടതുപക്ഷവിശകലനങ്ങളും മുദ്രാവാക്യങ്ങളും കേരളീയസമൂഹത്തിലെ വർഗ്ഗസമരത്തെ കാണാതിരിക്കുവാൻ വേണ്ടി കണ്ണടച്ചിരുട്ടാക്കാൻ ശ്രമിക്കുന്നു; തൊഴിലാളിവർഗ്ഗമുദ്രാവാക്യത്തിന്റെ അടിസ്ഥാനം തന്നെ ഈ വർഗ്ഗസമരമാണ്. കേരളീയ സമൂഹത്തിലെ വർഗ്ഗസമരം കണക്കിലെടുക്കാത്തതുകൊണ്ടുതന്നെ ശബരിമലവിഷയത്തിൽ ഇടതുപക്ഷം മുന്നോട്ടുവെക്കുന്ന സമീപനം "ബോധവൽക്കരണ"ത്തിൽ അധിഷ്ഠിതമാണ്. ഫാഷിസ്റ്റ് ഗുണ്ടകളെയും സവർണ്ണമാടമ്പികളെയും മാറ്റിനിർത്തിയാൽ ശബരിമല വിധിയെ എതിർക്കുന്ന ബാക്കിയെല്ലാവരും തെറ്റിദ്ധാരണയുടെയും വിദ്യാഭ്യാസമില്ലായ്മയുടെയും പുറത്താണ് ആ സമീപനം സ്വീകരിക്കുന്നത് എന്ന് ഇടതുപക്ഷം കരുതുന്നു. ശബരിമല വിധിയെ എതിർക്കുന്നവർക്ക് അതിന് തക്കതായ വർഗ്ഗകാരണങ്ങൾ ഉണ്ടെന്നും ഈ കാരണങ്ങൾ തികച്ചും "ഭൗതിക"മാണെന്നും (ഈ വർഗ്ഗങ്ങളുടെ ഭൗതികമായ നിലനിൽപ്പുമായി ബന്ധപ്പെട്ടത് എന്ന അർത്ഥത്തിൽ), അതുകൊണ്ടുതന്നെ ഈ എതിർപ്പ് "ആശയപ്രചരണം" കൊണ്ടുമാത്രം മറികടക്കാൻ ആവില്ല എന്നും ഇടതുപക്ഷം മനസ്സിലാക്കുന്നില്ല. എന്നാൽ ഈ വിഷയത്തിൽ തൊഴിലാളിവർഗ്ഗം മുന്നോട്ടുവെക്കുന്ന വിശകലനം ഈ വർഗ്ഗയാഥാർത്ഥ്യം മനസ്സിലാക്കുന്നു. അതുകൊണ്ടു തന്നെ ബോധവൽക്കരണവും ആശയപ്രചരണവും കൊണ്ട് സകലവിഭാഗങ്ങളുടെയും എതിർപ്പ് മറികടക്കാം എന്ന് അത് വ്യാമോഹിക്കുന്നില്ല. മറിച്ച്, ആശയപ്രചരണം നടത്തേണ്ടത് തൊഴിലാളികൾക്കിടയിലെ വർഗ്ഗബോധം ഉയർത്താനാണെന്നും, അതുവഴി ശബരിമലവിഷയത്തിന്റെ വർഗ്ഗപരിപ്രേക്ഷ്യം അടിസ്ഥാനവർഗ്ഗങ്ങളിലേക്ക് എത്തിക്കാനാണെന്നും അത് മനസ്സിലാക്കുന്നു. തൊഴിലാളിവർഗ്ഗത്തിന്റെ നേതൃത്വത്തിൽ അണിനിരക്കുന്ന അദ്ധ്വാനിക്കുന്ന ജനവിഭാഗങ്ങൾ മതാനുഷ്ഠാനങ്ങളുടെയും ആചാരങ്ങളുടേയും സാമൂഹികസാധുത നിലനിർത്താനുള്ള പിന്തിരിപ്പൻ വർഗ്ഗങ്ങളുടെ ശ്രമങ്ങളെ തെരുവിൽ പരാജയപ്പെടുത്തുകയാണ് വേണ്ടത്.

സ്ത്രീപക്ഷ - സ്വത്വവാദ വിശകലനങ്ങളുടെ പരിമിതികൾ

സ്ത്രീപക്ഷവാദത്തിന്റെ ഇന്നത്തെ പ്രധാനപ്രമാണങ്ങളിൽ ഒന്ന് സ്ത്രീകളുടെ അടിച്ചമർത്തൽ മനസ്സിലാക്കാനോ അതിന് പരിഹാരം കാണാനോ വർഗ്ഗവിശകലനത്തിനും വർഗ്ഗസമരത്തിനും സാധിക്കില്ല എന്നതാണ്. അതുകൊണ്ടു തന്നെ ശബരിമലവിധിയേയോ

അതിനെത്തുടർന്നുള്ള സംഭവങ്ങളെയോ സ്ത്രീപക്ഷവാദികൾ വർഗ്ഗപരമായി സമീപിക്കുന്നതേയില്ല. അവരെ സംബന്ധിച്ചെട്ടുത്തോളം ശബരിമലവിധി സ്ത്രീവിമോചനപരമായ ഒരു കാൽവെപ്പാണ്. എന്തുകൊണ്ട് ഇപ്പോൾ ഇങ്ങനെ ഒരു വിധി? കാരണം കഴിഞ്ഞ രണ്ടുദശകങ്ങളായി സ്ത്രീവിമോചനമുന്നേറ്റങ്ങൾ ശക്തിയാർജ്ജിച്ചിരിക്കുന്നു, അതിന്റെ പശ്ചാത്തലത്തിലാണ് ഈ വിധി. എന്തുകൊണ്ട് സ്ത്രീപക്ഷപോരാട്ടങ്ങൾ ശക്തിയാർജ്ജിച്ചു? കാരണം, സ്ത്രീകൾ വിദ്യാസമ്പന്നരും ബോധവാന്മാരും ആയിരിക്കുന്നു. സ്ത്രീവിദ്യാഭ്യാസത്തിലും, പുരുഷമേധാവിത്വത്തിനെതിരെ അവരെ ബോധവാന്മാരാക്കി മാറ്റുന്നതിലും കഴിഞ്ഞ രണ്ടുമൂന്നു ദശകങ്ങളിൽ എന്തുകൊണ്ട് നിർണ്ണായകമായ മുന്നേറ്റങ്ങൾ ഉണ്ടായി? കാരണം, സ്ത്രീവിമോചനമുന്നേറ്റങ്ങൾ ശക്തിയാർജ്ജിച്ചിരിക്കുന്നു! സ്ത്രീപക്ഷയുക്തി ഇങ്ങനെ തുടങ്ങിയെടുത്തു തന്നെ തിരിച്ചെത്തുന്നതിന് കാരണം സ്ത്രീവിമോചനമുന്നേറ്റങ്ങളുടെ ഭൗതികസാഹചര്യം വിശകലനം ചെയ്യാൻ അവർ ശ്രമിക്കാറില്ല എന്നതാണ്. കാരണം, വർഗ്ഗവിശകലനം അവരുടെ പുസ്തകത്തിൽ വലിയ പാപമാണ് (മാർക്സിസ്റ്റ് എന്ന് സ്വയം വിളിക്കുന്ന രാഷ്ട്രീയപാർട്ടികളിൽ പലതും പുരുഷകേന്ദ്രിതമാണ്. അതുകൊണ്ട് മാർക്സിസം തന്നെ പുരുഷകേന്ദ്രിതവും സ്ത്രീവിരുദ്ധവുമാണ് എന്ന നിലപാടുള്ള സ്ത്രീപക്ഷവാദികളും കുറവല്ല!). വർഗ്ഗവിശകലനത്തിന്റേയും, ഭൗതികസാഹചര്യങ്ങളുടെ വസ്തുനിഷ്ഠമായ പഠനത്തിന്റെയും അഭാവത്തിൽ ഇത്തരം ചോദ്യങ്ങൾക്ക് ഉത്തരം തേടാൻ ബൂർഷ്വഫെമിനിസം പലപ്പോഴും ആശയവാദത്തിൽ (idealism) അഭയം തേടുകയാണ് പതിവ്. അങ്ങനെയാണ് ബൂർഷ്വഫെമിനിസത്തിന് സ്ത്രീകളുടെ അടിച്ചമർത്തൽ പുരുഷമേധാവിത്വം ഉൽപ്പാദിപ്പിക്കുന്ന കാഴ്ചപ്പാടുകളുടെയോ ചിന്താരീതികളുടെയോ മാത്രം പ്രശ്നമായി മാറുന്നത്. അതുകൊണ്ടുതന്നെയാണ് ശബരിമലപ്രക്ഷോഭങ്ങൾ തെരുവിൽ ഉയർത്തിയ ചോദ്യങ്ങൾക്ക് സ്ത്രീപക്ഷവാദം ആളുകളുടെ മനസ്സിലും ചിന്തയിലും ഉത്തരങ്ങൾ തിരയുന്നത്.

ശബരിമലവിധിയെ ഒരു സ്ത്രീവിമോചനവിഷയം മാത്രമാക്കി ചുരുക്കിക്കാണുന്ന സ്ത്രീപക്ഷവാദത്തിന് നേരിടേണ്ടിവരുന്ന പ്രധാനചോദ്യം, അങ്ങനെയെങ്കിൽ എന്തുകൊണ്ട് വിധിയുടെ നടത്തിപ്പിനെതിരെ ആയിരക്കണക്കിന് സ്ത്രീകൾ നിരത്തിലിറങ്ങി എന്നതാണ്. സ്ത്രീകളിൽ ഒരു നല്ല പങ്കും എന്തുകൊണ്ട് അവരുടെ വിമോചനത്തിനും ആത്മാഭിമാനത്തിനും മുകളിൽ പാരമ്പര്യത്തെയും ആചാരാനുഷ്ഠാനങ്ങളെയും പ്രതിഷ്ഠിക്കാൻ തയ്യാറായി? ലോകസഭ തിരഞ്ഞെടുപ്പ് ഫലം തരുന്ന സൂചനയും ഒരു വലിയ വിഭാഗം സ്ത്രീകൾ വിധിക്കും അതിന്റെ

നടത്തിപ്പിനും എതിരാണ് എന്നതാണ്. എന്തുകൊണ്ട്? ഈ ചോദ്യത്തിന് പല കോണുകളിൽ നിന്ന് വിവിധ ഉത്തരങ്ങൾ നല്കപ്പെടുന്നുണ്ട്. സ്ത്രീകളെ മുൻനിരയിൽ അണിനിരത്തി പ്രതിഷേധം നടത്തുന്ന വലതുപക്ഷ സംഘടനകളുടെ ഉത്തരം ഇത് ഒരു സ്ത്രീപക്ഷ വിധിയേ അല്ല എന്നും, മറിച്ച് വിശ്വാസത്തിനും പാരമ്പര്യത്തിനും എതിരേയുള്ള ഒരു കടന്നുകയറ്റമാണ് എന്നുമാണ്. അത് കേരളത്തിലെ സ്ത്രീകൾ തിരിച്ചറിഞ്ഞതിന്റെ ഫലമാണത്രെ സമരങ്ങളിൽ ഇന്ന് കാണുന്ന വമ്പിച്ച സ്ത്രീപങ്കാളിത്തം. ഇവരെ സംബന്ധിച്ചെടുത്തോളം ശബരിമലയിൽ ഒരു പ്രത്യേക പ്രായപരിധിയിലുള്ള സ്ത്രീകൾക്ക് ഏർപ്പെടുത്തിയ വിലക്ക് അയ്യപ്പനെക്കുറിച്ചുള്ള വിശ്വാസപ്രമാണങ്ങൾ ആവശ്യപ്പെടുന്ന ഒന്നാണ്. അത് സ്ത്രീവിരുദ്ധമല്ല എന്ന് മാത്രമല്ല, വിശ്വാസികളായ സ്ത്രീകൾ 'കാലാകാലങ്ങ'ളായി അത് 'സ്വമേധയാ' അനുസരിച്ച് പോന്നിട്ടുള്ളതും ആണ്. ഫെമിനിസം നൽകുന്ന ഐഡിയലിസ്റ്റ് ഉത്തരം ആൺമേൽക്കോയ്മയുടെ പ്രത്യയശാസ്ത്രത്തിൽ നിന്നും പുറത്തുകടക്കാൻ ഈ സ്ത്രീകൾക്കായിട്ടില്ല എന്നതാണ്. സവർണ്ണ-ഹിന്ദുത്വ ശക്തികളുടെ "വിശ്വാസസംരക്ഷണ"ത്തിന്റെ അടിസ്ഥാനത്തിലുള്ള ശക്തമായ പ്രചാരവേലകൾ കാരണം ഇവർക്ക് ഈ വിധിയുടെ സ്ത്രീവിമോചനസാധ്യതകൾ മനസ്സിലാക്കാൻ ആവുന്നില്ല. അതായത്, ഒറ്റ വാക്കിൽ പറഞ്ഞാൽ, പ്രതിഷേധിക്കുന്ന സ്ത്രീകൾ വലതുപക്ഷശക്തികളാൽ തെറ്റിദ്ധരിപ്പിക്കപ്പെട്ടവരാണ്!

നൂറ്റാണ്ടുകളുടെ പുരുഷാധിപത്യവും, അടിച്ചമർത്തലും, അതിനെ നിലനിർത്താനായി ഉണ്ടാക്കിയെടുത്ത ഒരു മൂല്യവ്യവസ്ഥയും സ്ത്രീകളിൽ അവരെ ബന്ധിച്ചിരിക്കുന്ന ചങ്ങലകൾ കാണാനുള്ള പ്രാപ്തി ഇല്ലാതാക്കുന്നുണ്ട്. വിദ്യാഭ്യാസവും സാമൂഹികജീവിതത്തിൽ അനുദിനം വർദ്ധിച്ചുവരുന്ന സ്ത്രീസാന്നിധ്യവും ഈ യാഥാസ്ഥിതിക മൂല്യവ്യവസ്ഥയുടെ സ്ത്രീവിരുദ്ധത മനസ്സിലാക്കാൻ ഒരുപാട് സ്ത്രീകളെ പ്രാപ്തരാക്കിയിട്ടുണ്ട്. അവരാണ് ഈ വിധിക്കുവേണ്ടി നിലകൊള്ളുന്നത്. എന്നാൽ വലിയൊരു വിഭാഗം സ്ത്രീകൾക്ക് ഇന്നും ഈ തിരിച്ചറിവ് ആർജ്ജിക്കാനായിട്ടില്ല; അതുകൊണ്ട് തന്നെയാണ് തികച്ചും സ്ത്രീവിരുദ്ധമായ പ്രക്ഷോഭത്തിൽ അവർ സജീവപങ്കാളിത്തം വഹിക്കുന്നതും. സ്ത്രീപക്ഷ കൂട്ടായ്മയായ "സമം" അവരുടെ ഒരു ഫേസ്ബുക് പോസ്റ്റിൽ ഈ വാദം കൃത്യമായി മുന്നോട്ടുവെക്കുന്നുണ്ട്: "ആചാര-വിശ്വാസ ബന്ധമായ ആണധികാര സമൂഹത്തിനുള്ളിൽ ഇരയാകപ്പെടുന്നു എന്നത് മാത്രമല്ല സ്ത്രീയുടെ പരിമിതി, ഇരയാണ് എന്നത് അവൾ അറിയാതെ പോകുന്നു എന്നതും അതുപോലെ ഗുരുതരമാണ്. അത് കൊണ്ടു തന്നെ ജാത്യാചാരങ്ങളുടെയും ഉച്ചനീചത്വങ്ങളുടെയും അന്ധവിശ്വാസങ്ങളുടെയും

അണധികാരത്തിന്റെയും മിഥ്യാഭിമാന ബോധത്തിന്റെയും അനാചാരങ്ങളുടെയും അടിമത്തത്തിന്റെയും തിരിച്ച വരവറിയാതെപോകുന്ന വലിയൊരു സ്ത്രീ സമൂഹം ഇപ്പോഴും ഇതൊക്കെ തിരിച്ച കൊണ്ടു വരാൻ വെമ്പി നില്ക്കുന്ന പുരുഷമേധാവിത്ത സമൂഹത്തോടൊപ്പം നില്ക്കുന്നുണ്ട് എന്നത് വലിയ യാഥാർത്ഥ്യമാണ്.അവർക്ക് വേണ്ടി കൂടിയുള്ള നിരന്തര ബോധവത്കരണ പ്രക്രിയയാണ് ഞങ്ങൾ ലക്ഷ്യമിടുന്നത്." അപ്പോൾ ഇത് പ്രധാനമായും ബോധത്തിന്റെ അല്ലെങ്കിൽ തിരിച്ചറിവിന്റെ പ്രശ്നമാണ്; " ഇരയാണ് എന്നത് അവൾ അറിയാതെ പോകുന്നു", അതുകൊണ്ട് സ്ത്രീവിരുദ്ധമായ പ്രക്ഷോഭങ്ങളിൽ അവർ "പുരുഷമേധാവിത്ത സമൂഹത്തോടൊപ്പം നില്ക്കുന്നു". അങ്ങനെയെങ്കിൽ ഭൂരിപക്ഷം സ്ത്രീകളിലും ഈ തിരിച്ചറിവ് കൊണ്ടുവരാൻ "നിരന്തര ബോധവത്കരണ പ്രക്രിയ"യിലൂടെ സാധിക്കും എന്ന ശുഭാപ്തി വിശ്വാസത്തിൽ തെറ്റുകാണാനാവില്ല. അതുകൊണ്ടുതന്നെ ഇതിനുള്ള പോംവഴി ബോധവൽക്കരണത്തിലൂടെയും വിദ്യാഭ്യാസത്തിലൂടെയും സ്ത്രീവിമോചനത്തിന്റെ ആവശ്യകതയെക്കുറിച്ച് ഇവരെ മനസ്സിലാക്കിപ്പിക്കുക എന്നതാണ്. ഇങ്ങനെ വന്നാൽ അവർ സവർണ്ണ-പുരുഷാധിപത്യ-ഹിന്ദുത്വ ശക്തികളുടെ പ്രത്യയശാസ്ത്രകെട്ടുപാടിൽ നിന്നും പുറത്തു കടന്ന് സ്ത്രീ വിമോചനത്തെ പിന്തുണക്കും എന്ന് സ്ത്രീപക്ഷവാദം പ്രതീക്ഷിക്കുന്നു. വർഗ്ഗവിഭജനകൾക്ക് അതീതമായി എല്ലാ വർഗ്ഗങ്ങളിലെ സ്ത്രീകളും സ്ത്രീവിമോചനത്തിൽ ഒരേപോലെ തല്പരരാണെന്നും, അതുകൊണ്ട് തന്നെ ബോധവൽക്കരണത്തിലൂടെ എല്ലാ വിഭാഗം സ്ത്രീകളുടേയും പിന്തുണ ശബരിമല സ്ത്രീപ്രവേശനംപോലുള്ള വിമോചനച്ചുവടുവെപ്പുകൾക്കായി നേടിയെടുക്കാം എന്നും സ്ത്രീപക്ഷവാദം കരുതുന്നു. "പ്രബുദ്ധ" കേരളത്തിലെ എല്ലാവിഭാഗം ജനങ്ങളെയും വർഗ്ഗങ്ങൾക്കതീതമായി പുരോഗമനച്ചുവടുവെപ്പുകളെ പിന്തുണക്കുന്നവർ ആക്കി മാറ്റാം എന്ന ഇടതുപക്ഷവ്യാമോഹത്തിന് സമാനമായ ഒരു സ്ത്രീപക്ഷവ്യാമോഹമാണ് ഇത്.

സ്ത്രീവിമോചനത്തിന്റെ പ്രശ്നത്തിൽ വർഗ്ഗപരമായ സമീപനത്തിന്റെ ആവശ്യമില്ല എന്ന നിലപാട് മുഖ്യധാരാ ഫെമിനിസ്റ്റുകൾക്കിടയിൽ വ്യാപകമാണ്. സ്ത്രീശാക്തീകരണം വർഗ്ഗങ്ങൾക്ക് അതീതമാണ് എന്ന കാഴ്ചപ്പാടാണ് അവർക്കുള്ളത്. എല്ലാ വർഗ്ഗങ്ങളിലുള്ള സ്ത്രീകളും പുരുഷാധിപത്യത്തിന്റെ കെടുതികൾ അനുഭവിക്കുന്നവരാണ്, അതിനാൽ സ്ത്രീ വിമോചനം ഇവരുടെയെല്ലാം പൊതുവായ ആവശ്യമാണ്. ആൺമേൽക്കോയ്മയുടെ കെടുതി അധികം അനുഭവിക്കുന്നത് പാവപ്പെട്ടവരും

തൊഴിലെടുക്കുന്നവരുമായ സ്ത്രീകളാണ് എന്നത് അംഗീകരിക്കുമ്പോൾ തന്നെ അത് തോതിലുള്ള വ്യത്യാസമായി മാത്രമേ ഇവർ കാണുന്നുള്ളൂ. ഗുണപരമായി സമീപിക്കുമ്പോൾ സ്ത്രീകളുടെ ശാക്തീകരണത്തിനും വിമോചനത്തിനും വർഗ്ഗങ്ങൾക്കതീതമായ ലക്ഷ്യങ്ങളും മാർഗ്ഗങ്ങളും ആണുള്ളത്. അതായത് സ്ത്രീശാക്തീകരണപോരാട്ടം എന്നത് വർഗ്ഗവിവേചനം ഇല്ലാതെ സ്ത്രീസമൂഹം ഒന്നായി പുരുഷാധിപത്യവ്യവസ്ഥയെ (പുരുഷനെയല്ല!) തച്ചുടക്കാൻ നടത്തുന്ന ശ്രമങ്ങളാണ്. സ്ത്രീവിമോചനത്തിന്റെ കാര്യത്തിൽ എല്ലാ വർഗ്ഗങ്ങളിൽ പെട്ട സ്ത്രീകൾക്കും പൊതുവായ താല്പര്യങ്ങൾ ആണ് ഉള്ളതെങ്കിൽ പിന്നെ ഈ താല്പര്യങ്ങളും ലക്ഷ്യങ്ങളും സ്ത്രീകളെ പറഞ്ഞു മനസ്സിലാക്കാനും അവരെ സ്ത്രീപക്ഷ പോരാട്ടങ്ങളിൽ അണിനിരത്താനും ബോധവൽക്കരണം കൊണ്ട് ഒരു പരിധി വരെയെങ്കിലും സാധിക്കേണ്ടതാണ്. സ്ത്രീമുന്നേറ്റങ്ങളെ കുറിച്ചുള്ള ഈ "വർഗ്ഗരഹിത"യുക്തി സ്വാംശീകരിച്ചതിനാലാണ് സ്ത്രീപക്ഷ വിധിക്കെതിരെ സ്ത്രീകൾ തന്നെ അണിനിരക്കുന്ന പ്രതിഭാസത്തെ 'തിരിച്ചറിവില്ലായ്മ'യുടെ പ്രശ്നമായി മാത്രം മിക്ക സ്ത്രീപക്ഷപ്രസ്ഥാനങ്ങളും കാണുന്നത്.

എന്നാൽ യാഥാർത്ഥ്യം എന്താണ്? സ്ത്രീപ്രവേശം എതിർക്കുന്ന സ്ത്രീകളിൽ തെറ്റിദ്ധരിപ്പിക്കപ്പെട്ടവർ ഒരുപാടുണ്ട് എന്നത് വാസ്തവമാണ്. എന്നാൽ ഈ പ്രക്ഷോഭത്തിന്റെയും എതിർപ്പിന്റെയും മുൻ നിരയിൽ നിൽക്കുന്നതും അതിനെ നയിക്കുന്നതും ഇത്തരം സ്ത്രീകളല്ല, മറിച്ച് ശരിയായി കാര്യങ്ങൾ ധരിക്കുകയും മനസ്സിലാക്കുകയും ചെയ്ത സ്ത്രീകൾ തന്നെയാണ്. സ്ത്രീപ്രവേശത്തിനെതിരെ സ്ത്രീകളെ തെരുവിൽ ഇറക്കിയ പ്രധാന ചാലകശക്തി തെറ്റിദ്ധാരണയോ വിവരമില്ലായ്മയോ അല്ല, കിറുകൃത്യമായ വർഗ്ഗബോധമാണ്. സവർണ്ണ-ഫ്യൂഡൽ പ്രതിപത്തി ഉള്ളവരും ബൂർഷ്വ-പെറ്റിബൂർഷ്വ വർഗ്ഗങ്ങളും മുതലാളിത്തത്തിന്റെ ഇന്നത്തെ പ്രതിസന്ധിഘട്ടത്തിൽ ജീർണ്ണതയുടെ കാവൽക്കാരായി മാറുന്നതെന്തുകൊണ്ടാണ് എന്ന് നമ്മൾ വിശകലനം ചെയ്തതാണ്. മേൽപ്പറഞ്ഞ വർഗ്ഗങ്ങളിലെ സ്ത്രീകളുടെ നിലപാടും ഈ വർഗ്ഗനിലപാടിൽ നിന്നും വിഭിന്നമല്ല. എല്ലാ വർഗ്ഗങ്ങളിൽ പെട്ട സ്ത്രീകൾക്കും സ്ത്രീവിമോചനത്തോട് ഒരേ നിലപാടാണുള്ളത് എന്നത് സ്ത്രീപക്ഷവാദികളുടെ തെറ്റിദ്ധാരണയാണ്. പൊതുവെ എല്ലാ വർഗ്ഗങ്ങളും സ്ത്രീശാക്തീകരണവും വിമോചനവും മുദ്രാവാക്യമായി ഉയർത്തുമെങ്കിലും സ്ത്രീവിമോചനത്തിന്റെ തോതിലും വ്യാപ്തിയിലും രീതിയിലും, നിർവ്വചനത്തിൽ പോലും, ഓരോ വർഗ്ഗത്തിനും വ്യത്യസ്ഥ കാഴ്ചപ്പാടാണ് ഉള്ളത്. അതുകൊണ്ട്

തന്നെ സ്ത്രീവിമോചനത്തോടുള്ള സ്ത്രീകളുടെ സമീപനം വർഗ്ഗപരമല്ല എന്നുള്ള ഫെമിനിസത്തിന്റെ ധാരണ വിഡ്ഢിത്തമാണ്.

സവർണ്ണ-ഫ്യൂഡൽ പ്രതിപത്തി സൂക്ഷിക്കുന്ന വിഭാഗങ്ങൾക്ക് സ്ത്രീവിമോചനം സാക്ഷാൽക്കരിക്കപ്പെടുന്ന യഥാർത്ഥ ഇടം വീടിന്റെ അകത്തളവും അടുക്കളയും ആണ്. പ്രകൃതിയും സംസ്കാരവും സ്ത്രീ കൾക്ക് അനുവദിച്ചു കൊടുത്ത അവരുടെ 'ഉചിതമായ' ഇടങ്ങളിൽ നിന്നും പുറത്തിറങ്ങിയതാണ് സകലപ്രശ്നങ്ങൾക്കും കാരണം. സ്ത്രീ കൾക്ക് നേരെയുള്ള വർധിച്ചുവരുന്ന അതിക്രമങ്ങളുടെ യഥാർത്ഥ കാരണം "അനുചിതമായ" സമയങ്ങളിൽ സ്ത്രീകൾ പുറത്തിറങ്ങുന്നതും "അനുചിതമായ" വസ്ത്രങ്ങൾ ധരിക്കുന്നതും ആണെന്ന അഭിപ്രായം സവർണ്ണ-ഫ്യൂഡൽ പ്രതിപത്തിയിൽ നിന്നും ഉടലെടുക്കുന്നതാണ്. ബൂർഷ്വ-പെറ്റിബൂർഷ്വ വർഗ്ഗങ്ങൾ സംബന്ധിച്ചിടത്തോളം തീർച്ചയാ യും സ്ത്രീവിമോചനം അടുക്കളയിൽ ഒതുങ്ങുന്നതല്ല. കാരണം, വീടിന്റെ അകത്തളത്തിൽ നിന്നും സ്ത്രീകൾ "വിമോചിതരായി" പുറത്തിറങ്ങി യാൽ മാത്രമേ അവരെ തൊഴിലാളികളായും ഉപഭോക്താക്കളായും ബൂർഷ്വവ്യവസ്ഥിതിക്ക് മാറ്റാൻ പറ്റൂ. എന്നാൽ, "വീട്ടമ്മ"യിൽ നിന്നും തൊഴിലാളിയിലേക്കും ഉപഭോക്താവിലേക്കും ഉള്ള സ്ത്രീയുടെ മാറ്റത്തെ ഉറച്ച് പിന്തുണക്കുന്ന ബൂർഷ്വസിയെ സംബന്ധിച്ചിടത്തോളം സ്ത്രീശാ ക്തീകരണത്തിന്റെ വ്യാപ്തി ഇവിടെ തീരുന്നു. പൊതുമണ്ഡലങ്ങളിലും തൊഴിലിടങ്ങളിലും സജീവയാവുന്ന "വിമോചിത"യായ സ്ത്രീയിൽ നിന്നും ബൂർഷ്വവർഗ്ഗം പ്രതീക്ഷിക്കുന്നത് അവൾ "വീടിന്റെ ലക്ഷ്മി"യുടെ സ്വഭാവസവിശേഷതകൾ കൈവെടിയില്ല എന്നാണ്. സിഇഒ സ്ഥാനം അലങ്കരിക്കുന്ന സ്ത്രീയുടെ പാചകനൈപുണ്യം, വലിയ മാർക്കറ്റ് വാല്യൂ ഉള്ള ലേഡി സൂപ്പർ സ്റ്റാറിന്റെ ഇഷ്ടതീർത്ഥാടന കേന്ദ്രങ്ങൾ, ബിസ്സി നസ്സിൽ കഴിവുതെളിയിച്ച സ്ത്രീക്ക് ഇഷ്ടപ്പെട്ട ആദ്ധ്യാത്മിക ഗ്രന്ഥങ്ങൾ എന്നിവയൊക്കെ വിശദമായി പ്രതിപാദിക്കുന്ന നമ്മുടെ "വനിത" പ്രസിദ്ധീകരണങ്ങളുടെ കവർസ്റ്റോറികൾ ബൂർഷ്വവിമോചനത്തിന്റെ പരിമിതി വിളിച്ചുപറയുന്നുണ്ട്. തൊഴിലാളിവർഗ്ഗം മാത്രമാണ് ഉപാ ധികളില്ലാത്ത, സമ്പൂർണ്ണമായ സ്ത്രീവിമോചനത്തെ പിന്തുണക്കുന്നത്. സ്ത്രീയുടെ അടിച്ചമർത്തലിനെ ചരിത്രപരമായി വിശകലനം ചെയ്യുന്ന തൊഴിലാളിവർഗ്ഗം ശാസ്ത്രത്തിന്റെയും തൊഴിലിന്റെ സാമൂഹ്യവൽ ക്കരണത്തിന്റെയും വളർച്ച എങ്ങനെയാണ് സ്ത്രീവിമോചനത്തിന് ആവശ്യമായ സകല ഭൗതികസാഹചര്യങ്ങളും ഒരുക്കിക്കൊണ്ടിരിക്കു ന്നത് എന്ന് മനസ്സിലാക്കുന്നു. എന്നാൽ ഈ വിമോചനസാധ്യതകൾ

വളരെ പരിമിതമായ സ്ത്രീശാക്തീകരണം മാത്രം വിഭാവനം ചെയ്യുന്ന ബൂർഷ്വവ്യവസ്ഥിതിയിൽ സാക്ഷാൽക്കരിക്കാൻ പോകുന്നില്ല എന്നും അവർ മനസ്സിലാക്കുന്നു. ഈ പരിധികളെ അതിലംഘിക്കുന്ന ഏതൊരു സ്ത്രീവിമോചന കാൽവെപ്പും ബൂർഷ്വസി എതിർക്കും.

ഫ്യൂഡൽ-പെറ്റിബൂർഷ്വ-ബൂർഷ്വ വർഗ്ഗങ്ങളുടെ ഇടുങ്ങിയ വിമോചന പരിധിക്കുള്ളിൽ ഒതുങ്ങാത്ത ഒന്നാണ് ശബരിമലയിലെ സ്ത്രീപ്രവേശം. അതുകൊണ്ട് തന്നെ, ഈ വർഗ്ഗങ്ങളിൽ പെട്ട സ്ത്രീകൾ അതിനെ എതിർക്കും. എത്ര തന്നെ ബോധവൽക്കരണം നടത്തിയാലും തങ്ങളുടെ വർഗ്ഗത്തിന്റെ പ്രത്യയശാസ്ത്രം മുന്നോട്ടുവെക്കുന്ന സ്ത്രീവിമോചനത്തിന്റെ പരിധികൾ ആ വർഗ്ഗത്തിലെ സ്ത്രീകൾക്ക് മുറിച്ചുകടക്കാനാവില്ല. ഈ പരിധി ലംഘിക്കുന്ന ഏതൊന്നിനെയും വിമോചനമായിട്ടല്ല, മറിച്ച് തങ്ങളുടെ വർഗ്ഗത്തിന്റെ മേൽക്കോയ്മക്കെതിരെയുള്ള വെല്ലുവിളിയായേ അവർ കാണൂ. ഈ വെല്ലുവിളിക്കെതിരെ, തങ്ങളുടെ വർഗ്ഗതാല്പര്യങ്ങൾ സംരക്ഷിക്കാൻ, അവർ തെരുവിൽ ഇറങ്ങും. അതുകൊണ്ടാണ് ശബരിമലവിധിക്കെതിരെ സ്ത്രീകളെ തെരുവിൽ എത്തിച്ചത് കറകളഞ്ഞ വർഗ്ഗബോധമാണ് എന്ന് നേരത്തെ പറഞ്ഞത്. അതുകൊണ്ട് സ്ത്രീപക്ഷവാദികൾ മനസ്സിലാക്കേണ്ടത് ശബരിമലയിൽ നടക്കുന്നത് പുരുഷാധിപത്യത്തിനെതിരേയുള്ള ഒരു സ്ത്രീവിമോചനസമരം മാത്രമല്ല എന്നാണ്. മറിച്ച് പ്രാഥമികമായും അത് സ്ത്രീവിമോചന വിഷയത്തെ മുൻനിർത്തിയുള്ള വർഗ്ഗസമരമാണ്. സ്ത്രീവിമോചനത്തിന്റെ പരിധികൾ വിവിധ സാമൂഹികവർഗ്ഗങ്ങൾ ഒരുപോലെയല്ല നിർവ്വചിക്കുന്നത്. സ്ത്രീവിമോചനത്തെ അതിന്റെ പൂർണ്ണമായ അർത്ഥത്തിൽ ഉൾക്കൊള്ളാനും അതിന് വേണ്ടി ഇടതടവില്ലാതെ പോരാടുവാനും തൊഴിലാളിവർഗ്ഗത്തിന് മാത്രമേ ആവൂ. അതുകൊണ്ടുതന്നെ സ്ത്രീകൾ നിരത്തിലിറങ്ങുന്നത് പുരുഷാധിപത്യത്തിന്റെ പ്രത്യയശാസ്ത്രം അവരെ തെറ്റിദ്ധരിപ്പിക്കുന്നത് കൊണ്ട് മാത്രമല്ല, അവരുടെ വർഗ്ഗകാഴ്ചപ്പാടിൽ അനുവദനീയമല്ലാത്ത തലങ്ങളിലേക്ക് വിമോചനപോരാട്ടം വളർന്നതുകൊണ്ടാണ്. സ്ത്രീശാക്തീകരണം അക്കാദമികഫെമിനിസ്റ്റുകൾ ധരിച്ച് വച്ചിരിക്കുന്ന പോലെ വർഗ്ഗസമരത്തിന് അതീതമല്ല. തൊഴിലാളിവർഗ്ഗ സാഹോദര്യത്തിൽ ഊന്നിയുള്ള പോരാട്ടങ്ങൾക്കേ ഉപാധികളില്ലാത്ത സ്ത്രീശാക്തീകരണം സാധ്യമാക്കാൻ ആവൂ. ശബരിമലയിൽ തെളിയുന്നത് സ്ത്രീവിമോചനത്തിന്റെ ഈ വർഗ്ഗപരിപ്രേക്ഷ്യം അല്ലാതെ മറ്റൊന്നും അല്ല.

ശബരിമല സംഭവവികാസങ്ങളുടെ സ്വത്വവാദപരമായ വിശകലനം ഇടതു-പുരോഗമനവൃത്തങ്ങളിൽ വലിയ പ്രചാരം നേടുകയുണ്ടായി.

ശബരിമലയിലെ ആചാരാനുഷ്ഠാനങ്ങൾ ബ്രാഹ്മണ്യവൽക്കരിക്കപ്പെട്ടതാണ് സകലപ്രശ്നങ്ങൾക്കും പ്രധാനകാരണം എന്നാണ് ഇത്തരം വിശകലനങ്ങളുടെ കാതൽ. സ്ത്രീപ്രവേശം അനുവദിച്ച് കൊണ്ടുള്ള കോടതിവിധി ഈ ബ്രഹ്മണ്യവൽക്കരണത്തിനെതിരെയുള്ള വലിയ പ്രഹരമാണ്. അതുകൊണ്ടാണ് സവർണ്ണ-ഹിന്ദുത്വ ശക്തികൾ ഇതിനെതിരെ പ്രക്ഷോഭിക്കുന്നത്. ബ്രാഹ്മണ്യ മേധാവിത്വം മുന്നോട്ടു വെക്കുന്ന ആചാരാനുഷ്ഠാനങ്ങൾക്ക് പകരം ശബരിമലയുടെ യഥാർത്ഥ "അവകാശികൾ" ആയ മലയരയരുടെ രീതികളിലേക്ക് മടങ്ങിപ്പോവുകയും സവർണ്ണപുരോഹിതരിൽ നിന്നും ശബരിമലയുടെ നടത്തിപ്പ് മലയരയർക്ക് കൈമാറുകയും ചെയ്യുക എന്നതാണ് ഇതിന് സ്വത്വവാദം മുന്നോട്ടുവെക്കുന്ന പരിഹാരം. ഈ വാദം ആധുനികതയെത്തന്നെ നിരാകരിക്കുന്ന ഒന്നാണ്. അതുകൊണ്ടു തന്നെ ഇത് യാഥാസ്ഥിതിക ബൂർഷ്വ പ്രത്യയശാസ്ത്രത്തിന്റെ ദളിത് പതിപ്പാണ്. പ്രതിസന്ധികളിൽ പെട്ടുലയുന്ന മുതലാളിത്തത്തെ സംരക്ഷിച്ചുനിർത്താൻ എങ്ങനെയാണ് ബൂർഷ്വസി ഭൂതകാലത്തിലെ സകലജീർണ്ണതകളെയും ഉപയോഗിക്കുന്നത് എന്ന് നമ്മൾ കണ്ടതാണ്. ബൂർഷ്വസിയിലെ സവർണ്ണവിഭാഗം ഇതുചെയ്യുന്നത് മതങ്ങളുടെയും ആചാരാനുഷ്ഠാനങ്ങളുടെയും സവർണ്ണ-ബ്രാഹ്മണ്യ വ്യാഖ്യാനങ്ങളും രീതികളും സംരക്ഷിച്ചുകൊണ്ടും പുനരുദ്ധരിച്ചുകൊണ്ടും ആണ്. ഈ ആചാരാനുഷ്ഠാനങ്ങൾക്കും രീതികൾക്കും യാതൊരുവിധ ദിവ്യത്വവും അപ്രമാദിത്വവും ഇല്ല എന്നും, അവ ചരിത്രപരമായി നിർമ്മിക്കപ്പെട്ടതാണെന്നും കാണിക്കാൻ, അതിനേക്കാൾ പഴമയും പുരാതനതയും അവകാശപ്പെടാനുള്ള ദളിത്-ആദിവാസി രീതികളെയും ആചാരങ്ങളെയും ചൂണ്ടിക്കാണിക്കുന്നതും ഇവയെ ബ്രാഹ്മണ്യ-സവർണ്ണ വിഭാഗം എങ്ങനെയാണ് ഹൈജാക്ക് ചെയ്തത് എന്ന് വ്യക്തമാക്കുന്നതും ആവശ്യമാണ്. എന്നാൽ ഈ തുറന്നുകാട്ടലിനെ തുടർന്ന് ബൂർഷ്വയാഥാസ്ഥിതിക ദളിത്ചിന്ത എത്തിച്ചേരുന്ന നിഗമനം എന്നത് ഈ അധസ്ഥിത-ദളിത് രീതികൾക്കും ആചാരാനുഷ്ഠാനങ്ങൾക്കും ബ്രാഹ്മണ്യരീതികളിൽ നിന്നും വ്യത്യസ്തമായി ഒരു ജനകീയതയും ആധികാരികതയും പുരോഗമനസ്വഭാവവും ഉണ്ട് എന്നാണ്. ഇതാണ് ബ്രാഹ്മണ്യരീതികൾ കൈയ്യൊഴിഞ്ഞു മലയരയരുടെ രീതികൾ പിന്തുടരണം എന്ന വാദത്തിന് പുറകിലെ പ്രത്യയശാസ്ത്രം.

ഇത് ജീർണ്ണതയിലേക്കുള്ള ബൂർഷ്വ പിന്തിരിഞ്ഞുനോട്ടം തന്നെയാണ്. നോക്കുന്നത് ദളിത് രീതികളിലേക്കാണ് എന്നത് അതിനെ പുരോഗമനപരം ആക്കുന്നില്ല. ബൂർഷ്വ ആധുനികത വൈരുദ്ധ്യങ്ങളിൽ പെട്ട് ഉലയുകയാണ് എന്നത് സത്യം തന്നെ. പക്ഷെ

ഇതിന്റെ യാഥാർത്ഥകാരണം ഈ ആധുനികതയെ മുന്നോട്ടുപോകാൻ കാലഹരണപ്പെട്ട ബൂർഷ്വ ഉൽപ്പാദനബന്ധങ്ങളുടെ കെട്ടുപാടുകൾ അനുവദിക്കുന്നില്ല എന്നതാണ്. ഈ വൈരുദ്ധ്യങ്ങൾക്ക് ബൂർഷ്വസി പരിഹാരം തിരയുന്നത് പഴമയുടെ ഭാണ്ഡക്കെട്ടിനകത്താണ്. ബൂർഷ്വ ചിന്തയിൽ പ്രാബല്യം സവർണ്ണ-ബ്രാഹ്മണ്യ ധാരക്കാണ് എന്നതുകൊണ്ട് പഴമ എന്നത് നിർവ്വചിക്കുന്നത് പോലും സവർണ്ണ രീതികളുടെയും സംസ്കാരത്തിന്റെയും അടിസ്ഥാനത്തിൽ ആണ്. ഇതിന് ബദലായി "ആധികാരികമായ" പഴമ ദളിത്-ആദിവാസി രീതികളിൽ ആണ് തിരയേണ്ടത് എന്ന് ശഠിക്കുമ്പോൾ മറനീക്കി പുറത്തുവരുന്നത് സ്വത്വ വാദികളുടെ ബൂർഷ്വമുഖമാണ്. ഇത് കേവലം ബൂർഷ്വചിന്തക്കകത്ത് സവർണ്ണപക്ഷത്തേക്കാൾ പ്രാബല്യം നേടിയെടുക്കാനായുള്ള ദളിത് പക്ഷത്തിന്റെ ശ്രമമാണ്. ഇതിൽ ബൂർഷ്വ വ്യവസ്ഥിതിയെ അതിവർത്തിച്ച് മുന്നോട്ടുപോകാനുള്ള യാതൊരു ശ്രമവും ഇല്ല. ബൂർഷ്വവ്യവസ്ഥക്കകത്ത് അവർണ്ണർക്ക് മാന്യതയും തുല്യതയും ഉറപ്പുവരുത്തുക എന്ന പരിമിതമായ ലക്ഷ്യവുമായി പ്രവർത്തിക്കുന്ന സ്വത്വവാദത്തിന് ബ്രാഹ്മണ്യരീതികൾക്ക് പകരം മലയരയരുടെ രീതികൾ കൊണ്ടുവന്നാൽ പ്രശ്നങ്ങൾ തീരും എന്ന് തോന്നുന്നത് വെറുതെ അല്ല. എന്നാൽ ജാതിയുടെ പൂർണ്ണമായ ഉന്മൂലനം എന്ന ലക്ഷ്യവുമായി പ്രവർത്തിക്കുന്ന തൊഴിലാളിവർഗ്ഗപ്രസ്ഥാനങ്ങൾക്ക് "ആധികാരികമായ ദളിത് പഴമ" യിലേക്കുള്ള മടങ്ങിപ്പോക്ക് അനുവദിച്ചു കൊടുക്കാൻ ആവില്ല.

ശബരിമലയിൽ സവർണ്ണ-ബൂർഷ്വ വിഭാഗം പറയുന്നത് ഇന്നത്തെ ആചാരം പവിത്രമാണെന്നും അത് നിലനിർത്തണം എന്നും ആണ്. ബൂർഷ്വ ചിന്തയുടെ ദളിത് പതിപ്പായ സ്വത്വവാദം പറയുന്നത് ഇന്നത്തെ ബ്രാഹ്മണ്യ-സവർണ്ണ ആചാരങ്ങൾക്ക് ആധികാരികതയോ പഴമയോ ഇല്ലെന്നും ഇതുരണ്ടും ഉള്ള ദളിത് രീതികൾ മടക്കിക്കൊണ്ടുവരണം എന്നുമാണ്. ജാതിഉന്മൂലനം ലക്ഷ്യമാക്കുന്ന തൊഴിലാളിവർഗ്ഗം പറയുന്നത് ബ്രാഹ്മണ്യ ആചാരങ്ങൾക്ക് യാതൊരു അപ്രമാദിത്വവും പവിത്രതയും ഇല്ല എന്ന് കാണിക്കാൻ അതിന് മുന്നേ നിലനിന്നിരുന്ന രീതികളും ആചാരങ്ങളും ചർച്ച ചെയ്യപ്പെടേണ്ടത് അത്യാവശ്യമാണെങ്കിലും സകല മതാചാരങ്ങളെയും അനുഷ്ഠാനങ്ങളെയും സ്വകാര്യകാര്യം മാത്രമായി കാണുന്ന സെക്യുലർ യുക്തി പുലരണം എന്നാണ്. ഇത് മാത്രമാണ് ജാതി ഉന്മൂലനത്തിലേക്കുള്ള വഴി. ശബരിമല വിഷയത്തിലെ സ്വത്വവാദവിശകലനം വ്യക്തമാക്കുന്നത് ആത്യന്തികമായി സ്വത്വവാദം എന്നത് ഒരു ബൂർഷ്വ പ്രത്യയശാസ്ത്രം ആണെന്നാണ്.

ശബരിമലയിൽ തെളിയുന്നത് കേരളസമൂഹ ത്തിലെ വർഗ്ഗസമരം

ശബരിമല വിഷയത്തിൽ നടന്നുകൊണ്ടിരിക്കുന്നത് ആത്യന്തിക മായി വിശ്വാസസമരമോ രാഷ്ട്രീയസമരമോ അല്ല, വർഗ്ഗസമരമാണ്. പൗരോഹിത്യവും, ഫ്യൂഡൽ-ബൂർഷ്വ-പെറ്റിബൂർഷ്വ വർഗ്ഗങ്ങളും കോട തിവിധിയുടെ റാഡിക്കൽ ബൂർഷ്വ ചായ്‌വിനെതിരെയാണ് തെരുവിൽ അണിനിരക്കുന്നത്. ഇതിനെ കേരളസമൂഹത്തിന്റെ സാങ്കല്പികമായ "പ്രബുദ്ധത" ഉണർത്തിയോ, സ്ത്രീജനങ്ങളെ ബോധവൽക്കരിച്ചോ, വരേ ണ്യമായ സവർണ്ണ-ബ്രാഹ്മണ്യ ആചാരങ്ങൾക്ക് പകരം ജനകീയമായ ദളിത്-ആദിവാസി രീതികൾ അവലംബിച്ചോ നേരിടാൻ ആവില്ല. കാരണം കേരളീയസമൂഹവും സ്ത്രീജനങ്ങളും ദളിത്-അവർണ്ണ വിഭാഗ ങ്ങളും ഒന്നും ആന്തരികവൈരുദ്ധ്യങ്ങൾ ഇല്ലാത്ത ഏകമാനപരമായ വിഭാഗങ്ങൾ അല്ല. മറിച്ച്, ഇതിൽ ഓരോ വിഭാഗത്തിനും ഉള്ളിൽ വർഗ്ഗവിഭജനം ഒരു യാഥാർഥ്യമാണ്. എല്ലാ വിഭാഗങ്ങളിലെയും തൊഴി ലാളികളുടെയും അധസ്ഥിതരുടെയും ആശയപരവും പ്രായോഗികവും ആയ സംഘടിതപോരാട്ടത്തിലൂടെ മാത്രമേ ഈ വർഗ്ഗസമരത്തിൽ വിജയം നേടാനാവൂ.

(ജൂലൈ 2019)

ഓർമ്മകളുണ്ടായിരിക്കണം - റോസ ലക്സംബർഗിനെ അറുകൊല ചെയ്തത് ജർമ്മൻ 'ഇടതുപക്ഷ'മാണ്

ഇക്കഴിഞ്ഞ ജനവരി 15 മാർക്സിസ്റ്റ് വിപ്ലവകാരി റോസ ലക്സംബർഗിന്റെ 101-ആം ചരമവാർഷികം ആയിരുന്നു. മാർക്സിസത്തിന്റെ സിദ്ധാന്തത്തിനും പ്രയോഗത്തിനും റോസ നൽകിയ സംഭാവനകൾ ഇതോടനുബന്ധിച്ച് ലോകമെങ്ങും ഓർമ്മിക്കപ്പെട്ടു. വിപ്ലവപോരാട്ടങ്ങൾക്ക് റോസയുടെ രക്തസാക്ഷിത്വം നൽകുന്ന ഊർജ്ജം എത്ര വലുതാണ് എന്ന് ഈ ദിനം നമ്മെ വീണ്ടും ഓർമ്മിപ്പിച്ചു. എന്നാൽ ഇതിനിടയിൽ വളരെ കൗതുകകരമായ ഒരു കാര്യം കൂടെ അരങ്ങേറി; ഇന്ത്യൻ ഇടതുപക്ഷത്തോടൊപ്പം നിൽക്കുന്ന ഒട്ടനേകം പേർ റോസയുടെ ഓർമ്മക്ക് മുന്നിൽ വികാരപരവശരായി. 'ദേശാഭിമാനി' റോസയുടെ ഓർമയിൽ ഒരു ലേഖനം പോലും പ്രസിദ്ധീകരിച്ചു. ഇത് കാണിക്കുന്നത് ഇന്ത്യൻ ഇടതുപക്ഷത്തിന്റെ വർഗ്ഗ ആഭിമുഖ്യം എന്താണ് എന്നതിനെക്കുറിച്ച് അതിന്റെ സഹയാത്രികർക്ക് ഇപ്പോഴും വലിയ ധാരണ ഇല്ല എന്നാണ്. ഈ തിരിച്ചറിവ് നന്നായിട്ടുള്ള ഇടതുപക്ഷ നേതൃത്വമാവട്ടെ അത് പ്രവർത്തകരിലേക്കെത്താതിരിക്കാൻ നിരന്തരം ശ്രമിച്ചു കൊണ്ടിരിക്കുകയാണ്. ഇതുകൊണ്ടാണ് യാതൊരു ജാള്യതയും ഇല്ലാതെ റോസയെക്കുറിച്ച് വാചാലരാവാൻ ഈ രണ്ടു കൂട്ടർക്കും സാധിക്കുന്നത്. എന്നാൽ സത്യം എന്താണെന്ന് വച്ചാൽ, റോസയെ അറുകൊല ചെയ്ത ജർമ്മൻ സോഷ്യൽ ഡമോക്രാറ്റുകളും ഇന്ത്യൻ ഇടതുപക്ഷവും പ്രത്യയശാസ്ത്ര-ഇരട്ടകളാണ്. 1919 ലെ ജർമൻ വിപ്ലവമുന്നേറ്റങ്ങൾക്കിടയിൽ റോസ ലക്സംബർഗ് എന്ന മാർക്സിസ്റ്റ് വിപ്ലവകാരിയെ റൈഫിളിന്റെ പാത്തി കൊണ്ടടിച്ച് തല തകർത്തതിന്

ശേഷം വെടിവച്ച കൊന്ന് കനാലിൽ എറിഞ്ഞത് ജർമൻ സോഷ്യൽ ഡമോക്രസിയുടെ കൂലിപ്പട്ടാളമാണ്. ജർമൻ സോഷ്യൽ ഡമോക്രസിയും ഇന്ത്യൻ ഇടതുപക്ഷവും വർഗ്ഗപരമായി ഒരേതൂവൽ പക്ഷികളാണ്.

ഒന്നാം ലോകമഹായുദ്ധത്തിന്റെ കെടുതികൾ കൊണ്ട് ജനതയാകെ പൊറുതിമുട്ടിയ സാഹചര്യത്തിലാണ് 1919ൽ ജർമ്മൻ വിപ്ലവത്തിന് നാന്ദി കുറിക്കുന്നത്. നവംബർ 9ന് തൊഴിലാളികളും പട്ടാളക്കാരും സംയുക്തമായി ബർലിൻ പിടിക്കുന്നു, കൈസർ ഹോളണ്ടിലേക്ക് പലായനം ചെയ്യുന്നു. ഇതിനെത്തുടർന്ന് ഭരണം വന്നുചേരുന്നത് സോഷ്യൽ ഡമോക്രറ്റിക് പാർട്ടിയിലേക്കാണ്. 1863ൽ രൂപീകൃതമായ ജർമ്മൻ സോഷ്യൽ ഡമോക്രറ്റിക് പാർട്ടി എൻഗെൽസിന്റെയും കൗട്സ്കിയുടെയും മേൽനോട്ടത്തിൽ പത്തൊൻപതാം നൂറ്റാണ്ടിന്റെ അവസാനത്തോട് കൂടെതന്നെ യൂറോപ്പിലെ ഏറ്റവും വലിയ മാർക്സിസ്റ്റ് പാർട്ടിയായി വളർന്നു കഴിഞ്ഞിരുന്നു. എന്നാൽ പിന്നീടങ്ങോട്ട് കണ്ടത് സോഷ്യൽ ഡമോക്രസിയുടെ വലതുപക്ഷവൽക്കരണമാണ്. ട്രേഡ് യൂണിയൻ രംഗത്തും പാർലമെന്റിലും ജർമ്മൻ സമൂഹത്തിലും വലിയ സാന്നിദ്ധ്യമായി വളർന്ന സോഷ്യൽ ഡമോക്രസി തൊഴിലാളിവർഗ്ഗവിപ്ലവം എന്ന ലക്ഷ്യം പാടേ കൈയ്യൊഴിഞ്ഞ് ഒരു റിഫോമിസ്റ്റ് പാർട്ടി ആയി രൂപാന്തരം പ്രാപിച്ചു. മുതലാളിത്തവ്യവസ്ഥയെ ഒരു തരത്തിലും ചോദ്യം ചെയ്യാതെ ആ വ്യവസ്ഥക്കുള്ളിൽ അധികാരം കൈയ്യാളിക്കൊണ്ട് 'ക്ഷേമ' പ്രവർത്തനങ്ങളിലൂടെ ജനങ്ങളുടെ സകലപ്രശ്നങ്ങൾക്കും പരിഹാരം കണ്ടെത്താം എന്ന റിഫോമിസ്റ്റ് വ്യാമോഹമാണ് സോഷ്യൽ ഡമോക്രസിയെ മുന്നോട്ട് നയിച്ചത്. അതായത്, ജർമ്മൻ സോഷ്യൽ ഡമോക്രറ്റിക് പാർട്ടി ഒരു വിപ്ലവോന്മുഖമായ തൊഴിലാളിവർഗ്ഗ പാർട്ടിയിൽ നിന്നും ഭരണകൂടത്തിനോ ഭരണവർഗ്ഗത്തിനോ മുതലാളിത്തവ്യവസ്ഥക്കോ യാതൊരു വെല്ലുവിളിയും ഉയർത്താത്ത ഒരു പെറ്റി ബൂർഷ്വ റിഫോമിസ്റ്റ് പാർട്ടിയായി അധഃപതിച്ചു. ഈ അധഃപതനത്തിന്റെ വർഗ്ഗപരമായ കാരണങ്ങൾ ഒട്ടനവധി മാർക്സിസ്റ്റ് പഠനങ്ങൾ രേഖപ്പെടുത്തിയിട്ടുണ്ട്. 1915 ൽ എഴുതിയ "The Collapse of the Second International" എന്ന പഠനത്തിൽ ലെനിൻ തന്നെ ഈ കാരണങ്ങൾ വിശദീകരിക്കുന്നുണ്ട്.

1918 - 1923 കാലയളവിൽ നടന്ന ജർമ്മൻ വിപ്ലവത്തെക്കുറിച്ച് ക്രിസ് ഹാർമാൻ രചിച്ച "The Lost Revolution" എന്ന ബൃഹദ് പഠനത്തിൽ സോഷ്യൽ ഡമോക്രസിയുടെ വലതുപക്ഷവൽക്കരണത്തിന്റെ കാരണങ്ങൾ സംക്ഷിപ്തമായി വിവരിക്കുന്നുണ്ട്:

"With its million members, its 4.5 million voters, its 90 daily papers, its trade unions and its co-operative societies, its sports clubs and its singing clubs, its youth organisation, its women's organisation and its hundreds of full time officials, the SPD (German Social Democratic Party) was by far the biggest working class organisation in the world.... But decades of.... electoral activities had an effect on party membership: the revolutionary theory .... came to seem something reserved for May Days and Sunday afternoon oratory, hardly connected with most of what the party actually did.... the key lesson was the need to win a majority of votes in elections....it did produce within the party an increasing number of activists for whom the daily non revolutionary routine became the be all and end all. This was especially the case with the band of full time administrators that arose around the collection of finance, the running of election campaigns, the production of newspapers. These people came very much to control the party...."

ജർമ്മൻ സോഷ്യൽ ഡമോക്രസിയെ കുറിച്ചുള്ള ഈ വിവരണം വായിക്കുന്ന ആർക്കും അതിന് ഇന്ത്യൻ ഇടതുപക്ഷവുമായി (പ്രത്യേകിച്ച് അതിന്റെ കേരള ഘടകവുമായി) ഉള്ള സാമ്യം ശ്രദ്ധിക്കാതിരിക്കാനാ വില്ല. പേരിൽ മാർക്സിസ്റ്റും കമ്മ്യൂണിസ്റ്റും ആയ ഒരു പാർട്ടി, എന്നാൽ അതിന്റെ ദൈനദിന പ്രവർത്തനങ്ങളിലോ അതിന്റെ രാഷ്ട്രീയ ലക്ഷ്യ ങ്ങളിലോ ഒന്നും തന്നെ നിലവിലുള്ള സാമ്പത്തിക-സാമൂഹിക വ്യവ സ്ഥയെ വിപ്ലവകരമായി മാറ്റിമറിക്കുന്നതിനുള്ള പരിപാടി പോയിട്ട് അതിനെ ചോദ്യം ചെയ്യുന്നതായി പോലും ഒന്നുമില്ല. ദശകങ്ങളായി പടുത്തുയർത്തിയ രാഷ്ട്രീയ infrastructure ന്റെ (പത്രമാസികകൾ, കോപ്പറേറ്റിവ് സൊസൈറ്റികൾ, വിദ്യാർത്ഥി-യുവജന-സ്ത്രീ പ്രസ്ഥാ നങ്ങൾ, നാട് നീളെ ബിൽഡിങ്ങുകളും മറ്റ് വസ്തുവകകളും) തണലിൽ രാഷ്ട്രീയപ്രവർത്തനം എന്നാൽ തിരഞ്ഞെടുപ്പിൽ വിജയിക്കാനുള്ള തത്രപ്പാട് മാത്രമായി ചുരുങ്ങുന്നു. വ്യവസ്ഥയുടെ ഏറ്റവും വലിയ ഗുണ ഭോക്താക്കളായി മാറുന്ന പാർട്ടിയുടെ മുഴുവൻസമയ ഭാരവാഹികൾ സാമൂഹികവിപ്ലവം എന്ന കാഴ്ചപ്പാടിന് പകരം അങ്ങനെയാണ്

റിഫോമിസത്തെ ഉയർത്തി കൊണ്ടുവരുന്നത്. അവർ പറയുന്നു: കാലം മാറിയിരിക്കുന്നു, വിപ്ലവം ഒക്കെ കാലഹരണപ്പെട്ട ആശയങ്ങൾ ആണ്, കാലത്തിനനുസരിച്ച് നാം മാറേണ്ടിരിക്കുന്നു, അതിനാൽ ഇലക്ഷനിൽ ജയിച്ച് ഭരണം പിടിക്കാനും ക്ഷേമപ്രവർത്തനങ്ങൾ വഴി പ്രശ്നങ്ങൾ പരിഹരിക്കാനുമാണ് നമ്മൾ ശ്രമിക്കേണ്ടത്.

മുതലാളിത്തവ്യവസ്ഥകളിൽ ഭരണത്തിലിരുന്നു കൊണ്ട് നമുക്ക് 'wage slavery' നിർത്തലാക്കാനോ, മുതലാളിത്തവൈരുദ്ധ്യങ്ങൾ തുടച്ചുനീക്കാനോ, ഈ വൈരുദ്ധ്യങ്ങൾ മൂലം ഉണ്ടാവുന്ന സാമ്പത്തിക അസമത്വങ്ങളും പ്രതിസന്ധികളും ഇല്ലാതാക്കാനോ, ജീർണ്ണിക്കുന്ന മുതലാളിത്തത്തിന്റെ ഉൽപ്പന്നമായ ഫാഷിസത്തെ തുടച്ചുനീക്കാനോ, ഇതേ വൈരുദ്ധ്യങ്ങൾ മൂലം ഉണ്ടാവുന്ന സാമ്രാജ്യത്വമത്സരങ്ങളും അവ ഉണ്ടാക്കുന്ന യുദ്ധങ്ങളും അവസാനിപ്പിക്കുവാനോ കഴിയുമോ എന്ന യുക്തമായ ചോദ്യങ്ങളെ, ചോദ്യകർത്താവ് പാർട്ടി വിരുദ്ധനാണ് എന്ന 'അതിശക്തമായ' മറുപടി കൊണ്ട് നേരിട്ട് പാർട്ടി മുന്നോട്ടു കുതിച്ചു കൊണ്ടേയിരിക്കുന്നു. ഇരുപതാം നൂറ്റാണ്ടിന്റെ തുടക്കത്തിലെ ജർമ്മൻ സോഷ്യൽ ഡമോക്രസിയെയും ഇരുപത്തൊന്നാം നൂറ്റാണ്ടിന്റെ തുടക്കത്തിലെ ഇന്ത്യൻ ഇടതുപക്ഷത്തെയും രാഷ്ട്രീയ ഇരട്ടകളാക്കി മാറ്റുന്നത് മാർക്സിസ്റ്റ് വിപ്ലവോന്മുഖതയുടെ ഈ കൈയ്യൊഴിയലും വ്യവസ്ഥയുടെ ഗുണഭോക്താക്കളിലേക്കുള്ള ഈ മാറ്റവും ആണ്. അതുകൊണ്ടാണ് ജർമ്മൻ സോഷ്യൽ ഡമോക്രസിയെ ഈ കുറിപ്പിന്റെ തലക്കെട്ടിൽ ഞാൻ ജർമ്മൻ 'ഇടതുപക്ഷം' എന്ന് വിശേഷിപ്പിച്ചത്. അതുകൊണ്ട് തന്നെയാണ് മാർക്സിസത്തിന്റെ എബിസി എങ്കിലും അറിയുന്ന ഏതൊരാളും ഇന്ത്യൻ ഇടതുപക്ഷത്തെ സോഷ്യൽ ഡമോക്രസിയുടെ ഇന്ത്യൻ പതിപ്പായി കാണുന്നതും. ഈ വർഗ്ഗപരമായ സാമ്യം ഊന്നിപ്പറയാൻ ഈ കുറിപ്പിന്റെ തുടർന്നുള്ള ഭാഗങ്ങളിൽ പലയിടത്തും ജർമ്മൻ സോഷ്യൽ ഡമോക്രസിയെ ഞാൻ ജർമ്മൻ 'ഇടതുപക്ഷം' എന്നാണ് വിളിക്കുന്നത്.

മാർക്സിസ്റ്റു പരിപ്രേക്ഷ്യം എന്നേ കൈയ്യൊഴിഞ്ഞെങ്കിലും സോഷ്യൽ ഡമോക്രാറ്റിക് ഇടതുപക്ഷങ്ങൾ സ്വയം വിശേഷിപ്പിക്കുന്നത് പലപ്പോഴും മാർക്സിസ്റ്റ് എന്നാണ്. പക്ഷെ പൂച്ച് പുറത്താവുന്നത് സാമൂഹിക പ്രതിസന്ധികളുടെ ഘട്ടങ്ങളിലാണ്. ജർമ്മൻ സോഷ്യൽ ഡമോക്രസിയുടെ വർഗ്ഗചായ്‌വ് മറനീക്കി പുറത്തുവന്നത് 1914ൽ ഒന്നാം ലോകമഹായുദ്ധത്തിന്റെ തുടക്കത്തിലാണ്. ഒന്നാം ലോകമഹായുദ്ധത്തെ കുറിച്ചുള്ള മാർക്സിസ്റ്റ് കാഴ്ചപ്പാട് അത് സാമ്രാജ്യത്വശക്തികൾ

തമ്മിൽ അവരുടെ സാമ്പത്തിക-രാഷ്ട്രീയ സ്വാധീനവലയങ്ങളെ ചൊല്ലിയുള്ള കിടമത്സരമാണ് എന്നതായിരുന്നു. അതുകൊണ്ട് തന്നെ ഈ യുദ്ധത്തെയും അത് നയിക്കുന്ന അതാത് രാജ്യങ്ങളിലെ ഭരണ വർഗ്ഗത്തെയും തൊഴിലാളിവർഗ്ഗം എതിർക്കേണ്ടതിന്റെ ആവശ്യകത യാണ് മാർക്സിസ്റ്റ് വിശകലനങ്ങൾ ഊന്നിപ്പറഞ്ഞത്. എന്നാൽ യുദ്ധം പൊട്ടിപ്പുറപ്പെട്ടപ്പോൾ ഇതെല്ലാം മറന്നുകൊണ്ട് ജർമ്മൻ സോഷ്യൽ ഡെമോക്രാറ്റിക് പാർട്ടി യുദ്ധത്തിൽ ജർമ്മൻ ഭരണവർഗ്ഗത്തിന്റെ കൂടെ നിൽക്കാൻ തീരുമാനിച്ചു.

റഷ്യൻ ബോൾഷെവിക്കുകളുടെ നേതൃത്വത്തിൽ യൂറോപ്പിലെ മാർ ക്സിസ്റ്റ് പാർട്ടികൾ സാമ്രാജ്യത്വ യുദ്ധത്തെ പല്ലും നഖവും ഉപയോഗിച്ച് എതിർക്കാൻ തീരുമാനിച്ചപ്പോൾ ജർമ്മൻ സോഷ്യൽ ഡമോക്രസി ഭരണവർഗ്ഗത്തിന്റെ പിന്നിൽ നിലയുറപ്പിച്ചു കൊണ്ട് തൊഴിലാളിവർ ഗ്ഗത്തെയാകെ ഒറ്റിക്കൊടുക്കുകയാണ് ഉണ്ടായത്. ജർമ്മൻ 'ഇടതുപ ക്ഷ'ത്തിന്റെ പെറ്റിബൂർഷ്വ-ദേശീയവാദമുഖം ഇത്തരത്തിൽ വെളിവാ യതോടുകൂടിയാണ് കാൾ ലീബ്ക്നെഷ്ത്, റോസ ലക്സംബർഗ് തുടങ്ങിയ അടിയുറച്ച മാർക്സിസ്റ്റുകൾ സോഷ്യൽ ഡമോക്രസി വിട്ട് സ്പാർട്ടക്കസ് ലീഗിന് രൂപം നൽകുന്നത്. പക്ഷെ അപ്പോഴും "തൊഴിലാളിവർഗ്ഗ പാർട്ടി" എന്ന ലേബൽ നിലനിർത്താൻ സോഷ്യൽ ഡമോക്രസിക്ക് സാധിച്ചു. അതുകൊണ്ടാണ് 1919ൽ ജർമ്മൻ വിപ്ലവം അരങ്ങേറിയ പ്പോൾ അധികാരം അവരുടെ കൈകളിൽ എത്തിയത്. എന്നാൽ വിപ്ല വാനന്തരം അധികാരം കൈയ്യിൽ എത്തിയപ്പോൾ വീണ്ടും സോഷ്യൽ ഡമോക്രസി അതിന്റെ തനിനിറം കാണിച്ചു. ഭരണത്തിലേറി അവർ ആദ്യം ചെയ്തത് വിപ്ലവത്തിന്റെ ഏറ്റവും വലിയ ശത്രുക്കളും ഭരണവർഗ്ഗ ത്തിന്റെ കാവലാളുകളും ആയ പട്ടാളവുമായി സന്ധിയിൽ ഏർപ്പെടുക എന്നതായിരുന്നു. ക്രിസ് ഹാർമാന്റെ വാക്കുകളിൽ:

"Social Democrat politicians who had stood for reform via the capitalist state had logically supported that state when it came to war in 1914. Now [that is, in 1919], just as logically, they tried to re-establish the power of that state in the face of revolution. For them the old structures of repression and class power were 'order'; the challenge to those structures from the exploited and the dispossessed represented 'anarchy' and 'chaos'. The living embodiments of this challenge were the best known opponents of war

- Rosa Luxemburg and Karl Liebknecht." ('People's History of the World').

മുതലാളിത്തഭരണകൂടത്തിന്റെ ഏറ്റവും ശക്തമായ സംരക്ഷകർ ആയി മാറിയ ജർമ്മൻ 'ഇടതുപക്ഷ'ത്തിന്റെ താൽപ്പര്യം വിപ്ലവത്തിന്റെ ചിറകിലേറി സാമൂഹികമാറ്റം കൊണ്ടുവരാൻ ആയിരുന്നില്ല, മറിച്ച് വിപ്ല വമുന്നേറ്റത്തെ ബൂർഷ്വവ്യവസ്ഥയെ തച്ചുടക്കുന്നതിൽ നിന്നും തടയുക എന്നതായിരുന്നു. ഇതിന് "തൊഴിലാളിവിപ്ലവത്തിന്റെ ബാനർ" ആയ റോസയെ (ലെനിന്റെ പ്രയോഗം) ഇല്ലായ്മ ചെയ്യുക എന്നത് അത്യാവശ്യമായിരുന്നു. ഇതിന്റെ ഭാഗമായാണ് ലീബ്ലെഷ്തിനെയും റോസയെയും 1919 ജനുവരി 15ന് അവരുടെ കൂലിപ്പട്ടാളം അറുകൊല ചെയ്യുന്നത്. പക്ഷെ ഇതിന് ദിവസങ്ങൾക്ക് മുന്നേ തന്നെ സോഷ്യൽ ഡമോക്രാറ്റുകളുടെ മുഖപത്രമായ ഫോർവേട്സ് (Vorwats) ഇവരെ അപായപ്പെടുത്താനുള്ള ആഹ്വാനം നല്കിക്കഴിഞ്ഞിരുന്നു. ഫോർവേട്സ് എഴുതി:

"Many hundred corpses in a row
Proletarians.
Karl, Rosa, Radek and company
Not one of them lies there -
Proletarians."

ജനുവരി 16നു ഫോർവേട്സ് ഇവരുടെ മരണവാർത്ത പുറത്തു വിട്ടു, അതിൽ പറഞ്ഞത് ലീബ്ലെഷ്ത് രക്ഷപ്പെടാൻ നോക്കുമ്പോൾ വെടി കൊണ്ട് മരിച്ചെന്നും റോസയെ 'ജനങ്ങൾ വധിച്ച' എന്നുമാണ്. ഇരു വരുടെയും മരണവാർത്ത ജർമ്മൻ വരേണ്യവർഗ്ഗം ആരവങ്ങളോടും നൃത്തച്ചുവടുകളോടും കൂടിയാണ് എതിരേറ്റത് എന്ന് ചരിത്രകാരന്മാർ രേഖപ്പെടുത്തിയിട്ടുണ്ട്. ജീർണ്ണതയുടെ ഉപാസകരായ വരേണ്യവർഗ്ഗ ത്തെയും 'ഇടതുപക്ഷത്തേയും' സാമൂഹികമാറ്റം എത്രത്തോളം ഭീതിപ്പെ ടുത്തുന്നു എന്നാണ് ഇത് കാണിക്കുന്നത്.

പക്ഷെ റോസയെ വധിച്ചത് ജർമ്മൻ 'ഇടതുപക്ഷം' ആണെ ന്നൊന്നും ഇന്ത്യൻ ഇടതുപക്ഷത്തിന്റെ സഹയാത്രികർ അറിഞ്ഞ മട്ടില്ല. അവരെ അത് അറിയിക്കാതിരിക്കാൻ ഇടതുപക്ഷ മാധ്യമ ങ്ങൾ കിണഞ്ഞു പരിശ്രമിക്കുന്നും ഉണ്ട്. ജനുവരി 13ന് ദേശാഭിമാനി ഓൺലൈനിൽ പ്രസിദ്ധീകരിച്ച "ആരായിരുന്നു റോസാ ലക്സംബർഗ്; ആ പോരാളിയുടെ രക്തസാക്ഷ്യത്തിന് ഇന്ന് 101 വർഷങ്ങൾ" എന്ന

ലേഖനം വായിച്ചാൽ ചിരിക്കണോ കരയണോ എന്നറിയാത്ത പ്രത്യേക അവസ്ഥയിൽ ആയിപ്പോകും നമ്മൾ. ഇങ്ങനെയാണ് ലേഖനം തുടങ്ങുന്നത്: "1919 ജർമ്മൻ രാഷ്ട്രീയ കാലാവസ്ഥ കലങ്ങിമറിഞ്ഞ കാലം. ചാൻസലർ സ്ഥാനത്തു നിന്നും കൈസർ സ്ഥാനമൊഴിഞ്ഞു. എമ്പർട്ട് സ്കൈഡർമാൻ അധികാരമേറ്റു." സ്ഥലപരിമിതി കൊണ്ടായിരിക്കണം, ലേഖനം എഴുതിയ രാജു സെബാസ്റ്റ്യൻ 1919ൽ പ്രസിഡന്റായി സ്ഥാനമേറ്റ ഫ്രെഡ്രിക് എബർട്ടിനെയും ചാൻസലർ ആയ ഫിലിപ് ഷൈഡമേനിനെയും ചേർത്ത് ഒരാൾ ആക്കിയത് (എമ്പർട്ട് സ്കൈഡർമാൻ!!).

അതിനെ തുടർന്ന് എന്തുണ്ടായി എന്നും ലേഖനം പറയുന്നു: "വലതുപക്ഷ രാഷ്ട്രീയം അതിന്റെ ആഭാസകനാടകം തിമിർത്താടി. ജനരോക്ഷം ശക്തമായി. ഒരു വിപ്ലവത്തിന് കാലമായെന്ന് ജർമ്മൻ കമ്യൂണിസ്റ്റ് പാർട്ടിയായ കെപിഡി വിലയിരുത്തി. ബഹുജന പ്രക്ഷോഭം അണപൊട്ടി. കമ്യൂണിസ്റ്റുകാരും സോഷ്യലിസ്റ്റുകാരും സോഷ്യൽ ഡെമോക്രാറ്റുകളും തൊഴിലാളികളും സാധാരണക്കാരും ബുദ്ധിജീവികളും തോളോട് തോൾ ചേർന്നു നിന്നു പോരാട്ടത്തിൽ പങ്കാളിയായി." ചരിത്രത്തെ നോക്കി കൊഞ്ഞനം കുത്തുക എന്ന് പറയുന്നത് ഇതിനാണ്. 1919ൽ അധികാരമേറിയത് സോഷ്യൽ ഡമോക്രറ്റുകൾ ആണ്, എബർട്ടും ഷൈഡമേനും സോഷ്യൽ ഡെമോക്രറ്റുകൾ ആയിരുന്നു. അവരുടെ ഭരണത്തിനെതിരെ കമ്മ്യൂണിസ്റ്റുകാരുടെയും തൊഴിലാളികളുടെയും കൂടെ "തോളോട് തോൾ" ചേർന്ന് സോഷ്യൽ ഡെമോക്രാറ്റുകളും പോരാടി എന്നാണ് ലേഖനത്തിന്റെ കണ്ടുപിടുത്തം! 1919ലെ ജർമ്മൻ വിപ്ലവത്തിൽ സോഷ്യൽ ഡമോക്രറ്റുകളും കമ്മ്യൂണിസ്റ്റുകളും എതിർചേരിയിൽ ആയിരുന്നു എന്ന് പോലും അറിയാനുള്ള ചരിത്രബോധം "ദേശാഭിമാനി"ക്ക് നഷ്ടപ്പെട്ടിരിക്കുന്നു!

ലേഖനം തുടരുന്നു: "ഒരു ഹോട്ടലിൽ താമസിപ്പിച്ചിരുന്ന സ.റോസാ ലക്സംബർഗിനെ വോഗൽ എന്ന പട്ടാള ഉദ്യോഗസ്ഥൻ വാതിൽക്കൽ വെച്ച് തോക്കു കൊണ്ട് തല അടിച്ചു തകർത്തു. (എല്ലാ ഫാസിസ്റ്റുകൾക്കും വേണ്ടതു ധൈഷണികതയുടെ തലച്ചോറിനെയാണല്ലോ.)" റോസയുടെ തല തോക്കുകൊണ്ട് അടിച്ച് തകർത്തത് ഫാഷിസ്റ്റുകളല്ല, മറിച്ച് ജർമ്മൻ 'ഇടതുപക്ഷ'ത്തിന്റെ കൂലിപ്പട്ടാളമാണ്. റോസയെപ്പോലുള്ള കമ്മ്യൂണിസ്റ്റുകൾ നേതൃത്വം നൽകിയ ജർമ്മൻ വിപ്ലവത്തെ ഭരണവർഗ്ഗത്തിന്റെ ഒത്താശയോടെ കൂലിപ്പട്ടാളത്തെ ഉപയോഗിച്ച് അടിച്ചമർത്തുക വഴി ഫാഷിസത്തിന്റെ വളർച്ചക്ക് വഴിതുറന്നുകൊടുത്തതും ഇതേ സോഷ്യൽ ഡമോക്രാറ്റിക് 'ഇടതുപക്ഷ'മാണ്.

മേല്പറഞ്ഞത് പോലെയുള്ള അബദ്ധങ്ങളുടെ വേലിയേറ്റമാണ് ലേഖനം നിറയെ, എന്നാലും അത് അവസാനിക്കുന്നത് ഒരു സത്യം പറഞ്ഞു കൊണ്ടാണ്: "ഈ അതുല്യ പ്രതിഭാശാലിയെയാണ്, സൈദ്ധാന്തികയെയാണ്, കമ്മ്യൂണിസ്റ്റ് പോരാളിയെയാണ്, മാനവസ്നേഹത്തിന്റെ ഉദാത്ത മാതൃകയെയാണ് വലതുപക്ഷ മൂരാച്ചി ഭരണകൂടം കൊന്നു കളഞ്ഞത്". ഇത് അക്ഷരം പ്രതി ശരിയാണ്. പക്ഷെ ഒരു കാര്യം കൂട്ടിച്ചേർക്കേണ്ടതുണ്ട്: ഈ മൂരാച്ചി ഭരണകൂടത്തെ നയിച്ചിരുന്നത് ജർമ്മൻ 'ഇടതുപക്ഷ'മാണ്. അങ്ങനെയെങ്കിൽ ഇതേ വർഗ്ഗയുക്തി പ്രകാരം സോഷ്യൽ ഡമോക്രസിയുടെ ഇന്ത്യൻ പതിപ്പായ ഇടതുപക്ഷം നയിക്കുന്ന ഭരണകൂടങ്ങളും അത്ര തന്നെ മൂരാച്ചി സ്വഭാവം ഉള്ളവയാണ് എന്ന് സമ്മതിക്കേണ്ടി വരും.

സോഷ്യൽ ഡമോക്രാറ്റിക് 'ഇടതുപക്ഷ'ത്തിന്റെ യഥാർത്ഥ "മൂരാച്ചി" വർഗ്ഗസ്വഭാവം ആദ്യമായി വെളിവാകുന്നത് ജർമ്മനിയിൽ ആണ്, എന്നാൽ അതിന് ശേഷം ലോകത്തിന്റെ പലഭാഗങ്ങളിൽ അരങ്ങേറിയ രാഷ്ട്രീയസംഭവവികാസങ്ങൾ വഴി തങ്ങൾ എല്ലായിടത്തും എപ്പോഴും വിപ്ലവപോരാട്ടങ്ങൾക്കും വ്യവസ്ഥയെ ചോദ്യം ചെയ്യുന്നതിനും എതിരെ നിൽക്കുന്ന പ്രസ്ഥാനമാണെന്ന് അവർ തെളിയിച്ചിട്ടുണ്ട്. അതുകൊണ്ടാണ് സ്ലാവോയ് സിസക് ഇങ്ങനെ ഒരു നിലപാടിൽ എത്തിച്ചേർന്നത്: "Perhaps the time has come to remember that throughout the twentieth century, social democracy was an instrument mobilised to counter the communist threat to capitalism" (in 'FIrst as tragedy Then as farce'). ഇരുപതാം നൂറ്റാണ്ടിൽ ഉടനീളം കമ്മ്യൂണിസത്തെ തടഞ്ഞു നിർത്താനുള്ള ഒരു ഉപകരണമായാണ് സോഷ്യൽ ഡമോക്രാറ്റിക് ഇടതുപക്ഷം ഉപയോഗിക്കപ്പെട്ടത് എന്ന് സിസക് പറയുന്നു.

ഇതിന്റെ ഏറ്റവും നല്ല ഉദാഹരണം ജർമ്മനിയാണ്; അതിന്റെ ഭാഗമായാണ് ജർമ്മൻ ഇടതുപക്ഷം റോസയെ വധിച്ചത്. ഇതേ വർഗ്ഗസ്വഭാവം തന്നെയാണ് ഇന്ത്യൻ ഇടതുപക്ഷത്തിനും ഉള്ളത്. ജീർണ്ണിക്കുന്ന മുതലാളിത്ത വ്യവസ്ഥയുടെ ഏറ്റവും വലിയ സംരക്ഷകരായാണ് ഇന്ന് ഇടതുപക്ഷം പ്രവർത്തിക്കുന്നത്. കാരണം, ഇന്നത്തെ ഇടതുപക്ഷ രാഷ്ട്രീയത്തിന്റെ അടിസ്ഥാനം (ഭരണത്തിൽ ഇരിക്കുന്ന കേരളത്തിൽ പ്രത്യേകിച്ചും) സകല പ്രതിസന്ധികളും മോശം ഭരണത്തിന്റെ സൃഷ്ടി ആണെന്നും, ക്ഷേമരാഷ്ട്ര-ജനപക്ഷവികസന സങ്കല്പങ്ങളോട് കൂടിയ ഇടതുപക്ഷഭരണം സകല പ്രതിസന്ധികളെയും തരണം ചെയ്യാൻ

പര്യാപ്തമാണ് എന്നതാണ്. "എൽഡിഎഫ് വരും എല്ലാം ശരിയാവും" എന്ന തിരഞ്ഞെടുപ്പ് മുദ്രാവാക്യം ഇതിന് ഏറ്റവും വലിയ തെളിവാണ്. ഇടതുപക്ഷം ഭരിച്ചാൽ മുതലാളിത്തവ്യവസ്ഥയിൽ തന്നെ എല്ലാം ശരിയാവും എങ്കിൽ ഈ പ്രതിസന്ധികൾ ഒന്നും തന്നെ മുതലാളിത്തത്തിന്റെ ഘടനാപരമായ വൈരുദ്ധ്യങ്ങളിൽ നിന്നും ഉടലെടുക്കുന്നവയല്ല എന്നാണ് അർത്ഥം. അപ്പോൾ പിന്നെ മുതലാളിത്തവ്യവസ്ഥ മാറ്റേണ്ടതിന്റെ ആവശ്യം ഇല്ലല്ലോ, അങ്ങനെയെങ്കിൽ തൊഴിലാളി വർഗ്ഗ വിപ്ലവത്തിന്റെ ആവശ്യവും ഇല്ലല്ലോ! ഇത് ഇടതുപക്ഷത്തിന്റെ സോഷ്യൽ ഡമോക്രാറ്റിക് മുഖം പൂർണ്ണമായും അനാവരണം ചെയ്യുന്നു.

മുതലാളിത്ത വ്യവസ്ഥയോടും ബൂർഷ്വ ഭരണകൂടത്തോടും ഈ പെറ്റിബൂർഷ്വ ദാസ്യമനോഭാവം വച്ച് പുലർത്തുന്നത് കൊണ്ടുതന്നെ മൗലികമായ സാമൂഹികമാറ്റത്തിന് വേണ്ടിയുള്ള സകല പ്രവർത്തനങ്ങളെയും ഇടതുപക്ഷം നഖശിഖാന്തം എതിർക്കും. നാളെ ഇന്ത്യൻ തൊഴിലാളിവർഗ്ഗം മുതലാളിത്തത്തെ തച്ചുടക്കാൻ തെരുവിൽ ഇറങ്ങുമ്പോൾ അവരിലെ റോസകളുടെ തലയടിച്ച് പിളർക്കാൻ മുൻനിരയിൽ ഉണ്ടാവുക നിലവിലുള്ള വ്യവസ്ഥയുമായി മുഴുവനായും ഐക്യപ്പെട്ടുകഴിഞ്ഞ, അതിന്റെ ഗുണഭോക്താക്കളായ, ഇടതുപക്ഷ നേതൃത്വമായിരിക്കും എന്ന കാര്യത്തിൽ മാർക്സിസ്റ്റുകാർക്ക് സംശയം ഒന്നും വേണ്ട.

(ജനുവരി 2021)

താലിബാനും സാമ്രാജ്യത്വവിരുദ്ധതയും

രാഷ്ട്രീയ ഇസ്‌ലാമിനെ പിന്തുണക്കുന്നവർ താലിബാനെ വെള്ള പൂശുന്നത് അവർ ഒരു സാമ്രാജ്യത്വവിരുദ്ധശക്തി ആണ് എന്ന് അവകാശപ്പെട്ടുകൊണ്ടാണ്. യഥാർത്ഥത്തിൽ താലിബാൻ സാമ്രാജ്യത്വ വിരുദ്ധമാണോ? അമേരിക്കൻ അധിനിവേശത്തിനെതിരെയുള്ള ഇരുപത് വർഷത്തെ ചെറുത്തുനിൽപ്പ് താലിബാന്റെ സാമ്രാജ്യത്വവിരുദ്ധതയുടെ സാക്ഷ്യമാണ് എന്നാണ് രാഷ്ട്രീയ ഇസ്‌ലാമിന്റെ വാദം. സാമ്രാജ്യത്വത്തിന്റെ പരിണിതഫലങ്ങളിൽ പ്രധാനപ്പെട്ട ഒന്നാണ് അധിനിവേശം; എന്നാൽ സാമ്രാജ്യത്വത്തെ അധിനിവേശത്തിലേക്ക് ചുരുക്കാൻ ആവില്ല. അതുകൊണ്ടു തന്നെ അധിനിവേശത്തെ ചെറുക്കുന്നു എന്നുള്ളത് കൊണ്ട് മാത്രം ആരും സാമ്രാജ്യത്വവിരുദ്ധർ ആവുന്നില്ല.

സാമ്രാജ്യത്വം എന്നാൽ വികസിതരാജ്യങ്ങൾ പിന്നോക്കരാജ്യങ്ങൾക്കുമേൽ നടത്തുന്ന അധിനിവേശമാണ് എന്നാണ് പൊതുവെയുള്ള ധാരണ. ഇടതുപക്ഷവും ഈ തെറ്റായ ധാരണയുടെ പിടിയിലാണ്. ഇതിന്റെ അടിസ്ഥാനത്തിലാണ് അധിനിവേശത്തെ എതിർക്കുന്നവരെല്ലാം സാമ്രാജ്യത്വവിരുദ്ധരാണ് എന്ന അബദ്ധധാരണ ഉണ്ടാവുന്നത്. എന്നാൽ, മുതലാളിത്തത്തിന്റെ ഏറ്റവും ഉയർന്ന ഘട്ടത്തെയാണ് സാമ്രാജ്യത്വം എന്ന് പറയുന്നത്. മുതലാളിത്തം അതിന്റെ വളർച്ചയെത്തുടർന്ന് മത്സരസ്വഭാവം (competitive nature) കൈയ്യൊഴിയുകയും കുത്തകഘട്ടത്തിലേക്ക് (monopoly stage) കടക്കുകയും ചെയ്യുമ്പോഴാണ് അത് സാമ്രാജ്യത്വം ആയി മാറുന്നത്. "Imperialism is the monopoly stage of capitalism" എന്ന നിർവ്വചനം ലെനിൻ സാമ്രാജ്യത്വത്തിന് കൊടുത്തത് ഇതുകൊണ്ടാണ്. ഈ കുത്തകവൽക്കരണത്തിന്റെ അനന്തരഫലമാണ് അധിനിവേശം. സാമ്രാജ്യത്വ

അധിനിവേശങ്ങളുടെ അടിസ്ഥാനലക്ഷ്യം കുത്തകമൂലധനത്തിന് ലാഭകരമായ നിക്ഷേപസാധ്യതകൾ കണ്ടെത്തുക എന്നതാണ്. അമേരിക്കയുടെ അഫ്ഗാൻ അധിനിവേശത്തിന്റെയും പിന്നിലെ പ്രചോദനവും മറ്റൊന്നല്ല.

സാമ്രാജ്യത്വവിരുദ്ധത എന്നാൽ മുതലാളിത്തത്തിന്റെ ഏറ്റവും ഉയർന്ന ഘട്ടത്തെ എതിർക്കുക എന്നതാണ്. അത് മുതലാളിത്തവിരുദ്ധത തന്നെയാണ്. എന്നാൽ പല കാഴ്ചപ്പാടുകളിൽ നിന്ന് കൊണ്ട് നമുക്ക് സാമ്രാജ്യത്വത്തെ എതിർക്കാം. ലെനിൻ ഓർമ്മിപ്പിക്കുന്നത് പോലെ: "ഫ്യൂഡലിസവുമായി താരതമ്യപ്പെടുത്തുമ്പോൾ മുതലാളിത്തം പുരോഗമനപരമാണെന്നും കുത്തകപൂർവ്വ മുതലാളിത്തവുമായി താരതമ്യപ്പെടുത്തുമ്പോൾ സാമ്രാജ്യത്വം പുരോഗമനപരമാണെന്നും ഒരു മാർക്സിസ്റ്റും ഒരിക്കലും മറക്കില്ല. അതിനാൽ, സാമ്രാജ്യത്വത്തിനെതിരായ എല്ലാ പോരാട്ടങ്ങളെയും നമ്മൾ പിന്തുണയ്ക്കേണ്ടതില്ല. സാമ്രാജ്യത്വത്തിനെതിരായ പിന്തിരിപ്പൻ വർഗ്ഗങ്ങളുടെ സമരത്തെ നമ്മൾ പിന്തുണയ്ക്കില്ല; സാമ്രാജ്യത്വത്തിനും മുതലാളിത്തത്തിനും എതിരായ പിന്തിരിപ്പൻ വർഗ്ഗങ്ങളുടെ പ്രക്ഷോഭത്തെ നമ്മൾ പിന്തുണയ്ക്കില്ല."

മുതലാളിത്തത്തെ ഫ്യൂഡൽ കാഴ്ചപ്പാടിൽ നിന്ന് കൊണ്ട് എതിർക്കാം. സത്യൻ അന്തിക്കാടിന്റെയൊക്കെ മൂന്നാംകിട സിനിമകളിൽ നമ്മൾ കാണുന്നത് ഇത്തരം എതിർപ്പാണ്. ഗ്രാമവിശുദ്ധി, സാംസ്കാരികത്തനിമ, അമ്മിക്കല്ലിൽ അരക്കുന്ന ചമ്മന്തി, ഉരലിൽ ഇടിച്ചുണ്ടാക്കുന്ന പുട്ട്, പൂമുഖവാതിൽക്കൽ സ്നേഹം വിളമ്പുന്ന ഭാര്യ - ഇത്തരം ഗൃഹാതുരതകളെല്ലാം ഈ രോഗത്തിന്റെ ലക്ഷണങ്ങളാണ്. പെറ്റി ബൂർഷ്വ കാഴ്ചപ്പാടിൽ മുതലാളിത്തത്തെ എതിർക്കുന്നവർ സൂപ്പർമാർക്കറ്റ് ശൃംഖലകൾ ഗ്രാമങ്ങളിലെ ചില്ലറവ്യാപാരത്തെ തകർത്തതിനെക്കുറിച്ചും ചെറുകിട വ്യവസായങ്ങളും ചെറുകിട കൃഷിയും ആദായകരമല്ലാതായി തീർന്നതിനെക്കുറിച്ചും ആകുലപ്പെട്ടുകൊണ്ടേയിരിക്കും. ഈ രണ്ട് "മുതലാളിത്തവിരുദ്ധത"യും മുഴുവനായും പ്രതിലോമകരമാണ്; ഇവരുടെ ഗൃഹാതുരതയിൽ തെളിയുന്നത് ജീർണ്ണതയുടെ ഉപാസന മാത്രമാണ്.

ഇതിൽ നിന്നും വിപരീതമായി, പുരോഗമനപരമായ മുതലാളിത്തവിരുദ്ധത മനുഷ്യചരിത്രത്തിൽ മുതലാളിത്തത്തിന്റെ വിപ്ലവകരമായ സംഭാവന പൂർണ്ണമായും അംഗീകരിക്കുന്നു. മുതലാളിത്തം ഫ്യൂഡൽ-പെറ്റി ബൂർഷ്വ അന്ധകാരത്തിൽ നിന്നും മനുഷ്യനെ ബഹുദൂരം മുന്നോട്ട് കൊണ്ടുപോയി എന്നതിൽ അതിന് സംശയമേ ഇല്ല. എന്നാൽ ഇന്ന്

മുതലാളിത്തം അതിന്റെ പുരോഗമനപരമായ ഘട്ടം പിന്നിട്ടിരിക്കുന്നു. അതിനാൽ ചരിത്രത്തിന് ജീർണ്ണതയിൽ അകപ്പെട്ട മുതലാളിത്തവ്യവസ്ഥയെ കടന്ന് മുന്നോട്ട് പോകേണ്ടതായിട്ടുണ്ട്. ഇതാണ് പുരോഗമനപരമായ മുതലാളിത്തവിരുദ്ധതയുടെ യുക്തി; അത് ശ്രമിക്കുന്നത് ചരിത്രത്തെ പിന്നോട്ട് വലിക്കാനല്ല, മുന്നോട്ട് നയിക്കാനാണ്.

മുതലാളിത്തത്തിന്റെ ഏറ്റവും ഉയർന്ന ഘട്ടമായ സാമ്രാജ്യത്വത്തെയും ഫ്യൂഡൽ-പെറ്റി ബൂർഷ്വ കാഴ്ചപ്പാടുകളിൽ നിന്നും എതിർക്കാം. ഇതിനെക്കൂടാതെ, മത്സരസ്വഭാവമുള്ള ആദ്യകാല മുതലാളിത്തത്തിന്റെ കാഴ്ചപ്പാടിൽ നിന്നുകൊണ്ടും സാമ്രാജ്യത്വത്തെ എതിർക്കാം. പ്രഭാത് പട്നായിക്കിനെ പോലെയുള്ള ഇടതുപക്ഷ ചിന്തകർ ഈ ഗണത്തിൽ പെടുന്നവരാണ്. ലെനിൻ മുകളിൽ സൂചിപ്പിച്ചത് പോലെ, ഈ എതിർപ്പുകളെല്ലാം പിന്തിരിപ്പനാണ്; അവയ്ക്ക് "സാമ്രാജ്യത്വവിരുദ്ധം" എന്ന് വിശേഷിപ്പിക്കപ്പെടാൻ യാതൊരു അർഹതയും ഇല്ല. നമ്മുടെ മുന്നിലുള്ള ചോദ്യം താലിബാന്റെ "സാമ്രാജ്യത്വവിരുദ്ധത" ഏത് ഗണത്തിൽ പെടും എന്നതാണ്.

മറ്റ് രാഷ്ട്രീയ ഇസ്ലാമിക് സംഘടനകളെ പോലെ താലിബാന്റെയും മുഖമുദ്ര ആധുനികതയുടെ (modernity) സാംസ്കാരികരൂപങ്ങളോടുള്ള എതിർപ്പാണ്. അഫ്ഗാനിസ്ഥാനിന്റെ കാര്യത്തിൽ ഇത്തരം എതിർപ്പിന് ഏകദേശം ഒരു നൂറ്റാണ്ടിന്റെ ചരിത്രമുണ്ട്. അഫ്ഗാനിസ്ഥാനെ സാമ്പത്തികമോ രാഷ്ട്രീയമോ സാമൂഹികമോ ആയ ആധുനികതയുടെ വഴിക്ക് നടത്താനുള്ള കഴിഞ്ഞ ഒരു നൂറ്റാണ്ടിലെ എല്ലാ ശ്രമങ്ങൾക്കും വലിയ എതിർപ്പും തിരിച്ചടികളും നേരിടേണ്ടി വന്നിട്ടുണ്ട്.

1920കളിൽ അമാനുള്ള ഖാൻ ആണ് അഫ്ഗാനിസ്ഥാനിൽ പരിഷ്കരണത്തിനുള്ള ആദ്യ ശ്രമങ്ങൾക്ക് തുടക്കം ഇടുന്നത്. സ്ത്രീകൾക്ക് ശിരോവസ്ത്രം നിർബന്ധമല്ലാതാക്കിയതും പെൺകുട്ടികൾക്ക് വിദ്യാഭ്യാസസ്ഥാപനങ്ങൾ തുറന്നുകൊടുത്തതും അടക്കമുള്ള പരിഷ്കാരങ്ങൾ വലിയ എതിർപ്പാണ് അഫ്ഗാനിലെ പരമ്പരാഗതശക്തികളിൽ നിന്നും നേരിട്ടത്. ഗോത്ര-വംശ-മത ശക്തികൾ ഉയർത്തിവിട്ട ആഭ്യന്തരയുദ്ധത്തിൽ അമാനുള്ള ഖാൻ പരാജിതനായി. അഫ്ഗാനിലെ പരിഷ്കരണശ്രമങ്ങൾക്ക് ഏറ്റ ആദ്യ അടി ആയിരുന്നു അത്.

ഗൗരവകരമായ പരിഷ്കരണശ്രമങ്ങളുടെ അടുത്ത ഘട്ടം അഫ്ഗാനിസ്ഥാനിൽ തുടങ്ങുന്നത് 1973ൽ പട്ടാള അട്ടിമറിയിലൂടെ രാജവാഴ്ച അവസാനിപ്പിച്ച് അഫ്ഗാനിസ്ഥാൻ ഒരു റിപ്പബ്ലിക് ആയി പ്രഖ്യാപിക്കപ്പെടുന്നതോടുകൂടി ആണ്. 1978ൽ സൗർ വിപ്ലവത്തെത്തുടർന്ന്

സോവിയറ്റ് ചായ്‌വുള്ള പീപ്പിൾസ് ഡെമോക്രാറ്റിക് പാർട്ടി ഭരണം പിടിച്ചതോടെ പരിഷ്കരണങ്ങൾക്ക് വേഗം കൂടി. അവ സ്ത്രീസമത്വത്തിലും മതേതരവൽക്കരണത്തിലും ഒതുങ്ങി നിന്നില്ല, വ്യാപകമായ ഭൂപരിഷ്കരണത്തിലേക്കും കൊള്ളപ്പലിശയുടെ നിരോധനത്തിലേക്കും നീണ്ടു.

ഈ സാമ്പത്തിക-സാമൂഹിക പരിഷ്കരണങ്ങളെല്ലാം പരമ്പരാഗത ഗോത്ര-വംശ-ഭൂവുടമ ശക്തികളുടെ പ്രാബല്യം തകർക്കാൻ പോന്നവയായിരുന്നു. അതുകൊണ്ട് തന്നെ ഇത്തരം ശക്തികൾ അവക്കെതിരെ പ്രതിരോധം ഉയർത്തിക്കൊണ്ടുവന്നു. ലോകത്ത് മറ്റ് പലയിടങ്ങളിലും സംഭവിച്ചത് പോലെ ഇവിടെയും ഇത്തരം ഫ്യൂഡൽ ശക്തികൾ ആധുനികവൽക്കരണത്തെ എതിർക്കാൻ മതത്തിന്റെ പേരിലാണ് സംഘടിച്ചത്. അഫ്ഗാനിസ്ഥാനിൽ പ്രധാന മതം ഇസ്‌ലാം ആയത് കൊണ്ട് അത് രാഷ്ട്രീയ ഇസ്‌ലാമിന്റെ ആദ്യ രൂപം ആയി മാറി. സാമൂഹികപരിഷ്കരണത്തോടുള്ള ഫ്യൂഡൽ ശക്തികളുടെ ഈ എതിർപ്പിന്റെ ഭാഗമായാണ് മുജാഹിദീൻ അടക്കം രൂപം കൊള്ളുന്നത്. ഇതേ ശക്തികളാണ് തൊണ്ണൂറുകളിൽ ആദ്യം മുജാഹിദീനിന്റെയും പിന്നീട് താലിബാനിന്റെയും നേതൃത്വത്തിൽ അഫ്ഗാനിൽ ഭരണം പിടിക്കുന്നതും അവിടെ യാഥാസ്ഥിതിക മതനിയമങ്ങൾ നടപ്പാക്കുന്നതും. ഈ ഘട്ടത്തിലെല്ലാം അമേരിക്കൻ സാമ്രാജ്യത്വം പൂർണ്ണമായും ഈ ശക്തികളുടെ കൂടെ ആയിരുന്നു എന്നത് കൗതുകകരമാണ്.

ഇതിൽ നിന്നും വ്യക്തമാവുന്നത് കഴിഞ്ഞ ഒരു നൂറ്റാണ്ടായി അഫ്ഗാനിസ്ഥാനിൽ സാമൂഹികപരിഷ്കാരണങ്ങളേയും ആധുനികവൽക്കരണത്തേയും എതിർക്കുന്ന പരമ്പരാഗത ഗോത്ര-വംശ-ഭൂവുടമ ശക്തികളുടെ താല്പര്യങ്ങൾ ആണ് ആത്യന്തികമായി താലിബാൻ സംരക്ഷിക്കുന്നത് എന്നാണ്. അവർ ഇത് നടപ്പാക്കുന്നത് മത-സംസ്കാരസംരക്ഷണത്തിന്റെ പേരിലാണെങ്കിലും വർഗ്ഗപരമായി താലിബാൻ അഫ്ഗാനിലെ പ്രത്യേക സാഹചര്യത്തിൽ ഉടലെടുത്ത ഒരു ഫ്യൂഡൽ മിലിഷ്യ (feudal militia) ആണ്. സാമൂഹിക-സാംസ്കാരിക പുരോഗതിയെ തടയിടുക വഴി അവർ സംരക്ഷിക്കുന്നത് ഫ്യൂഡൽ വർഗ്ഗങ്ങളുടെ താല്പര്യങ്ങൾ ആണ്.

ഭൗതികമായ വർഗ്ഗതാല്പര്യങ്ങൾ സംരക്ഷിക്കാനുള്ള സമരങ്ങളെ പ്രത്യയശാസ്ത്രത്തിന്റെ ഛായ പൂശി അവതരിപ്പിക്കുക എന്നത് ഒരു പൊതുരീതി ആണ്. അഫ്ഗാനിലും അത് തന്നെയാണ് സംഭവിക്കുന്നത്. മത-സംസ്കാര സംരക്ഷണം ലക്ഷ്യമാക്കി നടക്കുന്ന മുന്നേറ്റങ്ങളുടെ യഥാർത്ഥ അടിസ്ഥാനം ഫ്യൂഡൽ വർഗ്ഗതാല്പര്യങ്ങൾ സംരക്ഷിക്കുക

എന്നതാണ്. ഇത് താലിബാന് വേണ്ടി പോരാടുന്നവരോ അവരെ പിന്താങ്ങുന്ന രാഷ്ട്രീയ ഇസ്‌ലാമിസ്റ്റുകളോ തിരിച്ചറിയണം എന്നില്ല. പ്രത്യക്ഷത്തിൽ യാഥാസ്ഥിതിക ഇസ്‌ലാമിന്റെ പുനഃസ്ഥാപനത്തിനായി പോരാടുന്ന താലിബാൻ യഥാർത്ഥത്തിൽ ചെയ്യുന്നത് ഫ്യൂഡൽ വർഗ്ഗങ്ങളുടെ സംരക്ഷണമാണ്. സാമൂഹിക-സാംസ്കാരിക ആധുനികതയുടെ വളർച്ചയിൽ കടപുഴകുന്ന ഫ്യൂഡൽ പ്രാബല്യത്തിന്റെ സംരക്ഷകരാണ് അഫ്ഗാനിൽ താലിബാൻ. അധിനിവേശത്തിനെതിരെയുള്ള അവരുടെ പോരാട്ടം ഫ്യൂഡൽ വർഗ്ഗങ്ങളുടെ പക്ഷത്ത് നിന്നുള്ളവയായത് കൊണ്ടാണ് താലിബാന് ഒരിക്കലും ഒരു സാമ്രാജ്യത്വവിരുദ്ധശക്തി ആവാൻ കഴിയാതെ വരുന്നത്.

പക്ഷെ മതമൗലികവാദത്തെ മറയാക്കി, ഫ്യൂഡൽ പക്ഷത്ത് നിന്ന് കൊണ്ടുള്ള താലിബാന്റെ ഈ പുരോഗമനവിരുദ്ധത ശക്തമായ എതിർപ്പുകൾ നേരിടും എന്നാണ് അഫ്ഗാന്റെ നഗരപ്രദേശങ്ങളിൽ നടക്കുന്ന ചെറുതെങ്കിലും ധീരവും ശക്തവുമായ പ്രതിഷേധങ്ങളും പ്രകടനങ്ങളും തെളിയിക്കുന്നത്. കാരണം, മുതലാളിത്തബന്ധങ്ങളുടെ വളർച്ച അഫ്ഗാൻ ജനതക്കുള്ളിൽ തന്നെ മതമൗലികതയുടെ അതിർവരമ്പുകൾ തകർക്കാനുള്ള വെമ്പൽ ഉണ്ടാക്കും എന്നതിൽ സംശയമില്ല. അതിന്റെ ആദ്യ സ്ഫുരണങ്ങളാണ് നമ്മൾ കാണുന്നത്. ഫ്യൂഡൽ പിന്തുണയോട് കൂടി ആധുനികവിരുദ്ധ മതമൗലിക പ്രത്യയശാസ്ത്രം നടപ്പാക്കാൻ ശ്രമിക്കുന്ന താലിബാനെ പോലുള്ള ശക്തികളെ തകർക്കാൻ പുറത്തു നിന്ന് "ജനാധിപത്യം പുനഃസ്ഥാപിക്കാൻ" എന്ന വ്യാജേന വരുന്ന അധിനിവേശശക്തികൾക്ക് കഴിയില്ല എന്നാണ് കഴിഞ്ഞ ഇരുപത് വർഷത്തെ അഫ്ഗാൻ അനുഭവം നമ്മെ പഠിപ്പിക്കുന്നത്. അതിന് അടിച്ചമർത്തപ്പെട്ടവരുടെ നേതൃത്വത്തിൽ അഫ്ഗാനിൻ സ്ഥാനിനകത്തു തന്നെ രൂപപ്പെടുന്ന പുരോഗമന പ്രസ്ഥാനങ്ങൾക്കേ കഴിയൂ.

(സെപ്റ്റംബർ 2021)

ഇടതുപക്ഷത്തിന്റെ അവസരവാദം ഫാഷിസ-ത്തിന് വളമാകും

കേരള കോൺഗ്രസ്സ് (എം) ഇടതുപക്ഷ ജനാധിപത്യ മുന്നണിയിലേക്ക് ചേക്കേറുന്ന കാഴ്ച കേരളം കൗതുകത്തോടെ ആണ് കണ്ടത്. ഇതിന് ഇടതുപക്ഷ വൃത്തങ്ങളിൽ നിരവധി വിശദീകരണങ്ങൾ നല്കപ്പെടുന്നുണ്ട്. ഫാഷിസത്തെ തടയാൻ മതേതര കക്ഷികളെ ഉൾക്കൊള്ളിച്ച് കൊണ്ട് ഇടതുമുന്നണി വിപുലീകരിക്കേണ്ടതുണ്ട് എന്നുള്ളതാണ് ഇതിൽ ആദ്യത്തേത്. യു.ഡി.എഫിനെ ദുർബലപ്പെടുത്താൻ കിട്ടുന്ന ഒരവസരവും പാഴാക്കരുത് എന്നതാണ് മറ്റൊന്ന്. തുടർഭരണത്തിനും 'വികസത്തുടർച്ച'ക്കും വേണ്ടി ചില വിട്ടുവീഴ്ചകൾ ആവാം എന്ന് മറ്റൊരു വ്യാഖ്യാനം. അച്ഛൻ ചെയ്ത തെറ്റിന് മകനും പാർട്ടിയും എന്ത് പിഴച്ചു എന്നും ചോദിച്ച് കേൾക്കുന്നു.

അസുഖകരമായ ചോദ്യങ്ങൾ

എന്നാൽ പ്രധാനപ്പെട്ട ചോദ്യങ്ങൾ ആരും ചോദിക്കുന്നില്ല! കേരള കോൺഗ്രസ്സ് എന്ന രാഷ്ട്രീയ കക്ഷി ഏത് വർഗ്ഗത്തെയാണ് പ്രതിനിധീകരിക്കുന്നത്? ആ വർഗ്ഗത്തിന് (അതുവഴി ആ പാർട്ടിക്ക്) എന്തെങ്കിലും പുരോഗമനമുഖം ഇന്നുണ്ടോ? മുതലാളിത്തത്തിന്റെ സമൂലമായ ജീർണ്ണത അനുദിനം വ്യക്തമായി കൊണ്ടിരിക്കുന്ന കാലത്ത്, ഫാഷിസം തഴച്ചു വളരുന്ന കാലത്ത്, തൊഴിലാളി വർഗ്ഗ പ്രസ്ഥാനങ്ങൾ സഖ്യങ്ങളിൽ ഏർപ്പെടുമ്പോൾ പാലിക്കേണ്ട മാനദണ്ഡം എന്താണ്? പോളിറ്റ് ബ്യൂറോ അംഗങ്ങൾ മുതൽ സാധാരണ അനുയായികൾ വരെ ഒരാളും

ഈ വർഗ്ഗപരമായ ചോദ്യങ്ങൾ ചോദിക്കുന്നതു പോലും ഇല്ല എന്നത് ഇടതുപക്ഷത്തിന്റെ ഇന്നത്തെ സ്ഥിതി വെളിവാക്കുന്നുണ്ട്.

കേരള കോൺഗ്രസ്സ് (എം) കർഷകരുടെ പാർട്ടിയാണെന്നാണ് വെപ്പ്. ഈ ഒരു പ്രതിച്ഛായ നട്ടുവളർത്താൻ മാണി സ്ഥിരം പരിശ്രമിച്ചിട്ടും ഉണ്ട്. കർഷകർ എന്നാൽ ഇന്ന് ഇടതുപക്ഷത്തെ സംബന്ധിച്ചെടുത്തോളം വർഗ്ഗവേർതിരിവുകൾ ഇല്ലാത്ത ഏകശിലാത്മകമായ ഒരു വിഭാഗമാണ്. എല്ലാ കർഷകരെയും യാതൊരു വർഗ്ഗവ്യതിരിക്തതയും കൂടാതെ ഒരുമിച്ച് പുണ്യവാളന്മാരാക്കുന്ന സമീപനത്തിൽ ഇന്നത്തെ ഇടതുപക്ഷം ബൂർഷ്വ തിയറിസ്റ്റുകളെ പോലും കടത്തിവെട്ടും. വൻകിട, ഇടത്തര, ചെറുകിട കർഷകരും, കർഷകത്തൊഴിലാളികളും എല്ലാം ഇടതുപക്ഷ കണ്ണിൽ സമം; അവർക്കെല്ലാം ഒരേ ആവശ്യങ്ങൾ, ഒരേ താൽപ്പര്യങ്ങൾ! വിൽപ്പനക്ക് മാത്രമായി വലിയ തോതിൽ കൃഷി നടത്തുന്ന വൻകിട-ഇടത്തര 'കർഷകർ'ക്കും സ്വന്തമായി ഭൂമിയില്ലാതെ ഇവർക്ക് വേണ്ടി കൂലിപ്പണി ചെയ്യുന്ന കർഷകത്തൊഴിലാളിക്കും എങ്ങനെയാണ് ഒരേ താൽപ്പര്യങ്ങൾ ഉണ്ടാവുന്നത് എന്നത് ഇടതുപക്ഷത്തിന് മാത്രം അറിയാവുന്ന രഹസ്യമാണ്.

എന്നാൽ മാർക്സിസത്തെ സംബന്ധിച്ചെടുത്തോളം പ്രധാനപ്പെട്ട കാര്യം കർഷകരിലെ വർഗ്ഗ വേർതിരിവുകൾ ആണ്. എല്ലാ കർഷകരെയും പിന്തുണക്കാൻ അവർക്കാവില്ല. കാരണം കാർഷിക ഉൽപ്പാദനമേഖലയിലെ വർഗ്ഗസമരം ബൂർഷ്വ കർഷകനും (agrarian bourgeoisie) കർഷക തൊഴിലാളിയും (agrarian proletariat) തമ്മിലാണ്. ഈ വർഗ്ഗസമരത്തിൽ കർഷകത്തൊഴിലാളിയുടെ കൂടെയാണ് മാർക്സിസം. അതുകൊണ്ട് തന്നെ കർഷകത്തൊഴിലാളിയെയും തൊഴിലാളിവർഗ്ഗത്തിലേക്ക് അനുദിനം നിപതിച്ച് കൊണ്ടിരിക്കുന്ന ഏറ്റവും ചെറുകിട കർഷകരെയും മാത്രമേ മാർക്സിസത്തിന് പിന്തുണക്കാനാവൂ. ഇതിൽ തന്നെ മാർക്സിസം ചെറുകിട കർഷകനോട് പറയുന്നത് ഇടതുപക്ഷം പറയുന്നത് പോലെ സർക്കാർ നടപടികൾ വഴി ചെറുകിട കൃഷി പരിരക്ഷിക്കാം എന്നല്ല. ചെറുകിടകൃഷിയുടെ നാശം മുതലാളിത്തത്തിൽ ഒഴിവാക്കാൻ ആവില്ലെന്നും, അത് വസ്തുനിഷ്ഠമായി പുരോഗമനപരം ആണെന്നും, അതുകൊണ്ട് തൊഴിലാളിവർഗ്ഗത്തിന് പിന്നിൽ അണിനിരന്ന് സോഷ്യലിസത്തിലേക്ക് മുന്നേറുക മാത്രമാണ് മാർഗ്ഗമെന്നുമാണ് മാർക്സിസം ചെറുകിട കർഷകനോട് പറയുന്നത്. ഉത്തരേന്ത്യൻ ഈയിടെ നടന്ന കർഷകസമരങ്ങളിൽ ഒന്നും തന്നെ ബൂർഷ്വ കർഷകരിൽ നിന്നും വിഭിന്നമായി കർഷകത്തൊഴിലാളികളുടെ താല്പര്യങ്ങൾ

ഇടതുപക്ഷം ഉന്നയിക്കാതിരിക്കുകയും അതിന്റെ അടിസ്ഥാനത്തിൽ പ്രക്ഷോഭങ്ങളെ നയിക്കാൻ ശ്രമിക്കാതിരിക്കുകയും ചെയ്തത് ഈ വർഗ്ഗകാഴ്ചപാട് നഷ്ടപ്പെട്ടത് കൊണ്ടാണ്.

കേരള കോൺഗ്രസ്സ് (എം), അവർ അവകാശപ്പെടുന്നത് പോലെ തന്നെ, കർഷകരുടെ പാർട്ടിയാണ്. എന്നാൽ ചോദ്യം, അവർ കർഷകരിലെ ഏതു വർഗ്ഗത്തിന്റെ പാർട്ടിയാണ് എന്നതാണ്. ഉത്തരം, അവർ വൻകിട-ഇടത്തര കർഷക മുതലാളിമാരുടെ, പ്രത്യേകിച്ച് മലയോര മേഖലയിലെ മുതലാളിമാരുടെ, പാർട്ടിയാണ് എന്നാണ്. മാർക്സിസ്റ്റ് രീതിയിൽ പറഞ്ഞാൽ അവർ ഒരു agrarian bourgeois പാർട്ടി ആണ്. ഒരു പാർട്ടിയുമായി സഖ്യമുണ്ടാക്കുമ്പോൾ മാർക്സിസം നോക്കുന്നത് രണ്ടു കാര്യങ്ങളാണ്. ഒന്ന്, അതിന്റെ വർഗ്ഗ ആഭിമുഖ്യം. രണ്ട്, ആ വർഗ്ഗം ഇന്നത്തെ സാഹചര്യത്തിൽ പുരോഗമനപരമാണോ എന്ന്. മലയോര കർഷക മുതലാളിമാരുടെ താല്പര്യങ്ങൾ സംരക്ഷിക്കുന്ന ഒരു പാർട്ടിക്ക് ഇന്ന് പുരോഗമനപരമാവാൻ കഴിയുമോ എന്നതാണ് ചോദ്യം. ഇല്ല എന്നതാണ് ഉത്തരം. മുതലാളിത്തം പ്രതിസന്ധിയുടെ പടുകുഴിയിൽ ആണ്. ഇതിൽ നിന്ന് രക്ഷ നേടാൻ ഇന്ത്യൻ മുതലാളി വർഗ്ഗം സാമ്രാജ്യത്വത്തെയും ഫാഷിസത്തെയും കൂട്ടുപിടിക്കുന്ന കാഴ്ച നാം ഇന്ത്യയിലും കണ്ടു കൊണ്ടിരിക്കുന്നു. ഇങ്ങനെ ഒരു ഘട്ടത്തിൽ കർഷകമുതലാളിമാരുടെ പാർട്ടിക്ക് അറുപിന്തിരിപ്പനാവാനേ കഴിയൂ. അതിനാൽ ഇന്നത്തെ സാമൂഹിക-രാഷ്ട്രീയ-സാമ്പത്തിക അവസ്ഥയിൽ കേരള കോൺഗ്രസ്സ് ഒരു 'പുരോഗമന' ശക്തിയേ അല്ല.

അവസരവാദസഖ്യങ്ങൾക്ക് ഫാഷിസത്തെ എതിരിടാനാവുമോ?

കേരള കോൺഗ്രസ്സിനെപ്പോലെയുള്ള കക്ഷികളെ കൂട്ടുപിടിച്ച് ഫാഷിസത്തെ തടയാനാവുമോ? ഫാഷിസ്റ്റ് വളർച്ചയുടെ ഏറ്റവും പ്രധാന കാരണം ജീർണ്ണിക്കുന്ന മുതലാളിത്തമാണ്. ഇന്ത്യൻ മുതലാളിവർഗ്ഗം മുഴുവൻ തങ്ങളുടെ ലാഭം സംരക്ഷിക്കുന്നതിനായി ചുമതലപ്പെടുത്തിയിരിക്കുന്നത് ഫാഷിസ്റ്റുകളെയാണ്. മുതലാളിവർഗ്ഗത്തിന് വേണ്ടിയാണ് ഹിന്ദുത്വ ഫാഷിസ്റ്റുകൾ സകല തൊഴിൽ നിയമങ്ങളും മാറ്റിയെഴുതിക്കൊണ്ടിരിക്കുന്നത്. തൊഴിലാളിവർഗ്ഗത്തെ വിഘടിപ്പിക്കുന്ന വർഗ്ഗീയ അജണ്ടയും സഹായിക്കുന്നത് മുതലാളി വർഗ്ഗത്തെയാണ്. അതിനാൽ, ഫാഷിസം ശക്തിയാർജ്ജിച്ചിട്ടുള്ള എല്ലായിടത്തേയും പോലെ, ഇന്ത്യയിലും മുതലാളിവർഗ്ഗം ഫാഷിസത്തെ പൂർണ്ണമായും പിന്തുണക്കുന്നു. ഇടത്തേക്ക് ചെരിയുന്നതിന് മുന്നേ ജോസ് കെ. മാണി എൻ. ഡി. എ. യിലേക്ക് ചേക്കേറാനുള്ള സാധ്യതകൾ ആലോചിച്ചിരുന്നു എന്നാണ്

മാധ്യമ റിപ്പോർട്ടുകൾ. കേരളത്തിൽ പ്രധാന പ്രതിപക്ഷമായി ഫാഷിസ്റ്റുകൾ മാറുന്ന പക്ഷം ജോസ് മാണി ഉൾപ്പെടെ സകല മുതലാളിവർഗ്ഗ പ്രതിനിധികളും ഫാഷിസ്റ്റുകളുടെ പാളയത്തിലേക്ക് ഒഴുകാനുള്ളതാണ്. ഇടതുപക്ഷം അവർക്ക് ഇന്നത്തെ അധികാരത്തിന്റെ അപ്പക്കഷ്ണം വിഴുങ്ങാനുള്ള ഒരിടത്താവളം മാത്രമാണ്. അതുകൊണ്ടുതന്നെ മുതലാളിവർഗ്ഗപാർട്ടികളെ മുൻനിർത്തി ഫാഷിസത്തെ എതിരിടാം എന്നത് ഒരു വ്യാമോഹം മാത്രമാണ്. ഇതുപോലുള്ള പ്രാദേശിക മുതലാളിവർഗ്ഗ പാർട്ടികളുമായി ചേർന്ന് മൂന്നാം മുന്നണി രൂപീകരിച്ച് ഫാഷിസത്തെ എതിരിടാം എന്ന വ്യാമോഹം പൊളിഞ്ഞു പാളീസായതിൽ നിന്നെങ്കിലും ഇടതുപക്ഷം പാഠം പഠിക്കേണ്ടതാണ്.

മുതലാളിവർഗ്ഗപാർട്ടികളുമായുള്ള സഖ്യങ്ങൾ വഴി ഫാഷിസത്തെ പ്രതിരോധിക്കാൻ ആവില്ല. അവയുടെ വർഗ്ഗ ആഭിമുഖ്യം ഇന്നല്ലെങ്കിൽ നാളെ അവരെ ഫാഷിസ്റ്റ് പാളയത്തിൽ എത്തിക്കും. വന്നതിനും ഇരട്ടി വേഗത്തിൽ ജോസ് പൊടിയും തട്ടി ഇറങ്ങി പോവും. ഇത്തരം സഖ്യങ്ങൾ ഫാഷിസത്തിനെതിരെ നിഷ്പ്രയോജനമാണെന്ന് മാത്രമല്ല, അവ ഫാഷിസത്തിന് വളരാനുള്ള ഏറ്റവും നല്ല വളമാണ്. ഫാഷിസത്തിന്റെ രാഷ്ട്രീയ വളർച്ചക്ക് ആവശ്യം ലിബറൽ ജനാധിപത്യത്തിൽ ജനങ്ങൾക്ക് വിശ്വാസം നഷ്ടപ്പെടുക എന്നതും ഈ അവിശ്വാസം മുതലാളിത്ത വിരുദ്ധസമരത്തിലേക്ക് നയിക്കപ്പെടാതിരിക്കുക എന്നതുമാണ്. ഇത് രണ്ടും ഒരുമിച്ച് സാധിച്ച് കൊടുക്കുന്നുണ്ട് ഇടതുപക്ഷം ഏർപ്പെടുന്ന ഇതുപോലുള്ള അവസരവാദസഖ്യങ്ങൾ. ഇന്നലെ വരെ ചീത്തവിളിച്ച് നടന്നവരെ ഇന്ന് കൂടെക്കൂട്ടുക വഴി, അത് ന്യായീകരിക്കാൻ ഉന്നയിക്കുന്ന പൊള്ളയായ കാരണങ്ങൾ വഴി, ജനങ്ങളുടെ മനസ്സിൽ ജനാധിപത്യത്തെ കുറിച്ചുള്ള ആശങ്കകൾ സകലതും ഇത്തരം സഖ്യങ്ങൾ അരക്കിട്ടുറപ്പിക്കുന്നു. അതോടൊപ്പം തന്നെ മാർക്സിസമെന്നാൽ ഇടതുപക്ഷമാണ് എന്ന് തെറ്റിദ്ധരിച്ചിരിക്കുന്ന തൊഴിലാളികൾക്കിടയിൽ ഇത് മാർക്സിസത്തിലും വർഗ്ഗസമരത്തിലും ഉള്ള സകല ബോധ്യവും ഇല്ലാതാക്കി അവരെ ഫാഷിസ്റ്റ് പ്രൊപ്പഗാണ്ടക്ക് എളുപ്പം വിധേയരാക്കുന്നു. ഇടതുപക്ഷ അവസരവാദം ഫാഷിസത്തിന് വളമാകും എന്ന് പറയുന്നത് അതുകൊണ്ടാണ്.

ഇതിന് ചരിത്രത്തിൽ നിരവധി ഉദാഹരണങ്ങൾ ഉണ്ട്. ഏറ്റവും പ്രധാനം ഒന്നാം ലോകമഹായുദ്ധത്തിന്റെ അവസാനം മുതൽ ഫാഷിസ്റ്റുകൾ ഭരണം പിടിക്കുന്നത് വരെയുള്ള ജർമ്മനിയാണ്. വൈമാർ റിപ്പബ്ലിക്കിന്റെ ഈ കാലയളവിൽ ജർമ്മനിയിലെ ഏറ്റവും

പ്രബലരാഷ്ട്രീയകക്ഷി ഇന്നത്തെ ഇന്ത്യൻ ഇടതുപക്ഷത്തിന്റെ പ്രത്യയശാസ്ത്രപൂർവ്വികരായ സോഷ്യൽ ഡെമോക്രാറ്റുകൾ ആണ് (ഇടതുപക്ഷവും മാർക്സിസവും തമ്മിലുള്ള ബന്ധം അതിലെ പ്രധാന പാർട്ടികളുടെ പേരിൽ തുടങ്ങുകയും അതിൽ തന്നെ അവസാനിക്കുകയും ചെയ്യുന്നു!). ബൂർഷ്വ-ഫ്യൂഡൽ കക്ഷികളുമായി നിർലോഭം സഖ്യങ്ങളിൽ ഏർപ്പെട്ടും മുതലാളിത്തവിരുദ്ധമുന്നേറ്റങ്ങളെ നിഷ്ഠുരുണം അടിച്ചമർത്തിയും സോഷ്യൽ ഡെമോക്രാറ്റുകൾ ജർമ്മനിയിൽ ഫാഷിസത്തിന് വഴി വെട്ടുകയാണ് ചെയ്തത്. ജർമ്മൻ 'ഇടതുപക്ഷ'ത്തിന്റെ പ്രത്യയശാസ്ത്ര പാപ്പരത്തവും വൈമാർ റിപ്പബ്ലിക്കിന്റെ രാഷ്ട്രീയ പരാജയവും എങ്ങനെയാണ് ഫാഷിസത്തെ വളർത്തിയത് എന്ന് അനേകം പഠനങ്ങൾ അടയാളപ്പെടുത്തിയതാണ്. ഇതിന് സമാനമായ റോൾ ആണ് ഇടതുപക്ഷം അധികാരത്തിനായി മാത്രമുള്ള അവസരവാദ കൂട്ടുകെട്ടുകൾ വഴി കേരളത്തിൽ ഇന്ന് ചെയ്തുകൊണ്ടിരിക്കുന്നത്.

അനുരഞ്ജനമോ അതോ അവസരവാദമോ?

എന്നാൽ ചില ഇടതുപക്ഷ 'ബുദ്ധിജീവികൾ' ഉയർത്തുന്ന വാദം ഈ സഖ്യം ഫാഷിസത്തെ എതിരിടാനുള്ള ഒരു അനുരഞ്ജനമാണെന്നും തൊഴിലാളിവർഗ്ഗ പാർട്ടികൾക്ക് അനുരഞ്ജനങ്ങൾ നിഷിദ്ധമല്ല എന്ന് ലെനിൻ പറഞ്ഞിട്ടുണ്ട് എന്നുമാണ് (ഇത്തരം ന്യായങ്ങൾ ഉയർത്താനെങ്കിലും അവർ ഇടക്ക് ലെനിനെ ഓർക്കുന്നുണ്ടല്ലോ എന്നതിൽ സന്തോഷം!). മാർക്സിസത്തെ സംബന്ധിച്ചെടുത്തോളം അനുരഞ്ജനവും (compromise) അവസരവാദവും (opportunism) രണ്ടും രണ്ടാണ്. തൊഴിലാളിവർഗ്ഗ പാർട്ടികൾ ഒഴിച്ചുകൂടാനാവാത്ത അനുരഞ്ജനങ്ങൾക്ക് എതിരല്ല. 'അനുരഞ്ജനത്തെ കുറിച്ച്'' എന്ന തന്റെ വിഖ്യാത ലേഖനത്തിൽ ലെനിൻ പറയുന്നത് പോലെ, "ഒരു യഥാർത്ഥ വിപ്ലവ പാർട്ടിയുടെ കർത്തവ്യം അനുരഞ്ജനങ്ങളെ തള്ളിക്കളയാൻ പറ്റുകയില്ല എന്ന് പ്രഖ്യാപിക്കുകയല്ല, മറിച്ച്, ഒഴിച്ചുകൂടാനാവാത്ത സകല അനുരഞ്ജനങ്ങൾക്കിടയിലും തങ്ങളുടെ അടിസ്ഥാന തത്വങ്ങളോടും, തങ്ങളുടെ വർഗ്ഗത്തോടും, തങ്ങളുടെ വിപ്ലവ ആഭിമുഖ്യത്തോടും, വിപ്ലവത്തിലേക്ക് നയിക്കുക എന്നുള്ള തങ്ങളുടെ കടമയോടും സദാ സത്യസന്ധമായിരിക്കുക എന്നതാണ്".

കേരള കോൺഗ്രസുമായുള്ള സഖ്യം ഒഴിച്ചുകൂടാനാവാത്ത ഒന്നല്ല. അത്, നമ്മൾ മുകളിൽ കണ്ടത് പോലെ, തൊഴിലാളിവർഗ്ഗത്തിന്റെ പക്ഷത്ത് നിന്നുകൊണ്ടുള്ള ഒന്ന് അല്ലേയല്ല. ഈ സഖ്യം മുതലാളിത്തത്തിനെതിരെയും ഫാഷിസത്തിനെതിരെയും ഉള്ള

തൊഴിലാളിവർഗ്ഗത്തിന്റെ പോരാട്ടങ്ങളെ ഒരുതരത്തിലും ശക്തിപ്പെടുത്തുന്നില്ല. മറിച്ച്, അത് ഈ പോരാട്ടങ്ങൾക്ക് തുരങ്കം വെക്കുകയും ഫാഷിസത്തിന്റെ വളർച്ചക്ക് വളം വെക്കുകയുമാണ് ചെയ്യുന്നത്. തൊഴിലാളിവർഗ്ഗ കാഴ്ച്ചപാട് ഉയർത്തിപ്പിടിക്കാത്ത ഇതുപോലുള്ള സഖ്യങ്ങൾ സകലതും അവസരവാദമാണ്. എല്ലായിടത്തും നഗ്നമായ അധികാരമോഹം കൊണ്ടുണ്ടാക്കുന്ന അവസരവാദകൂട്ടുകെട്ടുകളെ അനുരഞ്ജനം എന്ന വ്യാജേന അവതരിപ്പിക്കുന്നതാണ് സോഷ്യൽ ഡെമോക്രസിയുടെ രീതി. അതുതന്നെയാണ് ഇടതുപക്ഷം ഇവിടെയും ചെയ്യുന്നത്.

ഒറ്റവാക്കിൽ പറഞ്ഞാൽ, ഇത് അധികാരത്തിന് വേണ്ടി മാത്രമുള്ള ഒരു സഖ്യമാണ്. പച്ചയായ അവസരവാദമാണ്. ഇത് ഇടതുപക്ഷത്തിന്റെ തകർച്ചക്ക് ആക്കം കൂട്ടും. മാർക്സിസം എന്നാൽ ഇടതുപക്ഷമാണ് എന്ന് തെറ്റിദ്ധരിച്ചിരിക്കുന്ന തൊഴിലാളികൾക്കിടയിൽ ഇത് മാർക്സിസത്തിലുള്ള വിശ്വാസം നഷ്ടപ്പെടുത്തും. അങ്ങനെ കേരളസമൂഹത്തിന്റെ തീവ്രവലതുപക്ഷത്തേക്കുള്ള പോക്കിന് വേഗം കൂട്ടും. ഇതിന് തടയിടാൻ സമരോൽസുകമായ മാർക്സിസ്റ്റ് പ്രസ്ഥാനങ്ങൾക്ക് മാത്രമേ കഴിയൂ. ഇന്ത്യൻ തൊഴിലാളിവർഗ്ഗം അത്തരം പ്രസ്ഥാനങ്ങളെയാണ് കാതോർക്കുന്നത്.

(ഒക്ടോബർ 2020)

"LDF വരും, എല്ലാം ശരിയാകും."

ഇന്നത്തെ ഇന്ത്യൻ ഇടതുപക്ഷത്തിന്റെ സ്വഭാവം ഇതിനെക്കാൾ നന്നായി പ്രതിഫലിപ്പിക്കാൻ ഉതകുന്ന ഒരു വാക്യം വേറെ ഇല്ല. ഞങ്ങളെ പോലെയുള്ള ആളുകൾ മാർക്സിലൂടെയും ലെനിനിലൂടെയും മനസ്സിലാക്കി വെച്ചിരുന്നത് തൊഴിലാളിവർഗ്ഗ വിപ്ലവത്തിലൂടെ സ്ഥാപിക്കപ്പെടുന്ന തൊഴിലാളിവർഗ്ഗ സർവ്വാധിപത്യവും അതേത്തുടർന്ന് വരുന്ന വർഗ്ഗരഹിത കമ്മ്യൂണിസ്റ്റ് സമൂഹവും ആണ് 'എല്ലാം ശരിയാക്കുക' എന്നായിരുന്നു. എന്നാൽ, ഈ ഇലക്ഷൻ കാലത്ത് നമ്മളറിയുന്ന ഇതിന്റെയൊന്നും ആവശ്യമില്ല എന്ന്. എൽ ഡി എഫ് അധികാരത്തിൽ വന്നാൽ മാത്രം മതി, എല്ലാം ശരിയാവും!

അപ്പോൾ നാം ഇന്ന് കാണുന്ന പ്രശ്നങ്ങൾ എല്ലാം മോശം ഭരണത്തിന്റെ സൃഷ്ടികളാണ്. ഒരു ബൂർഷ്വാ മുതലാളിത്ത വ്യവസ്ഥക്കകത്ത് പാർലിമെന്ററി മാർഗ്ഗങ്ങളിലൂടെ അർത്ഥവത്തും സ്ഥായിയുമായ ഒരു മാറ്റവും സാദ്ധ്യമല്ല എന്ന പ്രാഥമിക മാർക്സിസ്റ്റ് പാഠമാണ് ഈ വാക്യം ചോദ്യം ചെയ്യുന്നത്. പാർലിമെന്ററി മാർഗ്ഗത്തിലൂടെ ഘട്ടം ഘട്ടമായി സ്വർഗ്ഗരാജ്യം കൊണ്ടുവരാം എന്ന റിഫോർമിസ്റ്റ് ചിന്തയുടെ ഏറ്റവും തരം താണ ആവിഷ്കരണമാണ് ഇത്. ബംഗാളിലെ കോൺഗ്രസ്സുമായുള്ള നീക്കുപോക്കും, തമിഴ്നാട്ടിലെ വിജയകാന്ത് മുന്നണിയും, കേരളത്തിലെ 'എല്ലാം ശരിയാക്കലും' ഒത്തു ചേരുമ്പോൾ ഇടതുപക്ഷത്തിന്റെ പതനം പൂർണ്ണമാവുകയാണ്.

ആര് എങ്ങനെ ഭരിച്ചാലും, മുതലാളിത്തം നിലനില്ക്കുവോളം അതിന്റെ ആന്തരികവൈരുധ്യങ്ങളാൽ ഉൽപ്പാദിപ്പിക്കപ്പെടുന്ന സാമൂഹിക-രാഷ്ട്രീയ-സാമ്പത്തിക പ്രതിസന്ധികൾ ഒന്നിന് പിറകെ ഒന്നായി അധ്വാനിക്കുന്നവന്റെ ജീവിതം ദുസ്സഹമാക്കിക്കൊണ്ടേയിരിക്കും.

ഒന്നും ശരിയാവില്ല എന്ന് മാത്രമല്ല കാര്യങ്ങൾ ദിനം പ്രതി വഷളാവും. സാധാരണഗതിയിൽ ഇത്തരം പ്രതിസന്ധികൾ വിപ്ലവപോരാട്ടങ്ങൾക്ക് ഇന്ധനം പകരേണ്ടതാണ്. എന്നാൽ 'എല്ലാം ശരിയാവും' എന്ന മുദ്രാവാക്യത്തിൽ അധികാരത്തിലേറിയ ഇടതുപക്ഷത്തിന് അതിന് ശേഷം മുതലാളിത്തം ഉൽപ്പാദിപ്പിക്കുന്ന സകല പ്രതിസന്ധികളുടേയും പിതൃത്വം ഏറ്റെടുക്കേണ്ടതായി വരും. സ്വാഭാവികമായും ഇത് ബഹുജനങ്ങളെ കൊണ്ടെത്തിക്കുന്നത് ഫാഷിസത്തിന്റെ മടിത്തട്ടിലേക്കാണ്.

പാർലിമെന്ററി വ്യാമോഹങ്ങൾക്ക് മേൽ പടുത്തുയർത്തുന്ന ഏതൊരു തിരഞ്ഞെടുപ്പ് വിജയത്തിന്റെയും പരിണിത ഫലം സമൂഹത്തിന്റെ തീവ്ര വലതുപക്ഷവല്ക്കരണമാണ്. ഒന്നാം ലോക മഹായുദ്ധ കാലത്തും അതിന് ശേഷവും ജർമൻ ഇടതുപക്ഷത്തിന്റെ പെറ്റിബൂർഷ്വാ-റിഫോർമിസ്റ്റ് രാഷ്ട്രീയം എങ്ങനെയാണ് ഫാഷിസത്തിന് വളമേകിയത് എന്നത് നമുക്ക് പാഠമാണ് (Lenin, The Collapse of the Second International, Chris Harman, The Lost Revolution എന്നീ പഠനങ്ങൾ വായിക്കാൻ അപേക്ഷ).

ലോകമുതലാളിത്തം രണ്ടാം ലോകമഹായുദ്ധത്തിന് ശേഷമുള്ള അതിന്റെ ഏറ്റവും വലിയ പ്രതിസന്ധിഘട്ടത്തിലൂടെ കടന്നുപോവുകയും ദിനം പ്രതി മാർക്സിന്റെ വിപ്ലവാശയങ്ങളുടെ പ്രാധാന്യം വർദ്ധിക്കുകയും ചെയ്യുന്ന വേളയിലാണ് മാർക്കിസ്റ്റ് എന്ന് സ്വയം വിശേഷിപ്പിക്കുന്നവർ തങ്ങൾ അധികാരത്തിൽ വന്നാൽ എല്ലാം ശരിയാവും എന്ന് അവകാശപ്പെടുന്നത് എന്നത് ചരിത്രത്തിന്റെ ഒരു വിരോധാഭാസമാണ്. മുതലാളിത്തത്തിന്റെ രാഷ്ട്രീയമുഖമായ പാർലിമെന്ററി ജനാധിപത്യം അതിന്റെ ഏറ്റവും ജീർണിച്ച അവസ്ഥയിൽ ആണ് ഇന്ന്. ഈ അവസ്ഥയിൽ ഒരു മാർക്സിസ്റ്റ്-ലെനിനിസ്റ്റ് വിപ്ലവപ്രസ്ഥാനം ബൂർഷ്വാ തിരഞ്ഞെടുപ്പുകളെ എന്ത് അടിസ്ഥാനത്തിലാണ് സമീപിക്കേണ്ടത്? ഇതിന് നാം ലെനിനിനെ തന്നെ വായിക്കേണ്ടതുണ്ട്:

"The Social-Democratic Party needs a platform for the elections ... in order once more to explain to the masses—in connection with the elections, on the occasion of the elections, and in debates on the elections—the need for, and the urgency and inevitability of, the revolution. ...The Social-Democratic Party wants to use the elections in order again to drive home to the masses the idea of the need for revolution, and the fact of the revolutionary up swing which has begun. That is why the Social-Democratic Party, in its platform, says briefly and plainly to those voting in the elections ... not constitutional reforms, but a republic, not reformism, but revolution."

(ഏപ്രിൽ 2016)

സമരോത്സുകമായ മാർക്സിസം, സമരസങ്ങളുടെ ഇടതുപക്ഷം

ഞെട്ടിപ്പിക്കുന്ന തിരിച്ചടികളെ എങ്ങനെ സമീപിക്കുന്നു എന്നതാണ് പലപ്പോഴും രാഷ്ട്രീയപ്രസ്ഥാനങ്ങളുടെ ഭാവി തന്നെ നിർണ്ണയിക്കുന്നത്. മാർക്സിസ്റ്റ് പ്രസ്ഥാനങ്ങൾ തിരിച്ചടികളോടും തോൽവികളോടും ക്രിയാത്മകമായാണ് പ്രതികരിക്കാറുള്ളത്. സമീപനത്തിലെ ഈ ക്രിയാത്മകത, തിരിച്ചടികളുടെ കാരണങ്ങൾ വസ്തുനിഷ്ഠമായി വിശകലനം ചെയ്യാനും അത്തരം വിശകലനത്തിന്റെ അടിസ്ഥാനത്തിൽ പ്രത്യയശാസ്ത്രപരവും പ്രായോഗികവുമായ പിഴവുകൾ സ്വയം വിമർശനപരമായി തിരുത്താനും മാർക്സിസ്റ്റ് പ്രസ്ഥാനങ്ങളെ സജ്ജമാക്കാറുണ്ട്

ഇന്ത്യൻ ഇടതുപക്ഷം അതിന്റെ ചരിത്രത്തിലെ ഏറ്റവും വലിയ തിരഞ്ഞെടുപ്പ് തോൽവിയെ എങ്ങനെയാണ് സമീപിക്കുന്നത് എന്നത് അതുകൊണ്ട് തന്നെ പ്രധാനമാണ്. ഇടത് നേതാക്കളിൽ നിന്നും പ്രവർത്തകരിൽ നിന്നും സഹയാത്രികരിൽ നിന്നും വരുന്ന പ്രതികരണങ്ങളെ പൊതുവെ മൂന്നായി തരം തിരിക്കാം.

"അല്ലേലും ഈ ഇലക്ഷനിൽ ഒന്നും വലിയ കാര്യമില്ല"!!

ഇ.എം.എസ് ന്റെ ഒരു നിരീക്ഷണത്തെ ചൂണ്ടിക്കാട്ടിയാണ് ഈ പ്രതികരണം പൊടിപൊടിക്കുന്നത്. അതിങ്ങനെയാണ്: "1985 ൽ ചിന്ത വാരികയിൽ സ. ഇ.എം.എസ്. എഴുതിയ ഒരു ലേഖനത്തിന്റെ ആദ്യവാചകം. (ഓർമ്മയിൽ നിന്ന്) 'ബൂർഷ്വാ പാർലിമെന്ററി ജനാധിപത്യ വ്യവസ്ഥിതിയിൽ നടക്കുന്ന ഒരു തെരഞ്ഞെടുപ്പിൽ ലഭിക്കുന്ന വോട്ടുകളോ സീറ്റുകളോ അല്ല ഒരു കമ്മ്യൂണിസ്റ്റ് പാർട്ടിയുടെ

പ്രസക്തിയും സ്വാധീനവും നിശ്ചയിക്കുന്നത്.' തെരഞ്ഞെടുപ്പിൽ പരാജയപ്പെട്ടാൽ നിരാശയോ, വിജയിച്ചാൽ അമിതാഹ്ലാദമോ കമ്മ്യൂണിസ്റ്റ്കാർക്ക് ഉണ്ടാവാറില്ല, ഉണ്ടാകാൻ പാടില്ല. കാരണം, തിരഞ്ഞെടുപ്പ് അവരെ സംബന്ധിച്ചിടത്തോളം മറ്റേതൊരു രാഷ്ട്രീയ സമരം പോലെയാണ്. കമ്യൂണിസ്റ്റ്കാരന്റെ ദൗത്യം തിരഞ്ഞെടുപ്പിനും അപ്പുറത്തേക്ക് അനീതിക്കും ചൂഷണത്തിനുമെതിരായ സംഘം ചേരലാണ്, നിരന്തരമായ പോരാട്ടമാണ്." ഇ.എം.എസ് എഴുതിയത് അക്ഷരം പ്രതി ശരിയാണ്, കാരണം അദ്ദേഹം പറഞ്ഞത് ബൂർഷ്വ തിരഞ്ഞെടുപ്പുകളോടുള്ള ലെനിനിസ്റ്റ് സമീപനമാണ്. മാർക്സിസ്റ്റ്-ലെനിനിസ്റ്റ് പാർട്ടികൾ തെരഞ്ഞെടുപ്പുകളെ നേരിടുന്നത് വിപ്ലവകരമായാണ്. എന്താണ് ഇതിന്റെ അർത്ഥം?

മാർക്സിസത്തെ സംബന്ധിച്ചെടുത്തോളം പ്രശ്നം മുതലാളിത്തമാണ്. മുതലാളിത്തം ഉണ്ടാക്കുന്ന പ്രശ്നങ്ങൾക്ക് അതിന്റെ രാഷ്ട്രീയരൂപമായ പാർലിമെന്റിലൂടെ ഒരു പരിഹാരം ഇല്ല. അതുകൊണ്ട് തന്നെ മാർക്സിസ്റ്റ്-ലെനിനിസ്റ്റ് പാർട്ടി ഇലക്ഷൻ നേരിടുന്നത് ഞങ്ങളെ ജയിപ്പിച്ചാൽ വികസനം കൊണ്ട് വരും, ഈ നിയോജകമണ്ഡലത്തിൽ പാലും തേനും ഒഴുക്കും, ഈ സംസ്ഥാനം ദൈവരാജ്യം ആക്കും, ജനനന്മ കൊണ്ടുവരും എന്നിങ്ങനെയുള്ള പൊള്ളയായ വാഗ്ദാനങ്ങൾ ജനങ്ങൾക്ക് കൊടുത്തുകൊണ്ടല്ല. മറിച്ച്, എന്ത് കൊണ്ട് പാർലിമന്റിലൂടെ ഇതൊന്നും നടക്കില്ല എന്ന് ഊന്നിപ്പറഞ്ഞുകൊണ്ടാണ്. മാർക്സിസം-ലെനിനിസം പറയുന്നത് ഇലക്ഷൻ പ്രചാരണത്തെ ബൂർഷ്വ ജനാധിപത്യത്തിന്റെ പോരായ്മകൾ അക്കമിട്ട് നിരത്താനും സാമൂഹിക വിപ്ലവമല്ലാതെ നമ്മുടെ പ്രശ്നങ്ങൾക്ക് മറ്റൊരു ശാശ്വത പരിഹാരമില്ല എന്ന് ഉറക്കെ പറയാനുമുള്ള വേദി ആക്കി മാറ്റണം എന്നാണ്. ലെനിൻ സൂചിപ്പിച്ചത് പോലെ:

"... as far as the (communists) are concerned, elections are not a special political operation, not an attempt to win seats through all sorts of promises and declarations, but merely a special occasion for advocating the basic demands and principles of the political world outlook of the class-conscious proletariat".

തെരഞ്ഞെടുപ്പുകളെ ജനങ്ങൾക്ക് പ്രത്യാശകളും വാഗ്ദാനങ്ങളും കൊടുത്തു സീറ്റുകൾ നേടി എടുക്കുന്ന ഒരു അഭ്യാസമായി മാർക്സിസ്റ്റുകാർ കാണാറില്ല എന്ന് ലെനിന്റെ ഉദ്ധരണിയിൽ നിന്നും വ്യക്തമാണ്. പകരം, അവയെ വർഗ്ഗബോധമുള്ള തൊഴിലാളിവർഗ്ഗത്തിന്റെ

രാഷ്ട്രീയവീക്ഷണം ജനങ്ങൾക്ക് മുന്നിൽ അവതരിപ്പിക്കാനുള്ള ഒരു അവസരമായിട്ട് കാണണം എന്നാണ് ലെനിന്റെ വാദം. എന്താണ് ഈ രാഷ്ട്രീയവീക്ഷണത്തിന്റെ കാതൽ? ലെനിൻ തന്നെ അത് വിശദീകരിക്കുന്നുണ്ട്:

"The (communist) party needs a platform for the elections ... in order once more to explain to the masses - in connection with the elections, on the occasion of the elections and in the debates on the elections - the need for, and the urgency and inevitability of, the revolution".

ഒരു മാർക്സിസ്റ്റ്-ലെനിനിസ്റ്റ് പ്രസ്ഥാനത്തിന്റെ മുഖ്യ ഇലക്ഷൻ മുദ്രാവാക്യം ബൂർഷ്വ ജനാധിപത്യത്തിന്റെ പാപ്പരത്തവും തൊഴിലാളിവർഗ്ഗവിപ്ലവത്തിന്റെ അനിവാര്യതയും ആണ്. ഇങ്ങനെ വിപ്ലവരാഷ്ട്രീയത്തിന്റെ അടിസ്ഥാനത്തിൽ തിരഞ്ഞെടുപ്പിനെ നേരിടുന്ന ഒരു കമ്മ്യൂണിസ്റ്റ് പാർട്ടിയെ സംബന്ധിച്ചെടുത്തോളം ആ തിരഞ്ഞെടുപ്പിൽ ലഭിക്കുന്ന വോട്ടുകളോ സീറ്റുകളോ അപ്രസക്തങ്ങളാണ് എന്നതാണ് ലെനിനിസ്റ്റ് ആശയം, അതാണ് ഇ.എം.എസ് പറഞ്ഞതും. എന്നാൽ ഇങ്ങനെയാണോ ഇടതുപക്ഷം തെരഞ്ഞെടുപ്പുകളെ നേരിടുന്നത്?

കേരളത്തിലെ ഇടതുപക്ഷസ്ഥാനാർത്ഥികളുടെ ചുവരെഴുത്തുകളും ഫ്ളക്സുകളും നോട്ടീസുകളും പ്രസംഗങ്ങളും എല്ലാം പറയുന്നുണ്ട്, അവരെ സംബന്ധിച്ചെടുത്തോളം തിരഞ്ഞെടുപ്പ് എന്നത് "an attempt to win seats through all sorts of promises and declarations" തന്നെയാണ് എന്ന്. ഇടതുപക്ഷം തെരഞ്ഞെടുപ്പുകളെ നേരിടുന്നത് മേൽപ്പറഞ്ഞ ലെനിനിസ്റ്റ് രീതിയിൽ അല്ലേയല്ല. മറിച്ച്, തങ്ങൾ നിയമസഭയിലോ പാർലിമെന്റിലോ എത്തിയാൽ നടത്താൻ പോകുന്ന "ജനപക്ഷവികസന"പ്രവർത്തനങ്ങളെ മുൻനിർത്തിയാണ്. ഇടതുപക്ഷത്തിന്റെ തിരഞ്ഞെടുപ്പ് മുദ്രാവാക്യങ്ങൾ ഇത് വ്യക്തമാക്കുന്നുണ്ട്. "എൽഡിഎഫ് വരും, എല്ലാം ശരിയാവും" എന്നത് ഒരുകാലത്തും ഒരു മാർക്സിസ്റ്റ്-ലെനിനിസ്റ്റ് തിരഞ്ഞെടുപ്പ് മുദ്രാവാക്യം അല്ല, കാരണം മാർക്സിസം എല്ലാം ശരിയാവാൻ സാമൂഹികവിപ്ലവം കൊണ്ടേ സാധിക്കൂ എന്ന് തിരഞ്ഞെടുപ്പുവേളയിൽ പോലും ഉറപ്പിച്ചു പറയുമ്പോൾ ഇടതുപക്ഷം തങ്ങൾക്ക് ഭരണം കിട്ടിയാൽ തന്നെ എല്ലാം ശരിയാക്കും എന്നാണ് വാദിക്കുന്നത്. തിരഞ്ഞെടുപ്പുകളിലൂടെയും പാർലിമെന്റിലൂടെയും "ജനനന്മ" ചെയ്യുകളയാം എന്ന ഇടതുപക്ഷ ആശയം മാർക്സിസമല്ല, റിഫോർമിസം ആണ്.

"വർഗ്ഗീയത വീഴും, വികസനം വാഴും, ഇത് കേരളമാണ്" എന്ന മുദ്രാവാക്യം ഉയർത്തിയാണ് സിപിഎം ഈ തിരഞ്ഞെടുപ്പ് നേരിട്ടത്. മുതലാളിത്തത്തിനുള്ളിൽ തന്നെ ഇടതുപക്ഷ എംപിമാർ വഴി "വികസനം വാഴ"മെങ്കിൽ പിന്നെതിനാണ് വിപ്ലവം? എന്തിനാണ് മാർക്സിസം? തികച്ചും ബൂർഷ്വ രീതിയിൽ തിരഞ്ഞെടുപ്പ് നേരിട്ടതിന് ശേഷം അഞ്ഞൂറ്റി നാല്പത്തിരണ്ടിൽ മൂന്ന് സീറ്റ് മാത്രം കിട്ടുമ്പോൾ പെട്ടെന്ന് തിരഞ്ഞെടുപ്പുകളോടും സീറ്റുകളോടും ഉണ്ടാവുന്ന ഈ പുച്ഛം തികഞ്ഞ കാപട്യമാണ്.

"ജനങ്ങൾ ഇടതുപക്ഷത്തെ അർഹിക്കുന്നില്ല"!

നന്മയുടെ നിറകുടമായ തങ്ങളെ വിജയിപ്പിക്കാത്ത ജനങ്ങളോടുള്ള അരിശവും സഹതാപവും ആണ് ഇടതുപക്ഷത്തു നിന്നും ഉയർന്നുവരുന്ന മറ്റൊരു പ്രതികരണം. മതേതരത്വത്തിന്റെയും സാഹോദര്യത്തിന്റെയും കാവൽക്കാരെ തഴഞ്ഞു വെറുപ്പിന്റെ ഉപാസകരെ വിജയിപ്പിച്ച രാജ്യത്തോടുള്ള സഹതാപം "Pity the Nation" എന്ന ലോറൻസ് ഫെർലിംഗേറ്റിയുടെ കവിതയുടെ രൂപത്തിൽ ഗ്രൂപ്പുകളിൽ നിന്നും ഗ്രൂപ്പുകളിലേക്ക് പാറി നടക്കുന്നുണ്ട്. 2004ൽ 7.7% പേർ ആശ്ലേഷിച്ച ഇടതുപക്ഷത്തെ ഇത്തവണ വെറും 2.3% മാത്രം പിന്താങ്ങി എന്നതിന്റെ വസ്തുനിഷ്ഠമായ കാരണങ്ങൾ ഈ പ്രതികരണം ആരായുന്നില്ല. "നന്മ"യെ കൈയ്യൊഴിഞ്ഞു "തിന്മ"യെ തിരഞ്ഞെടുക്കാൻ ജനങ്ങളെ പ്രേരിപ്പിച്ച ഘടകങ്ങളിൽ, ഈ 15 വർഷക്കാലത്തെ ഇടതുപക്ഷത്തിന്റെ റിഫോർമിസ്റ്റ് രാഷ്ട്രീയവും ഒന്നാണോ എന്ന ചോദ്യം ഇവിടെ ചോദിക്കപ്പെടുന്നില്ല. പകരം ഞങ്ങൾക്ക് യാതൊരു തെറ്റും പറ്റിയിട്ടില്ല, ഇനി പറ്റുകയും ഇല്ല. തെറ്റ് പറ്റിയത് ജനങ്ങൾക്കാണ്. എന്നാലും ഞങ്ങൾക്ക് അവരോട് ദേഷ്യമൊന്നും ഇല്ല, സഹതാപം മാത്രമേ ഉള്ളു. അവരെ സേവിക്കാനും "തിന്മ"യിൽ നിന്നും അവരെ സംരക്ഷിക്കാനും സദാ സന്നദ്ധരായി ഞങ്ങൾ ഇവിടെ തന്നെ ഉണ്ടാവും ("ഈ കൊടിക്കീഴിൽ"!!!). തെറ്റ് മനസ്സിലാക്കി അവർ എത്തുമ്പോൾ അവരെ രക്ഷിക്കാൻ ഞങ്ങൾ മാത്രമേ കാണൂ, നോക്കിക്കോ...! ഇതാണ് പൊതുവേ ഉള്ള ഭാഷ്യം.

"ഇടതുപക്ഷ"ത്തിന് പ്രത്യയശാസ്ത്രപരവും പ്രായോഗികവും ആയ തെറ്റുകൾ പിണഞ്ഞിട്ടുണ്ടാവുമോ എന്ന ചിന്ത ഒരു സംശയമായി പോലും പരിഗണിക്കാൻ തയ്യാറാവാത്ത ഈ സമീപനത്തിന് പക്ഷെ ജനങ്ങൾക്ക് തെറ്റ് പറ്റിയത് എന്ത് കൊണ്ട് എന്നതിന് ഒരുപിടി ഉത്തരങ്ങൾ ഉണ്ട്. ഇന്ത്യയിലെ (പ്രത്യേകിച്ചും ഉത്തരേന്ത്യയിലെ) ജനങ്ങളുടെ

നിരക്ഷരതയും വിദ്യാഭ്യാസമില്ലായ്മയും ആണ് ആദ്യത്തെ കാരണം. അക്ഷരാഭ്യാസവും വിവരവും വിദ്യാഭ്യാസവും ഇല്ലാത്ത ഒരു ജനതയ്ക്ക് എങ്ങനെ ഇടതുപക്ഷത്തിന്റെ പ്രാധാന്യം മനസ്സിലാവും? പാവം ജനങ്ങൾ! ഫ്രാൻസും ജർമനിയും ഇറ്റലിയും പോർച്ചുഗലും ഹങ്കറിയും ഇംഗ്ലണ്ടും ഉൾപ്പടെയുള്ള യൂറോപ്പിയൻ രാജ്യങ്ങളിൽ തീവ്രവലതു സ്വഭാവമുള്ള പ്രസ്ഥാനങ്ങൾ അവരുടെ സ്വാധീനവും വോട്ടു വിഹിതവും ഞെട്ടിപ്പിക്കുന്ന തരത്തിൽ വർധിപ്പിക്കുന്നത് ജനങ്ങൾ നിരക്ഷരരായത് കൊണ്ടാണോ എന്ന ചോദ്യം ബാക്കിയാവുന്നു. ഇന്ത്യയിൽ തന്നെ, ഉന്നത വിദ്യാഭ്യാസസ്ഥാപനങ്ങളിലെ വലിയൊരു വിഭാഗം പേരും മോദി ഭക്തരാണെന്നതും, "വിദ്യാസമ്പന്ന"രായ ഇന്ത്യൻ മധ്യവർഗ്ഗത്തിന്റെ ചിറകേറിയാണ് "തിന്മ" ജയിച്ചുകയറുന്നത് എന്നതും വിസ്മരിക്കപ്പെടുന്നു. ഫാഷിസം ജയിക്കുന്നതും റിഫോർമിസ്റ്റ് "ഇടതുപക്ഷം" നാമാവശേഷമാവുന്നതും ലോകത്തൊരിടത്തും നിരക്ഷരത കൊണ്ടോ വിദ്യാഭ്യാസമില്ലായ്മ കൊണ്ടോ അല്ല, ഇന്ത്യയിൽ ഈ കാരണങ്ങൾ ഫാഷിസത്തിന് കാര്യങ്ങൾ എളുപ്പമാക്കുന്നുണ്ട്, എന്നാൽ അവ പ്രാഥമിക കാരണങ്ങൾ അല്ലേയല്ല.

ജനങ്ങൾ ജാതി-മത ചിന്തയിൽ ഉന്മത്തരായതുകൊണ്ടാണെന്നതാണ് അടുത്ത കാരണം. അറുപതു വർഷം "സെക്യൂലർ" പാർട്ടികൾ ഭരിച്ചിട്ടും എന്തേ ജാതി-മത ചിന്ത ക്ഷയിച്ചില്ല? ഇടതുപക്ഷം ഭരിച്ച കേരളത്തിലും ബംഗാളിലും ത്രിപുരയിലും പോലും എന്തുകൊണ്ട് ഇത് സംഭവിച്ചില്ല? അതിന്റെ ആവിർഭാവം മുതൽ തന്നെ ഹിന്ദുത്വ അജണ്ട ഉയർത്തിപ്പിടിച്ച സംഘപരിവാറിന് എന്ത് കൊണ്ട് എൺപതുകൾക്കിപ്പുറം തങ്ങളുടെ അജണ്ടയിലേക്ക് വ്യാപകമായി ജനങ്ങളെ ആകർഷിക്കാനായി? ഒറ്റ വാക്കിൽ, ജാതി-മത വിഘടനവാദത്തെ മുഖ്യധാരയിൽ പ്രതിഷ്ഠിക്കാനും വർഗ്ഗബോധത്തെ ഇല്ലാതാക്കാനും ഫാഷിസത്തെ പ്രാപ്തമാക്കിയ ഭൗതികസാഹചര്യങ്ങൾ (material conditions) ഏതൊക്കെയാണ്? ഫാഷിസത്തിന്റെ വളർച്ചക്ക് കാരണം ഈ ഭൗതികസാഹചര്യങ്ങളും അവയോടുള്ള ഇടതുപക്ഷത്തിന്റെ തെറ്റായ സമീപനവും ആണ്, അല്ലാതെ ജനങ്ങളുടെ "ചിന്ത"കൾ അല്ല.

ജനങ്ങളെ നോക്കി സഹതപിക്കുന്ന ഈ ഇടതുപക്ഷ സമീപനം കാണുമ്പോൾ ബ്രഷ്ത്തിന്റെ "സൊല്യൂഷൻ" എന്ന കവിതയിലെ അവസാനവരികൾ ആണ് ഓർമ്മ വരുന്നത്:

"Would it not be easier, In that case ...To dissolve the people, And elect another"

വികാരവിക്ഷോഭങ്ങൾ - "Full of sound and fury signifying nothing"

മൂന്നാമത്തെ പ്രതികരണം അങ്ങേയറ്റം വികാരപരമാണ്. എല്ലാവരുടെയും നന്മ മാത്രം ആഗ്രഹിച്ച, തന്റെ ജീവിതം പോലും മറന്നുകൊണ്ട്, അഹോരാത്രം പ്രയത്നിച്ച ഹിറ്റ്ലർ മാധവൻകുട്ടി അവസാനം എല്ലാവരാലും കൈയ്യൊഴിയപ്പെട്ട് തനിച്ചിരുന്നു പാടുന്ന പാട്ടുപോലെ ഹൃദയഭേദകമാണ് അത്. തങ്ങളുടെ തെറ്റുകൾ മനസ്സിലാക്കി വില്ലന്മാരിൽ നിന്നും രക്ഷ തേടി എല്ലാവരും തന്നെ തേടി വരുന്ന നല്ല നാളെയെക്കുറിച്ചുള്ള സ്വപ്നങ്ങൾ താലോലിക്കുന്നു ഈ പ്രതികരണം.

തോൽവി തങ്ങളെ തളർത്തില്ല, ജനസേവനം പണ്ടത്തെപോലെതന്നെ തുടരും, ഈ കൊടിക്കീഴിൽ തന്നെ കാണും, ഈ കൊടി ഉയർത്തിപ്പിടിക്കും, ഫാഷിസത്തെ ചോര കൊണ്ട് തടഞ്ഞുനിർത്തും, അങ്ങനെ അങ്ങനെ. സ്വരാജിന്റെ കുറിപ്പ് നല്ല ഉദാഹരണം ആണ്. വികാരങ്ങൾ മാർക്സിസ്റ്റുകാർക്ക് നിഷിദ്ധമൊന്നും അല്ല, അത് വലിയ ഊർജ്ജമാണ് താനും. എന്നാൽ വികാരവിക്ഷോഭങ്ങൾ "concrete analysis of the concrete situation" ന് പകരമാവില്ല. ഭാഷ കൊണ്ട് ഉള്ളടക്കത്തിന്റെ പൊള്ളത്തരം അധികകാലം മറച്ചു വെക്കാനാവില്ല. "എല്ലായ്പ്പോഴും ശരി വിജയിച്ചുകൊള്ളണമെന്നില്ല" എന്ന് പറയുമ്പോൾ, തങ്ങൾ ശരിയാണെന്നും തെറ്റ് ജനങ്ങളുടേതാണെന്നും വന്നു കഴിഞ്ഞു. "ഹിറ്റ്ലറും മുസോളിനിയും തിരഞ്ഞെടുപ്പിൽ ജയിച്ചവരാണ്. പക്ഷേ ചരിത്രമവരെ അന്തിമമായി പരാജയപ്പെടുത്തിയിട്ടുണ്ട്" എന്ന് പറയുമ്പോൾ മറക്കുന്നത് ഇന്നത്തെ ഇടതുപക്ഷത്തിന്റെ പ്രത്യയശാസ്ത്ര പൂർവ്വികരായ ജർമ്മനിയിലെ സോഷ്യൽ ഡെമോക്രാറ്റുകളെയും ചരിത്രം പരാജയപ്പെടുത്തിയിട്ടുണ്ട് എന്ന സത്യമാണ്.

ഫാഷിസ്റ്റുകളെ ചരിത്രം പരാജയപ്പെടുത്തും, അതിൽ സംശയം ഒട്ടും വേണ്ട, പക്ഷെ അതിന് ചരിത്രത്തെ സഹായിക്കാൻ ഇടതുപക്ഷത്തിന്റെ റീഫോർമിസ്റ്റ് രാഷ്ട്രീയത്തിന് ആവുമോ എന്നതാണ് ചോദ്യം. ഇല്ലെന്നാണ് ചരിത്രം തന്നെ നൽകുന്ന ഉത്തരം. അതിന് വിപ്ലവകരമായ തൊഴിലാളിവർഗ്ഗരാഷ്ട്രീയത്തിന് മാത്രമേ ആവൂ. "ശരി"യാണ് തോറ്റത് എന്ന് പ്രഖ്യാപിച്ചു കഴിഞ്ഞ സ്ഥിതിക്ക് പിന്നെ ഇതൊന്നും ഇടതുപക്ഷത്തെ ബാധിക്കേണ്ട കാര്യമില്ല. ജനങ്ങൾ "ശരി"യെ തിരിച്ചറിയുന്നത് വരെ കാത്തിരുന്നാൽ മതിയാവും. അത് ഒരു നീണ്ട കാത്തിരിപ്പാവാനാണ് സാധ്യത!!

തിരിച്ചടിയോടുള്ള ഇടതുപക്ഷപ്രതികരണങ്ങൾ ക്രിയാത്മകമല്ല എന്ന് മാത്രമല്ല, അങ്ങേയറ്റം പ്രതിലോമകരമാണ്. ഫാഷിസം വെന്നിക്കൊടി പാറിക്കുന്ന ഈ ചരിത്രസന്ധിയെ വസ്തുനിഷ്ഠമായി വിശകലനം ചെയ്യാൻ ഈ ഞെട്ടിപ്പിക്കുന്ന തോൽവി പോലും ഇടതുപക്ഷത്തെ പ്രേരിപ്പിക്കുന്നില്ല! ചരിത്രത്തിന്റെ ചുവരെഴുത്ത് മനസ്സിലാക്കി പെറ്റിബൂർഷ്വ റീഫോർമിസ്റ്റ് വ്യാമോഹങ്ങളെ വലിച്ചെറിഞ്ഞു സമരോൽസുകമായ തൊഴിലാളിവർഗ്ഗരാഷ്ട്രീയത്തെ പുൽകാൻ ഇടതുപക്ഷത്തെ യുവതലമുറ പോലും തയ്യാറാവുന്നതിന്റെ ലക്ഷണങ്ങൾ കാണാനില്ല. ചരിത്രം ലോകത്തെല്ലായിടത്തും സോഷ്യൽ ഡെമോക്രസിക്കായി കരുതിവെക്കാറുള്ള ചവറ്റുകൊട്ട ഇന്ത്യൻ ഇടതുപക്ഷത്തെ നോക്കി പല്ലിളിക്കുന്നുണ്ട്.

കനൽ ഒരു തരി മതി എന്നത് സത്യമാണ്. എന്നാൽ ഫാഷിസത്തെ ദഹിപ്പിച്ചു കളയാൻ ശേഷിയുള്ള ആ കനൽ സമരോൽസുകമായ മാർക്സിസമാണ്, സമരസങ്ങളുടെ ഇടതുപക്ഷമല്ല.

(മെയ് 2019)

www.ingramcontent.com/pod-product-compliance
Lightning Source LLC
LaVergne TN
LVHW102038051026
849518LV00014B/2010
* 9 7 8 9 3 5 5 1 7 8 7 8 7 *